1941இல் பிறந்த பியரெத் ஃப்லுசியோ பிரான்ஸின் இன்றைய முன்னணி எழுத்தாளர்களில் ஒருவர். 'வௌவாலின் கதை' என்ற சிறுகதைத் தொகுப்பு இவர் எழுதிய முதல் புத்தகம் (1975). 1985இல் இவர் எழுதிய 'ராணியின் உருமாற்றம்' சிறந்த சிறுகதைத் தொகுப்புக்கான 'கான்கூர்' விருதைப் பெற்றது. பிரான்ஸின் இலக்கிய விருதுகளில் முக்கியமான ஒன்றாகக் கருதப்படும் ஃபெமினா விருது 1990இல் இவருடைய 'நாம் நிரந்தரமானவர்கள்' என்ற நாவலுக்கு அளிக்கப்பட்டது. 2001இல் வெளிவந்த 'சின்னச் சின்ன வாக்கியங்கள்' பிரான்ஸின் புத்தக விற்பனையாளர் சங்கத்தின் 'சிறந்த நாவலுக்கான பரிசை'யும், அதே ஆண்டு சீனாவில் அளிக்கப்படும் 'சிறந்த அந்நிய மொழி நாவலுக்கான விருதை'யும் பெற்றது.

சின்னச் சின்ன வாக்கியங்கள்

பியரெத் ஃப்லூசியோ

பிரெஞ்சு மொழியிலிருந்து
மொழிபெயர்ப்பும் பின்னுரையும்

வெ. ஸ்ரீராம்

க்ரியா

chinnach chinna vakkiyangal a Tamil translation of
Des phrases courtes, ma chérie by Pierrette Fleutiaux
translated from the French into Tamil by V. Sriram

First Edition: December 2010

© Des phrases courtes, ma chérie, Actes Sud, 2001
This Tamil translation © Cre-A:

Published by:
Cre-A:
H-18, Flat No. 3
South Avenue
Thiruvanmiyur
Chennai 600 041

creapublishers@gmail.com
www.crea.in

Printed at:
Sudarsan Graphics
Chennai 600 017

ISBN: 978-81-85602-63-9

Price: Rs. 190

நன்றி

இந்த மொழிபெயர்ப்புக்கான கையெழுத்துப் பிரதி உருவாகவும், காப்புரிமை பெறவும் உதவிய, இந்தியாவில் உள்ள பிரெஞ்சுத் தூதரகத்துக்கு;

மொழிபெயர்ப்புக்கான காப்புரிமை அனுமதி அளித்த அக்த் சுத் பதிப்பகத்தாருக்கு;

மிக விரிவாகவும், உன்னிப்பாகவும் கையெழுத்துப் பிரதியைப் பார்வையிட்டு, முக்கியமான திருத்தங்களையும் கருத்துகளையும் தந்து மொழிபெயர்ப்பு மேம்பட உதவிய, பாரிஸில் உள்ள INALCO ஆய்வு நிறுவனத்தைச் சேர்ந்த டாக்டர் எலிசபெத் சேதுபதிக்கு.

We thank

The Embassy of France in India, for securing the copyright and assistance for preparing the manuscript of the translation;

Editions Actes Sud for permission to translate the work;

Dr. Elisabeth Sethupathy, INALCO, Paris, for extensively and sensitively reviewing the translation and offering critical comments.

1. கண்ணாடித்தாள்

நான் வசிக்கும் நாட்டில் வேறு எந்த ஊரையும் போல இல்லாத வித்தியாசமான ஊர் ஒன்று இருக்கிறது. அங்கு குடியிருக்கும் மக்கள் கண்ணுக்குத் தெரியாத கண்ணாடித்தாளில் சுற்றப்பட்டிருப்பதைப் போல இருக்கிறார்கள். பிரம்மாண்டமாகத் தோன்றும் கருங்கல் அல்லது சிமெண்ட்டினாலான கட்டடங்கள் வெறும் முகப்புகளைப் போல இருக்கின்றன. தெருக்கள் ஏதோ ஒரு நிஜமற்ற தன்மையுடன் இருக்கின்றன. பல வருடங்களாக நான் அங்கே வந்து போய்க்கொண்டிருந்தாலும் அவற்றின் பெயர்களை என்னால் நினைவில் வைத்துக்கொள்ள முடியவில்லை. நல்ல வேளையாகக் கடைகள், அரசுக் க்கட்டடங்கள் போன்ற அடையாளங்களின் உதவியுடன் என் பாதையை அறிந்துகொள்கிறேன். பொதுவாக என் பாதை பெரிதும் மாறுவதில்லை.

ஊருக்கு வெளியே சுற்றிலும் பரந்து கிடப்பவை பற்றி எனக்குத் தெரிந்தது மிகக் கொஞ்சமே. ஆற்றின் மேலே ஒரு பழைய கற்பாலம், பசுமையான நிலப்பரப்புகளை இணைக்கும் வாய்க்கால், தொடுவானத்தின் மூட்டத்தினூடே தெரியும் குன்றுகள் என்று கனவுலக இயற்கைக் காட்சிகள் என் மனதில் பதிவாகியிருக்கின்றன. இந்த ஊருக்கு நிச்சயமாக ஒரு வரலாறு இருக்கிறது, ஆனால் அதுவும் கண்ணுக்குத் தெரியாத ஒரு கண்ணாடித்தாளில் சுற்றப்பட்டிருக்கிறது. அந்த வரலாறு எனக்காக இல்லை, எப்படி அங்கு வாழ்பவர்களோ, அந்த வீடுகளோ, தெருக்களோ எனக்காக இல்லையோ அதைப் போல.

இருந்தாலும் நான் அங்கு மீண்டும்மீண்டும் வந்துகொண்டிருந்தேன். நான் இனியும் அங்கே போக வேண்டிய காரணம் எதுவும் இல்லாவிட்டாலும் மனதளவில் அங்கே போய்க்கொண்டிருப்பேன், கிட்டத்தட்ட தினமும்.

நேற்று, அந்த வட்டாரத்தைச் சேர்ந்த, பீங்கான் பொருட்கள் செய்யும் பிரபல சிற்பியின் வாழ்க்கை பற்றிய குறும்படம் ஒன்றைப் பார்த்தேன். அதில் ஒரு காட்சியில் என் தம்பியின் மனைவி தோன்றியிருந்தார் என்பதால் அதைப் பார்க்கப் போயிருந்தேன். எனக்குப் படம் பிடித்திருந்தது. ஆனால் என்னதான் எதார்த்தமாக இருந்தாலும், அதில் காட்டப்பட்ட இடங்களுக்கும் என் மனதை அரித்துக்கொண்டிருக்கும் இந்த ஊருக்கும் சம்பந்தமே இருக்கவில்லை.

ஊருக்கு மத்தியில் ஒரு கட்டடம் காந்தத்தைப் போல தன்னை நோக்கி என்னை இழுக்கிறது. உலகில் எந்த மூலையில் நான் இருந்தாலும் என் எண்ணங்களைப் பிடித்திழுக்கிறது, ஒரு நாளைக்குப் பலமுறை தொலைபேசியை

நோக்கியோ அல்லது ரயில் நிலையம், நெடுஞ்சாலை இவற்றை நோக்கியோ என்னை ஓட வைக்கிறது. அண்மையில் கட்டப்பட்ட, பல மாடிகளைக் கொண்ட இரண்டு தனித்தனிக் கட்டடங்களால் ஆன அமைப்பு அது. அதன் வெளிப்புறச் சுவர்கள் வெளிர் சிவப்பு நிறத்தில் இருக்கின்றன. ஜன்னல்களின் கீழ்ப்பாதியில் கண்ணாடி பொருத்தப்பட்டு இரண்டு அல்லது மூன்று பால்கனிகளில் பூச்செடிகள் இருக்கும். கட்டடத்தின் முன்புறத்தில் வாகனங்களுக்குத் தடை விதிக்கப் பட்டிருந்த சிறிய சதுர வெளி இருக்கிறது. சில மரங்கள், பூச்செடிப் பாத்திகள், பெஞ்சுகள்.

ரயில் நிலையத்திலிருந்து அங்கே போக எனக்குக் கால் மணி நேரம் மட்டுமே தேவைப்படும். நான் டாக்ஸியிலேயோ பேருந்திலோ போக மாட்டேன். பையைத் தோள்களின் மேல் வீசிப் போட்டுக்கொண்டு நடப்பேன். சில சமயம் ஒரு காப்பிக் கடையில் புகுந்து, பின்னர் ஒரு சிகரெட் புகைப்பேன். காப்பிக் கடைகளோ தெருக்களோ என்னைப் பொறுத்தவரை நிஜம் அல்ல, இருந்தாலும் ஒரு இடத்தில் நின்று போக வேண்டியிருக்கிறது.

சில சமயங்களில் மனதில் சொல்லிக்கொள்வேன் ''ஏதாவதொரு காகிதத்தைத் தேடிப் பிடித்து குறிப்புகளை எடுத்துக்கொள். மற்ற ஊர்களைப் போலத்தான் இந்த ஊரும். இதிலிருந்து நீ எதையாவது எடுத்துக்கொள்ள முடியும், எப்படியாவது. ஒரு சிறுகதை எழுது, அல்லது கவிதை. ஆனால் எழுது. உனக்குத் தெரியுமல்லவா, நீ எழுத்தாளர்!''

ஆனால் என்னுடைய பேனாவும் ஒரு கண்ணாடித்தாளில் சுற்றப்பட்டிருப்பதைப் போலத் தோன்றுகிறது. அதிலிருந்து பேனாவை உருவுவதற்குத் தேவையான பலம் என் கைகளில் இல்லை. நான் வசியப்படுத்தப்பட்டிருக்கிறேன். நானே கண்ணாடித்தாளுக்குள் இருக்கிறேன். நடந்து செல்ல என்னால் முடியும். சில சமயம் பெரிதும் சுற்றிவளைத்து இந்தக் கிரகத்தின் மறு கோடிக்கும் சென்று, செய்வதற்கு என்ன இருக்கிறதோ அதைச் செய்துகொண்டிருந்தாலும், இதே பாதையில் திரும்பி வருவேன் என்று எனக்குத் தெரியும். வெளிர் சிவப்பு வண்ணம் பூசிய இந்தக் கட்டடத்திற்கு வருவேன், ஏதோ அப்படித்தான் என் விதியின் புத்தகத்தில் எழுதியிருப்பதைப் போலவும், மற்றவையெல்லாம் காற்றில் பறந்துவிடும் காகிதங்கள் போலவும் திரும்பி வருவேன் என்று எனக்குத் தெரியும்.

போகும் வழியில் வங்கிகள், திரையரங்குகள், 'மோனோப்ரி' பல்பொருள் அங்காடி, பெரிய மேல்நிலைப் பள்ளி இவற்றைப் பார்க்கிறேன். அங்கு ஒரு வருடம் மாணவியாக இருந்தேன் என்பதாலும், என்னுடைய புத்தகம் ஒன்றின் வெளியீட்டை ஒட்டி முன்பு எப்போதோ எனக்குப் பாராட்டு விழா ஒன்றை நடத்தியிருக்கிறது என்பதாலும் அந்தப் பள்ளியாவது என்னிடம் ஏதாவது ஒன்றை சொல்லியிருக்க வேண்டும், ஆனால் அதுவும் ஒன்றும் சொல்லவில்லை. மற்ற பெரிய கட்டடங்களைப் போல அதுவும் பேசும் சக்தியற்று இருக்கிறது. 'தாமார்' தொடர் அங்காடியைக் கடந்து போகிறேன். உண்மையில் இந்தக் கடையைப் பற்றிய விவரங்கள் மிகச் சிலருக்குத்தான் தெரியும். ஆனால் தாமார் என்ற பெயரை எங்கு பார்த்தாலும் அது என் நெஞ்சைத் தொடுகிறது. சிறிய

புன்முறுவல் ஒன்று, சோகமாகவும் இல்லாமல் மகிழ்ச்சியாகவும் இல்லாமல், என் முகத்தில் தோன்றி மறைகிறது.

இந்தக் கட்டடத்தை அடைவதற்கு முன்னால் கடைசித் திருப்பத்தில், தோல் காலணிக் கடை ஒன்று இருக்கிறது. நான் இதுவரை போட்டுக்கொள்ளாத அல்லது மிக அரிதாகவே போட்டுக்கொள்ளும் பல காலணிகள் இந்தக் கடையிலிருந்துதான் வாங்கப்பட்டிருக்கின்றன. பொதுவாக அவற்றுக்குப் பணம் கொடுப்பது நானல்ல. போட்டுப் பார்ப்பேன், பின்னர் எனக்கு அது பரிசாகக் கிடைத்துவிடும். இந்த விஷயத்தில் நாங்கள் இருவர் மட்டுமே சம்பந்தப்பட்டிருக்கிறோம். அங்கே உள்ள விற்பனைப் பெண் வெறும் நிழலுருவம் மட்டுமே. கடை ஒரு அலங்கார அமைப்புதான்.

அங்கே கண்ணாடி விளம்பர அலமாரிக்கு முன்னால் தயங்கி நிற்கிறேன். அவை 'நிஜமான' காலணிகள் இல்லை என்பதை எதை வைத்துத் தெரிந்துகொள்வது? அவை அந்த இடத்தில் இருக்கின்றன என்பது ஒன்றே போதுமானது. இருந்தாலும் நீண்ட நேரம் அவற்றையே பார்த்துக்கொண்டிருக்காமல் இருக்க முடிவதில்லை, இந்த முறையும் கடைசியில் நான் ஒரு ஜோடி காலணிகள் வாங்குவது சாத்தியம்தான்.

பின்னர் கடைசித் தருணத்தில், வலது பக்கத்தில், சாலையைக் கடப்பதற்கு முன்னால், சிகரெட் கடை ஒன்றைப் பார்க்கிறேன். காட்டமாக இல்லாத 'ஒட்டகம்' மார்க் சிகரெட்டின் நீல நிற பாக்கெட்டைத் தூரத்திலிருந்தே பார்க்கிறேன். அதில் கூர்மையான பிரமிட் முன்னால் இருக்கும் அழகான மஞ்சள் ஒட்டகம் என்னைப் பார்த்துச் சைகைசெய்கிறது. என்னுடைய சொந்தத் தாய விளையாட்டில் கட்டாயமாக நான் போக வேண்டிய கட்டம் இது. தாயக் கட்டையை எப்படி உருட்டிப் போட்டாலும் இந்தக் கட்டத்தில்தான் வந்து விழுகிறேன். நான் புகைபிடிப்பதை நிறுத்தியிருக்கும் காலம் ஒவ்வொரு முறையும் இங்குதான் முடிகிறது. அந்தக் கடையில் சில பாக்கெட்டுகள் 'சூயிங்-கம்'மும் ஒரு நாளிதழும் வாங்குகிறேன். தேசிய நாளிதழா, உள்ளூர் நாளிதழா என்பது முக்கியமல்ல. எப்படியும் நான் படிக்கப்போவதில்லை. அதே கடையில் பீங்கான் சாம்பல் கிண்ணம் ஒன்றும், அர்த்தமற்ற சில பொம்மைகளும் வாங்குகிறேன். சாதுவாக இருப்பதால் சில சமயங்களில் எதை வேண்டுமானாலும் வாங்கிவிடுவேன், அல்லது எது வேண்டுமானாலும் என்னை வாங்கிவிடும்.

நாளிதழைப் பொறுத்தவரை அந்தக் கடையில் விற்கப்படும் அர்த்தமற்ற பொம்மைகளுக்குக் கொடுக்கும் அதே முக்கியத்துவத்தைதான் அதற்கும் கொடுப்பதாகத் தோன்றும். ஆனால் அது உண்மையல்ல. உள்ளூர், தேசிய அல்லது உலகச் செய்திகள் எனக்கு இளக்காரமல்ல. ஆனால் நான் போகிற இடத்தில் எந்த ஒரு நாளிதழுக்கும் இடம் இல்லை. நான் அதைச் சுமந்து செல்வதும் பழக்கதோஷத்தினால், அல்லது என்னைப் பாதுகாத்துக்கொள்ள. ஒரு மூடநம்பிக்கைதான். நாளிதழே! உயிரோடிருப்பவர்களின் உலகத்தில் என்னைப் பாதுகாப்பாயாக!

பிறகு, எல்லாம் முடிந்துவிட்டது. இனி தப்பிக்க வழியில்லை. பாதசாரிகளுக்கான திறந்த முற்றத்திற்குச் செல்லும் வாயிலில் இருக்கிறேன். இப்போது

அந்த இல்லத்தின் எல்லா ஜன்னல்களிலிருந்தும் எவரும் என்னைப் பார்க்க முடியும். திட்டமிட்டபடி நான் வந்து சேர்ந்துவிட்டேன், நான் தெரிந்துவைத் திருக்கும் எதற்குமே இனி அவசியமில்லாத பிரதேசங்களுக்குள் நுழைகிறேன். பூக்கள் நிறைந்து மனதுக்கு இதமாக இருக்கும் மிகச் சாதாரணமான சிறிய முற்றம் அது. சாவு நிகழ்வதற்கு முந்தைய இருப்பிடங்கள் இப்படித்தான் இருக்கும் என்று நான் கற்பனைசெய்திருக்க மாட்டேன், ஆனால் சாவு தரித்துக்கொள்ளும் பலவிதத் தோற்றங்களில் இதுவும் ஒன்று என்பதைப் பிறகுதான் தெரிந்துகொண்டேன்.

நுழைவாயிலில் ஒரு வழிகாட்டி காத்திருக்கிறார், என்னுடைய மிக அந்த ரங்கமான மூட்டை முடிச்சுகளை அவருக்கு முன்னால் வைக்கிறேன்: என் விருப் பங்கள், நினைவுகள், ஆசைகள். வெகு விரைவில் அவையும் மெல்லிய கண் ணாடித்தாளில் சுருட்டப்பட்டுவிடுகின்றன. நான் அந்த முற்றத்தில் நுழைந்த உடனேயே, ஜன்னல்களின் பார்வையில் விழுந்த உடனேயே, கண்ணுக்குத் தெரியாத அந்த வழிகாட்டி அங்கு இருக்கிறார். என் வாழ்க்கையை அவர் கையில் ஒப்படைத்துவிட்டு, வரைபடம் எதுவும் இல்லாத சிக்கலான பாதையில் குருட் டாம்போக்கில் முன்னேறிச் செல்கிறேன். என் வழிகாட்டி பேசும் திறனற்று இருக்கிறார், அவரை நான் பார்க்க முடியாது, அவரிடம் எந்தக் கேள்வியும் கேட்க முடியாது, அவரை உலுக்கவும் முடியாது, அவரிடமிருந்து தப்பி ஓடவும் முடியாது.

அந்த வழிகாட்டி: என் உடலில் நான் உணரும், குறுக்கும் நெடுக்குமாக ஓடும் புதிரான அறிகுறிகள் மூலமாகவும், அதற்குப் பின் என்னால் குறிப்பிட்டுச் சொல்ல முடியாத என்னுடைய கற்பனை உலகின் கடைசி உருவமாகவும் மட் டுமே அந்த உருவத்தை என்னால் வடிக்க முடியும்.

ஏழு வருஷங்களாக நான் வளைய வந்துகொண்டிருக்கும் இந்தப் பிர தேசங்களில், நானாக எதையும் என் விருப்பப்படி செய்வதில்லை, எதையும் நடத் துவதில்லை. காலம்காலமாக எனக்காகக் காத்துக்கொண்டு ஏற்கனவே தீர்மானிக் கப்பட்டுவிட்ட ஒரு பாதையில், நான் இதுவரை கற்றுக்கொண்டிருக்கும் எதுவும் என் உதவிக்கு வர முடியாத இந்தப் பாதையில் நான் இட்டுச்செல்லப்படுகிறேன்.

நான் சொல்லும் கதையிலும் (இந்தச் சம்பவங்களுக்குப் பல நாட்களுக்குப் பிறகு) தொலைந்துபோய்விடுவேனோ என்று பயப்படுகிறேன். எழுத்தில் மிக எளிமையான, மிக நேரடியான பாதையைக் கண்டுபிடிக்க விரும்புகிறேன். ஆனால் பாதை உடனேயே காற்றில் கரைந்துவிடுகிறது.

பிசாசுகளும், நகரும் பள்ளத்தாக்குகளும், பாதையை இருட்டடிக்கும் மேகங்களும் தொடர்ந்து அந்தப் பாதையைப் பாதிக்கின்றன. நான் எப்படிச் செயல்பட வேண்டுமென்று எனக்குத் தெரியவில்லை.

மாயையான ஒரு ஊர், அதன் மத்தியில் மாயையான ஒரு கட்டடம். அங்கே, தன்மேல் மூடப்பட்டிருக்கும் கண்ணுக்குத் தெரியாத கண்ணாடித்தாளுடன் போராடி இன்னும் உயிர்வாழ்ந்துகொண்டிருக்கும் வயதான ஒரு பெண். அதை அவள் கிழிக்க, விலக்கிவிட முயல்கிறாள், கண்ணாடித்தாளின் மறு பக்கத்தில் இருப்பவர்களுக்குச் சைகைசெய்கிறாள். அந்த முயற்சியில் அவள் அவ்வளவு பலத்தை, சக்தியைப் பயன்படுத்துவதால் வெளியில் இருப்பவர்களுக்கு

அவளுடைய அசைவுகள் தாறுமாறானவையாக, சொல்லப்போனால் மிகைப் படுத்தப்பட்டவையாகத் தோன்றுகின்றன. ஏனென்றால் அவளை அவ்வளவு நெருக்கமாக இறுக்கிப் பிடித்திருப்பது எது என்று அவர்களுக்குப் புலப்படவில்லை.

இந்தப் போராட்டத்தில் பார்வையாளர் நான், அதன் ஏற்றத்தாழ்வுகள் எல்லாவற்றையும் மதிப்பிடுகிறேன். வெற்றி, தோல்வி, வெற்றி, தோல்வி, மீண்டும் வெற்றி. சில சமயங்களில் அவள் ஒரேயடியாகத் தோற்றுவிட வேண்டும் என்று விரும்புகிறேன், தோற்றுவிட்டதை அவள் ஒப்புக்கொண்டு எல்லாவற்றுக்கும் முற்றுப்புள்ளி வைக்க வேண்டும் என்று விரும்புகிறேன். ஆனால் அடிக்கடி ஆச்சரியத்தில், வியப்பு கலந்த பாராட்டுணர்வில் நான் ஆடிப்போய்விட்டாலும், பார்வையாளர்களின் பெரிய கூட்டம் ஒன்று அங்கிருந்து, நான் அவர்களைக் கைதட்டிக் கரகோஷம் செய்யச் சொல்லி உற்சாகப்படுத்த வேண்டும் என்று ஆசைப்பட்டாலும், இது போன்ற போராட்டங்கள் அதீத தனிமைக்குத்தான் இட்டுச்செல்கின்றன. மிகவும் நெருங்கி இருந்து, மிகவும் கவனமாகப் பார்த்துக் கொண்டிருந்தால் அதை உணர முடியும். நான் மிகவும் நெருங்கி இருக்கிறேன், நிறைய உதைகளும் வாங்குகிறேன்.

கண்ணுக்குத் தெரியாத இந்த அங்கியுனுள் அமிழ்ந்து போய்க்கொண் டிருக்கும் ஒரு பெண். அதற்குச் சாட்சி நான் மட்டுமே.

இதற்கெல்லாம் அநேக நாட்களுக்கு முன்னால், எனக்கு மகன் பிறந்த போது மகிழ்ச்சியையும் உடனடியாகப் பாசத்தையும் உணர்ந்தேன். மகிழ்ச்சியும் பாசமும் ஏற்கனவே அறிந்திருந்த உணர்வுகள்தான், இருந்தாலும் அசத்திவிடும் அளவுக்கு வித்தியாசமான ஒரு வெளிச்சத்தில் அவற்றை மீண்டும் கண்டேன். ஆனால் இன்னும் அதிகமாக என் நினைவில் இருப்பது அது அல்ல: பரபரப்பு அடங்கி, குழந்தை கழுவப்பட்டு, வேண்டியவர்கள் வந்து பார்த்துவிட்டுப் போன சில மணி நேரம் கழித்து நடந்தவைதான் நினைவுக்கு வருகின்றன. வலிக்கும் உடலுக்கு ஓய்வு கொடுத்துக் கட்டிலில் படுத்திருந்தேன். தொட்டிலில் குழந்தை தூங்கிக்கொண்டிருந்தான், தனக்கேற்பட்ட பெரும் அதிர்ச்சியிலிருந்து மீண்டு அவனும் ஓய்வெடுத்தபடி. அப்போது நவம்பர் மாதம் என்பதால் இரவு சீக்கிர மாகவே வந்துவிட்டது. மருத்துவமனைகளில் மிகக் குறைந்த நேரமே நீடிக்கும் அமைதியான தருணங்களில் அது ஒன்று. சிகிச்சைக்கும் சாப்பாட்டுக்கும் இடையே நிசப்தமும் அமைதியும் நிரம்பிய அதிசயத் தருணம். மூளையில் தீவிர அதிர்வுகளை உண்டாக்கி, இதுவரையிலான எல்லாக் கருத்துகளையுமே வெகு வாக மாற்றிவிடக்கூடிய ஏதோ ஒரு பலத்த குட்டு என் தலைமேல் விழுவது போல இருந்தது. என்னுடைய பட்டாம்பூச்சி வாழ்க்கை, சுதந்திரமாகப் பறந்து திரியும் அணுவின் வாழ்க்கை இதோ முடிந்துவிட்டது. இனி நான் ஒரு மனிதப் பிறவியின் ஆதார சாட்சி. என்னால் கட்டுப்படுத்தப்பட முடியாத பிறப்பு-இறப்பின் பூதாகார இயந்திரத்துடன் வலுக்கட்டாயமாகப் பிணைக்கப்பட்டு, சக்தியற்று ஆனால் பொறுப்பைச் சுமந்து பிணைக்கப்பட்டிருக்கும் சாட்சி. செயலிழக்கச் செய்யும் அளவுக்கு முற்றிலும் புதிய, தீவிரமான உணர்வு.

அதற்குப் பிறகு ஏழு வருடங்களுக்கு என்னால் எழுத முடியவில்லை. என் னுடைய நாட்குறிப்பு, புகார்ப் பட்டியல், அன்றாட நிகழ்ச்சிகளின் சாதாரண

விவரணை, நீண்ட காத்திருத்தலுக்குப் பிறகு தொடுவானத்தில் தெரியும் மின்னலைப் போலச் சில சமயங்களில் வார்த்தைகளுக்கு இடையே நிகழும் மோதல்களுடன் திரும்பத்திரும்ப சொல்லப்படும் உச்சாடனம் இவையெல்லாம் ஒன்றே ஒன்றை முற்றிலும் மறக்கவிடாமல் இருக்கச் செய்தன... ஆமாம், குறிப்பாக எதை? ஆதார சுதந்திரத்தை, நீ மதிக்காத எல்லாவற்றிலிருந்தும் விடுதலையை, இஷ்டப்படி போகலாம் அல்லது பறக்கலாம், வாழலாம் அல்லது சாகலாம், விருப்பப்பட்டபடி பாடலாம்.

மகன் பள்ளிக்குச் சென்றான். இதுவரை பிணைத்திருந்த அந்த அசாதாரணமாக விலங்கு கொஞ்சம்கொஞ்சமாகத் தளர்ந்தது, அல்லது குறைந்தபட்சம் அதை மறக்க முடிந்தது. அப்படியும் இன்னமும் ஏதோ ஒன்று என்னை இழுத்துப் பிடித்துக்கொண்டே இருக்கிறது. என்னைச் சுற்றி யாரும் இல்லாமல், என்னுடைய இருப்பிடத்தில் முற்றிலும் எவருமே இல்லாமல் இருந்தால்தான் என்னால் எழுத முடிகிறது. ஆள் அரவம் இல்லாத ஒரு இடத்தைத் தேடுவதிலேயே (வீடுகளை மாற்றுவது, தப்பித்து ஓடுவது, சண்டைகள், சமையலறைத் தேவைகள் மற்றும் இதர பிரச்சினைகள் ஒன்றன் பின் ஒன்றாக வர) என் வாழ்க்கையின் பல வருடங்கள் கழிந்துவிட்டன. ஏற்கனவே தெரிந்த கதைதான்: ஒரு குகையும் கதவின் முன் வைக்கப்பட்டிருக்கும் ஒரு தட்டு உணவும். எனக்கே என்று தனியாக ஒரு அறை.

என்னுடைய மகன் தன் வாழ்க்கைப் பாதையில் நுழையும்வரை அவனுடனேயே இருந்ததில் ஏழு வருடங்கள். என் அம்மா தன் வாழ்க்கையிலிருந்து விடுபடும்வரை அவளுடன் ஏழு வருடங்கள்.

"நான்", "என் குழந்தை", "என் அம்மா" என்றெல்லாம் சொல்வது எனக்குக் கொஞ்சம் விசித்திரமாக இருக்கிறது. என் குழந்தை (அதாவது, இந்த மகனைச் சொல்லவில்லை, பொதுவாக குழந்தை) என்னுடைய "நானுடன்" என்னை இவ்வளவு நெருக்கமாக இருக்கச் செய்ததை, இவ்வளவு ஒட்டிக் கொண்டிருந்ததை நான் வெறுத்தேன். இதே காரணங்களுக்காக என் அம்மாவையும் வெறுத்தேன். ஆனால் அம்மாவை இன்னும் தீவிரமாக, ஆவேசமாக, அவளுடன் ஒட்டுதல் இருந்த அதே அளவுக்குக் கோபத்துடன் வெறுத்தேன். குழந்தை விலகிச் செல்லும் மார்க்கத்தில் இருந்தான். ஆனால் அம்மாவோ ஒரு கொக்கியின், தூண்டில்முள்ளின், மீன்பிடிக்க வீசி எறியப்படும் மெல்லிய இரும்பு ஈட்டியின் மார்க்கத்தில் இருந்தாள். பெரிய ஆழத்தில் மூழ்குவதற்கு முன்னால் இறுகக் கட்டிப்பிடித்துக்கொள்ளும் மார்க்கத்தில். அதற்கு அப்பாலும், அப்பால்.

நான் எழுதுவதில் எனக்கு மன அமைதி இல்லை. என் அம்மாவைக் குறித்த, அதனாலேயே என்னுடைய 'நான்' பற்றிய தேடல்களும் துழாவல்களும் எனக்குச் சக்தி அளிக்கவில்லை. எனக்குத் தொடர்ந்து மூச்சுத் திணறுகிறது, நான் மீண்டும் அதிகமாகப் புகைபிடிக்க ஆரம்பித்துவிட்டேன்.

நான் கட்டுரைகள் அதிகம் எழுதியதில்லை. ஏதாவதொரு தலைப்பில் ஏதாவது ஒன்றை எழுதும்படி யாராவது என்னைக் கேட்டால், வீட்டுப்பாடம் எழுதும் ஒரு குழந்தையாக நான் ஆகிவிடுகிறேன். எதைப் பற்றியும் நான்

நிச்சயமாக இல்லை, ஒவ்வொரு சொல்லும் என்னைப் பயமுறுத்துகிறது, கட்டுரை கேட்டவரும் பின்னால் அதைப் படிக்கப்போகிறவர்களும் இந்தக் குழந்தைக்குப் பெரியவர்கள்போல் ஆகிவிடுகிறார்கள். இன்னும் நன்றாகவும் அதிகமாகவும் விஷயம் தெரிந்தவர்கள். பெரும்பாலும் நான் ஒளிந்துகொள்வதில்தான் போய் முடிகிறது.

புனைவிலக்கியத்தில்தான் நான் இயல்பாக இருக்க முடிகிறது, அதுவும் உண்மைச் சாட்சியங்களிலிருந்து கூடுமானவரை விலகியிருக்கும் புனைவு. புனைவைப் பொறுத்தவரை எனக்குக் குருட்டு உத்தரவாதம் ஒன்று இருக்கிறது, ஏற்கனவே இருக்கும் நாவலை ஏதோ நான் முயன்று கண்டுபிடித்தால் போதும் என்ற உத்தரவாதம். தங்கள் தேடலின் இறுதிக் கட்டத்துக்கு உருவம் கொடுக்க அறிஞர்கள் அமைக்கும் அனுமானங்களைப் போலத் தற்காலிக கட்டமைப்புகள்தான் நாவல்கள். என்னுடைய 'நான்' என்பதற்கு அங்கே இடமில்லை. ஆனால் என்னுடைய அம்மா தன்னை இஷ்டப்படி ஆட்டுவிக்க விடுவதில்லை, நாவல் ஒன்றில் அவளை நான் புகச் செய்ய முடியாது.

அம்மாவின் சதையுடன் சேர்த்து, என் சதையில் அவளை முற்றிலும் சுற்றி மூடியபடி அவளுடன் நானும் இறந்துபோக வேண்டும் என்று அவள் விரும்பியிருப்பாள். பிறகு, மறுபிறவி எடுத்து, அவளைக் குழந்தையாகப் பெற்றெடுத்து அவள் வாழ்க்கையை நான் தொடர வேண்டும் என்று விரும்பியிருப்பாள். அப்படியே நடக்க வேண்டும் என்பதுதான் என் விருப்பமும். நாங்கள் பகிர்ந்து கொண்ட புரியாத, பிடிபடாத இந்த ராஜ்ஜியத்தில் அதுதான் நியாயமானதாகவும் நன்றாகவும் இருந்திருக்கும்.

இந்தப் போராட்டத்தில் தன்னுடைய வசிய சக்திகள் அனைத்தையும் அவள் ஈடுபடுத்தினாள். நான் முரட்டுத்தனத்துடன் அதை எதிர்கொண்டேன். அடிப்படையில், தான் என்ன செய்கிறோம் என்று அவளுக்குத் தெரிந்திருக்கவில்லை, எனக்கும் அதைவிட அதிகமாக எதுவும் தெரிந்திருக்கவில்லை. ஆனால் நான் பார்த்துக்கொண்டிருந்தேன், அது நெஞ்சைப் பிளக்கச் செய்வதாக இருந்தது.

2. தேர்வு

எப்படியெல்லாம் மனதில் கணக்குப் போடுகிறோம்? பெற்றோர்கள் இருவரில் யார் முதலில் போகப்போகிறார்கள்? மற்றவர் எப்படி இதை எதிர்கொள்வார்? முதலில் ஒருவரை, பின்னர் மற்றவரை இறக்கச் செய்து, அதன் விளைவை வரைபடம் ஒன்றில் சித்தரிக்கிறோம். உலகில் முதல்முதலாக வரையப்பட்ட வரைபடங்கள்போல் அவ்வளவு கற்பனை கலந்ததும் முற்றுப்பெறாததுமாக அது இருக்கிறது. அதைவிட மோசம்: நம்முடைய தேர்வை நாமே அறிவிக்கிறோம். அவள் அல்லது அவர், இவர்கள் இருவரில் யாரைச் சாவு தொடாமல் இருந்தால் நல்லது? இன்னும் மோசம்: தேர்வை நாமே செய்கிறோம்.

அதையும் ரொம்ப அழுத்திச் சொல்லாமல், கோடிகாட்டிச் சொல்கிறோம். நண்பர்களும் அவர்களுடைய பெற்றோர்களைப் பற்றி அப்படியே செய்கிறார்கள். உரையாடலின்போது குறுக்கே பறக்கும் சில தீப்பொறிகள், அவற்றை அணைக்கிறோம், மீண்டும் ஏற்றுகிறோம். அதற்காக அவர்களைக் கோபிக்காதீர்கள், நண்பர்களே, அவர்கள் குழந்தைகள், மிகவும் பயந்திருக்கிறார்கள்.

நியாய வாதங்களைக் கொண்டு வலிமையற்ற கோட்டைகளை எழுப்புகிறோம். எப்போதும் தோள் மேல் ஒரு பை தொங்க விட்டிருப்பதுபோல அதில் சில கட்டுரைகள், தகவல்கள், சாட்சியங்கள் இவற்றைச் சேகரிக்கிறோம். வேற்று நாட்டு நாகரிகங்களில் ஆர்வம் கொள்கிறோம், சமூகவியல் ஆய்வு செய்கிறோம், தலையை ஆட்டுகிறோம், வயதுவந்த பிறகு பரபரப்பாகக் கழிந்துவிட்ட, இத்தனை வருடங்களாக மறந்துவிட்டிருந்த பழைய குடும்பக் கதைகளை நினைவு கூர்கிறோம்.

கொள்ளுப்பாட்டி? தொண்ணூறு வயதுவரை இருந்தாள், இல்லையா? எல்லாம் கிராமத்தில் நடந்தவை. வீட்டுக்கு முன்னால் கல் பெஞ்சில் உட்கார்ந்திருந்தாள், காலடியில் அவளுடைய அங்கியைச் சுற்றிக் கோழிகள் கொத்திக் கொண்டிருந்தன, அவ்வப்போது கொஞ்சம் தானியங்களை அவள் இறைத்துக் கொண்டிருந்தாள். ஒரு பண்ணையில் எப்போதும் கொஞ்சம் பேர் இருந்து கொண்டிருப்பார்கள், இந்த உதாரணத்தால் நமக்குப் பயன் இல்லை. பாட்டி? அவள் தற்சமயம் நம்முடைய பராமரிப்பில் இருக்கும் தன்னுடைய மகளின், மாப்பிள்ளையின் வீட்டில் வந்து இருக்கிறாள். அவர்களுக்குப் பெரிய, விசாலமான வீடு இருந்தது. இருவருமே ஓய்வுபெற்றவர்கள். இந்த உதாரணம் நமக்கு உதவாது. மற்றொரு தாத்தா? வீட்டில் ஒரு தாதி இருப்பதற்கு அவர் ஒப்புக் கொண்டிருந்தார். எதிலும் பட்டுக்கொள்ளாமல், மிகவும் விசுவாசத்துடன் இருந்த வயதான பெண்மணி. அது போன்றவர்கள் இந்தக் காலத்தில் இல்லை. இந்த உதாரணமும் பயன்படாது.

முதிய தம்பதியரிடையே ஒருவருடைய பலம் இன்னொருவரின் பலவீனத்தின் மீது சாய்ந்து இருக்கிறது. இதில் இரண்டாமவரை அங்கிருந்து நீக்கிவிட்டால், முன்னவர் பலம் எதன் மீதும் சாய முடியாமல் சரிந்து விழுகிறது. பலங்களும், பலவீனங்களும் எப்படிப் பகிர்ந்தளிக்கப்பட்டிருக்கின்றன, யாருக்குத் தெரியும்? முதிய தம்பதியரிடையே எது ஒருவருடையது, எது மற்றவருடையது என்பதுகூட யாருக்கும் தெரியாது. இதிலும் வரைபடங்கள் நிச்சயமில்லாமல், மிகப் பழமையானவையாக, மீண்டும்மீண்டும் அடித்துத் திருத்தப்பட்டவையாக இருக்கின்றன.

தவிர, அங்கே பாதையின் கோடியில், யாருக்கும் தெரிந்திராத அந்த இடத்தைச் சுற்றி என்ன நடக்கும் என்று எவருக்கும் தெரியாது. அண்டத்தில் அதிக நிறை உள்ள பொருளை நாம் நெருங்கும்போது காலத்தில் ஏற்படும் வளைவு தலைகீழாக மாறிவிடும் வேதியியல் மாற்றங்கள். இந்தப் பூமியில் வாழ்க்கையின் அடிப்படையான விதிகள் எல்லாத் திசைகளிலும் வெடித்துச் சிதற, பரிச்சயமான முகத்துக்குப் பின்னால் ஒருவேளை ஒரு அன்னியன்...

இருவரில் பிழைத்திருப்பவர் எதை விரும்புவார், எதை மறுப்பார்?

மேலும், அவர் இன்னும் அநேக ஆண்டுகள் இவ்வளவு அச்சுறுத்தும் இந்த 'புரிபடாத பூமியில்' உயிரோடிருந்தால், தங்களுக்கும் வயதாகிவிடும் அவருடைய குழந்தைகள் எந்த நிலையில் இருப்பார்கள்? தொண்ணூறு வயதாகிவிட்ட முதியவளின் மகளுக்கு என்ன வயது? நூற்றியிரண்டு வயதாகிவிட்டவளின் பெண்ணுக்கு?

எங்களுக்கு மிக நன்றாகத் தெரிந்திருந்த களத்துக்கு நாங்கள் திரும்பி வருகிறோம், பழையனவற்றை நினைவுக்குக் கொண்டுவருகிறோம், ஒவ்வொருவரின் குணாதிசயங்களையும் தனித்தனியாகப் பிரித்து, ஒவ்வொருவரும் அவ்வப்போது சிந்திய வார்த்தைகளைச் சேகரித்துப் பட்டியல் தயாரிக்கிறோம்.

தந்தை.

துணி வெளுக்கும் இயந்திரத்தின் முன் அவர் ஒருமுறைகூடக் குனிந்து பார்த்ததில்லை, ரொட்டி சுடும் அடுப்பு எப்படிச் செயல்படுகிறது என்று தெரியாது, குழந்தைகள் மிகச் சிறியவர்களாக இருந்தபோது அவர்களுக்கு சாக்லெட் நுரை—அவருடைய ஒரே திறமை, ஏகபோகம்—செய்து கொடுத்ததைத் தவிர எந்தப் பாத்திரத்தையும் தொட்டதுகூடக் கிடையாது. அதைச் செய்வதிலும், தேவையான பொருள்களைத் தயார்செய்து, முட்டையை நன்றாக உலர்பனி போல் அடித்து, பின்னர் எல்லாப் பாத்திரங்களையும் அடுக்கி வைப்பதுவரை, அவருக்கு மனைவியின் உதவி தேவைப்பட்டது.

சுற்றம், நண்பர்கள் மத்தியில் விரைவில் அலுப்படைந்துவிடுவார், அண்டை அயலாருடனான உறவுகளைத் தன் மனைவியின் பொறுப்பில் விட்டுவிடுவார். குடும்ப உறவுகளைப் போற்றுவது அவள்தான். தீவிர ஆசைகளும் அவளுக்குத்தான்: மிக நூதனமான நுண்ணலை அடுப்பு, குழந்தைகளுடன் கொண்டாட்டமான விருந்து சாப்பாடு, வீட்டுக்குப் பொருத்தமான வண்ணம் பூசிப் புதுப்பிப்பது. ஆச்சரியமடைவதைப் போல அவர் சொல்வார்: ''அவளுக்கு இதெல்லாம் வேண்டியிருக்கிறது எவ்வளவு விஷயங்கள்!'' எதிர்ப்பைத் தெரிவிக்கும் தோரணையில் அவள்: ''மற்ற எல்லோரையும் போல நாமும் வாழ வேண்டாமா?...'' அவள் தொலைபேசியில் பேசுகிறாள், கோபத்தைக் காட்டுகிறாள், படபடப்படைகிறாள், 'உணர்ச்சிகள்' கொந்தளிக்கின்றன, ஒவ்வொரு கணமும் அம்மா வீட்டில் ஏதாவது நடக்கிறது. தந்தை தன் வேலையறைக்குள்ளே போய்விடுகிறார். சிறுசிறு அடிகள் எடுத்து வைத்து நடக்கிறார். அவருக்குப் பார்க்கின்ஸன் நோய் இருக்கிறது.

தோட்டத்தில் ரோஜாச் செடிகளைக் கவனிக்காமலேயே விட்டுவிட்டார்: அது மிகவும் சிக்கலானது.

'பான்ஸெ*' பூச்செடியும் ஊதா நிறப் பூச்செடியும் இன்னும் இருக்கின்றன. நுழைவாயிலுக்கு இருபுறமும் இருக்கும் மலர்ப் பாத்திகளைப் பராமரிப்பது

---

* பிரெஞ்சில் 'பான்ஸெ' என்ற சொல்லுக்குச் சிந்தனை, நினைவு என்ற பொருள்கள் உண்டு. அதே பெயர் கொண்ட இந்த மலர் நினைவுகளின் குறியீடாக பிரெஞ்சு மரபில் கருதப்படுகிறது.

அவருக்குக் களைப்பைத் தந்தாலும் பிடிவாதமாக அதைச் செய்கிறார். அவருடைய மனைவிக்கு அதில் விருப்பமில்லை, இருந்தாலும் அவருடைய போக்கில் அவரை விட்டுவிடுகிறாள். இந்தத் தோட்ட வேலை செய்வதன் பிடிவாதத்துக்குப் பின்னால் என்ன இருக்கிறது என்று அவளுக்குத் தெரியும். 'பான்ஸெ' என்ற பெயர் மேல் அவருக்குக் காதல். புத்தகங்கள், கல்வி, பள்ளி இவற்றின் மேல் அவருக்கு இருந்த ஒரு பெரும் மரியாதை உணர்வுக்குப் பல வண்ணங்களால் ஆன இந்தச் சிறு வெல்வெட் மலர்கள்தான் இப்போதைக்குச் சாட்சியமாக இருக்கின்றன. ஊதா நிறப் பூக்களைப் பொறுத்தவரை அவற்றின் எளிய இதழ்களிடம் தன் மனதை ரகசியமாகப் பறிகொடுத்திருக்கிறார். எப்போதுமே உணர்ச்சிகளுக்கு எளிதில் அடிமையாகிவிடுபவர் அவர். "வெறும் உணர்ச்சிக்கு அடிமை" என்று மலர்ப் பாத்திகளுக்கு முன்னால் நின்றுகொண்டு சொல்வாள் அவர் மனைவி. ஆனால், அவருக்குப் பிறகு அந்தப் பாத்திகளை அவள்தான் பராமரிப்பாள்.

அவருடைய கடைசிக் காலப் பெருமிதம்: சுவரை ஒட்டி நெடுக வளர்ந்திருக்கும் பெரிய மஞ்சள் பரங்கிக் காய்கள். அவை செழித்து வளர்ந்து, குழந்தைகளுக்கான கதையில் வரும் தவளைகளைப் போல உப்பி, வண்ணப் பளபளப்பில் சூரியனுக்குப் போட்டியாக இருக்கின்றன. அந்தத் தாவரப் பிராணிகளுக்கு அசாத்திய வீரியம் இருக்கிறது. செடிகள் குறைந்துகொண்டே வந்த அந்தத் தோட்டத்தில் பெருமிதத்துடன் நிலைகொண்டு, பயமில்லாமல் முன்னேறிக்கொண்டிருக்கின்றன. ஒவ்வொரு நாளும் பலமுறை மகிழ்ச்சியுடனும் ஆச்சரியத்துடனும் அவர் அதைப் பார்த்துக்கொண்டே இருப்பார். மிகக் குறைவான கவனிப்புதான், அவருக்கு அவை அளிப்பதோ இலவச அன்பளிப்பு: அவற்றின் கொழுத்த வளர்ச்சியும், பெரிய இலைகளின் கீழ் இருக்கும் குட்டிப் பிஞ்சுகளின் கூட்டமும். அப்படியும் அவர் அவற்றைக் கைவிட்டுவிட்டார், அவை அளவுக்கு மீறிச் சுமையாகிவிட்டன, மிகக் குறைவான கவனிப்புக்கூட அவருடைய சக்திக்கு அப்பாற்பட்ட தாகிவிட்டது.

அவருடைய கார்: பெரிய, வெள்ளை நிற மெர்சிடிஸ், இன்று புராதனமாகி விட்ட கார். அவரிடம் இருந்த ஆண்மையின் ஒரே ஒரு பெருமை. இப்போதெல்லாம் அவரால் அதை ஓட்ட முடிவதில்லை. அதை விற்றால் அவர் ஓய்வுபெற்றதாக ஆகிவிடும். அதன் கார் ஷெட்டுக்குள்ளேயே அதை வைத்திருக்கிறார். மெக்கானிக் ஒருவர் வந்து அவ்வப்போது அதைப் பராமரித்துச் செல்கிறார். மரியாதை காப்பாற்றப்பட்டுவிடுகிறது. காரை அவர் மனைவி பயன்படுத்தலாம் என்றால் அந்தப் பேச்சுக்கே இடமில்லை. அரசர் இனியும் இல்லை என்று அண்டை அயலார்கள் நினைத்துவிடக் கூடாது. விபத்தொன்றில் கால் பாதிக்கப்பட்டிருந்ததால், தானியங்கி வேகக் கட்டுப்பாடு அமைக்கப்பட்ட சிறிய கார் ஒன்றை அம்மா வாங்கிக்கொண்டாள். உள்ளே நிறுத்தி வைக்கப்பட்டிருந்த பெரிய வெள்ளை வண்டிபற்றி அவளுக்கு அக்கறை இல்லை, தான் மட்டும் முடிவெடுப்பதாக இருந்தால் அவள் அதை விற்றிருப்பாள். நன்றாக ஓட்டி, வேகமாகச் சென்று, திருப்பி, கச்சிதமாக நிறுத்தத் தன்னால் முடிகிறது என்பதை அவள் தெரிந்து கொண்டாள். அவளுடைய நடைமுறை அறிவு சாலையில் அற்புதமாகச் செயல்படுகிறது. எந்தச் சமயத்திலும் போக்குவரத்திடையே சாமர்த்தியமாக ஓட்டிச்

செல்ல அவளுக்குத் தெரிகிறது. சுறுசுறுப்பாக நகரம் முழுவதும் திரிந்து புதுப்புது வம்புச் செய்திகளைக் கொண்டுவருவாள்.

கவனிக்க: அப்போது இன்னும் சில வருடங்கள் இளமையாக இருக்கிறாள்.

அம்மாவுக்கு ரயிலில் பயணம் செல்ல பயம் இல்லை, அவள் ஒருபோதும் விமானத்தில் சென்றதில்லை என்றால் அது அவளுடைய கணவனால்தான் என்று நிச்சயமாகத் தோன்றுகிறது.

நவீனத்துவம் அவளுக்குப் பிடித்திருக்கிறது, அதைப் பற்றிப் பீத்திக்கொள் கிறாள், விளம்பரம்செய்கிறாள். அதுவும் இயல்பானதுதான், ஏனென்றால் அவள் அறிவியல் பிரியை. அறிவியல் என்பது முன்னேற்றம், பரிணாம வளர்ச்சி தானே. மேலும் நவீனத்துவம் பெண்களுக்கு நல்லது. அவரோ மானுடம் சார்ந்த துறைகள், புராதனப் புத்தகங்கள், தன் வேலையறையின் நிசப்தம் இவற்றி னிடையே இருந்தார். மற்ற எல்லாவற்றிடமும் சற்றுத் தள்ளி இருந்து அன்பு செலுத்தினார்.

அவள் இல்லாமல் தன் வாழ்க்கையைச் சமாளிக்க அவருக்குத் தெரிந் திருக்காது.

தோற்றங்களின் வரைபடம் இப்படி அமைந்திருக்கிறது. அதன்மேல் குனிந்து பார்க்கும் குழந்தைகள், அந்த விபரீதம் நிகழும்போது, பெற்றோரின் கப்பலை ஓட்டுபவர்கள் இருவரில் ஒருவர் மட்டுமே பிழைத்திருக்கும்போது, தாங்களே கப்பலில் ஏறி அதை நல்லபடியாகச் செலுத்த வேண்டிய கட்டாயம் ஏற்படும்போது, ஓட்டும் வழிமுறைகளின் பல சாத்தியக்கூறுகளை ஊகித்துக் கண்டறிய முற்படுகிறார்கள்.

பெற்றோரின் கப்பலைப் பற்றி அவர்களுக்குப் பொதுவாகத் தெரியும். ஆனால் அவ்வளவு நன்றாக என்று சொல்ல முடியாது. தெரியாத விஷயங்கள், மூடிய அலமாரிகள் பல. கப்பல் கேப்டனின் அறை, ஓட்டுநர் அறை இங்கெல்லாம் அவர்கள் நுழைந்ததே இல்லை. அது வேறு ஒரு சகாப்தம்.

தவிர, எந்த அளவுக்கு ஆபத்தானது என்று ஊகிக்க முடியாத புள்ளிபுள்ளி யாகத் தென்படும் பாறைகளும், கப்பலை எப்படிக் கவிழ்த்துவிடுமோ என்று நிச்சயமாகத் தெரிந்துகொள்ள முடியாத தாறுமாறான நீரோட்டங்களும் இருக்கின் றன. அவர்களுடைய அளவுமானிகளும் மாறிக்கொண்டே, அவற்றில் நம்பிக்கை வைக்க முடியாதபடி இருக்கின்றன.

கவலையுடன் இருக்கும் இந்த நிச்சயமற்ற முன்னறிவிப்பாளர்கள், இடி முழக்கத்தை எதிர்நோக்கியிருக்கிறார்கள். உண்மையிலேயே இவர்கள் மிகச் சிறிய குழந்தைகள், முடி நரைத்துவிட்டிருந்தாலும், பெரியவர்களுக்குண்டான தன்னம்பிக்கை இருந்தபோதிலும். தங்களிடையே சகோதரத்துவத்தை மீண்டும் கண்டுபிடித்து, பெற்றோரின் அதிகாரத்துக்கு முன் தங்களிடையே ஒரு கணத்தில் நிலவியிருந்த பரஸ்பர உடந்தையை நினைவுபடுத்திக்கொண்டு ஒருவரையொரு வர் அணைத்துக்கொள்கிறார்கள். வாழ்க்கையில் அவரவர் பாதையை அமைத்துக் கொண்டு, மற்றவர் பாதையுடன் தன் பாதை இசைந்துபோக வேண்டிய அவசி யம் இல்லாதிருந்த காலங்களையும், பின்னுக்குத் தள்ளப்பட்டிருந்த மனக்கசப்பு களையும் மறந்துவிட்டார்கள். மூத்தவர், இளையவர் என்று இல்லாமல், சமமான

நிலையில் இருந்துகொண்டு ஒருவரையொருவர் பாதுகாத்துக்கொள்கிறார்கள். முன்பு ஒருபோதும் சொல்லப்படாத நிறைய விஷயங்கள் இப்போது சொல்லப்படு கின்றன: கொஞ்ச நாட்களுக்கு முன்புவரைகூடப் பகிர்ந்துகொண்டிருந்திருக்க முடியாத ரகசியங்கள், இன்று மிகச் சாதாரணமாக ஆகிவிட்ட, யாரையும் புண் படுத்தாத ரகசியங்கள்.

எல்லாமே சொல்லப்பட்டுவிடுவதில்லை. ஒவ்வொருவரும் இந்தப் பெற்றோ ரின் குழந்தைதான். அவர்களிடையேயான உறவு என்னவாக இருந்தது என்பது மற்றவருக்குக் குறிப்பாகத் தெரியாது.

பெற்றோர் இருவரில் யாருடைய குறிக்கோள் வெற்றிபெற்றிருக்கும்? வாழ்க் கையில் குறைவாகவே பாதிப்பை ஏற்படுத்தி, குறைவாகவே கவலைகளைத் தந்து, குறைவாகவே 'தொந்தரவு' அளித்து, இன்னும் உயிரோடு நீடித்து இருக்கத் தகுதி யானவர் என்று யார் மதிப்பிடப்பட்டிருப்பார்? யாரை விடுவது, யாரை வைத்துக் கொள்வது?

பெற்றோரிடம் ஒரு குழந்தைக்கு இருக்கும் பாசம், நேரவிருக்கும் சோகம் இவை பற்றியெல்லாம் பேசக் கூடாது. யார் பெரிதும் வேண்டப்பட்டவர் என்று கேட்கக் கூடாது. அவையெல்லாம் பதில் இல்லாத, தீண்டத் தகாத கேள்விகள். எந்தத் தகுதியின் அடிப்படையிலும் அவை எழவில்லை. உலகாயத அம்சங்களு டன் நிறுத்திக்கொள்ள வேண்டும்.

சொற்களின் குவியலிலிருந்து ரகசியமாகத் தேர்வு செய்யப்பட்டுவிட்டிருக் கிறது, செய்தவருக்கே தெரியாத அளவுக்கு ரகசியமாக. "ஒருவேளை…", "இது ஒருவேளை நன்றாக இருந்திருக்குமோ…", "ஒருவேளை அவளுக்கு…", "ஒரு வேளை அவருக்கு…" என்று மட்டுமே சொல்லப்படுகிறது.

உலக வாழ்க்கை குறித்த இந்த விவகாரத்தில் அவர்கள் விரும்பும் அளவுக்குப் பிரச்சினையைத் தட்டிக்கழிக்க முடிந்தாலும், பயங்கரமான தேர்வுகளைத் திட்ட மிட்டாலும், அவர்கள் முன் இருக்கும் எதிர்பாராத நிலை என்னவென்றால் முடி வெடுப்பது அவர்களில்லை. நிறைவேற்றுவது, அமல்படுத்துவது, செயல்படுவது எல்லாமே வேறு எங்கோ நிகழ்கின்றன. சிறைக்கூண்டுக்குள்ளே, பெற்றோரின் உடல்களுக்குள்ளே. நமக்குத் தெரியாத உலகத்தின் களம் அது.

குழந்தைகள் காத்திருக்கத்தான் வேண்டும். இடி முழக்கத்துக்காகக் காத்திருக்கிறார்கள்.

3. தேடல்

எங்கள் அப்பா இறந்த புதிதில் அம்மா வீட்டிலேயே தங்கியிருந்தாள், தன்னுடைய வீட்டில். தனிமையாக இருந்தாலும் ஓரளவு அதை வென்று விடுவாள் என்று நாங்கள் நினைத்தோம். ஆர்வம் மிக்க, துடிப்பான பெண் அவள். மிகவும் சலித்துப்போயிருந்த ஒரு மனிதனின் சுமையை வெகு நாட்களாகவே

அவள் தாங்கிக்கொண்டிருந்தாள். அதிலிருந்து விடுபட்டதாக ஒருவேளை அவள் உணர்ந்திருக்கக்கூடும். அவள் என்னைப் பார்க்க பாரிஸுக்கு வருவாள், விடுமுறைக் காலங்களில் எங்களுடன் வந்து சேர்ந்துகொள்வாள் என்றெல்லாம் கற்பனைசெய்துகொள்வேன். அவளை அழைத்துவரப் போவேன், ஒன்றாக நாங்கள் வெளியே போவோம்.

பல காலமாக தாறுமாறாக இருந்துவந்த என் சொந்த வாழ்க்கையும் கடந்த சில வருடங்களாக நிலையாக ஆகிவிட்டிருந்தது. குடும்ப வாழ்க்கையில் என் னென்ன செய்வார்களோ முடிவில் அதை நானும் செய்யலாம் என்று நினைத்தேன். கருத்து வேற்றுமைகள் தீர்ந்துவிட, பழைய சண்டை சச்சரவுகளைக் கைவிட்டுவிட்டு ஒருவழியாக ஒருவருக்கொருவர் தங்கள் நேரத்தை ஒதுக்கி வைக்கும் அம்மா-பெண் என்ற ஒரு அழகான கதையை உருவாக்கிக்கொண் டேன். நான் அவளுடைய களத்துக்குப் போவேன், அவள் என்னுடைய களத் துக்கு வருவாள். எல்லா ஆயுதங்களையும் கீழே வைத்துவிட்டு, அமைதியாக. மென்மையாக சூரிய அஸ்தமனத்தை ரசித்து மகிழ்வோம். நான் அதற்குத் தயாராக இருந்தேன், அதை விரும்பினேன்.

தொடக்கத்தில் இந்த ஏற்பாட்டை அவள் நன்றாகவே ஏற்றுக்கொண்டாள். பிறகு அது கெட்டுவிட்டது. அவளுக்கு ஒரு துணை இருக்க வேண்டும் என்பதற் காக அவளுடைய எதிர்ப்புகளையும் மீறி, அவளுடன் வீட்டில் ஒரு மாணவி இருப்பதற்கு அவளை ஒப்புக்கொள்ளச் செய்தோம். தாஹிதியிலிருந்து வந்த அந்த இளம் பெண் மிகவும் தனிமையானவளாக, சாதுவாக இருந்தாள். என்னுடைய அம்மா தன் பழைய தோரணையை எடுத்துக்கொண்டாள்.

தன்னுடைய பாதுகாப்பில் இருக்கும் பெண்ணைப் பற்றி, அவளுடைய சிரமங்களைப் பற்றி, அவளுக்கு உதவுவதற்குத் தான் மேற்கொள்ளும் முயற்சி கள் பற்றியெல்லாம் பேசிக்கொண்டிருந்தாள். இருவரும் ஒருவரிடம் ஒருவர் கண்ணியமாக, வீட்டில் அவரவர் இடத்தில் மட்டுமே இருந்துகொண்டும், அவ் வப்போது சிறு அன்பளிப்புகள்—மலர்க்கொத்து, இனிப்புப் பலகாரம்— கொடுத்துக்கொண்டும் இருந்தார்கள். நான் சந்தோஷமாக இருந்தேன், மேலெ ழுந்த வாரியாக மட்டுமே. ஆழ்மனதில் பயம் இருந்தது. ஆபத்து சுற்றிச்சுற்றி வந்துகொண்டிருந்தது. எப்போது வேண்டுமானாலும் வெளிப்படத் தயாராக அது ஒளிந்துகொண்டிருந்ததை ஊகித்தறிந்தேன். இது தற்காலிக அமைதி மட்டுமே.

இரண்டு வருடங்களுக்குப் பிறகு அந்த இளம் பெண் தன்னுடைய நாட்டுக் குத் திரும்பிச் சென்றுவிட்டாள். இப்போதும், தொடக்கத்தில், எல்லாம் சுமா ராகப் போய்க்கொண்டிருந்தது. அம்மா தோட்டத்தைப் பற்றியும், அண்டை அயலாரைப் பற்றியும் பேசினாள். அவளுக்கு ஒரு வீடியோ ரிக்கார்டர் வாங்கிக் கொடுத்தோம். அவள் உடனேயே அதில் ஆர்வம் கொண்டு, அதை எந்த வரிசைப் படி இயக்க வேண்டும் என்பதைத் தன்னுடைய நோட்டுப் புத்தகத்தில் குறித்து வைத்துக்கொண்டாள். அவள் அதைப் பார்த்துக்கொண்டு அதில் வந்த விவாதங் கள், ஆவணப் படங்களைப் பதிவும் செய்தாள். அவளுடைய தொழில்நுட்ப லாவகமும், பண்பாட்டு ரசனையும் எனக்குப் பெருமை அளித்தன.

முன்பெல்லாம்விட இப்போது அடிக்கடி அவளைப் பார்க்க (ஐநூறு கிலோ மீட்டர்) வருவேன். எனக்காகப் பன்றிக் கறிப் பதார்த்தமும் தயிரும் தயார்செய்து வைத்திருப்பாள். ''இப்போதெல்லாம் நான் சமைப்பதில்லை, தெரியுமா பெண்ணே!'' சாமான்கள் வாங்கப் பல்பொருள் அங்காடிக்கு அவளுடன் போவேன், இப்போதும் அவள்தான் காரை ஓட்டிச் செல்வாள்.

அண்டை அயலார். அவளுக்கு அவர்களைப் பிடித்திருந்தது, அடுத்தவர் விருப்பங்களைக் குறித்த அவர்களுடைய அக்கறையைப் பற்றி என்னிடம் பீத்திக் கொண்டாள். உண்மையில் மூன்று பேர்தான் இருந்தார்கள். அவர்களில் கடை வைத்திருந்த ஒருத்தி ஓய்வு ஒழிச்சல் இன்றி இருந்தாள். ஒருவரை ''தொந்தரவு'' செய்கிறோமோ என்ற பயம் அம்மாவுக்கு எப்போதுமே உண்டு. அதாவது அவர் களுடைய கணவன்மார்களை ''தொந்தரவு'' செய்கிறோமோ என்று. மரியாதை நிமித்தமான வருகைகளில் வழக்கமாக அனுசரிக்கப்படும் நியதி. ஏதோ இருந்து விட்டுப் போகட்டும் என்று இந்தக் கிராமப்புறச் சடங்குகளை முன்பெல்லாம் கருதிய நான், இப்போதெல்லாம் அவை இன்னும் தொடர வேண்டும் என்று விரும்பினேன். பாராட்டப்பட வேண்டியவர்கள், இந்த அண்டை அயலார்! பாராட்டப்பட வேண்டியவை, இந்த கண்ணியமான, அடக்கமான உறவுகள்! இப்போதெல்லாம், நான் இங்கு வரும்போதெல்லாம் அவர்களுடன் உரையாடி னேன். எனக்கு அதில் மகிழ்ச்சியும் ஏற்பட்டது. ''என்னம்மா சொல்கிறாய், நீதான் அவர்களைத் தொந்தரவுசெய்வதே இல்லையே.'' ''அப்படியா, ஆனால் கண்ணா, உனக்கு எல்லாமே புரியாது.''

யாராவது அவளைத் தங்கள் வீட்டுக்கு அழைத்தால் அழைப்பை ஏற்று, சாலையைக் கடந்து செல்வது ரொம்ப அலுப்பாக இருக்கிறது என்று குறைபட்டுக் கொள்ள ஆரம்பித்துவிட்டாள். இந்தத் தருணத்தில்தான் கண்ணாடித்தாளின் கண்ணுக்குப் புலப்படாத படலம் லேசாகத் தன்மேல் உரசுவதை முதல்முறையாக அவள் உணர்ந்தாள் என்று நான் எண்ணுகிறேன். கணவர் இருந்த நாட்களில் இந்த வட்டாரத்தில் அவளுக்கு ஒரு விசேஷ அந்தஸ்து இருந்தது: அவளுடைய வீடு, அறுவை மருத்துவராக இருக்கும் மகன், அவளுடைய சொந்தத் தோரணை, எப்போதுமே இனிய தோற்றத்துடன் தோன்றி, 'முகம் காட்டாமல்', சரியான சமயத்தில் பேசாமல் இருக்கத் தெரிந்த புத்திசாலிப் பெண். விதவையான பிறகு தாழ்ந்துவிட்ட நிலையில், பரிதாப வம்புப் பேச்சுகளுக்கு இலக்காக இருக்க அவள் விரும்பவில்லை. தன் அந்தஸ்துக்கு ஏற்ற வகையில் இல்லை என்று உணர்ந்தால், அவள் அங்கு போக மாட்டாள், வீட்டிலேயே தங்கிவிடுவாள். நாளாக ஆக, அடிக் கடி இது நடக்க ஆரம்பித்தது.

கூட்டிக் கழித்துப்பார்த்தால், அண்டை அயலாரினால் ஒரே ஒரு 'பயன்' மட்டுமே இருந்ததாக எனக்குப் பட்டது: என்றாவது ஒரு நாள் காலையில் வீட் டின் ஜன்னல் கதவுகள் திறக்கப்படாமல் இருந்தால், அவர்கள் சும்மா பார்த்துக் கொண்டு இருக்க மாட்டார்கள். சிறு நகரங்களின் தெருக்களைப் போலவே கிராமத்தின் தெருக்களிலும் மூடிய ஜன்னல் கதவுகள் எச்சரிக்கை விடுக்கும்.

பாரிஸ் மிகத் தொலைவில் இருந்தது. கடற்கரைச் சுற்றுலாத் தலத்துக்கும் அவள் ஒருமுறைதான் வந்தாள். நல்ல வேளையாக என்னுடைய புத்தகங்களின்

வருமானமும், அவளுடைய உதவியும் சேர்ந்து என்னால் ஒரு சிறிய வீடு வாங்க முடிந்தது. திடமான, நிஜமான வீடு. தலைமுறை தலைமுறையாக ஒரு துண்டு நிலம் வாங்குவதற்காக வியர்வை சிந்தியிருந்த தன்னுடைய முன்னோர்களின் வரிசையில் அவளுடைய மகள் சேர்ந்துவிட்டாள். வீட்டைச் சுற்றிப்பார்த்ததில் எல்லாக் கோணங்களிலிருந்தும் திருப்தி. வண்ணப்பட அஞ்சல் அட்டைகளில் அவள் எழுதிக்கொண்டிருந்தாள். சாப்பாட்டு அறையின் மேஜைக்கு முன்னால் உட்கார்ந்து, தீவிரமாகவும் கவனமாகவும் எழுதிக்கொண்டிருந்த அவள் ஒரு மாணவியைப் போலக் காட்சியளித்தாள். என் வீட்டில் அவள் இருப்பதைப் பார்த்து உணர்ச்சிவசப்பட்டேன். ஆனால் அடுத்த நாள் கிளம்பிப் போய் விட்டாள். இப்போதும் அவள் தொந்தரவுசெய்ய விரும்பவில்லை.

நிலைமை மோசமாகிவிட்டிருந்தது. அவள் உடல்நலம் குன்றியிருந்தாள். எளிதில் கலைந்துவிடாத இருண்ட மேகத்தினுள்ளே சிறிதுசிறிதாக நாங்கள் (அவள், என் தம்பி, நான், உறவினர்கள்) நுழைந்தோம். தொலைபேசி மணி ஒலி என் நரம்புகளைப் புடைக்க வைத்தது, நான் மீண்டும் அதிகமாகப் புகைக்க ஆரம்பித்துவிட்டேன். காலையில் வரும் முதல் அழைப்பிலேயே தொடங்கி, என்னுடைய நாள்பொழுது சோகத்தில் ஆழ்ந்தது. என் காலுக்கடியில் பெரிய வளைந்த கத்தி ஒன்று என் சக்தியின் ஆதாரங்களை வெட்டிவிட்டதைப் போல எனக்குத் தோன்றியது. வேலைக்குப் போகப் பயமாக இருந்தது. வீட்டுக்குத் திரும்பிவரப் பயமாக இருந்தது. இரவு வேளைகளில் என் தம்பி தயார் நிலையில் இருந்தான். அவளுடைய தொலைபேசி அழைப்புகளால் திடுக்கிட்டு விழித்துக் கொண்டு அவளுடைய வீட்டுக்கு ஓடுவான். அடுத்த நாள், மருத்துவமனையில் அவனுடைய கடமைகள் அனைத்தையும் மேற்கொள்ள வேண்டியிருக்கும். அவன் நொடிந்துபோனான். தன்னுடைய கடமைகளில் தான் தவறிவிடக் கூடாதே என்று பயந்தேன், நெருங்கிக்கொண்டிருக்கும் ஒரு விபரீத உணர்வி லேயே வாழ்ந்துகொண்டிருந்தேன்.

நாங்கள் ஆயிரக் கணக்கானவற்றை முயன்று பார்த்தோம், எங்கள் அம்மா வைப் பற்றி மட்டுமே பேசிக்கொண்டிருந்தோம், அவள் எல்லாவற்றையும் எதிர்த் தாள், ஆவேசமாக எதிர்த்தாள். அவளுடன் முடிவற்ற விவாதங்களில் நாங்கள் இறங்கினோம்.

முடிவற்ற விவாதங்கள், என்ன மாதிரியான வாக்கியங்கள்! தீர்வுகளை நாங் கள் விழைந்தோம், அம்மா விவாதங்களை விரும்பினாள். அதாவது, எங்களுடன் இருப்பதை விரும்பினாள். எங்களுக்குப் பிரச்சினைகளுக்குத் தீர்வு காண வேண்டியிருந்தது. அவளுக்குப் பிரச்சினையைப் பற்றிப் பேச வேண்டியிருந்தது. அவளைச் சுற்றி எங்களை வைத்துக்கொள்ள, தயார் நிலையில் வைத்துக்கொள்ள, பிரச்சினையை அப்படியே வைத்துக்கொள்வதைத் தவிர வேறு வழியில்லை. ஒரு வித நிரந்தரக் கிளர்ச்சியில் நாங்கள் இருந்தோம். தொழில் ரீதியாக என்னுடைய தம்பி எந்த நேரத்திலேயும் சில முடிவுகளை எடுக்க வேண்டியிருந்தது. நானும் அப்படியே, ஆனால் வேறு ஒரு தளத்தில். அவள் எங்களை இயலாமைக்கு ஆளாக்கியிருந்ததை எங்களால் பொறுத்துக்கொள்ள முடியவில்லை. எது பணய மாக இருந்தது என்று எங்களுக்குப் புரியவில்லை; ஒருவாறாக ஊகிக்க முடிந்தது.

பெரிய, வெறுமையான தன்னுடைய வீட்டில் தனியாக இருக்க அம்மாவால் முடியவில்லை. அவளுக்கு அங்கே பைத்தியம் பிடித்துவிடும்போல் இருந்தது. நாங்களோ எங்கள் வாழ்க்கையில் தடுமாறிக்கொண்டிருந்தோம்.

இப்படியெல்லாம் நேரும் என்று எவருமே கற்பனைசெய்திருக்க முடியாத குடும்பக் காட்சிகள். நம்ப முடியாத அளவுக்குக் கீழ்த்தரமான நடத்தையில் கொஞ்சம்கொஞ்சமாக இறங்கிக்கொண்டிருந்தோம். இருட்டான பாதையில் கண்மூடித்தனமாகப் போகத் தள்ளப்பட்டிருப்பதைப் போல, கேலியும் கிண்டலும் நிறைந்த நாடகத்தில் நடிக்கக் கட்டாயப்படுத்தப்பட்டதைப் போல உணர்ந்தோம்.

கொந்தளிப்புக்குப் பின் அமைதி, மீண்டும் கொந்தளிப்பு, நாள் கணக்கில், மாதக் கணக்கில்.

இந்த ஆவேசத்தின் முடிவில் ஒரு உண்மை, அவளுடைய சாவு. பிரச்சினை எதைப் பற்றி என்று அவளுக்கு நன்றாகத் தெரியும்.

முதியோர் இல்லம் ஒன்றை நாங்கள் அவளுக்காகத் தேட ஆரம்பித்தோம். அப்போதிலிருந்து ஒவ்வொரு முறை நான் அங்கு போனபோதும் இந்தத் தேடலுக்காகவே நேரத்தை ஒதுக்கினோம்.

என் அம்மா மீண்டும் ஓரளவு மகிழ்ச்சியாக இருந்தாள். இந்த 'தீர்வை' அவள் ஏற்றுக்கொண்டுவிட்டாள் என்று நினைத்தேன். நான் மிகவும் நல்லெண்ணத்துடன் செயல்பட்டேன், அவளும்தான். ''பாவம், செல்லப் பெண்ணே, நான் உன்னை அலைய வைக்கிறேன்.'' அம்மாவுக்காக, அம்மாவுடன் 'அலைவது' எனக்குப் பிடித்திருந்தது. பிறகு, என்னுடைய முயற்சிகள் குறித்த அறிக்கையைத் தம்பிக்கு அளித்தேன், அவனுடைய குரலில் முன்ஜாக்கிரதை தொனித்ததைக் கண்டேன்.

அவள் எதையுமே ஏற்றுக்கொண்டிருக்கவில்லை என்பதை உணர்ந்தேன். ஏதோ நடக்கிறது என்பதன் விளைவுதான் அவளிடம் மீண்டும் திரும்பி வந்திருக்கும் இந்த மகிழ்ச்சி, ஒரு மாயை. வெளியே கிளம்பிப் போவது, நடப்பது, என்னுடன் இருப்பது, திட்டங்களைப் போடுவது இவைதான் அவளை குஷிப்படுத்தியிருக்கின்றன. முன்பெல்லாம், அந்த நாட்களில், புதிதாக ஒரு வீட்டைத் தேடிக் குடித்தனம் அமைக்கும்போது இருந்ததைப் போன்ற குஷி: அவளுடைய குடும்ப வாழ்க்கையில் மிகவும் ஈடுபாட்டுடன் அவள் மேற்கொண்ட அவளுடைய பெரிய வேலை. அந்த வேலையில் அவள் தீவிர சக்தியை, விடாமுயற்சியை இயங்கச் செய்தாள். அசாத்தியத் திறமையுடன் இருந்தாள்.

இலையுதிர் காலத்தில் மழை பெய்துகொண்டிருந்த ஒரு ஞாயிற்றுக்கிழமை ஊருக்கு வெளியில் இருந்த பகுதியில் நாங்கள் முகவரி ஒன்றைத் தேடிக் கொண்டிருந்தோம். இறுதியாக, சாம்பல் நிறக் கட்டடம் ஒன்றின் முன்பாக வந்து நின்றோம். அதன் நுழைவாயிலைத் தேடினோம். பிறகு அழைப்பு மணி, வரவேற்புக் கூடம், வரவேற்க ஒருவர் என்று தேடினோம். வரவேற்க ஒருவரும் இல்லை. குளிர் நடுங்கும் கூடம் ஒன்றில் இரண்டு பிரம்பு நாற்காலிகள், சுவரில் தொலைக்காட்சிப் பெட்டி. எனக்கு நெஞ்சைப் பிசைகிறது, கிளம்பிவிட விரும்புகிறேன். ''இல்லை, வேண்டாம். இல்லை, வேண்டாம்.'' என்கிறாள்

அவள் குதூகலமாக. அவள் வற்புறுத்துவது எனக்குப் புரியவில்லை, இருந்தாலும் சற்றுத் தள்ளி இருக்கும் அலுவலறையின் கதவைத் தட்டுகிறேன். இயக்குநர் பெண்மணி அங்கு இல்லை. பணிப்பெண் ஒருத்தி (குண்டு இல்லை ஆனாலும் இழுத்துஇழுத்து நடக்கிறாள்) வலது பக்கத்தில் நீண்ட தாழ்வாரம் ஒன்றைக் காட்டுகிறாள். ''வேண்டுமென்றால் போய்ப் பார்க்கலாம்'', என்கிறாள். அம்மா போய்ப் பார்க்க ஆசைப்படுகிறாள். லினோலியம் விரிப்பு, ஒன்றன்பின் ஒன்றாக மூடிய பல கதவுகள், சுவரில் பழுப்பேறிய சுவரொட்டிகள். இரவு உடையில் குளியலறைச் செருப்பணிந்து முதியவர் ஒருவர் வெளிப்படுகிறார். வெளியே செல்லும் கதவை நோக்கி அம்மாவை இட்டுச்செல்ல விரும்புகிறேன். அவள் ஏற்கனவே உரையாடலில் இறங்கிவிட்டாள். ஒரு நிமிடத்திற்குப் பின், நீண்ட நாளைய அறிமுகங்கள்போல் இருக்கிறார்கள். முன்னாளில் தொழிற்சாலையில் தொழிலாளியாக இருந்த அவர் அவளைப் போலவே கிராமப்புறத்திலிருந்து வந்தவர். தன்னுடைய அறையைக் காட்டுகிறார்; இரண்டு இரட்டைத் தட்டு களைக் கொண்ட மின் அடுப்பு, பிளாஸ்டிக் திரைக்குப் பின்னால் சாப்பாட்டுத் தட்டுகளும் கோப்பைகளும். ''இங்கே வசதியாக இருக்கிறது'', என்கிறார். தன் னுடைய படுக்கை, ஆடைகளைத் தொங்க விடும் அலமாரி, அன்றாடம் அணிந்து கொள்ளும் உடைகளைக் காட்டத் தயாராக இருக்கிறார். ''கான்டீனில் சாப்பிட விருப்பம் இல்லையென்றால், அருகிலேயே ஆயத்த உணவுப் பொருளகம் ஒன்று இருக்கிறது.''

என் அம்மா ''சர்க்கரையாகப் பேசுகிறாள்.'' (சட்டென்று இந்த மரபுத் தொடர் எங்கிருந்து எனக்கு வருகிறது?) எல்லாமே அசிங்கமான சோகமாகத் தோன்றுகிறது.

ஒருவழியாக வெளியே வரும்போது தீவிர விளக்கங்களில் இறங்கிவிடு கிறாள்: சாதகமான விளக்கங்கள் (அவளுடன் நன்றாக ஒத்துப்போகக்கூடிய பக்கத்து அறை எண்), எதிரான விளக்கங்கள். ஆயத்த உணவுப் பொருளகத்தைப் பார்க்க விரும்புகிறாள். அங்கே போகிறோம், ஆனால் நான் சுரத்தில்லாமல் இருக்கிறேன். எங்களுக்குள் அண்மையில் கருத்து வேறுபாடுகள் இருந்தாலும், என் அம்மாவைப் பற்றி உயர்ந்த அபிப்பிராயம் கொண்டிருக்கிறேன். அவளைச் சுற்றிலும் படித்தவர்கள், புத்தகங்கள், கண்ணியமான காட்சியமைப்புகள் இருக்க வேண்டும். மரங்களிலிருந்து மழைத் துளி சொட்டுகிறது. சுயசேவை உணவகம், அந்தப் பேட்டை எல்லாமே மட்டமாக இருக்கிறது. அம்மா இன்னும் கிசுகிசுத் துக்கொண்டிருக்கிறாள். திரும்பி ஊருக்குள் வருகிறோம். தேநீர் குடிக்கலாம் என்று என்னை அழைப்பதற்கு அவளுக்கு இன்னும் தெம்பு இருக்கிறது. ''நல்ல ஒரு காப்பிக் கடைக்குப் போகலாமா?'' கடைசியில் தொக்கிநிற்பது: இந்த முதி யோர் இல்லம் ஒத்துவராது. அதனால்தான் இவ்வளவு குதூகலமா? நான் சோர்ந்து விடுகிறேன்.

இன்னும் ஒன்றிரண்டு அல்லது பல முறை வேறு சில நிறுவனங்களையும் பார்க்க அழைத்துச் சென்றிருக்கிறாள். நான் இப்போது விவரித்ததைவிட மிக மோசமான இல்லங்களும் இருந்தன. அந்த இல்லம் சற்று எளிமையாகத்தான் இருந்தது. அவ்வளவே.

இம்முறை நல்ல இடத்தில் வசீகரமான கட்டடம், இறுதியாக நாங்கள் கண்டுபிடித்துவிட்டோம் என்று நினைத்தேன். இனிமையான வரவேற்பு. அதற்குப் பக்கத்திலிருந்த ஒரு மேல்நிலைப் பள்ளியில்தான் என்னுடைய அம்மா ஆசிரியையாகத் தன் கடைசி ஆண்டுகளைக் கழித்தாள். ஆகவே, கிட்டத்தட்ட பழகிய சூழல்தான். இல்லத்தின் கூடத்தில் நிறைய பேர் இருப்பது தொலைவி லிருந்து பார்க்கும்போது வண்ண மயமாக, கலகலப்பாகத் தோன்றியது. அருகில் வந்தால், கதை வேறு. வயதான பெண்கள், சோபாவில் துவண்டு, காமாசோமா வென்று உடையணிந்து, தொங்கிவிட்ட உதடுகளுடன். ''பாட்டிமார்களே, வாருங்கள், சிற்றுண்டி நேரம் வந்துவிட்டது.'' சக்கர நாற்காலிகள் ஆடி அசைய ஆரம்பிக்கின்றன. சிலரைத் தாங்கி அழைத்துக் கொண்டும், சிலரை மென்மை யாகக் கடிந்துகொண்டும் பரிதாபமாக 'சிற்றுண்டிக்கு' போய்க்கொண்டிருக்கும் மந்தை.

இங்கே நன்றாகக் கவனித்துக்கொள்கிறோம், என்கிறாள் பெண் இயக்குநர். அப்படித்தான் தோன்றுகிறது. ஆனால் ஒரு அந்நியப் பெண் என் அம்மாவை 'பாட்டி' என்று கூப்பிட்டு, 'இயக்குவதா?' ஒருபோதும் இல்லை. அவள் இன்னும் அந்த நிலைக்கு வரவில்லை, ஒருபோதும் வர மாட்டாள், அவளைப் பாருங்கள்! மற்றவர்களோடு ஒப்பிடும்போது என்ன அழகு, என்ன துடிப்பு!

சில வருடங்களுக்கு முன்னால், என்னுடைய முதிய நண்பர்கள் இருவர்-தம்பதியர்-பிரென்னெ மலைத்தொடர்ப் பிரதேசத்தில் கால்நடையாகச் சென் றார்கள். எனக்கு மிக வேண்டியவர்கள் அவர்கள், என் பார்வையில் வயதான வர்கள் அல்ல, பண்பாடு, அனுபவம், அறிவு முதிர்ச்சி இவற்றில் என்னைவிட முன்னே சென்றிருந்தார்கள், அவ்வளவே... என் நண்பர் ஒருவருக்கு திடீரென்று மயக்கம் வந்தது. ஒருவேளை, பிற்காலத்தில் அவருடைய இறப்புக்குக் காரண மாக ஆன மூளை அதிர்வின் முதல் அறிகுறியோ என்னவோ. மீட்புத் துறையினர் வந்தார்கள். மிக்க கடமையுணர்வுடன் நல்ல திறமைசாலிகளாக இருந்த மிக இளைய ஆண்கள். ''வாருங்கள் தாத்தா, உங்களை மருத்துவமனைக்கு அழைத்துப் போகப்போகிறோம்.'' நண்பரின் மனைவி அவர்களைத் தனியாக கூப்பிட்டுச் சொன்னார்: ''தற்காலிகமாக நாங்கள் பலவீனமான நிலையில் இருக்கிறோம். ஆனால் மனநலம் பாதிக்கப்பட்டவர்களாக எங்களைக் கருத வேண்டிய அவசியம் இல்லை.'' அமைதியான குரலில், இயல்பான அதிகாரத்துடன் அவர் பேசினார் என்று நினைக்கிறேன். அந்த இளைஞர்கள் மன்னிப்புக் கேட்டார்கள். அவர்கள் மருத்துவமனைக்கு அழைத்துச் சென்றது - 'தாத்தாவை' அல்ல, திரு. ஜெ. க்லோத் அவர்களை.

இந்தச் சம்பவத்தின் நினைவு எளிதில் உணர்ச்சிவசப்படுகிற என் மூளை யைக் கொதிக்க வைக்கிறது. கண்களில் கண்ணீர் வருகிறது. கொஞ்ச நாட்களா கவே ஒரு அற்ப 'ஆமாம்' அல்லது 'இல்லை'க்குக்கூட என் கண்கள் பனித்துவிடு கின்றன. கழித்துக்கட்டப்பட்ட இவர்களின் மத்தியில் என் அம்மாவை நான் 'விட்டுவிட' மாட்டேன், அவளை 'பாட்டி' என்று அழைப்பதைப் பொறுத்துக் கொள்ள மாட்டேன். எனக்குப் பயங்கரக் கோபம் வருகிறது. இந்தப் பரிதாபக்

காட்சிக்கு முன் அவள் நிறைய நேரம் நிற்கக் கூடாது. நன்றி சொல்லிவிட்டுச் சீக்கிரமே பிய்த்துக்கொள்ள வேண்டும்.

ஆனால் அவள் அதைச் சட்டைசெய்யவில்லை. அவளுடைய பள்ளிக்கு அருகில் இருப்பதாலா? அந்தப் பெண் இயக்குநரிடம் சக ஊழியரைப் போல, ஏன், ஏதோ அவளுடைய நலனை விரும்பும் உயர் அதிகாரியைப் போல வளவள வென்று பேசிக்கொண்டிருக்கிறாள். இந்தப் பாட்டிகளுக்கு நடுவில் அவளைக் கொண்டுவந்து திணிக்கத்தான் இதெல்லாம் என்பதை அவள் உணரவில்லையா? நாங்கள் ஆவணங்களை எடுத்துக்கொள்கிறோம், விளக்கங்களைக் கேட்கிறோம், உண்மையிலேயே பிரமாதமாக இருக்கும் அந்த இல்லத்தின் அமைப்புகளைப் பாராட்டுகிறோம். நாங்கள் திரும்பிவருவோம்... அதுவும் பலமுறை.

இயக்குநர் பேசிக்கொண்டிருந்தபோது சொன்ன ஒரு விதிமுறையைக் குறித்துவைத்திருந்தேன். ஒவ்வொரு முறையும் இப்படிப் பார்க்கப் போகும் போதும், அதற்குப் பிறகு காப்பியோ, தேநீரோ அருந்த வரும் சமயத்தில் நான் அதை அவளுக்கு நினைவுபடுத்தினேன். "யாரும் அவர்களுடைய கட்டில், நாற்காலி போன்றவற்றைக் கொண்டுவரக் கூடாது." அம்மா தலையை ஆட்டினாள். இந்த இடத்துக்கு வரும் எண்ணம் அம்மாவுக்கு ஒருபோதும் இருந்திருக்கவில்லை என்பதைப் புரிந்துகொண்டேன்.

இந்தக் கட்டத்தில் எங்களுடைய பிரச்சினை: இந்த ஊரில் நடுத்தரமான முதியோர் இல்லம் இல்லை. எங்களுக்கு வேண்டியது மேல்தட்டுமல்ல, கீழ்த் தட்டுமல்ல. முதியோர், ஆனால் தொண்டு கிழங்கள் அல்ல. ரொம்பப் பணக்காரர்களுமல்ல, ஒன்றுமில்லாதவர்களும் அல்ல. மனதுக்கு இனிய, ஆனால் எளிய பின்னணியில் சுமாராகப் படித்த பண்பாளர்கள். இவைதான். அதாவது, ஓய்வு பெற்ற ஆசிரியர்கள் வந்துபோகிற முதியோர் இல்லத்தைக் கற்பனைசெய்கிறோம். வேறு இடங்களில் அதுபோல் இருக்கிறது, ஆனால் இங்கு எதுவும் இல்லை.

இனியும் தட்டிக்கழிக்க முடியாது என்கிற நேரம் வருகிறது. வெளிர் சிவப்பு நிற வெளிச்சுவருடன் இருந்த இல்லத்தின் இயக்குநர் எங்கள் அம்மாவை வர வேற்கிறார். முகம் சிவக்க, படபடப்புடன் இருக்கிறாள் அம்மா. (இம்முறை இனியும் இது விளையாட்டு அல்ல.) நாங்கள் கடைசிக் கட்டத்தில் இருக்கிறோம்.

அப்படித்தான் நான் நினைக்கிறேன். ஆனால் கடைசிக் கட்டம் என்பது பல இடைப்பட்ட கட்டங்கள் நிரம்பியதாக இருக்கிறது. அடுக்கடுக்காக, ஒன்றன் பின் ஒன்றாக ஊர்ந்து வந்து, வெகுதூரம் வந்துவிட்டோம் என்று நினைக்கும் போது தொடங்கிய இடத்திலேயேதான் இருக்கிறோம் என்பதை உணர்த்தும் இடைப்பட்ட கட்டங்கள். நாள் கணக்கில், மாதக் கணக்கில்...

நாம் மிகவும் நெருக்கமாகப் பிணைக்கப்பட்டிருப்பதாக உணரும் உலக நிகழ்வுகள் ('என் காலம்', 'என் சகாப்தம்') எங்கோ தொலைவில் போய்க் கொண்டிருக்கும் இரைச்சல் மிகுந்த திருவிழா ஊர்வலம்போல இருப்பதுடன், அவ்வப்போது திடீரென்று எல்லாவற்றையும்விடப் பலமாக ஒலிக்கும் பட்டாசின் வெடிச் சத்தத்தால் தூக்கிவாரிப்போட்டு நம்மைத் தலையைத் தூக்க வைப்பதைப் போலவும் இருக்கின்றன. தனி ஒரு மனிதப் பிறவியின் முதுமை உங்களை முழுமையாக எலும்பு, சதை மூளையுடன், விழுங்கிவிட்டிருக்கிறது. மடத்

தனமான விஷயங்களில் ஈடுபட்டு மகிழ மக்கள் ஆசைப்படுகிறார்கள் என்பது உங்களுக்கு வியப்பை அளிக்கிறது: போரிடுவது, கால்பந்து மைதானத்தில் ஓடுவது, பங்குச் சந்தை நிலவரத்தைப் பார்த்துப் பரபரப்படைவது, மதம் அரசியல் இவற்றுக்காகச் சண்டையிடுவது.

அகதிகள் பற்றிய படங்கள் நிறையவே காட்டப்படுகின்றன. என்னை மிகவும் பாதிப்பது முதியவர்கள்தான் (முன்பெல்லாம் அது குழந்தைகளாக, சிறுவர்களாக இருந்திருக்கும்). வேலையற்றவர்களும், குடியிருக்க வீடில்லாதவர்களும் அப்படித்தான். இது போன்ற முத்திரைகள் அவற்றுக்குப் பின்னால் இருக்கும் நபரை முற்றிலும் மறைத்து, அவர்களுடைய தனித்தன்மைகளை அழித்து விடும் முகமூடிகளே. ஆனால் முதியவரோ வேலையற்றவரோ அகதியோ, அவருக்கும் தலைவலி, பல்வலி, மனச்சலிப்பு, மூட்டுவலி இவையெல்லாம் உண்டு.

அகதிகள் வரிசையில் என் அம்மா இருப்பதாகக் கற்பனைசெய்துகொள்கிறேன். உடனேயே என் மனத்தராசு மறுபக்கம் சாய்கிறது. அவள் பிரமாதமாக இருப்பாள், எங்களையெல்லாம் நடத்திச்செல்வாள், அசாதாரணமான சூழ்நிலைகளில் அவள் எப்போதும் அதீத மனஉறுதியுடன் செயல்பட்டிருக்கிறாள். அவளை அழுத்துவது அன்றாட வாழ்க்கைதான்.

என் மண்டைக்குள் கட்டுக்கடங்காத ஒரு இயந்திரம், ஒன்றுக்கொன்று முரணான, தர்க்கவாத ரீதியான நூலை மறுபேச்சுக்கே இடமில்லாமல் நெய்து, தப்பிச் செல்ல முடியாத நூல்கண்டில் என்னை சிக்க வைக்கிறது.

வழக்கப்படி, இலக்கியம் தொடர்பான கட்டுரைகளைத் தொடர்ந்து படிக்கிறேன். என் மனம் சங்கடப்படுகிறது. என்னதான் இருந்தாலும், யாரைப் பற்றி இந்தக் கட்டுரைகளில் பேசப்படுகிறதோ, அவர்களில் பலரை நான் அறிவேன், சிலர் என்னுடைய நண்பர்கள்கூட. இப்போது பேசப்படும் புத்தகங்கள் அவர்களுடைய புத்தகங்கள். சில சமயங்களில், மேலும் அரிதாக எப்போதாவது என்னுடைய புத்தகங்கள். எல்லாமே ஒன்றுதான். எனக்கு ஒருபோதும் சொந்தமாகாது என்று நான் நினைத்திருந்த உலகிலிருந்து வந்த இந்த எதிரொலிகளை, கிராமப்புறத்து இளம் பெண்ணாகப் புரிந்துகொள்ள முயற்சித்த நாட்களில் இருந்ததைப் போன்ற ஒருவிதப் பயத்துடன் பார்க்கும் எனக்கு இவை எல்லாமே அந்நியமாக இருக்கின்றன, நான் ஆட்டத்துக்கு வெளியில் இருக்கிறேன்.

தற்செயலாகப் புத்தகக் கடைகளில் என்னுடைய புத்தகம் ஏதாவது ஒன்றைப் பார்த்தால் நான் சற்றுப் பின்வாங்குகிறேன், கொஞ்சம் சங்கடத்துடன்.

கிட்டத்தட்ட நாங்கள் பிரச்சினைக்கு முடிவு கண்டோம். இறுதியாக நாங்கள் தேர்ந்தெடுத்திருந்த இல்லத்தின் அனுகூலங்களை, அவற்றில் நம்பிக்கை இல்லாமல் எங்களுக்குள்ளேயே உறுதிசெய்துகொள்வதைப் போல, நானும் என் தம்பியும் பட்டியலிடுகிறோம். சொற்களின் மழை. "அது ஊரின் மையத்தில்

இருக்கிறது. பிரத்தியேகச் சதுக்கம் ஒன்று இருக்கிறது, நல்ல பராமரிப்பு, நன்றாக அமைக்கப்பட்டிருக்கும் அறை, நல்ல உணவகம், நூலகம், அழகான வண்ணச் சுவர்கள், வசதியான நாற்காலிகள், அழகான பசுமையான செடிகள், அடக்கமான மக்கள்..."

அடக்கமான, ஆனால் நாணயமானவர்கள் என்று சொல்ல முடியாது. "இது என்னுடைய சூழல் அல்ல," என்கிறாள் அம்மா. "நீயும் இப்போது கிராமத்துப் பெண் இல்லையே", என்று பதிலளிக்கிறேன்.

"ஆனால் இதற்கு ரொம்பச் செலவு ஆகுமே." இதோ, மிகவும் கடினமான ஆட்சேபணை! "மாற்றிமாற்றிப் பேசுகிறார்கள், பகல் கொள்ளை" (நாங்கள் இன்னும் படிவங்களில் கையெழுத்துப் போட்டிருக்கவில்லை).

கட்டணங்கள் உண்மையிலேயே அதிகமாகத்தான் இருந்தன (அழகான சோபாக்கள், வண்ணங்கள், பசுமையான செடிகள், உணவகம், பணியாட்கள், தாதிகள்).

வியப்பான ஒரு விஷயம்: என் அம்மாவிடம் இருந்த பண வசதியைப் பற்றி எனக்குத் தெரியாது. அதை அவளிடம் கேட்க எனக்குத் துணிவில்லை. வேறு ஒரு தலைமுறையிலிருந்து நான் பெற்ற பூர்வீகச் சொத்துதான் இந்தத் தயக்கம். இதைப் பற்றி என் தம்பியுடன் பேசுகிறேன். எங்கள் முடிவு: கட்டணங்களைப் பற்றிக் கவலையில்லை. எப்படியாவது நிம்மதி வேண்டும்.

இதோ எங்களுடைய தர்க்கவாதம்: தன்னுடைய சேமிப்பைச் செலவழிக்க அவளுக்கு இதுதான் சமயம். இப்போது, இனியும் காத்திருக்க வேண்டியதில்லை. எங்களுக்குப் பைத்தியக்காரத்தனமான கனவுகள்கூடத் தோன்றுகின்றன. ஓய்வு பெற்று ஆரோக்கியமாக இருக்கும் பலருடன் அம்மாவும் ஒரு பேருந்தில் உட் கார்ந்துகொண்டு, லுவார் பிரதேசத்தின் புராதனக் கோட்டைகளுக்குச் சுற்றுலாப் பயணம் செல்கிறாள். அதற்கும் மேலாக, சொகுசுக் கப்பலில் பயணம்செய்தபடி எங்களுக்குச் சுவையான கடிதங்களை அனுப்புகிறாள். எவ்வளவு நன்றாக எழுது வாள்! அவளுடைய வாழ்க்கை அனுபவங்களிலிருந்து எங்கள் கருத்தை ஊர்ஜிதப் படுத்தும் சில சம்பவங்களை எங்களுக்குச் சாதகமாக எடுத்துக்கொள்கிறோம்: பதினாறு வயதிலேயே, ஒரு பெரிய தாவலில் பண்ணையிலிருந்து வெளியேறிப் படிப்பதற்காக வெளியூருக்குக் கிராமத்தின் முதல் பெண்ணாகச் செல்லத் தெரிந் திருக்கவில்லையா? உலகப் போர் முடிந்த நாட்களில், அப்போது இளம் பெண் ணாக இருந்த அவள் எங்களுடைய அப்பாவுடன் சேர்ந்து தன்னுடைய பள்ளி மாணவர்களை ஐரோப்பாவுக்குச் சுற்றுலா அழைத்துப்போக ஏற்பாடு செய்ய வில்லையா? கடந்த சில ஆண்டுகளாக, தன் கணவனின் உடல்நலக் குறைவால் வீட்டிலேயே அடைந்துகிடக்க வேண்டியிருந்ததைப் பற்றி அவள் புலம்பிய தில்லையா? இந்த வாய்ப்பைப் பயன்படுத்திக்கொள்ள வேண்டும், மிகச் சரியான சமயம் இதுதான், அவளுக்கு, எங்களுக்கு.

அவள் தரும் விளக்கங்கள் வேறு மாதிரி இருக்கின்றன. அவளுடைய சொந் தக் கிராமத்தின் அந்நாளைய மண்ணில் வேரூன்றி எங்களால் சரியாக உள் வாங்கிக்கொள்ள முடியாமல் மிகத் தொலைவில் இருக்கும் விளக்கங்கள். அதன் சுருக்கம்: எதிர்காலத்துக்குச் சேமித்து வைக்க வேண்டும். ஆனால் அவளோ தான்

சீக்கிரம் மறைந்துவிடப்போவதைப் பற்றிப் பேசிக்கொண்டிருக்கிறாள். இதிலுள்ள முரண்பாட்டை அவளுக்கு நாங்கள் எடுத்துக்காட்டுகிறோம். இந்த விவாதங்கள் நடக்கும்போதெல்லாம் எங்களுடைய முரட்டுத்தனம் எங்களையே வியப்பில் ஆழ்த்துகிறது. நாங்கள் நேரடியாக வாதிட்டு, எதிர்ப்புகளைக் குறைக்க முயல்கிறோம். மொத்தத்தில் அழகான குழப்பம்.

அம்மா மனம்வருந்தித் தலையை ஆட்டுகிறாள், உத்தியில் மாற்றம்: அவளுக்குக் குழந்தைகள் இருக்கிறார்கள், அவர்களுக்காகத்தான் அவள் சேமிக்கிறாள். 'நமது சொத்தை' பயனற்றவற்றில் வீணடிக்கும் பேச்சுக்கே இடமில்லை (அழகான வண்ணங்கள், சோபாக்கள், பசுமையான செடிகள், உணவகம், இத்யாதி).

நாங்கள் எரிச்சலடைகிறோம். எங்களுக்கும் வயதாகிக்கொண்டிருக்கிறது என்று அவளுக்குத் தெரியவில்லையா? காலம் ஓடிக்கொண்டிருக்கிறது, மகிழ்ச்சியாகவும் குதூகலமாகவும் இருக்க அவசரப்பட்டாக வேண்டும் என்று தெரியவில்லையா...? தவறான வாதம் தவறான கருவி. அவளுடைய குழந்தைகளுக்கு வயதாகவில்லைதான், ஒருபோதும் அவர்களுக்கு வயதாகிவிடாது. ஆகவேதான் அவள், அம்மா, தன்னுடைய கடமைகளை மறக்கக் கூடாது. அபத்தமான வாதங்களை அழகாகப் பேசிக்கொண்டு, பலவீனமான மனம் படைத்தவர்களாக இருக்கும் தன்னுடைய குழந்தைகள் வீணான வழிகளில் திசைமாறி இழுத்துச் செல்லப்படும் போது கடிவாளத்தை (பணப்பையின் நாடாவையும் அவள்தான் இழுத்துப் பிடிக்க வேண்டும்.)

பணம், சாவு.

பணம். துல்லியமாக வரையறுக்கப்பட வேண்டிய சொல். அம்மாவைப் பொறுத்தவரை அது முதலீட்டு விளையாட்டோ பங்குப் பத்திரங்களின் கத்தையோ, நகைகளோ, வேறு என்னவோ தெரியாது, இவை எதுவுமே இல்லை. பணம் என்பது ஒழுங்கு, கட்டுப்பாடு, சேமிப்புகள், எதிர்காலம், குழந்தைகள்...

சாவு. இதுவும் துல்லியமாக வரையறுக்கப்பட வேண்டிய ஒன்று. இடுகாடு, கல்லறை போன்றவற்றுக்கு அவள் தயார். எவ்வளவு பேர் அங்கே அவளுக்காகக் காத்திருக்கிறார்கள்: அவளுடைய கணவர், அப்பா, அம்மா, முன்னோர்கள். தன் சுற்றத்துடன் தன்னுடைய வீட்டில் இருப்பதைப் போலவே இருக்கும். அவள் பயப்படுவதெல்லாம் இந்த முதியோர் இல்லத்தில் நிகழ்ந்துவிடுமோ என்று மனதில் தோன்றிக்கொண்டிருக்கும் சாவுக்குதான். மாயைபோல இருக்கும் வெளிர் சிவப்பு நிற வெல்வெட் தோட்டத்துடன், தொன்மத்தின் அழகான பெயர் கொண்ட இந்த முதியோர் இல்லத்தில், செயற்கைத் தேன் சேர்த்து இனிப்பூட்டிய பேச்சுகளும், மின்சார விளக்குகள்போல் திடீரென்று பளிச்சிடும் புன்முறுவல்களும், வெளி உலகை ஒதுக்கிவிடுவதற்காகக் கவனமாகச் சுற்றிலும் விரிக்கப்பட்டிருக்கும் கண்ணுக்குத் தெரியாத திரைகளும் இருக்கின்றன. இதைக் கடந்து அப்பால் செல்ல விரும்புகிறவர்கள் பலசாலிகளாக, இளமையாக, மனஉறுதி படைத்தவர்களாக இருக்க வேண்டும். கண்ணுக்குத் தெரியாத திரைகள், கண்ணாடித்தாள், சடலத்துக்குச் சுற்றப்படும் துணி...

தான் ஒரு நடைப்பிணமாக ஆகிவிடக் கூடாது என்பதற்காகவும், தன் னுடைய கடைசிக் காலத்தில் எல்லாவற்றையும் கடந்து வந்து எல்லா விதத்திலும் அவளுக்குக் கடைசிப் பாதுகாவலர்களாக இருக்கும் எங்களின் மேல் தன்னுடைய ஆளுமையைத் தொடர்ந்து வைத்திருக்க வேண்டும் என்பதற்காகவும் விடாப் பிடியாக ஒரு போராட்டத்தில் அம்மா நுழைந்துவிட்டிருக்கிறாள்...

கோபத்தில் கத்தி, உபதேசம்செய்து, திட்டி, அறிவுரை சொல்லி, அழுது, வருத்தம் கவலை இவற்றால் உடல்நலம் குன்றிப்போய், எங்களை ஊக்குவித்து, எங்களுக்கு உதவிசெய்து, கடிதங்கள் எழுதி, தொலைபேசியில் அழைத்து, தேவை யானபோதெல்லாம் அங்கே இருந்து, முதல் வரிசையில், எப்போதும், எங்கள் அம்மா....

"கற்பனையில் வாழ்கிறாள் தன் வாழ்க்கையை", என்று சொல்வார் என் அப்பா. ஆனால் ஒருமுறை கார் விபத்தில் அவள் அடிபட்டு, இரத்தத்தை இழந்து, அறுவைச் சிகிச்சைக்குப் போவதற்கு முன்னால்:- "அவள் இல்லாமல் எனக்கு வாழ்வு இல்லை."

வாழ்க்கையை நன்றாக அமைத்துக்கொள்வது, அமைத்துக்கொள்ளாதது, கற்பனையில் வாழ்வது,... என் அம்மா, வாழ்க்கை.

நாங்கள்... எங்களுக்கோ அமைதி வேண்டியிருக்கிறது. அது அவளுடைய சாவு என்பதை நாங்கள் உணர்வதில்லை.

கடைசியில், கிட்டத்தட்ட முடிவு எடுத்தாகிவிட்டது. அவள் தன் வீட்டை விற்றுவிட்டு, முதியோர் இல்லத்தில் இரண்டு அறைகள் கொண்ட குடி யிருப்பை வாங்கப்போகிறாள்.

4. பாகப்பிரிவினை

அவள் எங்களை ஆச்சரியப்படுத்துகிறாள். அவளுடைய வீட்டை விற் பதில் எவ்விதத் தயக்கமும் இல்லை, முனகலும் இல்லை. வாங்குபவரைத் தனியாகவே தேடிப்பிடித்து, சாமர்த்தியமாக விவகாரத்தை முடிக்கிறாள். தன் னுடைய சாதனையைக் குறித்துப் பெருமைப்படுகிறாள், நாங்களும்தான். அவள் லேசில் மசிபவள் அல்ல. மன உறுதி கொண்டவள், தொட்டால்சுருங்கி இல்லை. காலுக்கடியில் பூமி எரிந்துகொண்டிருந்தாலும் அவள் தைரியமாகத் தொடர்ந்து நிற்கிறாள்.

அவளுடைய லாவகம், சிறுசிறு தந்திரங்கள் எங்களைச் சிரிக்க வைக்கின்றன. "கூரையின் கீழே அந்த விரிசலா? அது எப்பவுமே அப்படித்தான் இருந்திருக்கிறது!" ரொம்ப நேரம் கழித்து எங்களிடம்: "என்னதான் ஆனாலும் மற்றவர்களுக்கு விட்டுக்கொடுக்கக் கூடாது." சரியான அம்மா, வாழ்க்கைப் போராட்டத்தைக்

குழந்தைகளுக்குச் சொல்லிக்கொடுப்பாள். உடனேயே தொடர்ந்து அவளே சொல்கிறாள்: ''ஆனால் தெரியுமா, நான் அவர்களை ஏமாற்றவில்லை,'' ஏனென்றால் ஒரு நல்ல அம்மா ஒழுக்க நியதியையும் கற்றுக்கொடுப்பாள்.

பார்க்கப்போனால் இந்த விரிசல் விவகாரத்தில் அவளுடைய கணவர் ஏமாந்துவிட்டிருக்கலாம். இந்த வீட்டைத் தன் மாணவர்களில் ஒருவரிடமிருந்து வாங்கியிருக்கிறார். (அந்தப் பள்ளியின் எல்லா ஆசிரியர்களும் இதர சில பணியாளர்களும் அவருடைய பழைய ஆரம்பப் பள்ளி மாணவர்கள் அல்லது சீடர்கள். அவர்களுடைய மகன் அல்லது நண்பர் அல்லது அவரால் பரிந்துரைக்கப்பட்ட எவரிடமிருந்தோ வீட்டை வாங்கியிருக்கிறார்.) பள்ளியைச் சேர்ந்தவர்களிடம் பேரம் பேசுவதைவிட, தன்னால் எந்த அளவுக்கு 'விட்டுக்கொடுக்க' முடியுமோ, அப்படிச் செய்து, அவர்கள் கேட்ட பணத்தைக் கொடுத்திருக்கிறார். பெரிய செலவாகும் விவகாரத்தை ஒரு நல்லெண்ணக் காணிக்கையாக மாற்றிவிட்டதில் திருப்தியடைந்திருக்கிறார். தான் மிகவும் மதிக்கும் களத்தில் அவர் செயல்பட்டிருக்கிறார் என்பதை உணர்ந்த அவருடைய மனைவி எதுவும் சொல்லவில்லை. அவளுக்கு அதில் கோபமும் இல்லை. இருந்தாலும் பேரம் பேசி, கைகுலுக்கிக் கொண்டிருக்கும்போதே படிப்படியாக மற்றவரை இணங்க வைத்து வெற்றி காண முடியாமல் போய்விட்டதே என்று வருந்துகிறாள்.

தொலைவிலிருந்து என் காதுகளில் விழுகிறது, திரைப்படத்தைப் போல, ''எந்த விவகாரத்தையும் நியாயமாகச் செய்ய வேண்டும்'', எவரையும் ஏமாற்றக் கூடாதுதான், ஆனால் ஏமாந்துவிடவும் கூடாது. பேரம் பேசுவதில் என் அப்பாவைப் போலவே நானும் ஒரு ஏமாளி. பேரம் பேசுவது விரைவிலேயே எனக்குச் சலிப்பூட்டுகிறது, தலை பாரமாகிவிடுகிறது.

லௌகீக விஷயங்களில் அம்மாவுக்கு இருந்த மன வலிமை இன்று எனக்குப் பிடித்திருக்கிறது. அம்மா தானியங்களைச் சேமித்து வைப்பதுபோலச் சேமித்துச் சிக்கனமாக இருப்பாள், மகளோ நிலவைப்பற்றிக் கனவு காண்பாள்.

கோழி, தானியம், இம்மாதிரியான சொற்கள் என் நினைவைக் கிளறுகின்றன. என் அம்மாவின் புகைப்படம் ஒன்று மட்டுமே என்னிடம் இருக்கிறது, கன்னிப்பெண்ணாக. அவளுக்கு அப்போது இருபது வயது. நகரவாசிகளின் உடையில் பண்ணையின் முற்றத்தில் நின்றுகொண்டு பெட்டைக் கோழிகளுக்குத் தானியங்களை இறைத்துக்கொண்டிருக்கிறாள். அண்மையில், பாரிஸில் பெல்வில் பகுதியில், கடைகளெல்லாம் மூடிய பிறகு தெருவோர நடைபாதையில் உயிருள்ள கோழிக்குஞ்சுடன் யாரோ விட்டுச்சென்றிருந்த கூண்டு ஒன்றைப் பார்த்தேன். அந்தக் கூண்டைக் கையில் எடுத்து, அடுத்து என்ன செய்வது என்று தெரியாமல் தயங்கி நின்றேன். அருகிலிருந்த 'ஷெ லாலு' என்ற உணவு விடுதிக்காரர் தான் அதைப் பார்த்துக்கொள்வதாகச் சொன்னார். அந்தக் குஞ்சு இப்பொழுது சேவலாக ஆகி, கொக்கரித்துக்கொண்டு, சிவப்புக் கொண்டையுடன் நடைபாதையில் உலாத்திக்கொண்டு அனைவரின் கவனத்தையும் தவறாமல் தன்பால் ஈர்க்கிறது. சாவை நினைவூட்டும் கல்லறைக்கும்

போவதை வழக்கமாகக் கொள்ளாத நான், இன்னும் உயிருடன் இருக்கும் என் சேவலைப் பார்க்கிறேன். போவோர் வருவோரெல்லாம் நின்று பார்த்துச் செல்கிறார்கள், குழந்தைகள் ஆரவாரம்செய்கிறார்கள், இதெல்லாம் எனக்கு மகிழ்ச்சி தருகிறது.

அம்மா சொல்கிறாள்: ''பாகப்பிரிவினை செய்தாக வேண்டும்'', வீட்டுச் சாமான்களைப் பிரித்துக் கொடுக்க வேண்டும். நான் காது கேட்காததைப் போல இருக்கிறேன். பொருள்களிடம் எனக்குப் பயம், அதுவும் அம்மாவின் பொருள்களிடம் அதிகமாகவே பயம். எப்படி இருந்தாலும் என் வீட்டில் இடம் இல்லை. பாரிஸின் அடுக்குமாடிக் குடியிருப்பு ஒன்றில் எவ்வளவு வைக்க முடியும்? அல்லது கடற்கரையோரமாக எனக்கு இருக்கும் சிறிய வீட்டில்தான் முடியுமா? எனக்கு எதுவும் வேண்டாம். நினைவுகள் என் மண்டைக்குள் இருக்கின்றன, அங்குதான் நான் அவற்றை இருக்கச் செய்து வாழ்வளிக்க முடியும்.

வெறும் காற்று, என்னுடைய வாதங்கள்: ''நீ இருக்கிறாயே, நீ ஒரு அறிவு ஜீவி.'' என்னை விடுவதாக இல்லை, வற்புறுத்துகிறாள். இந்த வீட்டுப் பொருள்கள் விவகாரம் என் அறிவுக்கு எட்டுவதில்லை. ஒருநாள் காலை, அவள் அழுகிறாள்: ''உங்களுக்கு நெஞ்சில் ஈரமே இல்லை. நீங்கள் என்னைக் கைவிடுகிறீர்கள்.''

என் தம்பியுடன் தொலைபேசியில் பேசுகிறேன். ஒரு நிமிடத்தில் விவகாரத்துக்குத் தீர்வு காண்கிறோம். அவன் இதை எடுத்துக்கொள்வான், என் மகனும் அவனுடைய மகன்களும் அதை எடுத்துக்கொள்வார்கள், அவ்வளவுதான், மிச்சமிருப்பதெல்லாவற்றையும் விற்றுவிடலாம். திருப்தியடைந்து அம்மாவுடன் தொலைபேசியில் பேசுகிறேன்.

''என் குழந்தைகளுக்கிடையில் மனத்தாங்கல் இருக்கக் கூடாது, அதுதான் எனக்கு வேண்டும்,'' என்கிறாள் அவள். எங்களிடையே அப்படி எதுவும் இல்லை, நாங்கள் ஒத்துப்போகிறோம் என்று அவளுக்கு உறுதி அளிக்கிறேன். ஆனால் அவள் அதையே திரும்பத்திரும்பக் கோபமாகச் சொல்கிறாள். ''என்னிடம் இருக்கும் ஒரே பொக்கிஷம் என் குழந்தைகள்தான்... நான் அவர்களுக்காகவே வாழ்ந்திருக்கிறேன்...'' இந்தப் பல்லவிக்குப் பின்னால் என்ன இருக்கிறது என்று எனக்குப் புரியவில்லை. அதில் எவ்வித மறுப்போ, சந்தேகத்தின் நிழலோ, சச்சரவின் சிறு அறிகுறியோ இல்லை என்று மீண்டும் சொல்கிறேன். காதுகேளாதவர்களிடையேயான இந்தச் சண்டை பல மாதங்கள் நீடிக்கிறது. ஒருநாள் அவளிடம் சொல்கிறேன். ''பிரச்சினை எதுவும் இல்லை அம்மா.'' அவளிடமிருந்து சிறிய மூச்சொலி கேட்கிறது. ''என்ன?'', என்கிறாள். ''பிரச்சினை எதுவும் இல்லை அம்மா'', மீண்டும் சொல்கிறேன். ''எனக்குப் புரியவில்லை,'' என்கிறாள், அதிகாரத் தோரணையுடன். அவள் நன்றாகப் புரிந்துகொண்டிருக்கிறாள். நாங்கள் கோபத்தில் பிரிகிறோம்.

பாகப்பிரிவினை. ''கொள்ளுப்பாட்டிக் காலத்தில்...'' ''வயதான அத்தை காலத்தில்...'', ''எங்க தாத்தா-பாட்டிக் காலத்தில்...''

எல்லாம் எனக்குத் தெரியும். இந்தப் பழைய காலக் கதைகளெல்லாம் கேட்பதில் எங்களுக்கு நன்றாகப் பொழுதுபோயிருக்கிறது. உற்சாகமாகக் கதை சொல்லிக்கொண்டு அவள், அருகில் உட்கார்ந்து அவளைப் பார்த்துக்கொண்டு வியப்பில் ஆழ்ந்திருக்கும் நான், இது போன்ற தருணங்களில் நான் அவளுடன் ஒன்றியிருக்கிறேன். மனமிளகி, வியப்புடன் அந்தக் காலத்துப் பழக்கவழக்கங் களைப் பற்றி ஒரே கருத்துடையவர்களாக இருக்கிறோம் என்று நினைக்கிறேன். ஆனால் அவளைப் பொறுத்தவரை அவை கதைகள் அல்ல, வெறும் கதைகள் அல்ல.

பண்ணையில் பாகப்பிரிவினை. ''அந்தக் காலத்தில் அப்படிப் பெரிதாக ஒன்றும் இருக்கவில்லை.'' பெரிதாக ஒன்றுமில்லை, ஆனால் சொந்தக்காரர்கள் அனைவரும் பெரிய கூடத்தில் குழுமியிருப்பார்கள் சிலர் நடந்தும், சிலர் பக்கத்துக் கிராமங்களிலிருந்து வண்டியிலும் வருவார்கள். பொருள்கள் மேஜைமேல் பரத்தி வைக்கப்பட்டிருக்கும். குடும்ப உறவின் நெருக்கத்தின் முக்கியத்துவ வரிசைப்படி ஒவ்வொருவருக்கும் எது கிடைக்கும் என்று அவரவருக்குத் தெரிந்திருந்தது. ஒவ் வொருவரும் எதை விரும்பினார்கள் என்றும் அவரவருக்குத் தெரிந்திருந்தது. சிறிய ஒரு ஈயக் கரண்டி நீண்ட பேரங்களுக்கு வழிவகுக்கும். பகல்பொழுதின் முடிவில் சம்பந்தப்பட்ட எல்லோருக்கும் இசைந்த வகையில் பங்கீடு செய்யப் படும். இனி எல்லாவற்றையும் செய்தித்தாளில் சுற்றி, ஒதுக்கி வைத்துவிட்டு, மேஜையைச் சாப்பாட்டுக்குத் தயார்செய்ய வேண்டும். ஆனால் அதற்கு முன்பாக எல்லா மனங்களையும் பெரிதும் ஆக்கிரமித்திருக்கும் சிக்கலான முதல் சுற்றுகள் நடந்திருக்கும். பிறகு, பல நாட்களுக்குப் பல விமர்சனங்களும், ஒருவேளை வேறு சில பேரங்களும்கூட இருந்திருக்கும்.

இவை எல்லாமே நெஞ்சைத் தொட்டாலும், பழைய கதையாக, கொஞ்சம் கோமாளித்தனமாகவும் தோன்றுகின்றன. எனக்குத் தெரியாதது என்னவென் றால் (அது உண்மை என்றும் சொல்ல முடியாது), கூடத்தின் மத்தியில் இருக்கும் ஆழ்ந்த நிற மரத்தினாலான பெரிய மேஜை, அதன்மேல் காட்சிக்காக வைக்கப் பட்டிருக்கும் பொருள்கள் ஒவ்வொன்றும் தமக்கென்று ஒரு வரலாற்றுடன், கிராமப்புறத்தின் நீண்ட பல காலகட்டங்களையும் தன்னுடன் இழுத்துக் கொண்டு. கவனத்துடன், வியர்வை சிந்திப் பலமுறை பயன்படுத்தப்பட்டிருக்கும் பொருள்கள், கிராமிய அருங்காட்சியகத்தைத் தவிர வேறெங்கும் இல்லாத பொருள்கள், இறந்துவிட்டவர்களுடன் மிக நெருக்கமாகப் பிணைக்கப்பட்டு இப்போது அவர்களின் வாழும் நினைவுச்சின்னங்களாக இருக்கும் பொருள்கள். கருப்பு அங்கிகளை அணிந்திருந்த பெண்களைச் சுற்றி, ஞாயிற்றுக்கிழமைக் குண்டான உடையில் தயங்கியபடி இருந்த ஆண்கள், பரம்பரைச் சண்டைகளா லும் விசுவாசங்களாலும் பின்னப்பட்ட குடும்பம் என்ற சமூகத்தைக் கவனித்துப் பார்க்கும் குழந்தைகள் (என் அம்மா உட்பட), புகைபோக்கியில் மேலெழும்பி வரும் சுவாலைகள், விருந்துச் சாப்பாடு, ஆயிரமாவது முறையாகச் சொல்லப் பட்ட கதைகள், தலைமுறை தலைமுறையாகத் தொடர்பு விடுபடாமல் வந்த கதைகள்—இவை எல்லாமும் எனக்குத் தெரியாதவை.

பாகப்பிரிவினை: மீறப்பட முடியாத சடங்கு, அந்தப் பெரிய மேஜை, விழா மேடை.

இவை எல்லாம்தான் என் அம்மாவின் வற்புறுத்தலுக்குப் பின்னால் இருப்பவை. எங்களுக்கு, அவளுடைய குழந்தைகளுக்கு, இந்த மாதிரியான விவகாரங்களில் காலத்தைப் பற்றி இதே போன்ற மனோபாவம் கிடையாது. நாங்கள் சீக்கிரம் முடிக்க விரும்புகிறோம், சங்கடம் எதுவும் இல்லாமல், எங்களுக்கும் சரி, அவளுக்கும் சரி. ஆனால் வேறு விதமான சங்கடம் ஏற்பட்டுவிடுகிறது. நாங்கள் சடங்கை ஒதுக்கிவிடுகிறோம், எல்லாவற்றையும் விளையாட்டாக எடுத்துக் கொள்கிறோம், எங்களுக்கு மரியாதை உணர்வு இல்லை, நம்பிக்கைகளோ விதிமுறைகளோ இல்லாத குழந்தைகள்.

ஒவ்வொரு வாரக் கடைசியிலும் அவளைச் சுற்றி நாங்கள் இருக்க வேண்டும் என்று அவள் விரும்புகிறாள். அவளுக்காக நாங்கள் அர்ப்பணிக்கும் நேரம்தான் எங்கள் பாசத்தின் வெளிப்படையான ஒரே ஒரு அளவுகோல். அந்த வீட்டிலிருக்கும் ஒவ்வொரு பொருளும் அவள் எங்களுக்குச் சொல்ல, வழங்க நினைக்கும் அவளுடைய வாழ்க்கையின் ஒரு பகுதி என்பதையெல்லாம் நாங்கள் புரிந்து கொள்ளவில்லை. குடும்பத்தின் கௌரவத் தலைவராகவும், குடும்ப நினைவுகளின் ஒரே பாதுகாவலராகவும் ‘முன்னோர்’ என்ற பாத்திரத்தை ஏற்று நடிக்க அவளுக்குக் கிடைத்திருக்கும் பெரிய வாய்ப்பு இந்த பாகப்பிரிவினை. தான் இருப்பதைக் காட்டிகொள்ள அவள் விரும்புகிறாள். நாங்களோ ஒரேயடியாக அவளை ஓரத்தில் தள்ளிவிடுகிறோம்.

நாங்கள் சலிப்படைகிறோம், சோர்ந்துவிடுகிறோம். இனியும் எதையும் கேட்டுக்கொண்டிருக்க விரும்பவில்லை.

ஒருவழியாக, எல்லாவற்றுக்கும் முடிவில், ஞாயிற்றுக்கிழமை.

என்னுடைய மகன் பாரிஸிலிருந்து ஒரு சிறிய லாரியை வாடகைக்கு எடுத்துக்கொண்டு வந்திருக்கிறான், அங்கே கிராமத்திலேயே இருந்த என் தம்பி மகன்கள் தங்களுடைய நண்பர்களை அழைத்துவந்திருக்கிறார்கள். பொருள்களைத் தூக்கி வெளியில் கொண்டுவந்து வண்டியில் ஏற்றுகிறார்கள். உடன்பிறப்புகள் இது போன்று சேர்ந்திருப்பதைப் பார்ப்பது அபூர்வம். காலியாகிக்கொண்டிருக்கும் வீட்டை அவர்களுடைய சிரிப்பொலி நிரப்புகிறது. அவர்களுடைய பலமும் நல்லெண்ணமும் என் அம்மாவுக்குப் பெருமையாக இருக்கிறது. அவர்களிடையே போய்வந்துகொண்டு, கனமான பொருள்களைக் குறித்துக் கவலைப்படுகிறாள்: ‘‘என் பேரக் குழந்தைகளுக்கு அடிபட்டுவிடக் கூடாது.’’ வெளியே எடுத்துச் செல்லப்படும் ஏதாவது ஒரு பொருளின் சரித்திரத்தை நடுநடுவே நுழைக்கிறாள். ‘‘உன் தாத்தாவின் மேஜை, பல மணி நேரத்தை அதனடியிலேயே கழித்திருக்கிறார், உன் வீட்டில் அது இருப்பது தெரிந்தால் சந்தோஷப்படுவார், அதை நீ தூக்கி எறிந்துவிட மாட்டாயே?’’ இப்போதெல்லாம் பொருள்களுக்கு ஆன்மா இருப்பதில்லை, ஆனால் அந்த இளைஞன், நல்ல பையன், மரியாதையுடன் தலையை ஆட்டுகிறான். பிறகு ஒரே முக்கு. தசைகள் வீங்க, மேஜையை அதன் கால்களைப் பிடித்து அப்படியே தூக்குகிறான். வெளியே போகிறது என் அப்பாவின் ஆன்மா குடியிருக்கும் மேஜை.

அலங்காரத் தரைவிரிப்பைச் சுருட்டுகிறோம்: ‘‘இது உங்கள் அப்பா ஓய்வு பெறும்போது அன்பளிப்பாக வந்தது.’’ ஓவியம் ஒன்றை இறக்கிக்கொண்டு

வருகிறோம்.'' ''அதோ அந்த நதியில்தான் மீன்பிடிக்க உன்னையும் அழைத்துச் சென்றோம், அங்குதான் நீ நீந்தக் கற்றுக்கொண்டாய்.'' அலங்கார மலர் ஜாடியைக் காகிதத்தில் கட்டுகிறோம்: ''நான் இளம் பெண்ணாக இருந்தபோது என் பெற்றோர்களுக்குக் கொடுத்த முதல் அன்பளிப்பு...''

நாங்கள் முடிந்த அளவு வேகமாக வேலை செய்கிறோம். எங்கள் கடமையை, குழந்தைகள் என்ன செய்ய வேண்டுமோ அதை, நிறைவேற்றிய உணர்வு எங்களுக்கு இருக்கிறது. சில மணி நேரங்களுக்கு, எங்களுடைய தலைக்கு மேலே ஒளி வட்டம் ஒன்றைச் சுமந்திருக்கிறோம்.

அம்மா முடிதிருத்தகத்துக்குச் சென்று வந்து, புதிய ஆடை அணிந்திருக்கிறாள். கம்பளியினால் ஆன முழுக்கைக் கோட்டு. வெளிர் நிறக் காலுறைகள், வளைவான முன்பகுதியுடன் தட்டையான காலணிகள். அவளுடைய பாதங்களால் இந்தக் காலணிகளைத்தான் தாங்கிக்கொள்ள முடிகிறது. ஆனால் அவளைக் குழந்தைத்தனமானவளாக, வெகுளியாகக் காட்டுகின்றன. மாடிப்படியில் மேலும் கீழுமாக ஓடிக்கொண்டிருக்கும் வளர்ந்த பையன்கள் மத்தியில் அவள் மிகச் சிறியவளாகத் தோன்றுகிறாள். அவளுடைய கன்னங்கள் 'பியோனி' மலர் போல வெளிர் சிவப்பு நிறத்தில் இருக்கின்றன. இதைவிட அழகான வயதான பெண்மணி கிடையாது. அதை அவர்கள் உணர்கிறார்களா?

நான் அப்படி நினைக்கவில்லை. புதிய உடை, காலணி, முடி அலங்காரத்தையோ அல்லது இதற்காக அவள் மேற்கொண்ட சிரமத்தையோ அல்லது அவளுடைய அழகான பேச்சுகளுக்குப் பின்னால் இருக்கும் இறுக்கத்தையோ அவர்கள் பார்க்கவில்லை. அவள் அவர்களுடைய பாட்டி, ஒரு பாட்டி.

எல்லா இடங்களிலும் அவளைப் பார்க்கிறேன், உணர்ச்சிவசப்படுகிறேன். அவளருகில் வருகிறேன், அவள் என் கையைப் பற்றிக்கொண்டு அழுத்திக் குலுக்குகிறாள்.

அவளுடைய வீட்டின் பொருள்களை வெளியே கொண்டுவந்து வீட்டைக் காலிசெய்துகொண்டிருக்கிறோம். அவளோ சிரித்து, நன்றி சொல்லி, மன்னிப்புக் கோரி, வெளியே போகும் பொருள்களின் முனைகளிலெல்லாம் தன்னுடைய அந்தக் காலக் கதைகளை மாட்டிவிட்டும், அங்கே அறுந்து தொங்கும் சிலந்தி வலைகளை உடனே அப்புறப்படுத்தியபடியும் இருக்கிறாள். அழிக்கப்படும் தன் கூட்டுக்குப் பதிலாக தன்னுடைய குழந்தைகளைப் பாதுகாக்க, தன் வாழ்வைப் பாதுகாத்துக்கொள்ள, சொற்களால் ஒரு கூட்டைப் பின்னுகிறாள், சோர்வடையாமல் பின்னுகிறாள். அவள் மிக இனியவளாகத் தோன்றுகிறாள், யாருக்கும் ஒன்றும் தெரிவதில்லை, எனக்குக் கவலை அதிகரிக்கிறது.

வேகம், திறமை. அன்றைய நிகழ்ச்சி நிரலில் இன்னும் பல வேலைகள் இருக்கின்றன. கால்பந்துப் போட்டி: அதை விழாக்கோலம் ஆக்கிவிடுகிறார்கள், சித்தப்பா, அவருடைய குழந்தைகள், உடன்பிறப்புகள் எல்லோரும் ஒன்றாகக் கூடுவது மிகவும் அரிது. அன்று குடும்பம் ஒன்றாகச் சேர்ந்திருக்கும் அசலான ஞாயிற்றுக்கிழமை. என் அம்மாவிடம் சொல்கிறேன்: ''அவர்கள் கால்பந்துப் போட்டியைப் பார்க்கப் போகிறார்கள்''. அதற்குப் பொருள்: உன் குடும்பத்தைப்

பார்த்தாயா, உன் குழந்தைகளை, அவர்களின் நல்லிணக்கத்தை. நீ எப்போதும் இதைத்தானே பார்க்க விரும்பினாய். ஆமாம், ஆமாம், என்கிறாள் அவள்.

இப்போது நாங்கள் நடைபாதையில். வேலையை முடித்துவிட்டோம். சிறிய லாரி நிரம்பிவிட்டது. மீதி இருப்பவற்றைப் பிரித்து, தனித்தனியாகக் கட்டி வைத்து, ஒவ்வொரு மூட்டையும் அவை சேர வேண்டிய இடத்துக்குப் போகத் தயாராக இருக்கிறது. பொருள்களை அகற்றி, வீட்டைச் சுத்தம்செய்யும் நிறுவனத்திற்காக வீடு தயாராக இருக்கிறது. வேலை நன்றாக நடந்துவிட்டிருந்த ஒரு நாள். அதற்கேற்ற சரியான வெகுமதி (கால்பந்துப் போட்டி) காத்திருக்கிறது, சோர்ந்துவிட்ட வேலைக்காரர்கள் (நாங்கள்) திருப்தியடைகிறார்கள், முதலாளி (எங்கள் அம்மா) சோர்ந்துபோய் திருப்தியுடன் இருக்கிறாள். ஆளுக்கொரு பக்கம் ஓடிப்போவதற்கு முன் முத்தமிடுவதற்காக அவளைச் சூழ்ந்துகொள்கிறோம். முதியோர் இல்லத்துக்கு அவளை நான் அழைத்துச்செல்வேன், அவளுக்கு ஓய்வு தேவை. எல்லோரும் ஒன்றாகச் சேர்ந்து நாங்கள் மகிழ்ச்சியாக இருக்கிறோம் என்பதாலும் வேலை நன்றாக முடிந்துவிட்டது என்பதாலும் அவளுக்குத் தூக்கம் நன்றாக வரும்.

திடீரென்று அவள் விம்முகிறாள். ''நாம் பாகப்பிரிவினை செய்யவில்லையே.'' அரட்டை அடிப்பது திடீரென்று நின்றுவிடுகிறது. சற்றே தூரமாகப் போய்விட்டிருந்த அவளுடைய மகனும் பேரக்குழந்தைகளும் உடனே திரும்பி வருகிறார்கள். அவளுடைய மூக்குக்கண்ணாடிக்குப் பின்னால் பெரிய ஊதா வளையங்கள், ஆடிகளுக்குப் பின்னால் பெரிதாகத் தெரியும் கண்கள், வெறித்த பார்வையுடன், மிகச் சிறிய குழந்தையாக இருந்த நாளிலிருந்தே நான் அறிந்திருந்த நிழல் திரும்பி வந்துவிட்டது. கண்ணீர், அமுக்கப்பட்டுவிட்ட சத்தங்கள், ரகசிய மிரட்டல் எல்லாவற்றையும் உள்ளடக்கிய தன்னுடைய கருப்பு மையை இந்த நிழல் சுற்றிலும் பரப்புகிறது. மீண்டும் அது என்னைச் சூழ்ந்துகொள்கிறது. இந்த நிழல் மட்டும்தான் எப்போதும் இருந்திருக்கிறது. அதற்காக நான் காத்திருந்தேன், அது மீண்டும் திரும்பிவந்துவிட்டது. என் அம்மாவுக்கு முன்னால் சக்தியிழந்து நின்று, நடுங்குகிறேன்.

அவள் அழுவதை நிறுத்திவிட்டாள். இதெல்லாமே ஒரு நிமிடம்தான் நீடித்தது. என்னுடைய மகனும் என் தம்பியும் அவளை அழைத்துப்போகிறார்கள். முதியோர் இல்லத்தில் அவளுடைய அறையில் சற்று நேரம்கூட இருப்பார்கள். ''நீ வீட்டுக்கு போ, அம்மா'', என்கிறான் என் மகன். இந்த ஞாயிறு நான் தங்கியிருக்கும் என் தம்பியின் வீட்டில் அவர்கள் திரும்பி வருவதற்காகக் காத்திருக்கிறேன். ''என்ன ஆயிற்று?'' ''எல்லாம் நலம்'', என்கிறார்கள் அவர்கள். ''எங்களுக்கு நிறைய கதைகள் சொன்னாள்.''

நாங்கள் பாகப்பிரிவினை செய்யவில்லை.

அவள் இறந்த பிறகு பல மாதங்களுக்கு ''நாம் பாகப்பிரிவினை செய்யவில்லையே'' என்ற வாக்கியம் எனக்குக் கேட்கிறது. அது என் நெஞ்சைப் பிளந்து, நான் எங்கிருந்தாலும் என்னைத் தடுமாற வைக்கிறது, தெருவிலோ நகர்ப்புற ரயிலிலோ, தொழில் நிமித்தச் சந்திப்பிலோ எங்கிருந்தாலும் என்னை உளற வைத்து, என் சக்தியையும் என் வாழ்க்கைப் போக்கையும் இழக்க

வைக்கிறது. என் அம்மாவுடன் நான் எப்போதும் இருக்கும் கண்ணுக்குத் தெரியாத கோட்டையில் எனக்கும் அவளுக்கும் இந்த நிழலுக்கும் மட்டுமே இடம் இருக்கிறது. நிலவில் தெரியும் மேகங்களைப் போல (அவற்றில்தான் அதன் வசிய சக்தி இருக்கிறது), இந்த நிழல் போய்வந்துகொண்டிருக்கிறது. அதைத் தோண்டித்தோண்டிப் பார்க்கிறேன், அதன் ஆழத்தைக் கண்டுபிடிக்க முடியவில்லை.

5. இயக்குநர்

- செல்லப் பெண்ணே, இங்கே வெளித் தோற்றம்தான் கணக்கில் எடுத்துக்கொள்ளப்படுகிறது, என்கிறாள் அவள்.

வெளித் தோற்றம் என்பது உடைகள், நகைகள்.

நான் ஒவ்வொரு முறை அங்கே போகும்போதும் கேட்கும் பல்லவி. அந்த இல்லத்தின் பெண்மணிகளைப் பற்றி மிகையாக விமர்சிக்கிறாள். வயதான ஆண்களால் அவளுக்குத் தொல்லை இல்லை, ஆனால் அந்தப் பெண்மணிகள் இருக்கிறார்களே.

அப்படி என்னதான் நடக்கிறது என்று எனக்குப் புரியவில்லை. அவளிடம் கேட்கிறேன். "பிச்சைக்காரர்கள்போலத் தோன்றுபவர்கள் மத்தியில் இருக்க உனக்குப் பிடிக்குமா?" என்கிறாள். நான் புரிந்துகொள்ளவில்லை என்று வருந்தித் தலையை ஆட்டுகிறாள்: "வெளித் தோற்றம்தான் கணக்கில் எடுத்துக்கொள்ளப் படுகிறது."

நான் யோசித்தேன். அவள் தம்பதியாகவே வாழ்ந்திருக்கிறாள்; தன்னைக் காதலித்த, பாராட்டிய கணவரின் பாதுகாப்பில். அதற்கு முன்னால் தன்னுடைய பாட்டிகள், கொள்ளுப்பாட்டிகளிடையே குட்டிப் பெண்ணாக. இப்போதுதான் முதல்முறையாகத் தனியாக இருக்கிறாள். புதிய விதிகளுக்கு இசைந்து தன்னை நிலைநிறுத்திக்கொள்ள வேண்டும். மற்ற பெண்மணிகளுக்கு முன்னால் ஒரு பெண்மணியாக.

முதியோர் இல்லம்: உண்மையில் ஒரு விடுதி. விடுதியின் இளம் பெண்களும் பதின்பருவப் பெண்களும், வயதாகிச் சுருக்கங்கள் விழுந்திருக்கும் முகங்களுக்கு மத்தியில் வினோதமாகவும் மனமொடியச் செய்வதாகவும் இருந்தாலும் இந்தப் புதிய சூழ்நிலைக்கு ஏற்றபடி தங்களை மாற்றிக்கொள்ள வேண்டும்.

என்னைப் பொறுத்தவரை, நான் வயதான பெண்களைத்தான் பார்க்கிறேன். உடனேயே முகமற்ற ஒரு வெளியில் அவர்களைப் பொருத்திவிடுகிறேன். மரியாதைக்குரியதாகவே இருந்தாலும், உண்மையில் இந்த உலகத்தைச் சேராத வெளி.

இங்கேயும் போராட்டங்கள், போட்டிகள், ஆளுமை செலுத்தும், வசியப் படுத்தும் உறவுகள் இருக்கின்றன என்று நான் நினைத்துப் பார்த்ததில்லை.

இலக்கிய வட்டங்களில் நான் சந்திக்கும் இளம் பெண்களும் (எழுத்தாளர்களாகவோ, பதிப்பாளர்களாகவோ, இதழாளர்களாகவோ உள்ள பெண்கள்) இதே முகமற்ற, பழசாகிவிட்ட வெளியில்தான், வயதானவர்களின் இந்த வேறொரு இடத்தில்தான் என்னை வைக்கிறார்களோ? மேலும், இதைவிட வலிமையான காரணங்களுக்காக, ஆண்களும் அப்படிச் செய்கிறார்களா?

நான் அவளிடம் சொல்கிறேன்: ''உன்னிடம்கூட நகைகள் இருக்கின்றனவே?''

கவலையுடன், சுழித்தபடி இருந்த அவளுடைய முகம் பளிச்சிடுகிறது. ஆனால் நான் நினைக்கும் காரணங்களினால் அல்ல. அவள் எழுந்து, சுறுசுறுப்பாகச் சிறுசிறு அடிகள் எடுத்து வைத்துத் தன் அறையை நோக்கி நடக்கிறாள். பெட்டி ஒன்றை எடுத்துவருகிறாள். அதற்குள் ஒரு நகைப் பெட்டி, மரத்தினாலான கிண்ணம், வேறு சில குட்டிப் பெட்டிகள்.

இந்தப் பொருள்களை நான் நீண்ட காலமாகவே அறிவேன். அவளுடைய அந்த நாளைய வீட்டில், அவளுக்குத் திருமணமான புதிதில் வந்த அலமாரியில் ஒரு அறையில் இவை இருந்தன. அலமாரி ரொம்பப் பெரியதாக இருந்ததால், இந்த தலைகீழ் மாற்றத்தின்போது வெளியேறிய பொருள்களோடு அந்த அலமாரியும் போய்விட்டது. இப்போது முதியோர் இல்லத்தில், சுவரோடு பதித்த வெள்ளை நிற அலமாரியில் அந்தப் பொருள்கள் இருக்கின்றன.

மேஜைக்கு முன்னால் நாங்கள் உட்காருகிறோம், அவள் எல்லாவற்றையும் தாறுமாறாக, படபடப்புடன் வெளியே எடுக்கிறாள். கொஞ்ச நேரத்துக்கு செய்வதற்கென்று எங்களுக்கு ஏதோ இருக்கிறது. நல்ல விளைவு இது, எனக்கு அதில் திருப்தி. இருந்தாலும் தலைவலியின் அறிகுறிகள் ஏற்கனவே எனக்குத் தோன்றியிருக்கின்றன. ஆனால் ''இங்கே நான் இதற்காகத்தான் வந்திருக்கிறேன், இதற்காகவேதான்'' என்று சொல்லிக்கொள்கிறேன். சொற்பொழிவு ஒன்றை நிகழ்த்துவதுபோலவோ, அல்லது விருந்தாளிகளுக்கு விருந்துச் சாப்பாடு தயார்செய்வதைப் போலவோ அல்லது வீட்டுப்பாடங்களைச் செய்வதற்கு உதவுவதைப் போலவோ என் பணியை நான் நன்றாகச் செய்ய வேண்டும். அம்மாவைப் பார்த்துக்கொள்வது என் பணி, இந்த வாரக் கடைசியில் எனக்கான கடமை. வேலையில் இறங்கு பெண்ணே, தைரியமாக இறங்கு, உன்னுடைய சொந்தக் காரியங்களை நீ பிறகு செய்யலாம், வெகு வேகமாகச் செய்யலாம், இப்போது உன் தசைகளை முறுக்கி, மனதைத் தயார்செய்துகொள், நெஞ்சு நிறைய மூச்சை இழு, வேறு ஒரு உலகத்துக்குள் நீ போய்க்கொண்டிருக்கிறாய், கண்ணாடித்தாள் சுருளுக்குள்.

கடந்த காலத்துக்குள் நாங்கள் குதிக்கப்போகிறோம். ஏற்கனவே ஒன்றாகப் பல முறை மேற்கொண்டுள்ள இந்தப் பயணத்தில் அவளுடன் கூடச் செல்ல முடிந்தவள் நான் ஒருத்திதான். என்ன நடக்கப்போகிறது, அவள் என்னிடம் என்னவெல்லாம் சொல்லப்போகிறாள் என்று எனக்குத் தெரியும். என்னுடைய அம்மாவுக்கு நகைகளில் எந்த வித ஆசையும் கிடையாது. தன்னுடைய செல்வங்களை எனக்கு அவள் காட்டப்போவதில்லை. பல வருடங்களுக்கு முன்பே இறந்துவிட்ட, தனக்குப் பிரியமானவர்களுக்குப் புத்துயிர் கொடுத்த,

ஒருகாலத்தில் அவள் முழுமையாக வாழ்ந்திருந்த உலகை மீண்டும் அவள் தன்னைச் சுற்றி நிர்மாணித்துக்கொண்டு, இப்போது மிகவும் சுருங்கிவிட்ட தன்னுடைய பரிதாப வாழ்வுக்குக் காற்றடித்து உப்ப வைக்க ஆசைப்படுகிறாள். அவளுக்கென்று முக்கியத்துவம் இல்லாமல் போய்விட்ட இந்த இல்லத்தில், தான் யார் என்பதை நினைவுபடுத்திப் பார்த்துக்கொள்ள விரும்புகிறாள். அதைச் செய்வதற்கு அவளுக்கு நான் தேவைப்படுகிறேன். அவளுக்கு, தான் இருக்கிறோம் என்ற உணர்வு ஏற்பட நான் உதவப்போகிறேன், அவளுக்கு இன்னும் அந்த ஆசை இருக்கிறது என்பதில் மகிழ்ச்சியடைந்தவளாக.

இதோ, முதலாவதாக என் பாட்டியின் திருமண மோதிரம். இப்போது அது சிறிய நூலாக மெலிந்து கடைசியில் விரிசல் கண்டுவிட்டது. ''வயலில் வேலை செய்தது, புரிகிறதா?'' பிறகு, பதினாறு வயதில் அவளுக்கு வந்த வளையல், நுண்ணிய வேலைப்பாட்டுடன் நான் ரொம்ப நாட்களாக கண் வைத்திருந்த, இப்போது அந்தத் தங்க முலாமும் போய்விட்டிருக்கும் வளையல். அதற்கு அடுத்தபடி, பல துண்டுகளாகப் போய்விட்டிருக்கும் ஒரு நீண்ட சங்கிலி, அதில் ஒன்று எனக்கு, மற்றொன்று என்னுடைய ஒன்றுவிட்ட சகோதரிக்கு.

ஒவ்வொரு பொருளும் அர்த்தபுஷ்டியுடன் இருக்கிறது. அவற்றின் வரலாற்றை, அவற்றுக்கு உண்டான வரிசையில், அதே குரல் ஏற்ற இறக்கங்களுடனும் வியக்க வைக்கும் ஒலிகளுடனும் சொல்கிறாள். உண்மையில் அவள் சொல்வதை நான் கேட்கவில்லை. அவளுடைய முகத்தோற்றத்தில் மாற்றங்களை ஏற்படுத்தும் தீவிர உணர்ச்சிப் பெருக்கால் கவரப்பட்டு அவளையே பார்த்துக் கொண்டிருக்கிறேன்.

தொலைவில் வாகனப் போக்குவரத்தின் சலனங்கள், இல்லத்தின் தாழ்வாரங்களில் சத்தம் எழுப்பாத நழுவல்கள், ஜன்னலை மறைக்கும் திரைச்சீலை, சுற்றிலும் எங்களை நெருக்கும் சுவர்கள்; இரவின் இருள் கவிய, ஒருவித மாயாஜால மயக்கத்தினுள் நான் நழுவிக்கொண்டிருக்கிறேன். கொஞ்சம்கொஞ்சமாக நான் வலுவிழந்துகொண்டிருக்கிறேன், அவளோ மேலும்மேலும் சுறுசுறுப்படைகிறாள். முன்பெல்லாம் உலகின் மையத்தில் என் அம்மா இருக்க, இன்னும் சரியாக உருப்பெறாத செயற்கைக்கோளாக எப்படி நான் அவளால் ஈர்க்கப்பட்டிருந்தேனோ, அதைப் போலவே இப்போது மிகுந்த பலத்துடன் திரும்பிவந்து, கொப்பளித்துக்கொண்டிருக்கும் அவள் வாழ்க்கையின் சுழல்களிலும் சூறாவளியிலும் மிதந்துகொண்டிருக்கிறேன்.

சில சமயம் என் கவனம் விழித்துக்கொள்கிறது; அவளுடைய பேச்சில் நான் தோன்றுகிறேன்.

எனக்குச் சேர வேண்டிய தங்கச் சங்கிலியின் பகுதியிலிருந்து ஒரு வளையலைச் செய்திருக்கிறார்கள். ஒரு நாள், கார்தாம்ப் நதியின் அருகிலிருந்த புல்வெளியில் என் கையிலிருந்து அது நழுவி விழுந்துவிட்டது. எல்லோரும் ஒன்றாக மீன்பிடித்துக்கொண்டிருந்த கொண்டாட்டத்தை நிறுத்திவிட்டார்கள். என்னுடைய மாமாக்களும் ஒன்றுவிட்ட சகோதரர்களும் ஒருவருக்கொருவர் ஒரு மீட்டர் இடைவெளி விட்டு வரிசையாக நின்றார்கள். தேடித் துழாவும் படலம் தொடங்கியது. தேடல் படையின் தலைவராக என் அப்பா இருந்தார். வெகு

நேரம் கழித்து, மற்றவர்களெல்லாம் தேடுவதைக் கைவிட்டுவிட்ட பிறகும் தொடர்ந்து தேடிக்கொண்டிருந்த என்னுடைய அப்பா புற்களிடையே பளிச்சிடும் ஒரு பிரதிபலிப்பைப் பார்த்தார். "பார்த்தாயா," என்றார் என்னிடம். "ஒரு போதும் முயற்சியைக் கைவிடக் கூடாது. விடாமுயற்சிதான் வெற்றி பெறும்." அவர் மகிழ்ச்சியாக இருந்தார், நான் அவரைப் பற்றிப் பெருமைப்பட்டேன்.

திரும்பத்திரும்ப எல்லோரும் அவரவர் விருப்பப்படி பின்னிய இந்தப் பழைய குடும்பக் கதை என்னைப் பற்றியதுதான். எனக்கு ஒன்றுவிட்ட சகோதரர்கள், மாமாக்கள், அத்தைகள் இருந்தார்கள், கூட்டமாக நாங்கள் அனைவரும் மீன்பிடிக்கச் சென்றிருந்தோம், குடும்பத்தில் நானும் ஒருத்தி. இருந்தாலும் நடந்தவையெல்லாம் என்னுடைய நினைவுகள் அல்ல, என் அம்மாவின் நினைவுகள். அவளுடைய வாழ்க்கையில் நான் இருக்கிறேன். ஆனால், அது என்னுடைய வாழ்க்கை அல்ல. எனக்கு மட்டுமேயான என்னுடைய வாழ்க்கை எப்பொழுது தொடங்கியது? இப்போது அது எங்கே இருக்கிறது, எனக்கு மட்டுமேயான என்னுடைய அந்த வாழ்க்கை? எழுத்துலகம் என்னை வெகு தூரம் அழைத்துச்சென்றிருக்கிறது. என் சுற்றத்தாரிடமிருந்தும் என் அம்மாவிடமிருந்தும் என்னைப் பிரித்திருக்கிறது. நான் அவளுடன் இருக்கிறேன், ஆனால் நான், அவளுடைய மகள், அவளுக்குத் துரோகம் செய்திருக்கிறேன், "என் உடலில் இருக்கும் கண்ணீரையெல்லாம் அவளுக்காகவே வடிக்கச் செய்திருக்கிறாள்" (என் தம்பியின் மனைவியிடம் சொன்ன ரகசியம்). என்னை யாரும் பின்தொடர முடியாத, என்னுடன் எவருமே வரக் கூடாது என்று நான் விரும்பிய இடத்துக்கு—என்னுடைய தனிமையான கட்டமைப்புகளுக்கு மட்டுமே தேவையானதாக இருந்த எங்களின் இனிய நினைவுகள் இருந்த இடத்துக்கு—போவதற்காக, எங்களுக்குப் பொதுவாக இருந்த வாழ்க்கையை விட்டு வெளியேறினேன். நான் இப்படிக் கைவிட்டுப் போனதை என் அம்மா ஒருபோதும் ஏற்றுக்கொண்டதே இல்லை, அவளுக்கு அருகே என்னை அழைத்து வருவதற்கான போராட்டத்தை அவள் நிறுத்தவேயில்லை.

என் தலைச்சுற்றல் அதிகமாகி, இடுக்கிபோல ஒன்று பொட்டுகளை இறுக்குகிறது. எங்கள் அறை மிகச் சிறியது. ஜன்னலைத் திறக்க நான் எழுந்தேன், ஆனால் "நம்மை யாராவது பார்க்கப்போகிறார்கள்" என்றதும் கொஞ்சம் இருட்டாக இருப்பதாக எனக்குத் தோன்றுகிறது, இன்னும் சில விளக்குகளைப் போட விரும்புகிறேன், ஆனால்: "அவ்வளவு வெளிச்சம் தேவையில்லையே", விளக்கு வெளிச்சத்தை வீணடிக்காத சகாப்தத்தைச் சேர்ந்தவள் என் அம்மா. அவளுடைய கிராமத்துக்கு மின்சாரம் காலம் தாழ்ந்துதான் வந்திருந்தது, அது ஒரு ஆடம்பரம். அந்திப் பொழுது கழிந்து இருள் கவிய ஆரம்பிக்கும் கடைசித் தருணத்தில்தான் விளக்கு ஏற்றப்பட்டது. அந்த அனிச்சைச் செயல்கள் இன்னும் அவளிடம் இருந்தன: அறையை விட்டு வெளியேறும்போது தனக்குப் பின்னாலேயே விளக்கை அணைப்பது, கூரை விளக்கு மட்டும் இருந்தால் போதும் என்பது, மற்ற விளக்குகளை அலங்காரத்துக்கு மட்டும் பயன்படுத்துவது.

என்னுடைய நிலைகொள்ளாமை அவளைச் சங்கடப்படுத்துகிறது. நான் தப்பிப்போக விரும்புகிறேன், அவள் அதைக் கண்டுகொள்கிறாள். மீதமிருக்கும்

தன்னுடைய பொருள்களும் தன்னுடைய வார்த்தைகளுக்கு அசைவற்றுக் கட்டுண்டு இருக்கும் மகளும் தன்னைச் சூழ்ந்து இருக்க, இந்த அரையிருளில் தான் நிம்மதியாக இருப்பதாக உணர்கிறாள். ஜன்னல் என்பது வெளி உலகம், அவளுக்கு என்று ஒரு இடமில்லாத பரந்த கடலின் அழைப்பு. ஒளி என்பது சுறுசுறுப்பான, சந்தடி நிறைந்த இயக்கங்களின் அழைப்பு, அவள் இனியும் பங்கெடுக்க முடியாத, கருணையில்லாமல் வடிவமைக்கப்பட்ட உலகம். அவளுடைய உடலிலிருந்து பிரிந்து வளர்ந்து பெரியவளாகிவிட்ட என்னுடைய உடல் நல்ல வெளிச்சத்தில் தெளிவாகவே கண்ணுக்குத் தெரிந்திருக்கும். வயதான அவளுடைய உருவத்தை மாற்றிக் காட்டும் கண்களின் ஆடிகளின் வழியே பன்மடங்காகப் பெருகி மிகப் பெரிதாகத் தெரியும். ஜன்னல், வெளிச்சம்: பயமுறுத்தல்கள். இந்தச் சமயத்தில் அவளுக்கு வேண்டியதெல்லாம் குறுகலான ஒரு கூடும் அரையிருளில் கிசுகிசுத்துக் கொண்டிருக்கும் இரு நிழல்களும்.

நான் ஜன்னலைத் திறக்கவில்லை, விளக்குகளைப் போடவில்லை. இன்று மாலை சண்டை வேண்டாம். விட்டுவிடுகிறேன். ஆச்சரியமான வகையில் (அம்மாவுடன் எப்போதும் இந்தக் குழப்பம்தான்) நானும் நிம்மதியாக இருப்பதாக உணர்கிறேன், கல்லறைக்கு முன்னோட்டமான இடத்தைப் போல இருக்கும் இந்தக் குறுகலான இடத்தில். சௌகர்யமும் அதற்கு எதிர்மறையான வெறுப்பும் கோபமும் ஒன்றன் அருகில் ஒன்றாக இருக்கும் இந்த உணர்வை எப்படி வரையறுத்துச் சொல்வது என்று எனக்குத் தெரியவில்லை. என் வீட்டிலிருப்பது போன்ற ஒரு உணர்வு, உண்மையிலேயே எனக்குச் சொந்தமான ஒரே ஒரு இடத்தில், மாயைகளுக்கெல்லாம் அப்பால், சிறு குழந்தையாக, கருவாக... என் அம்மாவுடன் எந்தச் சங்கடமும் இல்லாமல் சந்தோஷமாக இருக்கிறேன் என்று ஏன் என்னால் சொல்ல முடியவில்லை?

வேறு ஏதோவொன்று இருக்கிறது.

என்னுடைய வாழ்க்கையை நான் மறந்துவிட்டால் (என் குடியிருப்பு, என் துணைவர், என் புத்தகங்கள், என் ஆர்வங்கள்), என் தசைகளும் என் மனமும் எரிச்சலடைவதைக் கட்டுப்படுத்த முடிந்தால் வரலாற்றாசிரியர்போல் அவள் நிகழ்த்தும் உரையில் வேறு சில விஷயங்களையும் என்னால் அடையாளம் காண முடியும். உதாரணமாக, அவளைப் பற்றிய சில ரகசியங்களை எனக்கு வெளிப்படுத்திய அவளுடைய அந்த வேகம். எப்போதுமே நன்றாகப் புழக்கத்திலிருந்து, ஆணித்தரமாகவும் இருந்ததால் அவளுடைய சொற்கள் அவள் விரும்பிய உலகை நிர்மாணித்தன. தன் தாய்ப் பாசத்தின் முழுச் சக்தியையும் செலுத்தி என்னை அந்த உலகில் நம்பிக்கை வைக்கச் செய்தாள். என் ஆழ்மனதைவிட வலிமையாக இருக்கிறாள் என் அம்மா.

ஆனால் நான் அவளை அறவே நீக்கிவிடப் பார்க்கிறேன், அம்மாவை என் ஆழ்மனதிலிருந்து துரத்துவதுதான் என் தீவிர ஆசை, வெறி, போதை மருந்து. ஆழ்மனத்தின் மேல்பரப்பில் அம்மா தெரிவதைப் பார்த்தவுடனேயே, என்னுள் ஒருவித அதிர்வு ஏற்படுகிறது. களத்தில் இறங்கிவிட்ட வேட்டைக்காரனைப் போல, நான் இந்த ஆட்டத்தில் இறங்கிவிடுகிறேன், அதனால் இழுக்கப்படுகிறேன். அவள் வெறுக்கும் வகையில், ஆவேசமாக மறுப்புத் தெரிவிக்கும்

வகையில், தன்னையறியாமலேயே, என்னை வக்கிரமாகக் கவர்ந்து தன்பால் இழுக்கிறாள். ஆர்வம் மிகுந்த ஒரு நிழலாக நான் இருக்கிறேன். அவள் காலடியில் கட்டப்பட்டு, அவளுடைய வாழ்க்கையைச் சுக்குநூறாகக் கிழித்துப் பொடிப் பொடியாக்கும் வௌவால் பிசாசு. அவள் இறந்த பின் நான் சுதந்திரமாக, வெறுமையாக ஆகிவிடுவேன். உலகில் எல்லாமே ஒன்றுதான் என்றாகிவிடும்.

நீண்ட தங்கச் சங்கிலி. சங்கிலியில் என் பங்கு, நான் சிறுமியாக இருந்த போது எனக்காகச் செய்யப்பட்ட வளையல். வற்புறுத்திக் கேட்கிறேன்.

தங்கச் சங்கிலி விவகாரத்தில் ரொம்ப நேரம் இருக்க அவள் விரும்பவில்லை. அது என்னுடைய இன்னொரு பாட்டியிடமிருந்து வந்த நகை, அதாவது தன் னுடைய கணவருடைய குடும்பத்திலிருந்து, தன்னுடையதிலிருந்து அல்ல. இந்த அன்னியக் குடும்பத்துக்குள்ளிருந்து, வசதி படைத்த, மத நம்பிக்கை அதிகமாக உள்ள, இன்னும் அன்னியமான ஒரு பிரிவிலிருந்து வந்த நகை. வியாபாரிகள், மதகுருக்கள், கன்னிகாஸ்திரீகள், 'ராஜ வைத்தியர்' ஒருவர் இவர்கள் அடங்கிய குடும்பம். கிராமத்திலிருந்து வந்த என்னுடைய இந்தக் குட்டி இளவரசியை உசுப்பிவிட வேறு என்ன வேண்டும்! இந்த மக்கள், பண்ணையிலிருந்த என் கோழிக் குஞ்சுக்கு முன்னால், ரோமம் போர்த்திய இந்தத் தந்திரக்கார நரிகள்! அது மட்டுமல்ல. இந்தச் சங்கிலி விவகாரத்தில், மீன்பிடிக்கப் போன நிகழ்வும் இருக்கிறது. மீன்பிடிக்கும் படலம் என் தந்தை சம்பந்தப்பட்ட விஷயம், அவ ருடைய காரைப் போலவே அவருடைய வீரியத்தைக் காட்டுவதற்காகவென்றே ஒதுக்கீடு செய்யப்பட்டிருக்கும் இன்னொரு துறை. ஆஹா, என் செல்ல அம்மா வுக்குப் பொறாமையா?

என் பெற்றோரிடையே என்னதான் இருந்தது என்று அறிய விரும்பினேன். தன் கணவரைப் பற்றி அவள் என்னிடம் சொல்ல வேண்டும் என்று விரும்பி னேன். இந்த மீன்பிடிக்கும் படலங்களில் நான் கண்டது என்ன? நீண்ட கழி, புழுக்கள் நிரப்பப்பட்ட டப்பா, தோளில் தொங்கும் தோல்பை, முந்தைய இரவி லிருந்தே தயார்செய்யப்பட்ட நொறுக்குத் தீனி, விடியற்காலையில் புறப்பாடு, தொடையிலிருந்து பாதங்கள்வரை மூடும் காலணி 'க்விஸ்ஸார்' (மனதைப் பறிக்கும் சொல்!) அணிந்திருந்த அப்பா. பெரிய தொப்பி, இடுப்பில் கத்தியுடன் மிக உயரமாக, மிகப் பலசாலியாகத் தோற்றம் அளிப்பார் அவர். தேவதைக் கதைகளில் வரும் வேடன்போல் இருப்பார். மதிய வேளையில் திரும்பி வருதல், சமையல் மேடைமேல் ஆற்றுக் கெண்டை மீன்கள். வளவளவென்று மிக அதிக மாகப் பேசிக்கொண்டு, மீனின் வெள்ளை வயிற்றுப் பகுதியைக் கிழிப்பார் (வயற் காட்டில் ஒரு எருமையையும், போகும் பாதைகளில் காட்டு நாய்களையும் அடித் திருந்திருக்கிறார்). அவர் சொன்ன கதைகளைக் கவனமாகக் கேட்பேன். குறைந்த பட்சம் இந்த முறை தன்னுடைய வேலையறையில் இல்லாமல், முழுவதும் எங்களுடன் இருப்பார், மற்றவர்களின் குறிப்பறிந்தும் அன்புடனும். ''இந்த ஆற்றுக் கெண்டை மீன்களைச் சமைத்து, எல்லாவற்றையும் நான் பார்த்துக்கொள் கிறேன்.'' என்னிடம்: ''அவை அழகாக இருக்கின்றன, இல்லையா, மிகச் செழிப் பாக?'' அம்மாவிடம்: ''இரவுச் சாப்பாட்டையும் கொண்டுவந்துவிட்டேன், உனக் குத் திருப்திதானே?'' அளவுக்கு மீறிய கரிசனம். ஓசையற்ற ஒரு இறுக்கத்தை

உணர்வேன். அவள் மகிழ்ச்சியாக இல்லை என்று நினைக்கிறேன். அவளுடைய கிராமத்துக் குடியானவர்கள் மீன்பிடிக்கப் போக மாட்டார்கள், மீன்பிடிப்பது நகரவாசிகளின் வீணான பொழுதுபோக்கு, அப்படித்தானே? அல்லது அவரைச் சுற்றிவருவதில் நான் காட்டிய ஆர்வமா, வெகுளித்தனமான என்னுடைய பாராட்டுணர்வா? அல்லது முற்றிலும் வேறு ஏதாவதா? "உன் அப்பாவுக்கு மீன் பிடிப்பதென்றால் பிடிக்கும் தெரியுமா?" என்று என்னிடம் சொல்கிறாள். முற்றுப்புள்ளி. இதையும் தாண்டி அவளை அழைத்துச்செல்வதில் நான் ஒரு போதும் வெற்றி கண்டதில்லை. நாங்கள் இருவரும் சமமாக இருக்கும் இரண்டு பெரியவர்களாக, இரண்டு நண்பர்களாக, இரண்டு தோழிகளாக ஒருபோதும் இருக்கப்போவதில்லை.

தன்னுடைய அம்மா கொடுத்த மோதிரத்தைப் பற்றிய கதைக்குத் திரும்ப வருகிறாள்: தன்னுடைய நிச்சயதார்த்தத்துக்கு இரண்டு மோதிரங்கள் வேண்டும் என்று என்னுடைய பாட்டி ஆசைப்பட்டிருந்தாள்; வார நாட்களுக்கு ஒன்றும், ஞாயிற்றுக்கிழமைக்கு ஒன்றும். பண்ணையில் வேலை செய்யும்போது ஒன்று, வெளியே போகும்போதும் 'பால்' நடனங்களுக்குப் போகும்போதும் மற்றொன்று. "உனக்குத் தெரிகிறதா, போயும்போயும் ஒரு குடியானவப் பெண் ணுக்கு..." எனக்கு மீண்டும் தொண்டை அடைப்பதை உணர்கிறேன், கான் கிரிட்டில் கட்டியதுபோல் தலை கனக்கிறது. "அப்படியானால், அவளுக்கு இரண்டு மோதிரங்கள் கிடைத்ததா?", என்று சிரிக்க முயன்றபடி நான் கேட்கி றேன். "இதை இனிமேல் நீ வைத்துக்கொள்", என்று தொடர்கிறாள் என் அம்மா. என்னுடைய கேள்விக்கு அவள் பதில் சொல்லவில்லை.

இளம் மணமக்களாக இருந்தபோது என்னுடைய தாத்தாவும் பாட்டியும் எப்படி இருந்தார்கள் என்று எனக்குத் தெரியப்போவதில்லை. அந்தக் கிராமத்தி லேயே மிகப் பெரிய அளவில் நிலங்களுக்கு (பிரான்ஸின் 'க்ரூஸ்' பிரதேசத்தின் வானம் பார்த்த பூமி) சொந்தமான இரண்டு குடும்பங்களிலிருந்து வந்த அவர்கள், இவருக்கு அவளும் அவளுக்கு இவரும் என்று நிச்சயிக்கப்பட்டுவிட்டிருந்தார்கள். அவர்கள் இருவரும் ஒருவரையொருவர் நேசித்தார்களா, இந்த ஆடம்பரத்துக்கு எதிராக என் தாத்தாவின் குடும்பம் முணுமுணுத்துக்கொண்டிருந்ததா, ஆசையாகத் தன் வாக்கை நிறைவேற்ற அந்த இளைஞன் போராட வேண்டியிருந் ததா, சண்டைகள் நடந்தனவா? அதைப் பற்றியெல்லாம் அவள் என்னிடம் ஒன்றும் சொல்ல மாட்டாள்.

ஒருவேளை என்னுடைய கேள்விகள் சரியான கேள்விகள் அல்ல போலும். சற்றும் பொருத்தமற்ற இன்றைய சொற்களைப் பிரயோகித்து, வன்முறையைக் காட்டும் கேள்விக்குறிகளையும் தாங்கி, தவறாக அமைக்கப்பட்ட கேள்விகள்... அடிக்கடி என் அம்மாவிடம் நான் முரட்டுத்தனமாக நடந்துகொள்கிறேன்.

திடீர்த் திருப்பம். இனியும் இந்தப் பொக்கிஷங்களுக்கு வரலாற்று ஒளி வட்டம் சூட்டுவதில் அவளுக்கு இப்போது அக்கறை இல்லை, ஆனால் யார் யாருக்கு என்னென்ன என்று எழுதி ஒட்ட வேண்டும். இன்று, கிட்டத்தட்ட

எல்லாமே எனக்குத்தான். "உன் தம்பிக்கு இதில் ஆர்வம் இல்லை, அவற்றை நீயே எடுத்துக்கொள்."

சாதாரண கிராமப்புறத்து நகைகள். மெருகு குலைந்து, சேதம் அடைந்து போனவை. நான் இளம் பெண்ணாக இருந்தபோது, எனக்கு அதில் ஆசை இருந்தபோது ஏன் அவள் எனக்கு அந்த வளையலைத் தரவில்லை? காலம் கடந்த பிறகு ஏன் எனக்குத் தானம் செய்கிறாள்? தவிர, தானங்களை அவள் இப்போது செய்யவில்லை. தானங்கள் எதிர்காலத்தில். தானம், அவளுடைய சாவைப் பற்றி என்னிடம் அறிவிக்கிறது. தன்னுடைய சாவை எனக்கு முன்னால் நிறுத்த விரும்பு கிறாள். எனக்குச் சரியான கோபம் வருகிறது.

எனக்குக் கோபம். இந்த நகைகள் அவ்வளவு கேவலமாக எனக்குத் தோன் றியதாலும், ஒருபோதும் தனக்கென்று நகைகளை வாங்கிக்கொள்ள வேண்டும் என்று அவளுக்குத் தோன்றாமல் இருந்ததாலும், இடுகாட்டுக் கல்லறைகள்மேல் துருப்பிடித்த அலங்காரங்களைப் போல இறந்த காலங்களின் சுமையான சோகங் களை நினைவுபடுத்தும் இந்த நகைகளுக்குப் பதிலாக, நாங்கள் பகிர்ந்துகொண்ட, பயனற்ற ஆனால் ஆனந்தமான தருணங்களை நினைவுபடுத்தியிருக்கக்கூடும். நகைகளை, என் ஆசைக்காகவோ அல்லது அலங்காரத்துக்காகவோ எனக்கு அளிக்க வேண்டும் என்று அவளுக்குத் தோன்றவில்லையே என்றும் கோபம்.

என் கோபமே, அவள் சாவைப் பற்றி, என் சாவைப் பற்றி நினைக்கிறேன் என்பதுதான்.

"இதோ, இந்தக் காது வளையங்களை ஒழுங்காக வைக்கப்போகிறேன்", என்கிறாள்.

சிறிய, மெல்லிய வளையங்கள் அவை. ஒருகாலத்தில் அவற்றை அணிவிப் பதற்காகச் சிறுமிகளுக்குக் காது குத்துவது வழக்கம். கேவலமான அற்பக் கவசம்! தளர்ந்துவிட்ட தன்னுடைய முதிய உடலின் இந்த இறுதிப் போரில் போரிட இந்த வளையங்கள் உதவும் என்று எண்ணுகிறாளா?

"நீ அவற்றைப் போட்டுக்கொள்ளக் கூடாது", என்கிறேன்.

"நிச்சயம் போட்டுக்கொள்வேன். இங்கே அது அவசியம்".

அது அவசியம்.

அதாவது, இது போன்ற சாதாரணங்களைக் காட்சிப்பொருள்களாக் குவதை அவள் வெறுக்கிறாள், ஆனால் தன் விருப்பத்துக்கு மாறாக வாழ வேண் டிய நிலைக்குத் தள்ளப்பட்டுவிட்ட இந்த இடத்தின் சூழலில் அப்படிச் செய் யும்படி அவள் கட்டாயப்படுத்தப்பட்டிருக்கிறாள். சிறகுகளால் அலங்காரம் செய்துகொண்டிருக்கும் இந்த இல்லத்துக் கிழவிகளை, "என்னுடைய சமூகத் தைச் சேராத" இந்தப் பெண்மணிகளைக் கவர்வதற்காக இறந்த தன் முன் னோர்களின் அரிய நினைவுச் சின்னங்களைப் பயன்படுத்துவது கிட்டத்தட்ட அவர்களை அவமதிப்பதற்குச் சமம்.

"இவற்றை இல்லத்தின் இயக்குநருக்குக் காட்டப்போகிறேன்," என்றும் சொல்கிறாள்.

மீண்டும் எனக்குக் கோபம் வருகிறது. கேலிக்குரிய, நெஞ்சை நெகிழ வைக்கும் அந்தக் காலத்திய காது வளையங்களை எனக்காகவோ, அவளுக்காகவோ ஏன் அணிந்துகொள்ளக் கூடாது? இதோ, இந்த 'திரு. இயக்குநர்'. இந்தப் படி நிலை சார்ந்த உறவு. அவளால்தான் அவளுடைய 'திரு. இயக்குநர்' தன்னுடைய சம்பளத்தைப் பெறுகிறார், இல்லத்தில் இருப்பவர்கள் மாதாமாதம் செலுத்தும் மிக உயர்ந்த கட்டணங்களிலிருந்துதான்.

அந்தக் கால உலகத்திலிருந்து இன்றும் தப்பிப்பிழைத்திருக்கும் ஒன்றை என்னால் கண்டறிய முடிகிறது: கட்டாய மரியாதைகள், தயக்கங்கள், பயங்கள், கழுத்தை நெரிக்கும் இரும்பு வளையம் போன்ற, மேலேயிருந்து திணிக்கப்பட்ட அதிகாரத்துக்கு அடிபணிதல். சரி, நான்? நானும் அவளைப் போலவேதானா? என்னிடம் இது போன்ற பயம் கலந்த நளினம், அவமானப்படும் பெண்மை இருக்கிறதா?

'செக்ஸி'. எங்கள் அம்மாவின் தலைமுறையில் இல்லாத, என் ஆண்துணையின் மகளுடைய தலைமுறையில் எங்கும் பரவியிருக்கும் சொல். நானோ இரண்டு தலைமுறைகளுக்கு நடுவில் இருக்கிறேன். 'செக்ஸி' என்மீது விழுந்த போது எனக்கு வயது ஐம்பது. வாழ்த்துக்கள் அம்மணி!

நான் அறிந்த என்னுடைய 'இயக்குநர்கள்'? கணக்கிலடங்காது. கிட்டத்தட்ட எல்லா ஆண்களுமே, மிகவும் இளைஞர்களாக இருந்தவர்களைத் தவிர.

எது எப்படியிருந்தாலும், அவள் சிரிக்கிறாள். அந்தச் சிரிப்புக்கு என்னையும் உடந்தையாக்க விரும்புகிறாள் என்று எனக்குத் தெரிகிறது. ஆனால் மரியாதை எதுவரையிலும், கிண்டல் எதுவரையிலும் என்று எனக்குத் தெரியவில்லை. அவை ஒன்றையொன்று உள்ளடக்கி இருக்கின்றனவா, அல்லது ஒன்று மற்றொன்றின் மேல் ஆளுமை செலுத்துகிறதா, தெரியவில்லை. என் அம்மாவைப் பொறுத்தவரை நான் குழப்பத்தில் இருக்கிறேன். அப்படித்தான் அவள் என்னை வெல்கிறாள்.

நான் காண்பது இதுதான். அவள் சரிசெய்து வைத்துக்கொள்ள விரும்பும் இந்தச் சிறிய காது வளையங்களோ, அல்லது அவளுடைய விரலில் இருக்கும் பாட்டியின் மெருகு குலைந்த மோதிரமோ, அல்லது வெண்ணிற உலோகப் பூச்சை இழந்துவிட்டிருக்கும் அவளுடைய நிச்சயதார்த்த மோதிரமோ இவை எதுவுமே கவரும்படியாக இல்லை. அவை பளபளக்கவில்லை, பார்வையைச் சுண்டி இழுக்கவில்லை, 'நகைகள்' என்று சொல்லிக்கொள்ளும்படியாக இல்லை.

இல்லத்தில் உள்ள பெண்மணிகள் அணிந்திருக்கும் நகைகள் வேறு விதமானவை, அவை தங்களைக் காட்டிக்கொள்கின்றன. ஊதா நிறம் பிரதிபலிக்கும் சுருட்டை முடிக்குக் கீழே, விலையுயர்ந்த மேல்சட்டை மூடியிருக்கும் வளைந்த கழுத்துக்குக் கீழே, கவனமாக நகச்சாயம் பூசப்பட்ட நகங்களுடன் புள்ளிபுள்ளியாகத் தழும்புகள் கொண்ட கைகளின் மேல் அவை பார்வையைக் கவர்கின்றன.

இயக்குநர் இந்தப் பெண்மணிகளிடம் மிகவும் அன்பாக இருக்கிறார்.

இயக்குநர், பெண்மணிகள்.

இந்த முதியோர் இல்லத்தில் இருப்பதில் சில பணயங்கள் உண்டு. இனியும் என் அம்மா எஜமானி இல்லை. கவனமாக இருக்க வேண்டும்.

கண்ணாடித்தாளுக்குள், பார்வையாளர்களும் கற்றுக்கொள்ள வேண்டியவை இருக்கின்றன.

6. என் தோழி சொன்னாள்....

என்னுடைய தோழி ஓரோர் என்னிடம் சொன்னாள்: ''நீ எல்லாவற்றுக்கும் பெயர்களைக் கொடுக்க வேண்டும்...''

ஆட்களுக்கு, இல்லத்துக்கு, ஊருக்குப் பெயர்கள். ''ஏன்?'' ''உன்னுடைய புத்தகம் மக்களுக்குப் போய்ச் சேர வேண்டுமானால் பெயர்களைக் கொடுக்க வேண்டும்.''

புத்தகமா? நாங்கள் மதிய உணவு சாப்பிட்டுக்கொண்டிருக்கும் காப்பிக் கடை மேஜைமீது கல் ஒன்று வந்து விழுவதைப் போல இந்தச் சொல் விழுகிறது. எங்களுடைய சொந்தக் கால அட்டவணை மாறிமாறி இருந்தாலும் வாராவாரம் விடாமல் இந்தச் சந்திப்பைத் தொடர முயல்கிறோம். கண்ணாடி தம்ளர்கள் ஒன்றோடொன்று மோதிக்கொள்வதையும் கை துடைக்கும் காகிதத் துண்டுகள் பறப்பதையும் பார்ப்பதைப் போல எனக்குத் தோன்றுகிறது.

புத்தகம், மக்களைப் போய்ச் சேர்வது... நான் அவ்வளவு தூரம் இன்னும் வரவில்லையே.

ஓரோர் தோள்களை குலுக்கிக்கொண்டு: ''அப்படியானால், நீ ஏன் இதையெல்லாம் எழுதுகிறாய்?''

ஓரோரும் நானும் ஒருவருக்கொருவர் அறிமுகம் ஆன புதிதில், எங்கள் குழந்தைகளைப் பற்றி, எங்கள் காதல் விவகாரங்களைப் பற்றிப் பேசிக்கொண்டோம். எங்கள் பெற்றோரைப் பற்றிப் பேசிக்கொண்டிருந்தோம் என்பதை ஒருநாள் உணர்ந்தோம். பத்து வருடங்களாக, தொலைபேசியில், காப்பிக் கடையில், நாங்கள் வேலை செய்யும் இடத்தில், எங்கள் பெற்றோரைப் பற்றிப் பேசிக்கொண்டிருந்திருக்கிறோம். எவ்வளவுக்கெவ்வளவு முதுமையின் மீள முடியாத சிக்கலான பாதையில் அவர்கள் அழுந்திக்கொண்டிருந்தார்களோ, அவ்வளவுக்கவ்வளவு எங்கள் உரையாடல்கள் பெருகிக்கொண்டே போயின. படிப்படியாக, முதுமையைத் தொடர்ந்து கவனித்துவந்தோம், நான்கு பேர்களின் இறுதித் தவிப்பையும் அதைத் தொடர்ந்து நேர்ந்த மரணத்தையும்.

நான் பெயர்களைக் கொடுத்தேன். ஊர், இல்லம், ஆட்கள்: இயக்குநர், முதிய பெண்கள், மருத்துவர், தாதிகள், என் தம்பி, என் அம்மாவின் வாழ்க்கை நாடகத்தின் இறுதிக் காட்சியின் நடிகர்கள் உட்பட எல்லோருக்கும்.

பிறகு, எல்லாவற்றையும் அகற்றிவிட்டேன். ''என்னால் முடியவில்லை'', என்று ஓரோரிடம் சொன்னேன்.

மிஞ்சியிருப்பது 'நான்' மட்டுமே. அது நான்தான், என்னுடைய மற்ற புத்தகங்களின் அட்டையில் இருக்கும் பெயருக்குச் சொந்தக்காரியான நான். ஆனால் அந்தப் புத்தகங்களில் வரும் 'நான்' நானில்லை. என் அம்மாவைப் பற்றிய இந்தப் 'புத்தகத்தில்' அது நான்தானா?

ஒருநாள், தன்னுடைய வாழ்க்கையையும் தனக்கு நெருங்கியவர்களின் வாழ்க்கையையும் தன் எழுத்துக்குக் கருவாக எடுத்துக்கொண்ட பெண் எழுத்தாளர் ஒருவருடன் சந்திப்பு: "எதையோ தோண்டுவதைப் போல, ஒரு கிணற்றின் ஆழங்களில் இறங்குவதைப் போல நான் உணர்கிறேன்". அப்போது எனக்கு ஒரே வியப்பு. என்னைப் பொறுத்தவரை எழுத்து என்பது கிணறு அல்ல, மாறாக அது ஒரு பரந்த வெளி, ஆனந்த நடனம், தேடல்...

எனக்குக் குமட்டுகிறது, முன்னறிவிப்பில்லாமல் என்னைத் தாக்கும் உபாதைகள். கிட்டத்தட்ட ஓயாமல் வயிற்றுவலி. மருத்துவர் ஒருவரைப் பார்க்கப் போனேன். பிறகு மற்றொருவர். பின்னர் அதையும் விட்டுவிட்டேன். என்ன பயன்? உன் இதயத்தின் ஆழத்தில், உயிரோடிருக்கும் உன்னுடைய உயிரணுக்கள் ஒவ்வொன்றிலும், சுருட்டி வைக்கப்பட்டிருக்கும் ரகசிய விருந்தாளியை உனக்கு அடையாளம் தெரியவில்லையா? நாளை அது ஒற்றைத் தலைவலியாக இருக்கும், பின்னர் மற்றொன்று. என்னுள் ஆழத்தில் சிந்தித்தபடி இருக்கும் ரகசிய விருந்தாளி போராடுகிறான், அவன் எழுப்பும் பெரும் கடல் அலை முதலில் உடலின் ஒரு பாகத்திலும், பிறகு மர்மமான விதத்தில் மற்றொரு பாகத்திலும், எழும்பிச் சிதறுகிறது. இது கொஞ்ச நேரம் வந்து போகலாம், அல்லது மாறாக வெகு நேரம் தொடரலாம். பொதுவாக இது நாசூக்காக, வெளியில் தெரியாமலேயே, நிகழ்கிறது, ஏனென்றால் என் படகை நான் திறமையாகச் செலுத்திக் கொண்டிருக்கிறேன்.

இம்முறை என்னுடைய ரகசிய விருந்தாளி நாசூக்காக நடந்துகொள்ள வில்லை. அவன் என்னை முரட்டுத்தனமாக உலுக்குகிறான். நான் படகைச் சரியாகச் செலுத்தவில்லை.

என்னுடைய எழுத்து உறுதியாக இல்லை. இங்குமங்குமாகப் பாயும் அதன் அலைகள் ஒவ்வொன்றும் என்னை ஒருபுறத்திலிருந்து மறுபுறத்துக்குத் தள்ளு கின்றன. எப்படிச் செயல்படுவது, எதைச் செய்வது என்று எனக்குத் தெரிய வில்லை. சொற்கள் இனியும் என் நண்பர்களாக இல்லை, அவை ஒன்றாகச் சேர்ந்து போக விரும்பவில்லை, அவற்றின் இசை எனக்கு வெறுப்பாக இருக்கிறது.

மற்றவர்களுடைய எழுத்து, என் சம காலத்தவர்களின் எழுத்து, ஏன், நான் பொறாமைப்படுபவர்களின் எழுத்தும்கூட எனக்கு எப்போதும் பெரும் உதவியாக இருந்திருக்கிறது. நான் ஒரு எழுத்தாளர் என்பதை மறக்கும்போது

என்னைச் சுற்றி எதுவுமோ எவருமோ எனக்கு அதை நினைவூட்டாதபோது, இந்த வேலையே உண்மையில் வீண் என்று எனக்குத் தோன்றும்போது, ஒரு புத்தகத்தைத் தேடுவேன். பாத்திரங்களுடன் மீண்டும் உறவுகொள்ளவோ அல்லது உணர்வுகளை மீண்டும் காணவோ அல்ல. நான் தேடுவது ஒரே ஒரு அனுபவத்துக்காக மட்டுமே: சொற்களிடையே இறுக்கத்தை ஏற்படுத்துவதற்காக.

தான் சொல்ல வந்த விஷயத்துக்குள் நுழைவதற்கு வாக்கியங்களை ஒரு எழுத்தாளர் எப்படி நெளித்து வளைத்திருக்கிறார் என்பதை நினைத்துப்பார்க்க விரும்புகிறேன். தவிர, இங்கே 'எப்படி' என்பதுகூட ரொம்ப அதிகம். நான் மறுபடியும் உணர்ந்தறிய விரும்புவது இதை மட்டும்தான்: சில உலகங்களுக்குள் ஊடுருவிச் செல்வதற்காக வாக்கியங்களை நெளித்து வளைப்பதிலேயே தங்களைச் சிலர் அர்ப்பணித்துக்கொள்கிறார்கள் என்பதையும், இம்மாதிரி திறம்பட வளைக்கப்பட்ட வாக்கியங்கள் இல்லாவிட்டால் இந்த உலகங்கள் ஒருவருக்கும் தெரியாமலேயே இருந்துவிடும் என்பதையும்தான்.

என்னுடைய அங்க அசைவுகளில் (அலமாரியின் அடுக்கை நோக்கிக் கையை நீட்டுவது, புத்தகத்தை இழுப்பது, ஏதோ சில வாக்கியங்களின் மேல் பார்வையை ஓட விடுவது) எனக்குள் ஒரு காட்சி மலர்வதைக் கவனிக்க முடிகிறது. கிட்டத்தட்ட எப்போதும் அதே காட்சிதான்: தெளிவில்லாத, வளைவுகள் நிரம்பிய ஒரு வடிவம் நடுவே இருக்கிறது. வரையறுக்கப்படாத பௌதிகத் தன்மையுடன், ஆனால் வலுவான காந்த சக்தியைத் தன்னுள் கொண்ட அந்த வடிவம் ஒரு வேளை ஒரு மலையாக இருக்கலாம். மலைக்கு முன்னால் மனிதப் பிறவி ஒன்று நிழலுருவமாகத் தோன்றுகிறது. அந்த மலையில் ஏற முயற்சி செய்யும்போதெல்லாம் நிழலுருவம் தன் வடிவத்தை இழக்கிறது. திடீரென்று அந்த உருவம் தன் தோள்களைத் திருப்பித் தன்னை அறிவித்துக்கொள்ளும் வழி ஒன்றைக் கண்டுபிடிக்கிறது. இதைப் போலவே தோள்களைத் திருப்பித் தன்னை அறிவித்துக் கொள்ளும் விதம்தான் எழுத்துக்குக் கூர்மை அளிக்கிறது. இனி அந்த நிழலுருவம் மலையை ஊடுருவிச் செல்ல முடியும்.

இப்பொழுது விவரித்ததைப் போல இவ்வளவு முழுமையான ஒரு காட்சி தோன்ற வேண்டும் என்ற அவசியம்கூட எனக்கு இல்லை. ஒரு சிறிய சலனம், அது எனக்கு அளிக்கும் சிலிர்ப்பு, இவை போதும்.

ஆனால் இம்முறை உதவி கிட்டவில்லை.

எனக்கு வருத்தமளித்துவிட்டதை ஓரோர் உணர்கிறாள். ''உன்னுடைய புத்தகம் பெருமளவில் விற்பனையாக வேண்டும் என்று ஆசையாக இருக்கிறது'', என்கிறாள்.

எனக்கு நேரடி அனுபவத்தைக் கதையாக எழுதத் தெரியாது. அப்படிப்பட்ட கதை மிகவும் அருகிலிருந்து நகல் எடுக்கப்பட்ட ஒருவரின் முழுமையான வாழ்க்கை. மிகவும் அருகிலிருந்து வாழ்க்கையை நகல் எடுக்கப் புத்தகம் தேவையில்லை. என் தோழியுடனான உரையாடல்களே எனக்குப் போதும். எங்களில் ஒருவரைப் பற்றி மற்றவருக்கு எல்லாமே தெரியும்: முதுமை அடைந்துகொண்

டிருக்கும் எங்கள் பெற்றோரின் துயரம், நாளுக்கு நாள் இரக்கமில்லாமல் மோசமாகிக்கொண்டிருக்கும் அவர்களுடைய வாழ்க்கையினால் எங்களுக்கு ஏற்படும் மனக்கவலை. இவ்வாறு நாங்கள் அன்றாடம் தாங்கிச் செல்லும் சுமைகளுக்கு அப்பால், நாங்கள் ஆழ்ந்து கவனித்துக்கொண்டிருப்பது எங்களுக்கும் வந்துகொண்டிருக்கும் முதுமையின் தோற்றத்தைத்தான். ஒளிவுமறைவின்றி, முழு மனத் தெளிவுடன் அதைக் கவனிக்கிறோம். உயிர்த்துடிப்புடன் இருந்தபடி இறந்துகொண்டிருப்பவர்களைக் கவனித்துக்கொண்டிருக்கிறோம். வினோதமான சித்திரவதை.

என் ஆண்துணையின் மகள் அவளுடைய மேல்நிலைப் பள்ளியின் அடுத்த கட்டத் தத்துவப் பாடத் தேர்வுக்காகப் படித்துக்கொண்டிருக்கிறாள். வரவேற்பறையில் தன்னுடைய மூன்று தோழிகளுடன் உட்கார்ந்து படிக்கிறாள். என்னுடைய வேலையறையிலிருந்து அவர்களுடைய உத்வேகம் நிறைந்த கீச்சுக் குரல்கள் கேட்கின்றன. ஒரு சொல் மேலே மிதந்து வருகிறது: சாவு. இன்று அவர்கள் படித்துத் தயார்செய்துகொள்ள வேண்டிய தலைப்பு அதுதான். ‘சாவு’ என்ற சொல் எப்படியெல்லாம் அவர்களிடையே பந்தாடப்படுகிறது! பாடத்திலிருந்து சில பகுதிகள், கற்றுக்கொண்டிருந்த மேற்கோள்கள், சில வகுப்பறைச் சம்பவங்கள், நடுநடுவே பைத்தியக்காரச் சிரிப்புடன் ஆசிரியர்களைப் பற்றிய வம்புகள் இவற்றுடன் சேர்த்து அவர்கள் விளையாடும் சொல்-பந்து: ‘சாவு’. தங்களுடைய இறுதியாண்டு பள்ளிக்கூட வகுப்புகளில் சேகரித்த நூல்களைக் கொண்டு தங்களுடைய பதின்பருவ வானில் அவர்கள் பறக்க விடும் பட்டம் ‘சாவு’. அவர்களைப் பொறுத்தவரை அதற்கு ஏதாவது அர்த்தம் இருக்குமென்றால், அது அவர்களுடைய மேல்நிலைப் பள்ளி இறுதியாண்டில் வருகிறது என்பதும், அந்த இறுதியாண்டுதான் அவர்களுடைய குழந்தைப் பருவத்தின் கடைசி ஆண்டு என்பதும்தான். ஆனால் அவர்களுடைய படிப்பின், தேர்வின் குறிக்கோள் அந்தச் சொல்லின் பொருளைத் தேடுவதில் இல்லை.

என்னுடைய பல்கலைக்கழகப் பட்டப் படிப்பில் ஆய்வுக்காக அயர்லாந்துக் கவிஞர் ஒருவருடைய கவிதை உலகில் சாவு என்ற கருத்தாக்கம் என்பதைத் தலைப்பாகத் தேர்ந்தெடுத்திருந்தேன். எனக்கு அப்போது வயது இருபது. வாய்மொழித் தேர்வில் என்னுடைய ஆய்வை விளக்கும்போது, வயதான என் பேராசிரியர் நான் சொன்னதையெல்லாம் கவனமாக, மரியாதை உணர்வுடன் கேட்டுக்கொண்டிருந்தார். என்னிடம் சில கேள்விகளைக் கேட்டுவிட்டு, பிறகு எனக்குத் திருப்திகரமான நல்ல மதிப்பெண்களை வழங்கினார். அங்கிருந்து நான் விடைபெறும்போது, திடீரென்று: ‘‘உண்மையில் உனக்குச் சாவைப் பற்றி ஒன்றும் தெரியாது?’’, என்றார். அவருடைய சொற்களில் எவ்விதக் கேலியும் இல்லை. பரிவு மிகுந்த, சத்தமில்லாத, வித்தியாசமான குரல் அது. என்னுடைய ஆய்வில் இருந்தவையெல்லாம் எனக்கு மறந்துவிட்டன, ஒருபோதும் இந்த வாக்கியம் மட்டும் மறக்கவேயில்லை. இன்றும் எனக்கு அது கேட்டுக்கொண்டிருக்கிறது.

இந்த இரண்டு கதைகளும் என்னுடைய தோழி ஒரோராரை மகிழ்விக்கும் என்று நம்புகிறேன். தத்துவப் பாடத்தில் ‘சாவு’ என்ற கருத்தாக்கத்தைப் பற்றிப் படிக்கும் குழந்தையின் கதையும், அயர்லாந்துக் கவிஞரின் கவிதைகளில்

சாவுபற்றித் தன்னுடைய இளம் மாணவியின் ஆய்வை மதிப்பிட்ட வயதான பேராசிரியரின் கதையும். அவருடைய பெயரையும் நான் குறிப்பிட்டிருந்தேன்.

உண்மையில் நான் ஒரு குழந்தையைப் போல—தனக்குக் கட்டளையிட்ட படி செய்வதில் ஈடுபட்டு, பிறகு பயந்தபடியே வேறொன்றைத் தன் வழியில் முயன்று, சீக்கிரத்தில் பின்வாங்கிவிடும் குழந்தையைப் போல என்னுடைய நிழலைக் கண்டு எனக்குப் பயம். சொற்களின் நிழலைக் கண்டு. சாவின் நிழலைக் கண்டும்தான்.

நான் யாரைப் பற்றிச் சொல்லிக்கொண்டிருக்கிறேனோ அது என் அம்மா என்பதையோ, நான் பயன்படுத்தும் 'நான்' நான்தான் என்பதையோ நான் நம்ப வில்லை. நான் எழுதஎழுத, என்னையும் என் நினைவுகளையும்விடச் சக்தி வாய்ந்த ஒரு உருவம் நிஜத் தன்மை பெறுகிறது. உடனேயே அதுதான் என்மேல் ஆளுமை செலுத்துகிறது என்பதை உணர்கிறேன், அதற்குக் கீழ்ப்படிவதைத் தவிர்க்க என்னால் முடியவில்லை. ஏற்கனவே தட்டிக்கழிக்க முடியாமல் செய் திருக்கிறேன்: அழித்தல்கள், எழுதியதன் மேலேயே எழுதுதல், தடிமனான அல்லது அழிக்கப்பட்ட கோடுகள், இதற்கு முன்னால் என் வாழ்க்கையில் குறுக் கிட்ட எவ்வளவோ பேர்கள், இடங்கள், இயற்கைக் காட்சிகளைப் பயன் படுத்தியிருப்பதைப் போல என் அம்மாவைப் பயன்படுத்துகிறேன்.

நான் விடாமல் துரத்தித் தேடுவது என் அம்மாவைப் பற்றிய உண்மையை அல்ல. ஒவ்வொரு கணமும் அம்மாவைக் குறித்த எதையாவது மறந்துவிட்டேன் என்று சொல்லிக்கொள்கிறேன். ஆனால் நான் கீழ்ப்படியும் உருவத்துக்கு அதைப் பற்றி அக்கறையில்லை. நான் தொடர்ந்து நெளிந்துகொண்டிருக்கிறேன், இருந் தாலும் எழுதுகிறேன், ஆனால் ஒன்றும் பயனில்லை, சரியாக வரவில்லை, இந்தப் பிரச்சினையிலேயே நாள் கணக்காக உழன்றுகொண்டிருக்கிறேன். நான் என்ன செய்துகொண்டிருக்கிறேன், நன்றாகச் செய்ய முடிகிறதா? என்றெல்லாம் எல்லோரும் என்னிடம் கேட்கிறார்கள். நான் ஒன்றும் செய்யவில்லை, இது ஒரு உழைப்பா, திரும்பத்திரும்ப செய்ததையே செய்துகொண்டு, வீட்டுக்குள்ளேயே சுற்றிச்சுற்றி வந்து, தேவையில்லாமல் எதையாவது வாங்குவதற்காக வெளியே வந்து, ஒரு வேலையைத் தொடங்கி பாதியில் மறந்துபோய், வரிகளை விட்டு விட்டுப் படித்துக்கொண்டு. நான் ஒன்றும் செய்யவில்லை, ஒருவிதத் தூக்கக் கலக்கத்தில் இருக்கிறேன். இருந்தாலும் மிகப் பெரிய சோர்வு. கடினமாக உழைத் துக்கொண்டு, எதையாவது சாதித்து, 'முன்னேறிக்கொண்டிருக்கும்' மற்றவர் களைச் சந்திப்பது நல்லதல்ல.

ஆனால் அதே சமயம் எனக்குள்ளே யாரோ ஒருவர் இருக்கிறார்: சற்றுத் தள்ளி இருந்து தீவிரமாகவும் தயார் நிலையிலும், தனக்கு என்ன வேண்டும் என்றும் தன் வழியில் அதைச் செய்யவும் தெரிந்ததைப் போலத் தோன்றுபவர், அவசியமானால் ''தந்தை தாயைக்கூடக் கொல்லக்கூடியவர்'' என்றும் அவரைக் குறித்துச் சொல்லலாம்.

இந்த நபரை நான் நன்றாக அறிவேன். ஆனால் இம்முறை அவர் என்னைத் துன்புறுத்துகிறார். அவருடைய தில்லுமுல்லுகள் என்னைப் புண்படுத்துகின்றன, எனக்கு அலுப்பூட்டுகின்றன.

''சரி, நீ எதற்காகக் காத்திருக்கிறாய்?'' என்கிறாள் ஓரோர். எதற்கு? இந்தப் புத்தகத்தை முடிக்கவா? விருப்பமில்லை. தூங்க வேண்டும் போலிருக்கிறது.

7. சங்கிலி

நகைகளைப் பொறுத்தவரை காரட், மாற்றுகள் அல்லது வேறு நுணுக்கங்களைப் பற்றி எனக்கு ஒன்றும் தெரியாது. க்ருஸ் பிரதேசத்தில் எங்களுடைய ஊரில் ஃபிக்ஸ் என்று ஒரு நிறுவனம் இருந்தது எனக்கு நினைவிருக்கிறது. ஃபிக்ஸ் என்பது தங்க முலாம் நகைகள். இவை லேசான வெளிர் சிவப்பு நிறத்தில், ஆடம்பரம் இல்லாமல், பளபளப்பு குறைவாக இருக்கும். சரி, அந்த முதியோர் இல்லத்தின் பெண்மணிகள் என்ன அணிகிறார்கள்? சுத்தத் தங்கமா? அப்படி ஒன்று இருக்கிறதா?

இது போன்று ஆர்வம் மிகுதியாக இருந்த ஒரு நாளில்தான், தற்போது மிகவும் குறுகிவிட்டிருந்த என் அம்மாவின் குடும்பத்திலிருந்த, வயதுவந்த இரண்டே இரண்டு ஆண்களையும் கூப்பிடுகிறேன்: என் தம்பி (அவளுடைய மகன்), என் மகன் (அவளுடைய பேரன்). ''கிறிஸ்துமஸ் பண்டிகைக்கு அம்மாவுக்கு ஒரு தங்கச் சங்கிலி வாங்குவோம்'' என்கிறேன். ''அது அவளுக்கு மகிழ்ச்சியைத் தரும் என்று நினைக்கிறாயா?'' என்று தம்பி ஆச்சரியத்துடன் கேட்கிறான்.

''பிரமாதம்!'', உற்சாகமடைகிறான் என் மகன். உண்மையில் அவளிடம் ஒன்றுமே இல்லை, என்கிறேன் நான். இந்த மாதிரி இல்லத்தில் இருப்பது எப்படி என்று உங்களுக்குத் தெரியுமே.

என் தம்பி சம்மதம் தெரிவித்தான், ஒரு முறையாவது அவளை என் பொறுப்பில் விடுவதைக் குறித்து மகிழ்ச்சி அடைந்தவனாக. இப்போதெல்லாம் இந்தப் பொறுப்பு அவ்வளவாக எனக்கு வந்து சேருவதில்லை. மருத்துவராக அவன் இருப்பதால் அவளுடைய ஒவ்வொரு அபயக் குரலுக்கும் அவள் இருக்கும் இடத்துக்கு அவன்தான் ஓட வேண்டியிருக்கிறது. நடு இரவானாலும் சரி, மருத்துவ ஆலோசனைகள், அறுவைச் சிகிச்சைகள் நிறைந்த பகல் பொழுதின் நடுவானாலும் சரி. அவளுடைய நிலையைச் சோதித்து, அதைப் பற்றி விளக்கி, அவளைச் சாந்தப்படுத்தி, அன்று மாலையோ அல்லது அதற்கடுத்த நாளோ எனக்கு எல்லாவற்றையும் விளக்குவான்.

இம்முறையாவது, நான் எல்லாவற்றையும் என் கைகளில் எடுத்துக்கொள்ள முடியும். என் அம்மாவுக்கு அன்பளிப்பு, அது என் வேலை; நான்தான் அவளுடைய மகள். நான் என்ன ஏற்பாடு செய்தாலும் தம்பி அதைக் கண்ணை மூடிக்கொண்டு ஏற்றுக்கொள்வான். முன்கூட்டியே அவன் எல்லாவற்றுக்கும் சம்மதிக்கிறான்: என்னுடைய தேர்வு, விலை, கொடுக்கப்படும் நாள். அவனுக்கு மகிழ்ச்சி, எனக்கும்தான். மிகப் பழைய ஒரு சூழ்நிலைக்கு நாங்கள் மீண்டும் வருகிறோமோ என்னவோ. பொறுப்பான அக்கா, அவளை நம்பும் தம்பி. எல்லாவற்றிலுமே

நாங்கள் மாறுபட்டிருக்கிறோம். அக்கா-தம்பி என்று இருந்திருக்காவிட்டால் நாங்கள் ஒருபோதும் சந்தித்துக்கொண்டிருக்க மாட்டோம். அவன் பிறந்த அன்றே ஏற்பட்ட உறவை, முடிச்சை, எங்கள் அம்மாவால் போடப்பட்ட முடிச்சை அறுத்துவிட முடியாது. எங்களிடையே சண்டைகள் கிடையாது. இருக்க முடியாது. ''என் குழந்தைகளிடையே உள்ள மன ஒற்றுமை, அதுதான் என்னுடைய விலைமதிப்பற்ற செல்வம்'' என்பாள் என் அம்மா. இது போன்ற உணர்ச்சிகரமான பேருரை எங்களுக்கு வெறுப்பளித்தாலும் அதைப் பற்றி எதுவும் சொன்னதில்லை. இந்த ஒரு விஷயத்தில் மறைமுகமாகச் சொல்வதோ, சொல்லப்படாததோ எதுவுமே இல்லை. எல்லாம் உண்மை: அவளுடைய குழந்தைகளிடையேயான ஒற்றுமை, அவளுடைய மிகச் சிறந்த செல்வம், இதுவரை அவள் போட்டதிலேயே பலமான முடிச்சு, அதிலிருந்து ஒரு இழையைக்கூட நாங்கள் பிரிக்க மாட்டோம்.

என் மகனுக்கும் மகிழ்ச்சி. விலையைப் பற்றி அவன் கவலைப்படப் போவதில்லை. வாங்கப்படும் பொருளைப் பற்றியும் நிச்சயமாகக் கவலைப்பட மாட்டான். ''பிரமாதம், நல்ல விஷயம்'', என்று சொல்லிவிட்டு உடனேயே வேறு விஷயத்துக்குத் தாவிவிட்டான். பாட்டிக்கு அன்பளிப்பு, அதுவும் ஒரு நகை, அவன் தாராளமாக வேறு விஷயத்துக்குத் தாவலாம். இந்த விவகாரத்தில் சுமையும் இல்லை. கவலையும் இல்லை. பாட்டிக்கு நகை, 'அது நல்ல விஷயம்.' அது நோயைப் பற்றியோ, சாவைப் பற்றியோ, தனிமையைப் பற்றியதோ அல்ல. அவனை இன்னும் பீடித்திருக்காத, அவனால் தள்ளிவைக்கப்பட்டு, தொலைவில் மூட்டமான எல்லைகளில் ஊகித்து மட்டுமே அறிந்துகொள்ளப்படும் சோகமான விஷயங்களைப் பற்றியதும் அல்ல. நகை வாழ்க்கையைப் பற்றியது, பளபளத்துக் கொண்டிருக்கும்போது இருக்கும் வாழ்க்கையைப் பற்றியது.

இப்படியாக, எங்கள் மூவருக்குமே அன்பளிப்பு எண்ணம் மகிழ்ச்சி அளிக்கிறது. அதை வாங்க வேண்டிய பொறுப்பு என்னுடையது.

இங்குதான் எல்லாமே குழப்பமாகிவிடுகிறது. நானே இதுவரை வித்தியாசமான, ஆனால் அந்தக் கணத்தில் என் கண்களைக் கவர்ந்திருந்ததால், நவீன மோஸ்தரில் விலை அதிகமில்லாத எண்ணற்ற நகைகளைத் தற்செயலாக, எனக்காக வாங்கிக்கொண்டிருந்திருக்கிறேன். ஆனால் ஒரு குறிப்பிட்ட காரணத்துக்காக நகையை வாங்குவதா, இல்லை, நான் ஒருபோதும் அதைச் செய்ததில்லை. வாங்க எங்கே போவது? என் வீட்டுக்குப் பக்கத்தில் கண்ணாடி ஜன்னல்களுடன் அதிகம் பகட்டில்லாத நகைக்கடை ஒன்று இருக்கிறது. ஆனால் எங்கள் வீட்டுக்கும் பக்கத்தில் இருக்கும் இந்தக் கடையில்கூட வெகு விரைவிலேயே நான் செயலிழந்துவிடுகிறேன். ஏற்கனவே அங்கு பெண் வாடிக்கையாளர் ஒருத்தி இருக்கிறாள். கறாராகப் பேசும் அந்தப் பெண் முதியோர் இல்லத்திலிருக்கும் வயதான பெண்களின் இளமைத் தோற்றத்தை மனதில் உருவாக்குகிறாள். கடைக்காரர் பேச்சில் வெளிப்படும் எண்கள் (விலைகள்) என்னைச் சங்கடத்துக்குள்ளாக்குகின்றன. எண்கள் விஷயத்தில் எனக்குத் திறமை போதாது, நான் தவறு செய்திருக்க முடியும். ஆனால் அதிலிருந்து ஒரு பூஜ்யத்தை எடுத்துவிட்டாலும், எனக்குத் தெரிந்த எண்ணுக்கும் அதற்கும் சம்பந்தமே இல்லை. எனக்கு நிறைய

நேரம் இருப்பதைப் போலப் பாசாங்கு செய்கிறேன். இந்தப் பெண்ணுக்கு முன்னால் என் விஷயத்தைப் பற்றிச் சொல்வதென்ற பேச்சுக்கே இடமில்லை. ஒருவழியாக அவள் கிளம்புகிறாள். ''தங்கச் சங்கிலிகளைப் பார்க்க விரும்புகிறேன்'', என்கிறேன். நகைகள் வாங்குவதில் நன்றாகப் பழக்கப்பட்டவளுக்கே உரித்தான அசட்டையான தொனியை வெற்றிகரமாக மேற்கொண்டேன். மிகப் பிரமாதமான வெற்றி. வெல்வெட்டினால் சட்டம் ஒன்றின் மேல் நகைக்கடைக்காரர் மூன்று அல்லது நான்கு சங்கிலிகளை வைக்கிறார்... முந்தைய வாடிக்கையாளருக்குக் காட்டிய அதே வரிசையில். நான் யோசனையில் ஆழ்ந்துவிடுகிறேன். இந்தப் பொறியிலிருந்து எப்படி மீள்வது?

''இது வயதான ஒரு பெண்மணிக்கு. இதைவிட எளிமையாக இருக்க வேண்டும்''. ''இதைவிட மலிவாக'' என்று சொல்ல எனக்குத் தைரியம் இல்லை. ''இன்னும் அவ்வளவாகப் பிரபலமாகாத இந்தச் சங்கிலி சொக்கத்தங்கத்தினால் ஆனது'' என்கிறார் நகைக்கடைக்காரர். உண்மைதான். குறைசொல்ல ஒன்று மில்லை. அழகாக இருக்கிறது. சொக்கத்தங்கம். மேலும் எளிமையான அழகுடன் தரவரிசையில் மேல் தட்டில் அது இருக்கிறது. 'பாரி-மாட்ச்', போன்ற ஜன ரஞ்சகப் பத்திரிகைகளின் புகைப்படங்களில் வரும் 'காக்டெயில்' கொண்டாட்டங்களில் இருப்பவை போல. எதுவாயிருந்தால் என்ன...? திடீரென்று என்னை யறியாமலேயே சொல்கிறேன்: ''எங்கள் குடும்பத்தில் பழைய ஆயா ஒருத்திக் காகத்தான் இது'', என்று. முகம் ஒரே சமயத்தில் சிவந்தும், வெளிறிப்போயும் உள்ளங்கை வியர்த்தும் இருப்பதாக உணர்கிறேன். என் அம்மாவுக்கு எப்படி நான் இதைச் செய்யலாம், இந்த அவமானத்தை?

இல்லை அம்மா, உனக்கு அவமானமாக இருக்காது, பெரும் கோபத்தில் இருப்பாய், சாதாரணமான ஒரு பொருளுக்கு இவ்வளவு பணமா? குழந்தைகளே, இப்படித்தான் உங்களை நான் வளர்த்திருக்கிறேனா, சிக்கனத்தைக் கற்றுக் கொடுத்ததில்லையா, திறமையாகச் சமாளிக்கப்பட்ட வரவு-செலவுத் திட்டம், வரவுக்கு மேல் செலவுசெய்யாமல் இருப்பதையெல்லாம் கற்றுக்கொடுத்த தில்லையா...?

அன்பளிப்பு என்ற பெயரில் ஏதோ ஒரு அன்பளிப்பு என்பது அம்மாவுக்குப் பிடிக்காது, பயனுள்ளவைதான் அவளுக்குப் பிடிக்கும். ''இந்த மாதிரி அன்பளிப் புகளை வாங்கிக் குவிப்பதில் என்ன அர்த்தம் இருக்கிறது?'', என்பாள், உணர்ச்சி களைக் கொட்டி மிகவும் செலவுசெய்யும் இயல்புடைய ஒவ்வொருவரைப் பற்றியும். கூடாது. நாங்கள் அவளை மகிழ்விக்க வேண்டுமென்றால் எங்களு டைய பரிவு கலந்த செயலை மிதமாகச் செய்ய வேண்டும். எண்ணத்துக்குத்தான் முக்கியத்துவம். எண்ணத்துக்கு ஸ்தூல வடிவம் அளிப்பதுதான் அன்பளிப்பு. ஸ்தூல வடிவமே எண்ணத்தை நசுக்கிவிடக் கூடாது என்பதில் கவனமாக இருக்க வேண்டும். ஸ்தூல வடிவத்தின் மெல்லிய தடுப்புச் சுவர் வழியாக எண்ணம் நாணத்துடன் பளிச்சிட வேண்டும். இந்த வாக்கியங்கள் என் நினைவில் சுற்றிச் சுற்றி வந்துகொண்டிருக்கும்போதே, முதலில் தான் காண்பித்த நகைகளைக் கடைக்காரர் அடுக்கி வைத்துவிட்டு இன்னுமொரு வரிசை நகைகளை எடுத்து வைத்தார். இம்முறை எதுவும் எனக்கு ஒத்துப்போகவில்லை. கீழ்த்தரமாக,

வெறும் குப்பையாக, கிண்டல்செய்வதில் வல்லவரான என் ஆண்துணை சொல்வதைப் போல 'இமிடேஷன்'... திடீரென்று, எனக்குள் ஒரு வேகம் பிறந்துவிட்டதைப் போல உணர்கிறேன். ''இவை இல்லை,'' என்கிறேன். ''நான் வாங்குவது மிகவும் கண்ணியமான ஒரு பெண்மணிக்கு''

அந்த விஷயத்தில், எனக்கு நன்றாகத் தெரிந்த களத்தில் நான் இருக்கிறேன். நிச்சயமாக என் அம்மா மினுக்கிக்கொள்வதில் ஆர்வம் காட்டியதில்லை. எப்போதும் மிக எளிமையானதை, மிகச் சாதாரணமானதை (ஆனால் நல்ல தரமானதை) தேர்ந்தெடுப்பாள். 'ரசனையில் தவறு' செய்ததில்லை.

'ரசனையில் தவறு': இந்த விசித்திரமான தொடர் எதைக் குறிக்கிறது என்று எனக்கு நிச்சயமாகத் தெரியவில்லை, ஆனால் என் அம்மா அந்தத் தவறைச் செய்ததில்லை என்று நிச்சயமாகத் தெரியும். தவிர, ''திருவாளர் நகைக்கடைக்காரரே'', எனக்காக என் அம்மா சாதாரணப் பொருள்களைவிடப் புத்தகங்களை வாங்குவதையே விரும்பினாள், அலங்காரச் சாமான்கள் விற்கும் கடைகளைவிட வீட்டுச் சாமான்கள் விற்கும் கடைகளுக்கே போனாள், எங்களுடைய ஜன்னல் திரைச் சீலைகளையும் படுக்கை விரிப்புகளையும் அவளே உருவாக்கினாள், திரைப்படம் பார்க்கப் போகாமல் தன் குழந்தைகளின் தேர்வுக்கு முந்திய தினம் தானும் கண் விழித்துப் பார்த்துக்கொண்டிருந்தாள் (இப்போதெல்லாம் 'கண்காணிப்பு' என்று சொல்கிறார்கள்), தனக்கென்று விடுமுறைப் பயணங்கள் மேற்கொள்ளாமல் அயல்மொழிகளைக் கற்றுக்கொள்வதற்காகக் குழந்தைகளை அயல்நாடுகளுக்கு அனுப்பித் தங்க வைத்தாள், எங்கள் அம்மாவிடம் நகைகள் இருக்கவில்லை, ஆனால் மிகச் சிறந்த சூழ்நிலையில் எங்கள் படிப்பை நாங்கள் மேற்கொள்ள முடிந்தது. திருவாளர் நகைக்கடைக்காரர் அவர்களே, உங்களுக்குத் தெரிந்திருக்க நியாயமில்லை, இப்போது இங்கு வந்து இதை, இந்தத் தங்கச் சங்கிலியை, வாங்க வேண்டியிருக்கிறதென்றால் அந்த அளவுக்குப் பலவீனமாக அவள் படுக்கையில் விழுந்துகிடக்க வேண்டியிருப்பதால்தான்.

நான் வாங்கிய அன்பளிப்பைக் குறித்துத் திருப்தி இல்லாமல் (என் அம்மாவைப் போன்றவளுக்கு எதுவுமே ஒத்துவராது), அவள் என்ன சொல்வாளோ என்ற கவலையுடன், என்னுடைய தயக்கங்களைப் பற்றி எரிச்சலும் அடைந்து குழப்பத்துடன் வெளியே வந்தேன். நிறைய சிகரெட்டுகளைப் புகைத்தேன்.

வெகு நேரம் கழித்து, நகைப்பெட்டியிலிருந்து சங்கிலியை வெளியே எடுத்தேன். விளக்கின் ஒளியில் ஒருவித மென்மையான பளபளப்புடன் இருந்தது. நான்கூட அதை மகிழ்ச்சியுடன் எனக்காக வைத்துக்கொண்டிருப்பேன்.

அந்த இரண்டு ஆண்களுக்கும் தொலைபேசியில் தெரிவித்தேன். ''நல்லது, சபாஷ்'' என்றார்கள். மொத்தத்தில் வேலை முடிந்துவிட்டது. அதற்குமேல் சொல்லும்படியாக ஒன்றுமில்லை. காசோலைகள் (அவர்கள் இருவரும் மூன்றில் ஒன்று சம பங்காக) இரண்டு நாட்களுக்குப் பிறகு எனக்கு வந்து சேர்ந்தன.

எங்கள் அம்மாவுக்கு வாங்கிய இந்த அன்பளிப்பு விவகாரம் எனக்கும் என் தம்பிக்கும் வெகு அண்மையில் நிகழ்ந்த ஒன்று. எங்கள் கையாலேயே செய்யப்பட்ட குழந்தைப் பருவ பரிசுப் பொருள்களுக்கும், வயதுவந்த பிறகு 'வாங்கப்பட்ட' பரிசுகளுக்கும் இடையில் நீண்ட காலம் ஓடிவிட்டிருந்தது: மன முதிர்ச்சி,

அம்மாவின் 'கொள்கை' தீவிரம் இவற்றின் காலம். நாங்கள் எப்படி நடந்து கொள்ள வேண்டும் என்று எங்களுக்குத் தெரிந்திராத காலம். எங்களுடைய பய ணங்களின் நினைவாகச் சிறு பொருள்களைக் கொண்டுவருவோம். மலர்க் கொத்துகளை அவளுக்கு அனுப்புவோம், அவ்வளவுதான். அதுவும் அவள் மகிழ்ச்சி அடைகிறாளா என்பது குறித்து நிச்சயம் இருக்காது. இருந்தாலும்... பிரகாசமான வண்ணங்கள் கொண்டு வரைந்த பறவைகளின் உருவங்களால் அலங்கரிக்கப்பட்ட அமெரிக்க இந்தியர்களின் கலைப்பொருளான, நான் ஒரு முறை மெக்ஸிகோவிலிருந்து வாங்கி வந்திருந்த, மரப்பட்டை என்னுடைய பெற்றோரின் வரவேற்பறையில் முக்கியமான ஒரு இடத்தைப் பிடித்திருந்தது. என் அம்மா அதற்கு 'சட்டம்' போட்டு, வீட்டுக்கு வருபவர்களிடம் அதைக் காண்பித்து 'விளக்கம்' சொல்வாள்.

அன்பளிப்புகள் அவளுக்கு வேண்டியிருந்தனவா, இல்லையா? இன்று இந்தக் கேள்வியை நான் விளக்க முற்படும்போது மீள முடியாத குருட்டுப் பாதைக்குள் போகிறேன். முடிவே இல்லாமல் போய்க்கொண்டிருப்பதைப் போலத் தோன்று கிறது. இதை விளக்கப் பல தலைமுறைகள் பின்னோக்கி நான் செல்ல வேண் டுமா, சமூகவியல், வரலாற்றுத் தரவுகளை கணக்கில் எடுத்துக்கொள்ள வேண் டுமா, இன்னும் வேறென்னதான் வேண்டும்... எளிய உள்ளுணர்வும் கூடுதலான அன்பும் இருந்திருந்தாலே போதும். அம்மாவுக்கும் மகளுக்கும் இடையே சாத்திய மற்றதாகவே இருந்திருக்கக்கூடிய ஒருவித அன்பு.

சில வருடங்களுக்கு முன்பிருந்தே அவளுக்கு சில முக்கியமான அன்பளிப்பு களை நாங்கள் அளிக்கத் தொடங்கியிருந்தோம்; மேல்கோட்டுகள், விலை யுயர்ந்த ஸ்கார்ஃப்கள். அவள் உடல்நிலை ஏற்கனவே சீர்குலைந்துகொண் டிருந்தது, எங்களுக்குத் துணிவு அதிகமாக இருந்தது. வழக்கமான தயக்கங்களை நாங்கள் எதிர்கொண்டாலும், எல்லாம் பெருமளவு சுமுகமாகவே முடிந்தன. நாங்கள் வழங்கிய மேல்கோட்டுகளையும், ஸ்கார்ஃப்களையும் அவள் அணிந்து கொள்வாள். 'தன்னுடைய குழந்தைகள்' கொடுத்தவை என்பதைக் குறிப்பிட ஒருபோதும் தவறியதில்லை. எங்களை மனம் தளரச் செய்திருந்த, வெகுளித்தன மாக நாங்கள் நம்பிய இந்தத் தயக்கங்கள் ஒருவேளை அவள் பெற்றிருந்த கிராமப்புற வாழ்க்கைக் கல்வியின் சாயல்களாகக்கூட இருந்திருக்கலாம். நினைத்த தற்கு நேர்மாறானதைச் சொல்ல வைக்கும் கிராமப்புறப் பணிவு... ஆனால் அவளோ அவ்வளவு நவீனமாக, நவீன உலகில் ஆர்வமுடையவளாகவும், பிற் போக்குத்தனமான பழமைவாதங்களை மறுப்பதில் அவ்வளவு ஆர்வத்துட னும் உறுதியுடனும் இருந்தாளே. இவளை எப்படிப் புரிந்துகொள்வது?

என் அம்மா: நாகரிகத்தின் பல தளங்கள் ஒன்றாகக் கலந்து மீள முடியாதபடி அவள் பாய்ச்சிய முரட்டுத்தனமான, கண்ணைக் கூச வைக்கும் வெளிச்சத்தில், சிக்கலாகிவிட்ட பாதைகளின் சந்திப்பு. என்னதான் அவள் மறுத்தாலும் பார் வைக்கு எட்டாமல் போய்விட்ட மிகப் பழமையான, ஆழம் காண முடியாத நிழல் என் அம்மா: என் வாழ்க்கையின் மையத்தில் ஊன்றி வைக்கப்பட்டிருந்த புதிர். என் அம்மா: என்னைத் தாங்கியிருக்கும் அடித்தளமும் அவள்தான், மிகப் பெரிய குழப்பமும் அவள்தான்.

தங்கச் சங்கிலி விவகாரத்தில் என்னதான் ஆயிற்று? வழக்கத்துக்கு மாறாகப் பெரிதாக ஒன்றும் இல்லை. ''ஏன் இப்படிச் செய்தீர்கள், என்னிடம் ஏற்கனவே சங்கிலிகள் இருக்கின்றனவே?'' எவை? தன் பொக்கிஷப் பெட்டியை வெளியே எடுத்தாள். 'அணிந்துகொள்ளும் நிலையில்' இருக்கும் சங்கிலியைத் தேடிக் கொண்டிருந்தோம் என்பதை மறந்துவிட்டாள். மீண்டும் அங்கிருந்த ஒவ்வொரு பொருளின் வரலாற்றையும், பாட்டிகளைப் பற்றிய நினைவுகளையும் சொல்லத் தொடங்கினாள்.

அவளுடைய கழுத்தில் சங்கிலியை அணிவித்தோம். அதிஜாக்கிரதையாகப் பொருந்தும்படி இருந்த மிகச் சிறிய கொக்கியை அவளால் கையாள முடியாது என்பதை உடனேயே கவனித்தேன். ''அது பரவாயில்லை, செல்லப் பெண்ணே.'' அதற்கு அர்த்தம், இந்த அன்பளிப்பை அணிய முடியாது என்பதும், எங்களைப் புண்படுத்தாமல் அதை நாசூக்காகச் சொல்லும் வழியைக் கண்டுபிடித்து விட்டாள் என்பதுமா? இன்னும் சற்றுப் பெரிய கொக்கியைப் பொருத்தச் செய்து கொடுத்தேன். ''உனக்கு எவ்வளவு சிரமம்?'' இருந்தாலும் அந்தச் சங்கிலியைக் கழுத்தில் அணிந்துகொண்டிருந்தாள். ''இந்தக் கொக்கிக்காகச் சிரமப்பட்டிருக்க வேண்டாம், நான் இதை இனி கழட்டவே மாட்டேன், தெரியுமா?'' அதாவது, அவள் சாகும்வரையிலா?

திருவாளர். இயக்குநருக்குச் சங்கிலியைக் காண்பித்தாள். ''என் குழந்தை களிடமிருந்து பார்த்தீர்களா, அதுவும் என்னைப் போல ஒரு கிழவிக்கு!'' இந்தக் காட்சி: ஒருவேளை நானே இப்படி இட்டுக்கட்டியிருக்கலாம். அல்லது வேறு ஒரு சமயத்தில், வேறு சில பாத்திரங்களின் மத்தியில் இப்படி நடந்திருக்கலாம். ஆனால் நானாக இட்டுக்கட்டாதது என்னவென்றால், அவள் நடந்துகொண்ட விதத்தின் அபார வெற்றி. கைகளின் வீச்சு, புன்சிரிப்பு, தமாஷாக உசுப்பிவிடப்பட்டதைப் போன்ற தோற்றம். மற்றவர்கள் இப்படிச் செய்திருந்தால் அவர்களைக் கிண்ட லுக்கு ஆளாக்கியிருக்கும் இந்த விபரீத சைகையில் (வயதான கிழவி, நகை), என் அம்மாவோ எவரையும் கவர்ந்துவிடும் வசீகரத்தை வெளிப்படுத்தினாள். மீண்டும் ஒருமுறை அவள் என்னைத் தோற்கடித்துவிட்டாள், அசத்திவிட்டாள்.

இப்போது, அவளுடைய சாவுக்குப் பிறகு, அதை மீண்டும் நினைத்துப் பார்க்கும்போது எனக்கு அழ வேண்டும் போலிருக்கிறது. அம்மா, சங்கிலி! நகை கள், ஜிகினாப் பொருள்களைச் சற்றும் விரும்பாத என் அம்மா. இரக்கமில்லாமல் இறுகச் சுற்றியிருக்கும் கண்ணாடித்தாள் படலத்தை எதிர்கொள்ளப் பரிதாப மான இந்த ஆயுதம். ஏற்கனவே தோற்றுப்போய், முடக்கப்பட்டு, மூச்சுத் திணறி இருக்கும்போது, போதாக்குறைக்கு இதுவும்: தங்கச் சங்கிலி. பொறிகளும் வெளித் தோற்றங்களும் நிறைந்து நந்தவனம்போல் இருந்த இந்தக் கடைசிச் சுற்றின் விதிகளுக்குக் கீழ்ப்படிந்து அவள் வளைந்துகொடுத்தாள். இந்த ஏமாற்று வேலைக்கு நான் கைகொடுத்தேன். அவளோ அதை எங்களுக்காக, தன் குழந்தை களுக்காக, 'எங்களைக் கௌரவப்படுத்துவதற்காக' செய்தாள், இந்த முதியோர் இல்லத்தில், கிழவர்களின் நர்சரியில், வெளிர் சிவப்பு நிறச் சுவர்களுடன் செயற் கைப் புன்முறுவல்களிலும் கிசுகிசுத்த பேச்சுகளிலும் குளித்துக்கொண்டிருந்த இல்லத்தில்... அழிந்துகொண்டிருக்கும் உடல்களின் காட்சி உயிரோடிருப்பவர்

களைச் சங்கடப்படுத்தாமல் இருக்கட்டுமே. நாமும் அப்படியே பாசாங்குசெய்வோமே, இறுதிச் சதைத்துண்டு நிமிர்ந்து இருக்கும்வரை!

தன்னுடைய கிராமத்தில் குடும்பக் கல்லறைக் குழியில் யாருடனெல்லாம் போய்ச் சேர வேண்டும் என்று விரும்பினாளோ அவர்கள் எவரையும் நினைவு படுத்தாத, தன்னுடைய சாவின் தாழ்வாரங்களில், மாயையான மகிழ்ச்சியை அளித்த தாழ்வாரங்களில், காத்திருக்கும் நீண்ட காலப்பொழுதில் தனக்குக் கதகதப்பையோ ஆதரவையோ அளிக்காத, பெயரற்ற இந்தச் சங்கிலியுடன் அவள், என் அம்மா, பாசாங்குசெய்தாள். ஒரு சங்கிலி, குழந்தைகளின் முகத்துக்குப் பதிலாக.

8. சருமம்

சிறு குழந்தையாக இருந்தபோது ஒருமுறை சமையலறைத் தரையில் கொதிக்கும் நீர் வைத்திருந்த தொட்டி ஒன்றில் அம்மா விழுந்துவிட்டாள். துணி துவைப்பதற்காக வைக்கப்பட்டிருந்தது (அந்நாட்களில் பண்ணையில் குழாய் நீர் இருக்கவில்லை, அதுவும் வெந்நீர் நிச்சயமாக இல்லை). அதன் காரணமாகத் தொடையின் முன்பகுதியில் ஆழ்ந்த நிறத்தில் தழும்பு ஒன்று ஏற்பட்டிருந்தது, அவளுக்கு அது அரிப்பைத் தந்தது.

அம்மாவின் சருமத்தின் இந்தப் பகுதி என் கவலை மிக்க கவனத்தை அதன் மேல் குவியச் செய்தது. அந்தத் தழும்புவரை தன் பாவாடையைத் தூக்கி, நன்றாகச் சொரிந்துகொண்டு, பாவாடையைச் சட்டென்று இறக்கிவிடுவாள். நீண்ட காலுறை மீது அவளுடைய நகங்கள் சரசரக்கும். என் அம்மாவின் கால்கள் வியக்கத்தக்க வகையில் அழகாக இருந்தாலும்,—தொடைகளும் கூடத்தான்—கால்கள் தெரியும்படி ஒருபோதும் உடை உடுத்தும் பெண் அல்ல என் அம்மா.

இதற்குப் பல வருடங்களுக்குப் பிறகு, நான் அமெரிக்காவில் இருந்தபோது Big Sleep என்ற திரைப்படத்தைப் பார்த்தேன். கதாநாயகி லாரன் பகாலின் தந்தை தனியார்த் துறை துப்பறிவாளர் ஒருவரின்—கதாநாயகன் ஹம்ஃப்ரி போகார்ட்—உதவியை நாடுகிறார். அந்த அழகிய இளம் பெண்ணுக்கும் துப்பறிவாளருக்கும் இடையே உடனேயே தீப்பொறி பறக்கிறது. லாரன் பகால் அவருடைய அலுவலகத்துக்குப் போய் அவருடைய மேஜையின் மேல் உட்காருகிறாள். அவர்கள் இறுக்கமான, விறுவிறுப்பான வாக்குவாதம் ஒன்றில் ஈடுபடுகிறார்கள். ஆனால் அவர்களின் பரஸ்பர கேலிகளுக்கிடையே வேறு ஒருவித லேசான, பட்டாம்பூச்சி பறப்பது போன்ற உணர்வும் தென்படுகிறது. திடீரென்று போகார்ட் சொல்கிறார்: Go ahead, scratch* (''தயங்க வேண்டாம், சொறிந்து கொள்ளுங்கள்'') . லாரன் தன் பாவாடையை உயர்த்தி, நாணம் கலந்த துரிதமான

---

* மூலத்திலும் ஆங்கிலத் தொடர்தான் பயன்படுத்தப்பட்டிருக்கிறது.

சைகையில் சொறிந்துகொண்டு பாவாடையை இறக்கிவிடுகிறாள். மிகவும் பிரபலமாகிவிட்ட காட்சி. திரைக்கதையில் இந்தக் காட்சி இருக்கவில்லை என்றும், நடிகைக்கு ஏற்கனவே ஒரு அரிப்பு ஏற்பட்டிருந்தது என்றும், தொழில் ரீதியாக மட்டுமே அவளைப் பார்க்காத நடிகர் இதைக் கவனித்துவிட்டார் என்றும், அந்தக் கணத்தில் இயல்பாக நடந்த இந்தச் செயல் மிக அழகாக இருந்ததால் இறுதிப் படத்தொகுப்பில் வைத்துக்கொள்ளப்பட்டது என்றும் தெரியவருகிறது. கதையின் ஓட்டத்துக்கு எந்த விதத்திலும் இது அவசியமில்லை தான் என்றாலும் இதைச் சேர்த்தவுடன் அவசியமானதாகத் தோன்றியதுடன் ஒரு குறியீடாகவும் அமைந்துவிட்டது.

என் அம்மாவின் சருமம் எனக்கு நன்றாகவே பழக்கமான ஒன்று. என்னுடைய சருமத்தின் மேல் இன்னுமொரு உறையாக, வெளி உலகத்துடன் நான் தொடர்புகொண்ட பரப்பாக அவளுடைய சருமம் இருந்திருக்கிறது. சில சமயங்களில் எனக்கு அது அருவருப்பை உண்டாக்கிவிடும். அப்போதெல்லாம் என்னைத் தொடுவதே எனக்குப் பிடிக்காமல், பயந்துபோய் எனக்குள்ளேயே சுருண்டு கொள்வேன். சில சமயங்களில், அதற்கு முற்றிலும் மாறாக, தவிர்க்க முடியாத அளவுக்கு என்னை அது கவர்ந்தும் இருக்கிறது: என் கூட்டின் தடுப்புச் சுவர் அது, அதன் வாசம் எனக்கு உணவைப் போல. அப்போதெல்லாம் என் அம்மாவின் மேல் சுருண்டு ஒட்டிக்கொள்வேன், அவளுடைய கழுத்தையும் கைகளையும் முத்தமிடுவேன்.

ஆனாலும் அவளுடைய வெண்ணிறத் தொடையில் இருந்த தழும்பு எனக்குச் சொந்தமில்லை. ஒரு தோட்டத்தில் இருக்கும் சேறும் சகதியுமான இடத்தைப் போல, கவலையளிக்கும் புதிரான பிரதேசம் ஒன்றாக அது இருந்தது. அதன் விளிம்பில், தடைசெய்யப்பட்டு நின்றுவிடுவேன். இந்த அம்மா எங்களுடைய அம்மாவாக இல்லாமலிருந்த வருடங்களை நோக்கி, காலத்தின் பாதாளத்தை நோக்கி, இருந்த பாதை அது. காலுறைமீது அவளுடைய விரல்கள் சரசரக்கும் போது, நாங்கள் அணுக முடியாத காலத்தின் கதவை அவள் தட்டியதைப் போல் எனக்குத் தோன்றும். அங்கே, ஆழ்ந்த நிறமுள்ள அந்தத் தழும்பின் கீழே, ஒரு காலத்தில் குட்டிச் சிறுமியாக இருந்த அவள் இருந்தாள், அவள் வசித்துவந்த பண்ணை இருந்தது, முதல் உலகப் போரின் நிழல் ஏற்கனவே நீண்டு படர்ந்திருந்த க்ரூஸ் பிரதேசத்தின் கிராமப்புறம் இருந்தது.

என்னுடைய தாத்தா (அவளுடைய அப்பா, வயதில் இன்று என் மகனை விட அப்போது இளையவராக இருந்த அவளுடைய அப்பா) போர்முனையில் இருந்தார். என் அம்மாவுக்குப் போர்முனை என்றால் என்னவென்று தெரிந்திருக்கவில்லை, இந்தச் சொல்லையும் போர் என்ற சொல்லையும் கேள்விப்பட்டிருந்திருக்கிறாள், போர்முனை, போர் என்பதெல்லாம் மிகத் தொலைவில் இருட்டாக இருந்த நாடுகள் என்று எண்ணியிருந்தாள். கொதிக்கும் நீர்த் தொட்டியில் அவள் விழுந்த தினத்தன்று, தன்னுடைய வயதை ஒத்த சிறுமியின் தாயாரான சக கிராமவாசியின் வீட்டுக்குப் போவதற்காகக் கிராமத்தின் மறுகோடி போவதாக இருந்தது. அவளுக்கு ஒரே கொண்டாட்டம். என்னுடைய செல்ல அம்மா சந்தோஷத்தில் சமையலறையில் குதித்துக்கொண்டிருந்தாள். கொஞ்ச நேரத்தில்,

முகம் வெளிறி, கட்டிலில் படுத்தபடி இருந்தாள். அவளுடைய பாட்டிகள் அழு தார்கள், மருத்துவரை அழைத்துவரக் குதிரை வண்டியில் யாரோ போனார்கள், அவள் பிழைப்பதற்கான சாத்தியக் கூறுகள் குறைவே என்றார் மருத்துவர். ஆறு மாதங்களுக்கு மேல் படுத்தபடி இருந்தாள், ஒவ்வொருமுறை கட்டை அவிழ்த்து மாற்றும்போதும் பயங்கர வலி இருந்திருக்கக்கூடும். அவள் எழுந்தபோது அவளால் நடக்க முடியாமல் போய்விட்டிருந்தது.

இந்த விபத்துக்குச் சில மாதங்களுக்கு முன்பாக ஒருநாள், சுற்றுவட்டாரத் திலிருந்த எல்லாக் கிராமங்களின் மாதா கோயில் மணிகளும் அடிக்கத் தொடங் கின. இந்த உலோக ஒலியின் எதிரொலி அலைமோதி, தொடுவானத்தின் ஒரு பக்கத்திலிருந்து மறுபக்கம்வரை கேட்டு, எந்தப் புயலுமோ மழையுமோ இதுவரை செய்திராத அளவுக்கு முழு வானத்தையும் ஆக்கிரமித்திருக்கும் என்று எண்ணு கிறேன். போர் அறிவிக்கப்பட்டதைக் குறிக்கும் அபாய அறிவிப்பு மணியோசை. தாத்தா வயலில் இருந்தார். கையிலிருந்த மண்வெட்டியைக் கீழே போட்டுவிட்டு, தொடங்கிய பணியின் அடுத்த கட்டச் செயலைக்கூட செய்யாமல், கிராமத்தை நோக்கி நடக்க ஆரம்பித்தார். வீட்டுக்கு வந்த பின், தன் செல்ல மகளைத் தூக்கிக் கொண்டு, ஹேஸல் மரங்கள் அடர்ந்த சரிவையும் பாதையையும் நோக்கி இருந்த, சிறுசிறு சட்டங்களினாலான தாழ்வான ஜன்னல் அருகே போய் நின்றார். அசை யாமல், ஒரு வார்த்தை பேசாமல் வெகுநேரம் அங்கேயே இருந்தார். விம்மலை அடக்கிக்கொண்டோ அல்லது மிகச் சன்னமாக விம்மிக்கொண்டோ அறையின் ஒரு மூலையில் குழுமியிருந்த என்னுடைய பாட்டியையும், கொள்ளுப்பாட்டி களையும் கற்பனைசெய்து பார்க்கிறேன். என்னுடைய தாத்தா (அப்போது இளம் வாலிபன்) தன் குழந்தையுடன் தனியாக, வெறித்த முகத்துடன், அமைதியில் ஆழ்ந்திருப்பதையும் கற்பனைசெய்து பார்க்கிறேன். கலகலப்பான இரைச்சல் மிகுந்த வீட்டில் துறுதுறுப்பாகவும், ஓயாமல் பேசிக்கொண்டும் இருந்த குழந்தை யான என் அம்மா இந்த நிசப்தத்தையும், இந்த அசைவின்மையையும் முதல்முறை யாக அனுபவித்திருப்பாள் என்றும், தனக்குள்ளே ஒலித்த தன் இதயத்தின் முணுமுணுப்பை முதல்முறையாகக் கேட்டிருப்பாள் என்றும் கற்பனைசெய்து பார்க்கிறேன்.

சில நாட்கள் கழித்து, இன்னுமொரு காட்சி. தாத்தா ஏற்கனவே போர் முனையில் இருக்கிறார், இருள் கவிகிறது, பெண்கள் குழந்தைகளுடன் வயலில் உருளைக் கிழங்குகளைப் பொறுக்கிக்கொண்டோ புற்கட்டுகளை அடுக்கிக் கொண்டோ உழுதுகொண்டோ இருக்கிறார்கள். வயதான கிழவிகளிலிருந்து இளம் பெண்கள்வரை எல்லாப் பெண்களுமே, அங்கே இல்லாமல் போய்விட்ட ஆண்களின் வேலையைச் செய்துகொண்டிருக்கிறார்கள். (எந்த வருடம், எந்த மாதம் என்றெல்லாம் எனக்குத் தெரியாது. அதைச் சொல்ல இப்போது என் அம்மாவும் இல்லை; இந்த நினைவை அவள் என்னிடம் சொன்னபோது நான் கவனம் செலுத்தாமல் இருந்துவிட்டேன், அவளுடைய இந்த நினைவுப் புத்தகம் ஒருநாள் அறுதியாக மூடப்பட்டுவிடும் என்று நான் நினைத்திருக்கவில்லை). திடீரென்று அடிவானம் பளபளத்தது, சுற்றிலும் சிவப்பாய் மாறியது, வானத் தில் இரத்தம் பெருக்கெடுத்தது. பெண்கள் வேலையை நிறுத்தினார்கள்,

இடுப்புத் துணியால் தலையை மூடிக்கொண்டார்கள், "பெரும் போரின் அறி குறி இது" என்று அழுதார்கள். இருட்டிவிட்ட பாதைகள் வழியே வீடு திரும்பி வந்தது, வயல்களின் மேல் கவிந்த அஸ்தமனம், கனத்த காலணிகளின் 'டப்-டப்' ஒலி, வேலிகளுக்குப் பின்னால் பாலைப் போல இங்குமங்குமாகத் தெரிந்த கால் நடைகளின் வெண்ணிறத் திட்டுகள், கிராமத்தின் தொடக்கம், முற்றத்தில் மெது வாக அசைந்த நிழலுருவங்கள், பிறகு பெண்களின் அமுங்கிய புலம்பல்களைக் கேட்டபடி தன்னுடைய கட்டிலில் தனியாக இருந்த என்னுடைய இளவயது அம்மா, அவளுடைய குழந்தை உள்ளத்தில் சுமையாய் இருந்த பெரும் நிசப்தம், புதிர் போன்று இருந்த பயம்—இவற்றையெல்லாம் எண்ணிப் பார்க்கிறேன்.

அவளுடைய நகங்களின் சரசரக்கும் அசைவுக்குக் கீழே தொடையின் ஆழ்ந்த நிறத் தழும்புக்குப் பின்னால், தொலைவில், வெகு தொலைவில், இந்தக் காட்சிகள் இருக்கின்றன.

இன்று காலை வெகு சீக்கிரமே அவள் எழுந்துவிட்டது எனக்குக் கேட்கிறது. இப்போது மணி என்ன? மூன்றா, ஐந்தா? சமையலறை அலமாரியின் கதவுகள் அடித்துச் சாத்தப்படும் சத்தம் கேட்கிறது, சமையல் வாயு அடுப்பின் மேலே வெந்நீர் வைக்கும் பாத்திரத்தின் 'டமால்' சத்தம், மேஜைமேல் கோப்பை 'டமால்'. ஏதோ சரியில்லை என்று எனக்கு உடனேயே தெரிகிறது. எல்லாம் திருப்தியாக நடக்கும்போது அவள் அதிகச் சத்தம் எழுப்ப மாட்டாள். என்னை எழுப்பிவிடக் கூடாதே என்று கவனமாக இருப்பாள். எனக்கு இப்போது ஆத்திரம்: என்னை எழுப்ப விரும்புகிறாள். அது என்னுடைய ஓய்வுநாள், இன் னும் கொஞ்சநேரம் தூங்க முடிந்த ஒரே ஒரு காலை. நான் ஒன்றும் இன்னும் ஓய்வுபெற்றுவிடவில்லை. காதுகளில் பஞ்சை வைத்து அடைத்துக்கொள்கிறேன், என் தலையின் மேல் இறக்கையினாலான சிவப்பு நிற மெத்தையை இழுத்துக் கொள்கிறேன். (என் பாட்டியின் பழைய மெத்தை.) சில கணங்களுக்குப் பிறகு, கதவைத் திறந்து, விளக்கைப் போட்டுக் கூப்பிடுகிறாள். நான் கட்டைபோலப் படுத்திருக்கிறேன். என்னை உலுக்கும் அளவுக்கு வரப்போகிறாளா? கதவை மீண்டும் சாத்துகிறாள். 'டமால்!'

நான் மனம் சோர்ந்து கோபத்தில் இருந்தேன். காலைப் பொழுது கடினமாக இருக்கப்போகிறது. ஜன்னல் கதவுகளின் வழியாகப் பகலின் வெளிச்சம் வடி கிறது, நான் இனி மீண்டும் தூங்கப் போக முடியாது. எழுந்திருக்கிறேன். நான் தனியாக எனக்கென்று காப்பி தயார்செய்து, சூடான காப்பிக் கோப்பையை இரு கைகளிலும் ஏந்திக் காப்பி குடிப்பதற்கான சில நிமிடங்கள், ஓய்வான அந்த அவகாசத்தை மட்டும் அவள் எனக்குக் கொடுத்தால் நன்றாக இருக்கும். ஆனால் உடனேயே அவள் என்மேல் பாய்கிறாள். இவ்வளவு நேரமாகக் காத்திருக்கிறாள்.

இன்று காலை என் அம்மா அழகாக இல்லை. அவள் மிகப் பழைய குளிய லறை மேலங்கியும், மிகப் பழைய குளியலறைச் செருப்பும் அணிந்திருக்கிறாள். (வீட்டில் அணியும் உடைகளிலும் சரி, வெளியே செல்ல அணியும் உடைகளிலும் சரி, ஒருவிதப் படிநிலை இருக்கிறது, முதுமைத்தனத்திடம் உஷாராக இருக்க

வேண்டும், இன்று காலையில் அவள் தேர்ந்தெடுத்திருக்கும் ஆடை நல்ல அறிகுறி அல்ல.) இரவில் அணியும் மேல்சட்டை சரியாக முடியப்படாமல் இருக்கிறது. கணுக்கால் மிகவும் வெளிறிப்போயிருக்கிறது. தலை வாராமல், முகம் கழுவாமல் இருக்கிறாள். கண்களைச் சுற்றிக் கனத்த கருவட்டங்கள். இந்த முகத்தில் குடியிருப்பது என்னுடைய அம்மா இல்லை, என்னை எப்போதும் பயமுறுத்தும் இன்னொரு அம்மா. அந்தக் கால முதியோர் விடுதிகளில் இருக்கும் தொல்லைபிடித்த கிழவிகளில் ஒருத்திபோல இன்று காலை அவள் இருக்கிறாள்.

எனக்கு அவள் காலை வணக்கம் சொல்லவில்லை. உட்காருகிறாள், தலையைக் கைகளில் ஏந்துகிறாள், உடனேயே தன்னுடைய அந்தக் கணத்தின் பிரச்சினையைப் பற்றி யோசிக்கத் தொடங்கிவிட்டாள் போலும்.

எனக்குத் தெம்பு வந்தவுடன் நான் அவளைக் கவனிக்க மறுத்து, எனக்குக் காப்பி போட்டுக்கொள்கிறேன். ''எனக்கு வேண்டாம்'' என்கிறாள் அவள். இருந்தாலும் நான் வாங்கிவந்திருந்த காப்பிப் பொடியில் இரண்டு பேருக்குக் காப்பி போடுகிறேன். காப்பி தயாரிக்கும் மின்சார இயந்திரத்தின் இரைச்சல், ''அநாவசியத் தொந்தரவு'' என்று போராட்டம். ஏற்கனவே தயார் நிலையில் இருக்கும் காப்பிப் பொட்டலங்களை எவ்வளவு நாட்களாக அவள் பயன்படுத்திக்கொண்டிருக்கிறாள்? அந்தச் சமையலறை: ஒரு சாதாரண மூலை, கண்ணாடித்தாளில் சுற்றப்பட்டிருக்கும் மிகக் குறைந்த மளிகைச் சாமான்கள், எல்லாம் கச்சிதமாக அடுக்கிவைக்கப்பட்ட நிலையில். நான் அவளுக்காக ஒரு கோப்பையை வைக்கிறேன். பெரிய கிண்ணங்களை அல்ல, ஒருபோதும் அவள் வெளியில் எடுத்திருக்காத உயர்ரகப் பீங்கான் கோப்பைகளை. எனக்கும் படிநிலை அளவுகோல்கள் உண்டு, என்னுடைய தேர்வுகள் வெகுளித்தனமானவை அல்ல. ''அவற்றை வெளியில் எடுக்க இதுவா சரியான சமயம்?'', என்கிறாள். நான் பதில் சொல்லவில்லை, அவளுக்குச் சிறிது காப்பி ஊற்றிக் கொடுக்கிறேன், ஒன்றும் தெரியாததைப் போல. சர்க்கரை ஒரு கட்டி போட்டுக்கொண்டு, குடிக்க ஆரம்பிக்கிறாள். அவளுக்காக ஒரு சிறிய ரொட்டித் துண்டைத் தயார்செய்கிறேன். எடுத்துக்கொள்கிறாள். அவள் கன்னங்களில் கொஞ்சம் வண்ணப் பளபளப்பு வருகிறது. ''நீ போட்ட காப்பி நன்றாக இருக்கிறது.'' முதல் சுற்றில் எனக்கு வெற்றி. இனி அவள் சொல்வதை நான் கேட்டுக்கொண்டிருந்தால் போதும், அவளுடைய குறைகள் தாமாகவே ஓய்ந்து முடியும்வரை.

அவளுக்குத் தேவை பேசுவது, எவராலும் புரிந்துகொள்ள முடியாத அவளுடைய குறையைப் பற்றிப் பேசுவது. ''பாவம், செல்லப் பெண்ணே, உனக்குக் கூடப் புரியாது.'' எனக்குத் தெம்பு இருந்தால் பொறுமையாகக் கேட்டுக் கொண்டிருப்பேன். கொஞ்சம்கொஞ்சமாக இருண்ட மேகம் விலகிப் போகும், பழைய நிலைமை திரும்பிவரும். உரிய நேரம் வந்தவுடன் (ரொம்ப விரைவில் கூடாது, சரியான தருணம் எது என்று உணர நிறைய அனுபவம் தேவை), கொஞ்சம் காற்றை உள்ளே வரச் செய்வேன், வெளி உலகத்திலிருந்து ஒரு வாக்கியத்தை உள்ளே நுழைப்பேன்: வானிலை, அன்றைய அரசியல் விவகாரம், அண்டை அயலார், முன்பதிவு செய்துகொள்ள வேண்டிய மதிய உணவு. நிலைமையைப் பொறுத்தது. அங்கேயும், சரியான தேர்வை செய்யத் தெரிய வேண்டும்.

என் பலவீனமான தருணங்களில், அவளுடைய அப்போதைய கவலை களுக்குள் தயக்கமின்றி நுழைகிறேன். அவளுடைய கவலையை முற்றிலும் நான் எடுத்துக்கொண்டு, தீர ஆராய்ந்து, தீர்வுகளை அளிக்கிறேன். புயல். அவள் பொரிந்துதள்ளுகிறாள். அல்லது அழுகிறாள். பைத்தியக்காரத்தனம் என்கிற குதிரை மேல் அமர்ந்து ஒருவர் பக்கத்தில் ஒருவராகத் தப்பிச் செல்கிறோம். நான் அவளை வெறுக்கிறேன், என்னை வெறுக்கிறேன். இறுதியில் "சாந்தமாய் இரு, குட்டிப் பெண்ணே", என்கிறாள். இப்போது அது என் அம்மாவின் குரல், வேற்றுக் குரல் இல்லை. என் அம்மாவின் உண்மையான குரலைக் கேட்டவுடன் அமைதி அடைகிறேன்.

சில சமயங்களில் புறப்பட்டு வெளியே போய்விடுகிறேன். "வெளியே கொஞ்சம் சுற்றிவிட்டு வருகிறேன்." வேறு எதையும் காதில் போட்டுக்கொள்ளா மல் கிளம்புகிறேன். ஒரு பாக்கெட் சிகரெட் வாங்கிக்கொண்டு, பல வருடங் களாக நான் போகிற ஆனால், நன்றாகப் பார்த்திருந்திருக்காத தெருக்களில் நடக் கிறேன். இந்த ஊரைப் பற்றி எனக்கு அதிகமாக ஒன்றும் தெரியாது. இதன் கட்டடங்களையோ, இங்கு தெரியும் வானத்தின் மாற்றங்களையோ, சுவ ரொட்டிகளையோ பற்றி எதுவும் தெரியாது. அங்கு நடப்பது எதையும் நான் பார்ப்பதில்லை. அம்மாவைப் பார்க்க இந்த ஊருக்கு வருகிறேன். தெருக்களும் கட்டடங்களும் இங்கு குடியிருப்பவர்களும் பின்னணிக் காட்சி மட்டுமே. எனக்கு மூச்சு இரைப்பதைப் போல இந்த அமைப்புக்கும் மூச்சு இரைப்பதாகத் தோன்றுகிறது.

பிறகு, அந்த வாரக் கடைசியில் என் தம்பியும் அவன் மனைவியும் குடி யிருக்கும் வீட்டுக்கு நான் போகும்போது இதே ஊர் உயிர்த்துடிப்புடன் இருப் பதைக் கண்டு வியப்படைகிறேன் இங்குள்ள மக்கள் தீவிரமான, விறுவிறுப்பான வாழ்க்கையை மேற்கொண்டிருக்கிறார்கள். என்னை அது அசத்துகிறது. இந்தச் சிறிய ஊரில் காணப்படும் உயிர்த்துடிப்பு பாரிஸில், நான் வசிக்கும் தலைநகரில் இல்லை. தெருவில் நிலவும், கட்டடங்களை நிரப்பும் மூச்சுக் காற்றை உணர் கிறேன். ஓடும் வண்டிகள், நிறுத்தப்படும் வண்டிகள், மீண்டும் இயக்கப்படும் வண்டிகள் இவற்றின் சத்தத்தை நான் கேட்கிறேன். தொலைபேசி, வானொலி, தொலைக்காட்சி இவற்றின் ஒலிகளும் என் காதில் விழுகின்றன. நான் வளவள வென்று பேசுகிறேன்; செய்திகளையும், நிகழ்வுகளையும், வரலாறுகளையும் சுவாசிக்கிறேன். "இரவு சாப்பிட்டுவிட்டுப் போகலாம், இசை நிகழ்ச்சிக்குப் போவோம், இன்று மாலைப் பொழுதை இங்கே கழிக்கலாம்", என்றெல்லாம் சொல்கிறாள் என் தம்பியின் மனைவி. என் தம்பியின் மனைவி அழகான பெண், அவர்கள் வீட்டில் தோழமை நிலவுகிறது. அழகான பொருள்கள், இசை, நறுமணம். "இங்கேயே இரு", என்கிறாள். சரி, என்று சொல்ல வாயெடுத்தேன். ஏன் கூடாது, நான் பெரியவள், சுதந்திரமானவள்! ஆனால், உடனேயே என் நெஞ்சில் கண்டிக்கும் குரல் ஒன்று. நான் எப்போதும் அணிந்திருக்கும் பழைய ரகசியக் கயிறு என் இதயத்தைச் சுண்டி இழுப்பதைப் போல. ஒரே ஒரு இழுப்புதான், ஆனாலும் நெஞ்சை உலுக்கும் அதன் இறுக்கத்தை உணர்கிறேன். என்னைப் பிடித்து, என் நெஞ்சை இழுக்கும் கயிற்றை நிஜக் கயிறு போலவே உணர்கிறேன்.

இல்லை, நான் இரவுச் சாப்பாட்டுக்கோ, இசை நிகழ்ச்சிக்குப் போவதற்கோ, ஜேஜேயென்று மகிழ்ச்சிகரமாக இருக்கும் வீட்டில் மாலைப் பொழுதைக் கழிப்பதற்கோ தங்கப்போவதில்லை. என் அம்மாவிடம் திரும்பிப்போக விரும்புகிறேன். அங்கேதான், அந்த முதியோர் இல்லத்தில், சாவுக்காகக் காத்திருக்கும் முதியவர்கள் மத்தியில் என் வாழ்க்கை இருக்கிறது. பொதுவான ஏதோ ஒரு வாழ்க்கை அல்ல. எந்த வாழ்க்கையின் முத்திரையை நான் அணிந்திருக்கிறேனோ அந்த வாழ்க்கை, என்னுடைய வாழ்க்கை.

சில சமயங்களில் நானும் என் அம்மாவும் முத்திரை ஒன்றை அணிந்திருக்கிறோமோ என்று எனக்குத் தோன்றுகிறது, போர்க் கைதிகள் முகாமில் இருப்பதைப் போல அழிக்கப்பட முடியாத முத்திரை. ஏதோ ஒன்று எங்களைப் பிணைக்கிறது, அதைப் பற்றிப் பேச முடியாது, ஏனென்றால் அது எங்களுடைய உலகத்துக்கு வெளியே இருக்கிறது. வார்த்தைகளால் சொல்ல முடியாத அப்பாலில், வாழ்வு- சாவின் அருவப் பின்னல்கள் இழையோடும், யாருக்கும் தெரியாத மர்மப் பிரதேசத்தில் அது நிலைத்திருக்கிறது. நாங்கள் இருவரும் ஒரே விதமாக உருவாக்கப்பட்டவர்கள், ஒரே இடத்திலிருந்து வருகிறோம். ஆனால் நாங்கள் அறிவதற்கு வெகு முன்னரேயே இருவரும் நாடு கடத்தப்பட்டிருந்திருக்கிறோம்— பிளவு, சண்டை, சாவு ஆகியவற்றால் ஆன நாட்டுக்கு. எவராலும் பகிர்ந்து கொள்ளப்பட முடியாத ஒரு விநோதமான மனஅதிர்ச்சிக்கு உள்ளான, பீதி கலந்த நிலை எங்களிருவருக்கும் பொதுவாக இருக்கிறது.

ஓரோர், உனக்கு இதெல்லாம் பிடிக்காமல் போகலாம். நான் பாதையை விட்டுவிலகிப் போவதாகவும், மக்களுக்கு இதெல்லாம் புரியாது என்றும் நீ சொல்லலாம். இல்லை, இல்லை, உனக்கு நன்றாகப் புரியும், ஆனால் கவலையளிக்கும்.

நான் சொல்கிறேன்: ''அம்மாவைத் தனியாக விட நான் விரும்பவில்லை.'' இது எல்லோருக்கும் புரிகிறது. என் தம்பி மனைவி தலையை ஆட்டுகிறாள். நான் உடனேயே வேகமாகத் திரும்பிவருகிறேன், மீண்டும் உறைந்துபோய் விட்ட தெருக்கள் வழியாக, என் அம்மாவின் ஊரின் தெருக்கள் வழியாக.

இந்த மங்கிய காலைப் பொழுதில் என்ன கவலை இருக்க முடியும்? உண்மையில் வழக்கமான, எல்லா விதமான கவலைகளும் இருக்கின்றன: தன்னால் நிரப்பத் தெரியாத வரி செலுத்துவதற்கான படிவம், வருடாவருடம் இன்னும் கொஞ்சம் அதிகமாகச் சீரழிந்துவரும் பழைய பண்ணை, பேரக் குழந்தைகளின் தேர்வுகள், தன்னுடைய மகனின் நேரத்தையும் உடல் நலனையும் விழுங்கிக்கொண்டிருக்கும் அவனுடைய தொழில், வெகு தூரத்தில் இருந்துகொண்டு அமானுஷ்யமான இலக்குகளைப் பின்தொடரும் தன் மகள் (நான்தான்), ''மற்றவர்களுக்கெல்லாம் மகள் அருகிலேயே இருக்கிறாள்'', இன்னும் சற்று சிமெண்ட் வேலை தேவைப்படும் என் தந்தையின் கல்லறை, இந்த இல்லத்தில் அவளுக்கென்று இருக்கும் அவளுடைய எதிர்காலம். ''உனக்கு அதைப் பற்றித் தெரியாது, இங்கு நல்ல ஆரோக்கியமாக இருப்பது அவசியம்'', தொலைக்காட்சியில் கடைசியாக வந்துள்ள செய்தித் தகவல்கள்: ''என்னதான் நடக்கப்போகிறது, உனக்கு ஏதாவது தெரியுமா...?''

இது ஒரு பெரிய, பிரம்மாண்ட, உலகளவிலான மூட்டம். நான் இந்தக் கவலைகளில் ஒன்றைக் கலைக்க முயன்றாலோ, அல்லது அதை மெலிதாக்கி, வெட்டிச் சீராக்க முயன்றாலோ, அவள் அடுத்த கவலைக்குத் தாவுகிறாள். சிறு சிறு பூச்சிகளைப் போல, ஒரு இடத்திலிருந்து இன்னொரு இடத்துக்கு ஒருவரை யொருவர் கோமாளித்தனமாகத் துரத்துகிறோம்.

உண்மையாகவே இந்த மூட்டம் என்னவென்று நன்றாக எனக்குத் தெரியும். இதை ஏன் ஒதுக்கிவிடவோ தூக்கிவைக்கவோ முடியாது என்றும் தெரியும். இந்த மூட்டம் அவளுடைய சாவு. அதற்குத் தீர்வு இல்லை. நாங்கள் கடைசிக் கதவுவரை வந்துவிட்டோம். என்னுடைய தந்திரங்கள், பொய்கள், துள்ளல்கள், கூவல்கள் இவை எவையுமே எதையும் மாற்றிவிட முடியாது. நான் மட்டும் கொஞ்சம் சிரமம் எடுத்துக்கொண்டால் அம்மாவுக்காக எதை வேண்டுமானாலும் செய்ய முடியும் என்று எப்போதுமே நினைத்துக்கொண்டிருந்த எனக்கு ஆறுதல் சொல்வதற்கு எதுவும் இல்லை, "எனக்கு என் குழந்தைகள் மட்டுமே முக்கியம்" என்று நூற்றுக் கணக்கான முறை அவள் சொல்லியிருக்கிறாள். எனக்கு ஒன்றும் செய்ய முடியவில்லை.

எனக்குள்ளேயே இருக்கும் பழைய எதிர்ப்புணர்வினால் எந்த ஆறுதலை யும் அவ்வப்போது அவளுக்கு அளிக்க எனக்கு விருப்பமில்லாமல் இருந்திருந்தால், இப்போதாவது எப்படியும் அதை அவளுக்கு அளித்தே தீர வேண்டும் என்று விரும்புகிறேன். ஆனால் இப்போது எந்த ஆறுதலுமே என் கைக்கு எட்டாமல் போய்விட்டிருக்கிறது. ஆக, நான் வாயை மூடிக்கொள்கிறேன். கொஞ்சம் மனதில் தெம்பு இருந்தால் அவள் கையைப் பிடித்துக்கொள்கிறேன், முத்தமிடுகிறேன்.

ஒருமுறை, அழ ஆரம்பித்துவிட்டேன். தன் குழந்தை அழுவதை என் அம்மா வால் ஒருபோதும் தாங்கிக்கொள்ள முடியாது. உடனேயே அவள் தாயாக மாறு வாள், எது வந்தாலும் காப்பவள். ஆனால் அவளோ எரிச்சல் கலந்த பார்வையை வீசினாள். இல்லை, உண்மையில் அன்று காலை அப்படி இல்லை, அங்கே அம்மா வும் இல்லை, குழந்தையும் இல்லை. பெரிய பாழ் வெளியில் தனிமைப்படுத்தப்பட் டிருக்கும் இரண்டு பிறவிகள் மட்டுமே. அவரவர்கள் சமாளித்துக்கொள்ளட்டும்.

இருந்தாலும் இன்று அந்தக் கரிய மூட்டத்திலிருந்து உடனடியாக ஒரு சிறிய கவலை, தொட்டுப் பார்க்க முடிந்த கவலை வெளிப்படுகிறது. அங்கி. அவளுக்கு ஒரு அங்கி வேண்டும். நாம் இருவரும் போய் ஒரு அங்கி வாங்கி வருவோம், அதற்குத்தானே நான் வந்திருக்கிறேன்.

"என்னால் வர முடியாது. நான் என்ன நிலையில் இருக்கிறேன், பார்." அவளுடைய மனச்சோர்வைப் புரிந்துகொள்ள வேண்டியது அவசியம்: நான் ஒரு வேளை இன்னும் ஒரு மாதத்துக்குத் திரும்பி வர மாட்டேன், பல வாரங்களாகத் தனிமையில் நுணுக்கமாகக் கட்டமைக்கப்பட்டு இருந்த திட்டம் சரிந்துவிட்டது, வாய்ப்பு போய்விட்டது, எல்லாமே போய்விட்டது. அவளால் இரண்டு எட்டு எடுத்து வைக்க முடியவில்லை. "சொல்கிறேனே, உனக்கும் தெரிகிறதல்லவா", என்று, கிட்டத்தட்ட கெஞ்சும் குரலில் சொல்கிறாள்.

உண்மையில் அவள் நலம் குன்றியிருக்கிறாள் என்று நன்றாகத் தெரிகிறது. அவளுடைய சமநிலை தடுமாறுகிறது. அவள் கண்ணைச் சுற்றியிருக்கும் கரு வளையங்கள் எனக்குக் கவலையளிக்கின்றன. அவள் தொடையை என்னிடம் காட்டினாள், அந்த ஆழ்ந்த நிறத் தழும்புக்காக அல்ல, ஆனால் தோலுக்கடியில் நீலநிற வலைபோல் இருந்த புடைத்திருக்கும் இரத்த நாளங்களைக் காட்டு வதற்காக.

ஆழ்ந்த நிறத் தழும்பிலிருந்து நீல நிறச் சிலந்தி வலையை நோக்கி, அவ ளுடைய அதி வெண்மையான சருமத்தை நோக்கி (அவள் ஒருபோதும் ''ஆரோக் கிய பழுப்புச் சருமத்திற்காக'' கடற்கரையில் சூரிய வெளிச்சத்தில் படுத்ததில்லை), கொஞ்சமும் நிறம் இழக்காமல் குழந்தையின் சதையைப் போல இருந்த மென்மை யான சதையை நோக்கி என் பார்வை நழுவுகிறது. அவளுடைய நிர்வாணக் கால்கள், கைகள். இது ஒரு அதிர்ச்சி, தலைச்சுற்றல். நான் ஒருபோதும் இவ்வளவு தீவிரமாக ஒரு ஆணைக்கூடப் பார்த்ததில்லை, இவ்வளவு சங்கடமாக, ஆழ்ந்த உணர்ச்சியை அடைந்ததில்லை? ஒன்றும் சொல்லாமல், ஒன்றும் கேட்காமல் என் பார்வையைத் திருப்பிக்கொள்கிறேன்.

நான் அவளுடன் இருக்கிறேன். கண்ணாடித்தாளுக்கு உள்ளே, அவளுடைய சருமத்தில், அவளாகவே இருக்கிறேன்.

9. உள்ளாடை

வயதான பெற்றோரிடம் நமக்கு மறந்துபோய்விட்டிருக்கும் நடத்தை களை மீண்டும் காண்கிறோம். நம்முடைய குழந்தைகளை நாம் வளர்த்த நாட்களில் நம்மிடையே இருந்த அதே நடத்தைகளை. பொறுமை அவசியம். குழந்தை நாளடவில் வளரும், முதியவர் பழகிவிடுவார்கள். என்னுடைய அம்மா முதியோர் இல்லத்துக்குப் போய் கொஞ்ச நாட்கள்தான் ஆகிறது, அவள் முதியவ ளாகிவிட்டாள். அதற்காக எரிச்சலடையக் கூடாது. தேவையானவற்றைச் செய்து எதுவும் நடக்காததைப் போல இருக்க வேண்டும்.

பாரிஸிலிருந்து வருவதற்கு வழக்கமாகச் செய்வதைப் போல ரயிலில் நான் இம்முறை வரவில்லை. நீண்ட தூரப் பயணம் எனக்குச் சலிப்பையும் சோர்வை யும் ஏற்படுத்தினாலும் (நீ என்னதான் சொன்னாலும் அவ்வளவு இளமையான வள் அல்ல உன் மகள்), என்னுடைய காரிலேயே வந்தேன். கடைகடையாக காரில் போவதற்காகவே.

இம்முறை வெளியே போவதில் எனக்கு ரொம்ப குஷி. எனக்கு அவள் தான் ஆடை அணிவித்து வெளியே அழைத்துச் சென்ற அந்த நாட்களைப் போல அம்மாவுடன் வெளியே கிளம்பி பழைய உறவை, எதிர்த் திசையில்தான் என்றா லும், மீண்டும் புதுப்பிப்பதில் மகிழ்ச்சி. வெளிர் சிவப்பு நிறச் சுவர்களினாலான சிறையிலிருந்து வெளியேறி, ஏதோ எல்லாம் இயல்பாகவே இருப்பதைப் போல,

தெருவில் போகும் மற்றவர்களுடன் சேர்ந்து, தெருவின் சலனங்களினூடே செல்வதில் மகிழ்ச்சி. தவிர, கடைகள். அவற்றை நான் நன்றாக அறிவேன், அவள் எந்தக் கடைகளுக்கு அடிக்கடிப் போவாள் என்று எனக்குத் தெரியும். இதுவரை என் பார்வைக்குப் புலப்படாமல் இருந்த கடைகள், அதாவது அவற்றின் விளம்பர ஜன்னல்களை (கத்திகள், வேட்டைக்குத் தேவையான பொருள்கள், தையல் ஊசி, நூல்கண்டு, ஊனமுற்றோருக்கு உதவும் பொருள்கள் போன்றவை இருந்த ஜன்னல்களைப் பாகுபாடு இன்றி) உரசி மட்டுமே சென்றிருந்தன என் பார்வைகள்.

கண்களை ஏமாற்றும் மாயைபோல் தோன்றிய ஜன்னல்கள், நகரத்தின் சுவர்களில் விட்டுவிட்டு இங்குமங்குமாகத் தென்பட்ட வெண்ணிற உள்ளாடைக் கடைகள் (அவை ஏன் அப்படி இருக்கின்றன என்று எவருக்கும் தெரியாது, எவரும் அதைப் பற்றி வியப்படைந்ததும் இல்லை).

வயதானவர்களுக்கான ஆடைகளை விற்கும் கடைகளின் ஜன்னல்கள்.

இப்பொழுது அவற்றை நான் உடனே கண்டுபிடிக்கிறேன், என் பார்வையில் அவை விழுகின்றன. இவ்வளவு நாட்களாக என் பார்வையிலிருந்து அவை எப்படித் தப்பியிருக்க முடியும் என்று எனக்கே புரியவில்லை. இதற்கு 'முன்னால்' அவை அங்கு இருக்கவில்லையா? பார்வைக்குக் கவர்ச்சியாக இருப்பதில் மற்றவற்றைவிட இவை எவ்விதத்திலும் குறைந்தவை அல்ல. நவீன மோஸ்தர், பிரபல தயாரிப்புகள், இவற்றின் சுவரொட்டிகளும் இருக்கின்றன. அப்படியானால் அவற்றை வித்தியாசமாக்குவது எது?

கறுப்பு நிறத்தை இங்கே பார்க்க முடிவதில்லை, பாரிஸ் கடைகளின் கவர்ச்சி அம்சமான கறுப்பு. கறுப்புக்குப் பதிலாக ஆழ்ந்த நீலமோ, சாம்பல் நிறமோ அல்லது அரக்கு நிறமோதான் தென்படுகின்றன. அதுவும் ரொம்பக் கொஞ்சமே. பலவித வண்ணங்களில் விதவிதமான மலர்களின் படங்களுடன் இருக்கின்றன. வண்ணங்கள் வெயில் காலத்தில் பளிச்சென்றும் குளிர் காலத்தில் மங்கலாகவும் இருக்கும். பல விதமான சட்டைகள் அலங்கார முடிச்சுடன், வலைப் பின்னலுடன், விற்பனைப் பெண்கள் பட்டு என்று சொல்லும், சுருக்கம் விழாத பாலியஸ்டர் துணியில் இருக்கின்றன.

கறுப்பில் இல்லை. பல வண்ணங்களிலோ அல்லது வெள்ளையிலோ சட்டைகள் இருந்தன. அது மட்டும்தான் வேற்றுமையா? இல்லை, இங்கே விளம்பர ஜன்னலில், தலையிலிருந்து பாதம்வரை முழுமையாக எல்லாவற்றுக்குமான ஆடைகளுமே இருக்கின்றன. என்ன வாங்கப்போகிறோமோ அதைப் பார்க்க முடியும் (மனம்போன போக்கில் நீண்ட துணிகளை ஒன்றன்மேல் ஒன்றாக வியக்க வைக்கும் 'கலையம்ச' அமைப்பில் வைப்பது போன்ற கேலிக்கூத்து இல்லை). பாரம்பரியமாக மனித உடல் சித்தரிக்கப்படும் விதத்தைப் பின்பற்றித் தயாரிக்கப்பட்ட ஆடைகள். கைகளை நுழைக்கும் பகுதி, கழுத்துக்குப் பட்டி, இடுப்புக்கு வார், உடலை இறுக்கும் பகுதியில் மடித்துத் தையல், உடல் பருத்திருக்கும் இடங்களில் சற்று தொளதொளப்பு, காலின் நீளத்துக்குப் பாவாடைகள், மார்பகங்களின் வடிவத்திற்கேற்ற கச்சுகள். தன்னுடைய ஒவ்வொரு பாகத்தையும் மரியாதையுடன் மூட வேண்டிய ஒரு உடலை அவை நினைவூட்டும்.

என்னுடைய ஆண்துணையின் மகள் வழக்கமாகப் போகும் கடையில்— அவளுடைய வயதை ஒத்தவர்களைப் புரிந்துகொள்வதற்கு நிறைய நாட்கள் தேவை என்பதால் நானும் அங்கு அடிக்கடிப் போவேன்—உடல் என்பது சொல்லப்படும் ஒரு சாக்குதான். மிக நீளமான அல்லது மிகவும் குட்டையான மேல்சட்டைகள், தோற்றத்தில் மட்டுமே மேல்சட்டைபோல இருக்கும் உடை, அதைப் போலவே பாவாடைகள், அல்லது பாவாடை போன்றவை, எதிர் பார்த்திராத இடங்களில் பித்தான்கள், பாக்கெட்டுகள், நாடாக்கள், இப்படிப் பல உதிரிகள். உடல் என்ற சலிப்பூட்டும் நியாய வரைமுறைகளுக்கு வளைந்து கொடுக்காத உடைகள். உறுப்புகளற்ற, அருவமான, வழவழப்பான, வளைந்து கொடுக்கும் உடலின் மேல் இஷ்டப்படி வடிவமைக்கப்பட்டு, மனம்போன போக்கில் காற்றில் பறக்கும் உடைகள்.

முன்பெல்லாம் என்னுடைய கண்கள் என்னை அறியாமலேயே இவை போன்ற விளம்பர ஜன்னல்களைத்தான் தேர்ந்தெடுக்கும். இப்போது அந்தக் கண்கள் வேறு சிலவற்றை, வயதானவர்களுக்கான விளம்பர ஜன்னல்களை தேர்ந்தெடுக்கின்றன. இந்தக் கடைகளிலிருந்து வாங்கியவற்றைக் கொண்டு நான் கூட நன்றாக உடை உடுத்திக்கொள்ள முடியும் என்பதைக் கண்டுபிடிக்கிறேன். பாவாடைகளைக் குட்டையாக்கி, இறுக்கமான ரவிக்கையைத் தவிர்த்து, விதவிதமான நவீன மோஸ்தர் காலணிகளை அணிந்துகொண்டால் போதும். அல்லது எதுவும் செய்யாமலும் இருக்கலாம் (மனதில் அரித்துக்கொண்டிருக்கும் ''செக்ஸி''யை மட்டும் மறந்துவிட வேண்டும்.)

ஆம், எனக்கு எல்லாக் கடைகளையும் தெரியும். அவற்றைத் தேடிப் பிடித்துவிட்டேன். அவற்றின் முகவரி, தொலைபேசி எண், திறந்திருக்கும் நேரம், வண்டியை நிறுத்த முடிந்த இடங்கள், அங்கு விற்கப்படும் பொருள்கள், இத்யாதி. விற்பனைசெய்யும் பெண்கள் எந்த அளவுக்கு இனிமையாகப் பேசுவார் கள், வாடிக்கையாளர் கூட்டம் குறைவாக இருக்கும் நேரங்கள், அங்குள்ள மற்ற வசதிகள் (ஆடை போட்டுப் பார்க்க விசாலமான அறை, சோர்ந்துவிட்டவர்கள் உட்கார இருக்கை வசதி) இவற்றையும் கவனித்தேன்.

உலகெங்கும் உள்ள என்னுடைய மற்ற எழுத்தாளர் நண்பர்கள் மிகவும் முக்கியமான பிரச்சினைகளைத் தோண்டித்துருவி ஆராய்ந்துகொண்டிருக்கும் போது, அறிவுசார்ந்த கருத்தரங்குகளில் பங்குகொண்டு தங்களுடைய வாசகர் களை வெல்வதற்காக உழைக்கும்போது, இதோ இங்கே என் கவனத்தை ஆக்கிரமித்திருப்பவை: பிரான்சின் மத்தியில் உள்ள ஊரில், முதியோர்களுக்கான ஆடைகளை விற்கும் கடைகள். என்னுடைய அறிவும் ஆய்வும் இங்குதான். என் சக்தியெல்லாம் வடிந்தோடும் புனல் இதுதான்.

அவள் இன்னும் குளியலறை உடையில்தான் இருக்கிறாள், யோசனையில் ஆழ்ந்த, வாடிய முகம். மணி பதினொன்று ஆகப்போகிறது, எனக்குக் கவலையாக இருக்கிறது. பொதுவாகவே மதிய வேளைகளில் வெளியில் கிளம்பி ஊருக்குள் செல்ல முடியாதபடி சோர்ந்துவிடுவாள். போதாக்குறைக்கு இன்று காலை ஐந்து மணிக்கே எழுந்து அன்றைய பொழுதின் அவசியமான காரியங்களை ஏற்கனவே செய்துவிட்டிருக்கிறாள். நாங்கள் இருப்பதோ சிறிய ஊர். மதிய இடை

வேளைக்காகக் கடைகளைப் பன்னிரண்டு மணிக்கே மூடிவிடுவார்கள். அங்கி வாங்க உடனேயே போகவில்லையென்றால் இந்த வாரக் கடைசியில் முடியாது. இன்னும் பல வாரங்கள் காத்திருக்க வேண்டும்.

இருந்தாலும் அவளிடம் கொஞ்சம் பளபளப்பு தென்பட்டது, அவள் குரலில் அபத்த தொனி குறைந்து காணப்பட்டது. ''நல்ல உடை அணிந்து கொள்'', என்கிறேன். ''வேண்டாம், என்னால் இறங்கி வர முடியாது. நீ போய் வா'', என்கிறாள். அவள் குறிப்பிடுவது இல்லத்தின் உணவகத்தை.

வாரக் கடைசியை அவளுடன் கழிப்பதற்குத்தான் நான் வந்திருக்கிறேன் என்பதை நினைவூட்டுகிறேன். மிரட்டுகிறேன். ''நீ சாப்பிட வரவில்லையென் றால் நானும் போகப்போவதில்லை''. அவள் தோள்களை உயர்த்தி, நெற்றியைச் சுருக்குகிறாள். இளைஞர்கள் புரிந்துகொள்ளாத அராஜகமா? கண்டிப்புடன் வற்புறுத்துகிறேன்: ''உடுத்திக்கொள்.'' எழுந்து, சற்றுத் தள்ளாடிச் சுவரில் சாய்ந்து கொள்கிறாள். மிகவும் ஒடுங்கிப்போய் இருக்கிறாள், பரிதாபமாகத் துவண்டு கிடக்கும் துணியைப் போல. நான் ஒரு பிசாசோ?

சிறுசிறு பாத்திரங்களை அலம்பிவைத்து, அவளுடைய படுக்கையறை யிலிருந்து வரும் சத்தங்களை ஒட்டுக்கேட்கிறேன். கலைந்த படுக்கையைச் சீராக்குகிறாள். மீண்டும் நம்பிக்கை பிறக்கிறது, ஜன்னல் கதவுகளைத் திறக் கிறேன். அப்படிச் செய்தது நல்ல யோசனைதான், ஏனென்றால் உடனேயே ''வேண்டாம், வேண்டாம். எல்லோரும் என்னைப் பார்ப்பார்கள்'' என்றாள். அவளுடைய குரலில் கோபமும், மீண்டும் தன்னுடைய பழைய போராட்ட குணத்துக்கு வரும் வேகமும் தெரிகிறது. நான் உடனேயே ஆரோக்கியமான இந்தச் சண்டையைப் பிடித்துக்கொள்கிறேன், அவள் பின்தொடர்வாள் என்பதை உணர்கிறேன். கரிய மூட்டத்திலிருந்து அவளை அது வெளியே கொண்டுவரும். ''திரைச்சீலைகளின் வழியே யாரும் பார்க்கமுடியாது.'' ''இல்லை, நிச்சயமாகப் பார்ப்பார்கள்.'' ''இங்கே யாருமில்லை, வந்து பார்.'' ''பாவம், செல்லப் பெண்ணே, உனக்குப் புரியவில்லை. இங்கே நம்மை வேவு பார்ப்பார்கள். ஜாக்கிரதையாக இருக்க வேண்டும். இரக்கமற்ற மக்கள் இவர்கள்...'' நான் விரும்பியபடியே எல்லாம் போய்க்கொண்டிருக்கிறது. எனக்குத் திருப்தி.

''நீ என்ன போட்டுக்கொள்ளப்போகிறாய்?'' என்கிறேன், நான் ஒன்றும் தெரியாததைப் போல. அவள் தயங்குவதாக உணர்ந்தேன். ஒருவேளை, கடைசி யில் ஊரைச் சுற்றிவிட்டு வர அவளுக்கும் ஆசையாக இருக்கிறதோ? வீணான இந்த ஒரு காரியத்தை (அங்கி வாங்குவது) சாதிப்பதற்காகத் தனக்குத் தானே கொடுத்துக்கொள்ளும் அங்கீகாரத்துக்கான கட்டாயச் சடங்கு, நாடகம்தானா இந்தப் புலம்பல் எல்லாம்?

இதுபற்றிச் சுத்தமாக எனக்கு ஒன்றும் தெரியவில்லை. இந்தக் கணத்தில் எதை வயோதிகத்தின் நலிவினால் செய்கிறாள் (அதனாலேயே என்னுடைய பொறுமையையும் பச்சாதாபத்தையும் அவசியமாக்குகிறாள்) என்பதோ, எதை அவளிடம் வேரூன்றியிருக்கும் கோணங்கித்தனத்தினால் செய்கிறாள் (அப்படி யானால் இரக்கமோ சலுகையோ கிடையாது, சொல்வதைக் கேள், ஆனந்தமாகப் போகலாம், இப்போது நான்தான் தலைவர்) என்பதோ எனக்குத் தெரியவில்லை.

செவிலியர் ஒவ்வொரு கணமும் இந்தப் பிரச்சினையை எதிர்கொள்ள வேண்டியிருக்கும். முதுமையானவர் எங்கே, நிஜமான நபர் எங்கே? பொது வாகவே, சலிப்பு மேலிட, நிஜமான நபரை மறந்துவிட்டு முதுமையானவரை மட்டுமே பார்க்கிறார்கள்: பிரென்னெ மலைத்தொடரில் மீட்டுப் படையின் இளைஞர்களுடன் என் 'தாத்தா', மற்றவர் உதவியை நம்பியிருப்பவர்களுக்கான இல்லத்தின் கனிவான இயக்குநரின் 'பாட்டிகள்'.

என் அம்மாவுடைய நடத்தைக்கு நானாக ஒரு விளக்கம் உருவாக்கு கிறேன். இன்று காலை (போன முறை நான் வந்தபோது இருந்ததைப் போலவே) தன்னுடைய சருமத்தின் கரும் தழும்புக்குள் தன்னை முற்றிலுமாக மறைத்துக் கொண்டிருக்கிறாள். அந்தத் தழும்புக்கு அடியிலிருக்கும் பழைய கிணற்றுக்குள். அவள் மிகக் குட்டிக் குழந்தையாக இருக்கிறாள், இன்னும் பேச்சுகூட வராத குழந்தை. அவளுடைய மகிழ்ச்சியான கணங்கள் வெகுளித்தனமாகப் போய்க் கொண்டிருக்கும்போது பயங்கரமான தீக்காயம் ஒன்று அதற்கு முற்றுப்புள்ளி வைக்கிறது. கிட்டத்தட்ட ஒரு வருடத் தண்டனை. அவளுடைய தந்தை அவ ளிடம் அன்பாக இருக்கும் ஒரே ஒரு தருணமும் (கிராமப்புறங்களில் உணர்ச்சி களை லேசில் காட்ட மாட்டார்கள்) மௌனத்திலும் மன உளைச்சலிலும் அமுக்கப்பட்டுவிட்டது. தன் குடும்பப் பெண்களின் வளவளவென்ற அரட்டை யும் அம்மாவுடன் அந்தரங்க நெருக்கமுமாக வயல்வெளிகளில் அனுபவித்த அவளுடைய அமைதியான ஒரு மாலைப் பொழுதைப் புரிபடாத திகில் ஒன்று சூழ்ந்துகொண்டது.

என்னுடன் இருப்பதில் முழுமனதுடன் மகிழ்ச்சியாக இருப்பதும் சாத் தியமில்லை.

மகிழ்ச்சி ஆபத்தானது. மிகவும் துடிதுடிப்பான மகிழ்ச்சி வருத்தத்தை ஈர்க் கும். மகிழ்ச்சியைக் கவனமாகக் கையாள வேண்டும்.

கிராமத்து மக்களுக்கு அது தெரியும். சில உத்திகளையும் தற்காப்புகளையும் தெரிந்துவைத்திருக்கிறார்கள். ஒருபோதும் அவர்கள் ''எல்லாம் நன்றாகவே இருக் கிறது'' என்று சொல்வதில்லை, அதற்குப் பதிலாக ''ஏதோ சுமாராக இருக்கிறது, நண்பா'' என்பார்கள். அது அப்படித்தான் என்பதை அம்மா தயக்கமில்லாமல் ஒப்புக்கொள்கிறாள், அது குறித்துச் சிரித்துக்கொள்கிறாள். அவளும் ஒரு நகர்ப் புறப் பெண்மணியாகிவிட்டாள். சற்றே விலகியிருந்து, இந்த மனோபாவங்களை என்னிடம் விவரித்துச் சொல்வதில் ஆனந்தமடைகிறாள். ஆனால் ஒருபோதும், ஒருபோதும், அதையே அவளிடம் திரும்பச் சொன்னால் அவளுக்குப் பிடிக்காது.

சில சமயங்களில் நாங்கள் இருவரும் அந்தரங்கங்களைப் பகிர்ந்துகொள் ளும்போது, அவளுடன் உட்கார்ந்து அவளுடைய வாழ்க்கையை ஆராய விரும்பு வேன். அவளைப் புரிந்துகொள்வதற்காகவும், என்னையே புரிந்துகொள்வதற் காகவும். அவளுடைய ஒற்றைத் தலைவலிகள் (என்னுடையதாகவும் ஆகிவிட் டவை), அவளுடைய மனநிலையில் பிரமிப்பூட்டும் திடீர்த் திருப்பங்கள் (என்னை மிகவும் ஆழமாகப் பாதித்தவை) குறை இல்லாத மகிழ்ச்சி என்பது ஒரு

போதும் இல்லாமல் இருப்பது, இருண்ட மேகத்துள் உடனேயே திரும்பிவராமல் சூரிய வெளிச்சத்தில் அடி எடுத்து வைக்காதது—இவற்றையெல்லாம் புரிந்து கொள்ள விரும்புவேன். ஆனால் எப்போதுமே, மறைந்திருக்கும், சந்தேகமான வகையில் அலைந்துகொண்டிருக்கும் வருத்தங்களே திரும்பத்திரும்ப வரும்.

இருந்தாலும் முயன்று பார்க்கிறேன். அவளுடைய குழந்தைப் பருவத்தில் நடந்த உலகப் போர். ஒற்றைத் தலைவலி. ''முதல்முறை ஒற்றைத் தலைவலி வந்த போது உனக்கு வயது பதினாறு, இல்லையா?'' அது, என் பாட்டி எனக்குச் சொன்ன தகவல். அப்படித்தான் நினைக்கிறேன். தான் மேல்படிப்பு தொடரப் போவதாக அம்மா அறிவித்தது தன்னுடைய பதினாறாவது வயதில்தானே? தான் பண்ணையில் இருக்கப்போவதில்லை, திருமணம்செய்துகொள்ளப்போவதில்லை, மற்ற பெண்களைப் போல என்னுடைய பாட்டியின் பின்னால் 'பால்' நடனங்களுக்குப் போகப்போவதில்லை, தன்னுடைய குடும்பம் பல தலைமுறைகளாகச் செய்துவந்த வேலையைத் தொடரப்போவதில்லை, பண்ணைக்கு அடுத்த தலைமுறை முதலாளி இருக்கப்போவதில்லை, பண்ணை அத்துடன் இல்லாமல் போய்விடும் என்றெல்லாம் அறிவித்தது பதினாறு வயதில்தானே?

தவிர, உலகப் பொருளாதாரத்தில் பெரும் சரிவு ஏற்பட்ட காலத்தில் நடந்த அவளுடைய திருமணமும், என் அப்பா ராணுவச் சேவைக்காகப் போருக்கு அனுப்பப்படும் பயத்தில் இருக்க, குடும்பங்களின் மனநிறைவைக் குறிக்கும் கல்யாண விருந்துச் சாப்பாடு ஒரு சிறிய கேலிக்கூத்தாக ஆகியிருக்கவில்லையா? அவளுடைய பெற்றோர்கள் கைவிடப்பட்டு, தனிமையில் முதுமையடையவில்லையா? நிலங்கள் அந்நியர் கைகளுக்குப் போகவில்லையா? அவளுடைய வாழ்க்கையில் நெடுக நிலவிய குற்றவுணர்வு. அதுதான் இந்த ஒற்றைத் தலைவலிகள்.

''நீ இருக்கிறாயே, நீ ரொம்ப புத்திசாலி''. அவள் என்னை ஆழம்பார்ப்பது போலப் பார்த்துத் தனக்குள் சுருண்டுகொள்கிறாள். அந்தரங்கங்கள் முடிவு. எனக்குப் பெரும் கோபம். ஏன்?

இருந்தாலும் இன்று காலை இந்தப் பழகிய தடத்தில் நான் விழவில்லை. அங்கி வாங்கியாக வேண்டும், என் முயற்சியில் வெற்றி காண்பது அவசியம்.

அவள் 'காம்பினேசோன்' என்னும் உள்ளாடை அணிந்திருக்கிறாள். இரண்டாவது சுற்றில் எனக்கு வெற்றி. தன்னுடைய அலமாரியில் கச்சிதமாக அடுக்கி வைக்கப்பட்டிருந்த உள்ளாடைகளிலிருந்து கிட்டத்தட்டப் புதியதாக இருந்த, மேலேயிருந்து இரண்டாவதாக இருந்த ஆடையை அணிந்திருக்கிறாள். கிழிந்து போய் மீண்டும் தைக்கப்பட்ட ஆடைகள் அடியிலும் பிறகு சாதாரணமாகக் கொஞ்சம் பயன்படுத்தியவை, பிறகு கிட்டத்தட்ட புதியவை, அதற்கு மேலே கடைசியாக ஒருமுறைகூட அணிந்துகொள்ளாத புத்தம் புதிய உடை, 'மருத்துவமனைக்குப் போவதற்காக', என்று அடுக்கி வைத்திருக்கிறாள்.

இந்தக் கடைசி ஆடையை அடிக்கடி இடம் மாற்றுகிறாள். சில சமயங்களில் அதைத் துணிகளின் அடுக்கில் மேலாகவும், சில சமயம் அலமாரியில் தனியாகவும், சில சமயம் சிறிய பெட்டியிலும் மாற்றிமாற்றி வைக்கிறாள். இல்லை, நான் சொல்வது தவறு. சிறிய பெட்டிக்குள் இருப்பது அவளுடைய அடக்கத்தின்போது அணிவதற்காக வைத்திருந்த சட்டை.

'காம்பினேசோன்' உள்ளாடையுடன் என் அம்மாவைப் பார்க்கிறேன்.

'காம்பினேசோன்' என்பது நைலான் வலைத்துணியிலான, கைகளும் கழுத்துப் பகுதியும் இல்லாத, உடலோடு ஒட்டிய, மேலங்கியைவிடச் சற்றே உயரம் குறைவாக இருக்கும் ஒருவித உள்ளாடை. "இப்போதெல்லாம் உன்னைப் போன்ற இளம் பெண்கள் இதைப் போட்டுக்கொள்வதே இல்லை." உடம்பின் அணுக்கமான சதைக்கும் அங்கியின் வெளிப்புறத் தோற்றத்துக்கும் இடையே யான இணைப்பாக இருக்கிறது இந்த உள்ளாடை. இரண்டு தடிமனான திரைச் சீலைகளுக்கிடையே இருக்கும் மெல்லிய 'மஸ்லின்' துணியின் வேலையைத்தான் செய்கிறது. வெளிச்சத்தை நோக்கி இருக்கும்போது சில வகைத் துணிகளில் கால்கள் தெரியக்கூடும் என்பதுபோல் இல்லாமல், கால்களின் வடிவத்தை ஊகித்துப் பார்க்கவே முடியாமல் செய்கிறது. மேலும் பெண்கள் தங்கள் உடலின் மேல் நம்பிக்கை வைக்காத ஒரு காலகட்டத்தை அது நினைவூட்டுகிறது, உடல் ஆடை அழுக்கடையச் செய்யும், துவைக்க முடிந்த 'காம்பினேசோன்' உள்ளா டையைப் பொதுவாகத் துவைக்கப்படாமல் இருக்கும் அங்கியைப் பாதுகாக்கும்.

இப்படி ஒரு உள்ளாடை இருக்கிறதென்பதே என் ஆண்துணையின் மகளுக் குத் தெரியாது. அவளைப் பொறுத்தவரை 'காம்பினேசோன்' என்றால் பளிச் சென்ற வண்ணத்தில் இருக்கும் பனிச்சறுக்கு விளையாட்டு உடை அல்லது பாய் மரப் படகில் செல்வதற்கான ரப்பர் டயரினால் ஆன உடை.

வெளிர் சிவப்பு வலைத்துணியினாலான காம்பினேசோனுக்கு அடியில், வெயில் காலத்திலும் குளிர் காலத்திலும், உடலைக் கதகதப்பாக வைத்திருக்கும் தெர்மோலாக்டைல் துணியில் ஒரு சட்டை அம்மா அணிந்திருப்பாள். அவளு டைய உடல் சற்றுப் பருத்திருந்தாலும் வடிவம் மாறவில்லை. கைகளின் சதை கொஞ்சம் தொய்ந்திருந்தாலும் உடலின் வளைவுகள் இன்னும் நன்றாகவே இருந்தன. கால்கள் கச்சிதமான அமைப்பு. ஒரு பெண்ணுக்கேற்ற உடல். அதுதான் என் கண்களைக் கவர்கிறது. எண்பது வயது தாண்டிய பின்பும், இளம் பெண் ணின் உடல். தேவை இல்லாத ஒரு சிந்தனை என் மூளைக்குள் நுழைகிறது. வய தான பெண்மணி தாக்கப்பட்டு, கற்பழிக்கப்பட்டாள் என்றெல்லாம் சில சமயம் பத்திரிகைகளில் படிக்கிறோம் அல்லவா? அப்படிப் படிக்கும்போது, வெறுப்பு கலந்த ஆச்சரியத்துடன் அதெல்லாம் ஏதோவொரு பேய்த்தனமான வக்கிரம் என்றும் எண்ணுகிறோம். அதுதான் இல்லை!

தன் அறையில் அவள் மேலும்கீழுமாகப் போய் வந்துகொண்டிருக்கும் போது திடீரென்று என் மனக்கண் முன்னால் ஒரு காட்சி ஊர்ந்து வருகிறது. தெர்மோலாக்டைல் காம்பினேசோன் உள்ளாடை மறைந்து குட்டையான ஒரு அங்கியையும், அதன் கீழே இளம் பெண்கள் அணிவதைப் போன்ற சிறிய அரைக்கை சட்டையையும் பார்க்கிறேன். மிகக் குறைவாக, போதுமான அளவே இருக்கும் இவை போன்ற அங்கிகளை இளம் பெண்களுக்கான கடைகளில் பார்க் கலாம். ஓரங்களில் கருப்பு வலைத்துணி வைத்துத் தைக்கப்பட்டு உடலை ஒட்டியபடி இருந்த இந்தக் குட்டை அங்கிகள் என் அம்மா காலத்தில் காம்பினே சோன் உள்ளாடைகளாக இருந்திருக்கும். ஒருவேளை அந்த காம்பினேசோனே அப்படி ஒன்றும் மோசமாக இல்லாத சிறிய அங்கியாக அவளுக்கு இருக்கலாம்.

அவளைக் கிட்டத்தட்ட இளம் பெண்ணாகக்கூடக் காட்டலாம். எனக்குள்ளேயே சிரித்துக்கொள்கிறேன். எப்படிப்பட்ட எண்ணங்களெல்லாம் எனக்கு வருகின்றன!

அந்த இரண்டாவது காப்பி (அவளுடைய மறுப்புகளையும் மீறிக் காலையில் அவளை நான் குடிக்க வைத்த காப்பி) வேலையைச் செய்ய ஆரம்பித்துவிட்டது. அல்லது வழக்கமாகச் செய்யும் செயல்களின் சங்கிலித்தொடர் போன்ற விளைவுதானா இது, தெரியவில்லை. முடுக்கிவிட்டோம் என்று மகிழ்கிறேன். இனி, நிகழ்ச்சி நிரலைத் தொடக்க வேண்டுமா? 'உடுத்திக்கொள்ளுதல்' என்பதில் க்ளிக் செய்யவும், பதில் இல்லையா, சரி, பதற்றம் வேண்டாம், இரண்டு அல்லது மூன்று பித்தான்களைத் தொடவும், கருவிகள் என்ற கட்டத்துக்கு, தொடக்கக் கட்டத்துக்கு வரவும், மீண்டும் தொடங்கவும், க்ளிக் செய்யவும், இப்போது வேலைசெய்கிறது, தொடங்கியாகிவிட்டது. பாதங்களின் நுனியிலிருந்து தொடைவரை கால் முழுவதும் ஒட்டியிருக்கும் நீண்ட காலுறைகளைப் போட்டுக்கொள்கிறாள். அந்த வேலையை மற்றவர் உதவியின்றி அவள் கச்சிதமாகச் செய்கிறாள் என்பதைக் கவனிக்கிறேன். கட்டிலில் உட்கார்ந்து, காலை மடக்கி, பாதத்தின் நுனியை எட்டிப் பிடித்துக் காலை நீட்டி, அதே போல இன்னொரு பக்கமும் செய்து, பிறகு எழுந்து இரண்டையும் இடுப்புவரை இழுத்து, முற்றிலும் நூற்றுக்கு நூறு வெற்றிகரமாக முடிக்கப்பட்ட வேலை.

ஆனால் அங்கி வாங்க வெளியில் கிளம்புவதற்கான நேரம் கடந்துவிட்டது. இந்த வாரக் கடைசியில் என்னுடைய வெற்றியின் அளவு மிகக் குறைவே: வேண்டுமென்றால் கீழே இறங்கி உணவகம்வரை போக அவளைக் கூட்டிச் செல்லலாம். நான் அந்த அளவிலேயே திருப்தி அடைகிறேன்.

ஒருவேளை, என்றாவது ஒருநாள் அவளுக்குப் பக்கவாதம் வந்துவிடலாம். அப்பொழுது அவளைத் தன்னுடைய படுக்கையில் எழுப்பி உட்கார வைப்பதே வெற்றியாக இருக்கக்கூடும்.

10. மருத்துவர்

எங்களைப் பார்க்க ஒரு இளைஞர் என்னைவிட இளையவராக, அழகாக இருக்கும் இளைஞர், வருகிறார். அவர், கண்ணாடித்தாளுக்கு மறுபுறம் என்னைப் போலவே சுறுசுறுப்பாகத் தொழில்ரீதியான ஒரு வாழ்க்கையைக் கொண்டிருக்கிறார். அங்கு என்ன நடக்கிறது என்பதைப் பற்றி அவருக்கு நிறையவே தெரிந்திருக்கிறது. அவர் உள்ளே நுழையும்போது காற்று பலமாக வீசுவதைப் போல உணர்கிறேன், மிகவும் ஆனந்தமாக இருக்கிறது.

அவர் அடிக்கடி வர வேண்டும் என்று ஆசைப்படுகிறேன், அவர் எனக்குத் தெம்பூட்டுகிறார், என் பக்கம் இருக்கிறார் என்று தோன்றுகிறது, ஆகவே அவரை எனக்கு உடந்தையாக ஆக்கிக்கொள்ள முயல்கிறேன். என்னைவிட இளைய

ஆண்களை எனக்கு நன்றாகத் தெரியும், இருவராகச் சேர்ந்து எங்களால் ஏதாவது செய்ய முடியும் என்று நினைக்கிறேன். இங்கே நடப்பவையெல்லாம் மிகவும் தாறுமாறாக இல்லாமல், மென்மையாக நடக்கும்படி பார்த்துக்கொள்வோம். தொழில்நுட்ப அறிவு அவருக்கு இருக்கிறது, அவர் செய்வது சரிவரக் கடைப் பிடிக்கப்படுகிறதா என்று நான் பார்த்துக்கொள்வேன். வாழ்க்கையின் பரப்பில் தோன்றியுள்ள இந்த இனம் தெரியாத சீழ்பிடித்த கொப்புளத்தை நாங்கள் இருவருமாகச் சேர்ந்து ஒழித்துவிடுவோம்.

சரி, உன்னுடைய மருத்துவரை வரச்சொல்ல வேண்டும், என்றேன் நான்.

மருத்துவ நிபுணர்களிடம், அதுவும் குறிப்பிட்ட பிரிவைச் சேர்ந்த நிபுணர் களிடம் எனக்கு நம்பிக்கை உண்டு, நான் ஒரு சிறந்த எடுத்துக்காட்டாக இருக் கும் நோயாளி, பணிவானவள், சொன்னதைக் கேட்பவள், அம்மா எனக்குக் கற்றுக்கொடுத்திருப்பதைப் போல.

ஒருமுறை நானே என் அம்மாவின் முதுமையைப் பற்றிய ஆலோசனைக் காக பெண் மருத்துவ நிபுணர் ஒருவரிடம் போனேன். தங்களுக்கு எது நடந் தாலும் நடக்காவிட்டாலும் முதியவர்கள் தொடர்ந்து குறைந்தபட்சம் மாதம் ஒரு முறையாவது மருத்துவரிடம் தங்கள் உடலைப் பரிசோதித்துக்கொள்ள வேண்டும் என்று ஆலோசனை சொன்னார். பிறகு, என்னைப் பொறுத்தவரை, எங்களுடைய உறவில் 'மூன்றாவது நபர்' ஒருவர் சம்பந்தப்பட்டிருப்பது அவசியம் என்றார். என் அம்மாவுக்கு முன்னால் இது போன்ற வார்த்தைகளை நான் பயன்படுத்த முடியாது என்றாலும், அவர் சொன்னதில் எனக்கு உடன் பாடு உண்டு.

ஓரிரு முறை மனநல ஆலோசகரைப் பற்றி அம்மாவிடம் பேசிப் பார்த்தேன். பதில் இல்லை. அவளுக்கே இயல்பான எதையும் எதிர்க்கும் அவள் மனப் பான்மைதான். தன்னுடைய களத்தில் எவ்விதக் குறுக்கீடும் கூடாது (அவளு டைய கிராமப்புற வாழ்க்கையின் வேர்களா?). அல்லது, சில சமயங்களில் பற்றற் றவள்போல் நடிப்பேன்: கொஞ்சம் விலகியிருந்து பார்க்கலாம் அம்மா, நம் விவ காரத்தின் பின்னணியில் என்ன இருக்கிறது என்று நாம் இருவரும் தோழமை யுடன் விவாதிப்போம், நம்முடைய நகைச்சுவை உணர்வையும் இழந்துவிடாமல் தெளிவாக இருப்போம். முதியோர் இல்லத்தை காலேஜ் த ஃபிரான்ஸ் என்று நினைத்துக்கொள்வோம் அல்லது ரஷ்யா போரில் பின்வாங்கியது நிழற்சாலையில் வெறுமனே சிந்தனைசெய்தபடி உலாவுவதைப் போன்றதுதான் என்று நினைத் துக்கொள்வோம். அப்போது உனக்கு இனிமேல் துன்பம் எதுவும் இருக்காது; நானும் லேசாகிவிட்ட இதயத்துடன் ரயிலிலோ, காரிலோ திரும்பிச்செல்ல முடியும்.

ஆனால், இந்தச் சூழலில், கண்ணாடித்தாள் கூடாரத்தின் அடியில் எனக்குப் பொருந்தாத ஏதோ ஒன்று இருக்கிறது. என் சொற்கள் விசித்திரமான தொனி யைப் பெற்றுள்ளன. சரியாக அடுக்கிவைக்கப்படாத சிறுசிறு சிமெண்ட் பலகை களைப் போல. என்னுடைய சொற்கள் நீரில் அமிழ்கின்றன, சரிவில் ஓடுகின்றன, என் சொல்லாட்சி ஆடம்பரமாகவும் வெளிப்பாடு மோசமாகவும் இருக்கிறது, கோணல்மாணலாகப் பேசுகிறேன். அவள் எனக்குப் பதில் சொல்வதாக

இருந்தால், என்னுடைய வாதங்களும் சீராக இருக்கும். பதில் சொல், எதிரொலி கொடு. அங்கிருந்து எதிரொலி வரவில்லை, பேச்சு தொடரவில்லை.

''நீ இருக்கிறாயே, புத்திசாலி!''

உரையாடல் முடிகிறது. பொல்லாதவள், என் அம்மா. படாலென்று கதவைச் சாத்துகிறாள், அழகான தப்பித்தல். நான் தோற்றுவிட்டேன். எதிர்த்துப் போராடத் தெரியவில்லை. எங்களிடையே சச்சரவு இருந்தது என்பதைப் புரிந்து கொள்ள எனக்கு நிறைய நேரம் தேவைப்பட்டது. அதுவோ தன்னுடைய களத்தில் தன்னுடைய ஆயுதங்களுடன் இருந்தது.

என்னுடைய அப்பா ஒதுங்கியே இருப்பார். இருந்தாலும் ஒரு நாள், இது போன்ற ஒரு சண்டைக்குப் பிறகு, நான் அவரிடம் புகார் சொல்ல வந்ததனாலோ என்னவோ, அவர் என்னிடம் சொன்னது என்மீது பெரும் தாக்கத்தை ஏற்படுத்தியது. இன்னும் அது என் நினைவில் இருக்கிறது. அவரை அப்போது பார்த்திருந்தால் தெரியும். மிகவும் மென்மையான, கண்ணியமான அழகுடன் இருந்தார். அவருடைய இறுதி நாட்கள்வரை அதிகம் பேசாமல், விலகியிருந்து, குடும்பப் புயல்களிலிருந்து தப்பி ஓடி, இந்தக் கண்ணியமான அழகைக் காப்பாற்றிவந்தார். வீட்டில் இருந்த அவருடைய அலுவலறை அவருடைய இயல்பான இருப்பிடம். அவர் சொன்னார்: ''ஆ, இந்த அம்மா-மகள் உறவுகள்...'' தலையை அசைத்தபடி முகத்தில் லேசான ஒரு புன்சிரிப்பு இழையோட இதைச் சொன்னார். நன்றாகச் சொன்னார்!

இந்தப் பதிலில் நான் பேச்சற்று அடங்கிவிட்டேன். அம்மாவின் ஆயிரக் கணக்கான சொற்களுக்கு ஐந்தே சொற்கள். எனக்கு அவை உதவின. இன்னும் வெகு தீவிரமாக இப்போது அவற்றை நினைத்துப் பார்க்கிறேன். அம்மாவுக்கு எப்பேர்ப்பட்ட அநீதி. நான் அவள் பக்கம், அவளுக்காக அழுகிறேன், இந்த அநீதியை நினைத்து.

இதேபோல இன்னொரு சமயம் அவர் சொன்ன சில வார்த்தைகளுக்காக நான் அளவில்லாத நன்றியுணர்வோடு இருக்கிறேன். விலையுயர்ந்த கற்களினாலான சிறு கற்பனைப் பெட்டகத்தில் அதைப் பொக்கிஷமாகப் பாதுகாக்கிறேன். ஆனால் என் அம்மாவிடமிருந்தோ நான் எதையும் விரும்பியதில்லை. அவளுடைய வீட்டுச் சாமான்களையோ ஆடைகளையோ நிச்சயமாக அவளுடைய அறிவுரைகளையோ வேண்டும் என்று கேட்டதில்லை இந்த அநீதி என்னை வாட்டுகிறது, என் நெஞ்சைப் பிளக்கிறது. பெண்களுக்கும் அவர்கள் பெண்களாக இருக்கும் தன்மைக்குமே இழைக்கப்படும் இயல்பான அநீதி.

'' நீ இருக்கிறாயே, புத்திசாலி.''

நான், அவளுடைய எதிரி, கச்சிதமாகக் குறிபார்த்து பளிச்சென்று அவள் விட்ட ஒரே உதையில் நொறுங்கிவிட்டேன், ஏனென்றால் அவளுடைய மனம் குத்தித் துளைக்க வல்லது. திடீரென்று திருப்பத்திலிருந்து வெளிப்படும் வாக்கியம் ஒன்று என்னை அசத்திவிடும். என்னைவிட நன்றாக அவள் எல்லாவற்றையும் தெளிவாகப் பார்த்தாள். நான் உணர்ச்சிவசப்பட்ட ஒரு முட்டாள் மட்டுமே. குழப்பமான நிலை ஒன்றை நன்றாக மின்னல் வேகத்தில் பிசைந்து, எந்தப் புத்தகத்தின் உதவியும் இன்றி, கச்சிதமாக வார்க்கப்பட்ட உண்மை ஒன்றை

அதிலிருந்து வெளிக்கொண்டுவந்தாள். குடும்பத்தில் அம்மா என்ற இடத்தில் இருந்த நாட்களில் எங்களுக்காக வட்ட வடிவ கேக், க்ரீம் இவற்றையெல்லாம் செய்துகொடுத்ததைப் போல. அப்படியிருக்கையில், கூட்டிக்கழித்துப் பார்த்தால், இப்போது அவளுடைய இறுதி நாட்களின் கரடுமுரடான பாதையில் நாங்கள் ஒருவரோடொருவர் டமால்-டமாலென்று முட்டிமோதி வளையவரும்போது, இதே திறமை ஏன் எதற்கும் அவளுக்குப் பயன்படாமல் போய்விட்டது? எனக்கோ, அவளுக்கோ ஏன் ஊட்டமளிக்காமல் போய்விட்டது...?

ஒரு சமயம், மருத்துவரைப் பார்க்க அவள் மறுக்கிறாள். "உனக்குத் தெரியுமா, அவர்களுக்கு ஒன்றும் தெரியாது." அதாவது, முதியவர்களைப் பற்றி. ஆனால் மறு சமயம், மருத்துவரைப் பார்க்க விரும்புகிறாள். அப்போது அதுவே அந்த வாரக் கடைசியின் முக்கிய நிகழ்வாக ஆகிவிடுகிறது.

அவரைப் போய்ப் பார்ப்பதற்காக முன்கூட்டியே பதிவுசெய்கிறோம், அந்த வாரம் முழுவதும் எனக்கு ஒளிமயமாக இருக்கிறது, நாங்களும் ஒருவழியாகச் செயலில் இறங்குகிறோம்.

மருத்துவரை அழைக்கிறோமென்றால், உயிர்வாழ்ந்துகொண்டிருப்பவர்களுக்கான இயல்பான வாழ்க்கை நியதியில்தான் நாம் இன்னும் இருக்கிறோம் என்று பொருள். இன்னும் சொல்லப்போனால், தொன்றுதொட்டு மனிதனைப் போராட வைத்து, வெற்றிகாணச் செய்து, நீடித்து வாழச் செய்த, மானிட வாழ்க்கையின் சிறந்த அம்சத்தின் பகுதியாக நாமும் ஆகிவிடுகிறோம். பல்கலைக்கழகங்கள், ஆராய்ச்சிக் கூடங்கள், மருந்துத் தொழிற்சாலைகள், துடிப்புடன் இயங்கும் சோதனைக்கூடங்கள், இரவில் கண்விழித்துப் படிக்கும் இளைஞர்கள், அவர்களுக்குக் கற்றுக்கொடுக்கும் பேராசிரியர்கள், கருத்தரங்குகளில் தங்கள் ஆய்வுபற்றி அறிவிக்கும் ஆய்வாளர்கள், அவர்களை ஏற்றிச்செல்லும் விமானங்கள், விமான நிலையங்கள், அஞ்சல் துறை, தொலைபேசிகள், கணிணிகள் இவற்றில் தொடங்கி மருந்துகளைக் கொண்டுவரும் சிறிய லாரி, சக்கரங்கள், இன்ஜின், பெட்ரோல், அரசியல் என்று எல்லாவற்றிலும் பங்கேற்பவர்களாக ஆகிறோம். நானும் என் அம்மாவும் முழுமையாக இந்த உலக வாழ்க்கையில் இருக்கிறோம். இனியும் நாங்கள் தனிமையான திகிலூட்டும் பாதையில் தள்ளாடிப் போய்க்கொண்டிருக்கவில்லை, எதிர்காலத்தை நோக்கி மனிதர்கள் மேற்கொள்ளும் கூட்டுமுயற்சியில் பங்கேற்று மனிதக் கும்பலுடன் சேர்ந்து நாங்களும் உருள்கிறோம். மருத்துவர் வருவார், நாங்கள் அவருடன் விவாதிப்போம் (அதாவது பல்கலைக்கழகம், சோதனைக் கூடங்கள், தொழில் நிறுவனங்கள், உலகம்... இவற்றுடன்), மக்களவையில் பேசுவோம், வாக்குவாதம் செய்வோம், முடிவுகள் எடுப்போம். இந்த உலகில் நம் இனம் இதுவரை மேற்கொண்ட முயற்சிகளின் முடிவுகளை அவர் எங்கள் முன் தாக்கல்செய்வார். இந்தச் செயலின் மூலம் முடிவில்லாமல் துடிப்புடன் இயங்கும் மானுட இயக்கத்தில் நாங்களும் பங்குபெறுவோம். தொடர்ந்து பங்குபெறும் சாத்தியக்கூறையும் பெறுவோம்... அதாவது, எங்கள் அளவில். அந்த சாத்தியக்கூறு கிட்டுமேயானால் எந்த அளவு என்பது ஒரு பொருட்டே அல்ல.

ஆக, நான் எதிர்நோக்கியிருப்பவர் எல்லா அறிஞர்களுக்கும் பிரதிநிதி, அகில உலகக் கருத்தரங்குகளுக்குச் செல்லும் தூதர், மனித மூளையின் கடைசிக் கண்டுபிடிப்புகளைக் கொண்டுவருபவர். அவர் எனக்காகப் பிரத்தியேகமாக வருவார். என்னுடைய வயதான அம்மாவைச் சமாளித்துவிட்டு, 'அவிஞோன் பாலத்தில்' நடனமாடப் போக எனக்கு உதவ வருவார்*.

ஆனால், என் அம்மா எதிர்நோக்கியிருப்பவர் முற்றிலும் மாறுபட்ட வேறு ஒருவர்.

''வாருங்கள், டாக்டர், ஓ, உங்களைத் தொந்தரவுசெய்கிறேன் என்று எனக்குக் கொஞ்சம் வெட்கமாக இருக்கிறது. என் மகள் இங்கே வந்திருக்கிறாள். அவள்தான் ஆசைப்பட்டாள்... மொத்தத்தில், உங்களை நான் ரொம்ப நேரம் பிடித்து வைத்திருக்க மாட்டேன். உங்கள் வீடு எவ்வளவு தூரம் முடிந்திருக்கிறது? ஆ, இன்னும் கொஞ்ச நாள் தள்ளிப்போகுமா? இவ்வளவு வேலைகள் இருக்கும் போது உங்களை இப்படி அனாவசியமாக இழுத்தடிப்பது மிகவும் தவறு. சரி, உங்கள் குழந்தைகள்...? வருத்தப்படாதீர்கள், எல்லாம் சரியாகிவிடும், பார்க்கத்தான் போகிறீர்கள்... இதோ, உட்காருங்கள், இப்படி ஓடி அலைந்து களைத்திருப்பீர்கள்... உங்களுக்குத் தெரியுமா, எல்லாருக்கும் விட்டுக்கொடுத்துக்கொண்டு இருக்கக் கூடாது. என்னுடைய மகனுக்கும் அதைத்தான் சொல்கிறேன். உங்களைப் போலவே அவனும் மற்றவர்கள் தன்னை விழுங்கும்வரை விட்டுவிடுவான். இப்போதெல்லாம் இளைஞர்களுக்குப் பிழைப்பே அவ்வளவு கடினமாக இருக்கிறது. சொன்னால் எவரும் நம்ப மாட்டார்கள், ஆனால் நான்தான் பார்த்துக்கொண்டிருக்கிறேனே... இந்தா, குட்டிப் பெண்ணே, ஆரஞ்சு ஜூஸ் கொண்டுவா. ஆமாம், சமையலறையில் நான் எல்லாம் தயார்செய்து வைத்திருக்கிறேன், போய்க் கொண்டுவா...''

சரியாய்ப் போயிற்று, என்னதான் நடக்கிறது இங்கே? என் கண்களை, காதுகளை என்னால் நம்ப முடியவில்லை. என் அம்மா அவரைக் கவர்ந்து மகிழ்விக்கிறாள். இல்லை, அவளே கவர்ச்சிதான்.

கண்களைச் சுற்றி ஊதா வளையங்கள், மண்டை மேலே பரிதாபமான, குட்டையான வெண்முடி, நடுங்கும் அங்க அசைவுகள்—முதுமையின் இந்தச் சோகமான அறிகுறிகளே இந்தக் கணத்தில் அசாதாரணமான கவர்ச்சியைப் பெறுகின்றன, யாரால் இதை நம்பியிருக்க முடியும்? கன்னங்கள் சிவக்க, துறுதுறு வென்ற பார்வையுடன் நிலைமையை முற்றிலுமாகத் தன் கட்டுக்குள் வைத்திருப்பவளைப் போலத் தோன்றுகிறாள்.

சரி, அவர்? அந்த இளம் மருத்துவர்? சலிப்படைந்து, எரிச்சலுடன் அவசரத்தில் இருப்பவர்போல இருக்கிறாரா? இல்லவே இல்லை. அவர் உட்கார்ந்துகொண்டு தன்னுடைய ஆரஞ்சு ஜூஸைக் குடிக்கிறார். அவர் பேசிக்கொண்டிருக்கிறார்: தன்னுடைய வீடு, குழந்தைகள், தனக்கிருக்கும் குடலிறக்கம், பனிச்சறுக்கு விளையாட்டு... கவனிக்கவும், இவைபற்றி அவர் தானாகவே ஒருவராக மட்டும்

---

* 'அவிஞோன் பாலத்தில் நடனமாடுவோம்' என்பது ஒரு பிரபலமான பாடல். மகிழ்ச்சியான தருணங்களில் பாடப்படுவது.

பேசுவதில்லை. இது உரையாடல். என் அம்மாவுடன், உண்மையான, பரிபூரண உரையாடல். அவள் சிரிக்கிறாள், அவர் சிரிக்கிறார், எனக்குப் புரியவில்லை, அவர்களுக்கு மட்டுமே புரியும் கேலிப் பேச்சுகள்; எனக்குத் தெரிந்திராத ஆனால் அவளுக்கு மிகவும் பழக்கமாக இருப்பதைப் போலத் தோன்றும் ஒட்டுமொத்தமான ஒரு பின்னணி.

சரி, நான் என்ன செய்ய வேண்டும்? நான் என்னுடைய அம்மாவுக்குப் பாதுகாவலராகக் கருதப்பட்டவள். தான் பலவீனமாக இருந்தபோது டாக்டரை அழைக்கும்படி என்னைக் கெஞ்சிக் கேட்டுக்கொண்டு இந்த வேலையை எனக்குக் கொடுத்தது அவள்தான். பள்ளியில் ஆசிரியைக்கு உதவுவதற்காக மாணவர்களின் நோட்டுப் புத்தகங்களுக்குப் பொறுப்பேற்றுக்கொண்டு அதைப் பற்றிப் பெருமையடையும் துணிச்சல்காரக் குட்டி மாணவியைப் போல நானும் அந்தப் பணியை மேற்கொண்டேன். டாக்டரை வரச்சொல்லி அழைப்பேன், அவரை வசியப்படுத்துவேன், நாங்கள் மணம்செய்துகொள்வோம், மிகவும் செல்லமான என்னுடைய அம்மாவுக்கு நாங்கள் அப்பா-அம்மா ஆகிவிடுவோம்.

இந்த நோக்கத்தில் லேசான பழுப்பு நிறத்தில் ஒரு அரைக்கால் சட்டையும் வெள்ளை டி-ஷர்ட்டும் நான் அணிந்துகொண்டேன். உடுத்தும் கலையின் அடக்கமான வெளிப்பாட்டின் தலைசிறந்த எடுத்துக்காட்டு, எளிமையான இந்த உடை. உதட்டில் மிக லேசாகச் சிவப்பு உதட்டுச் சாயம். அழைப்பு மணி இரண்டாவது முறை அடிக்கும்போதுதான் கதவைத் திறக்க வேண்டும்... ஏனென்றால், இதோ பாருங்கள் டாக்டர், எங்களுடைய துன்பத்தை நீங்கள் மோப்பம் பிடித்துவிடக் கூடாது. இந்த வீட்டுப் பெண் இறுதிக் கட்டத்தில் இருக்கிறாள் என்றும், உடல்நலமற்றும் ஊனமுற்றும் இருக்கும் அவளுடைய குழந்தையை, இந்தச் சிறிய முதியவளை ஏற்றுக்கொள்ளத் தயாராக இருக்கும் எந்த ஒரு மனிதனிடமும் தன்னை ஒப்படைக்க இந்தப் பெண் தயாராக இருக்கிறாள் என்றும் உங்களுக்குத் தெரியக் கூடாது. இந்த வீட்டுப் பெண்ணுடன் சமமாகச் சுமையைப் பகிர்ந்துகொண்டு, பார்ப்பதற்குப் பாவமாக இருக்கும் இந்த அம்மா-மகளை அந்த மனிதன் தன் பொறுப்பில் ஏற்றுக் குணப்படுத்த வேண்டும். பயம், சீர்குலைவு, வழிதவறுதல் இவற்றின் வாசனையே இந்தக் குடியிருப்பில் வரக் கூடாது. இந்த எல்லைப் பிரதேசங்களில், நலமாக உயிர்வாழ்ந்துகொண்டிருப்பவர்கள் அலைந்து திரிந்துகொண்டிருக்கும் இந்தச் சாவு நிலங்களில் மிகக் குறைந்த மருத்துவர்களே தைரியமாக வர முடியும். எங்கள் ஊரில் அப்படி யாரும் (முதியோர் நல மருத்துவர்?) இருப்பதாகத் தெரியவில்லை. ஆகவே, ஏதாவதொரு தந்திரம் செய்ய வேண்டும். அறுபது அல்லது எழுபத்தைந்து வயதுக்கு மேற்பட்டவர்களுக்குச் செய்யப்படும் சாதாரணப் பரிசோதனைகளுக்குத் தன்னை உட்படுத்திக்கொள்ளும், இயல்பாக எல்லாரையும்போல உயிர்வாழ்ந்துகொண்டிருக்கும் பெண்ணாக இந்த நோயாளியை இருக்கும்படி நாம் பார்த்துச் செய்ய வேண்டும். வயதானவர்களுக்கு நேரக்கூடிய, தேய்மானத்தினால் ஏற்படும் சக்தியின்மையை நிவர்த்தி செய்வதும், தங்களைத் தாங்களே பார்த்துக்கொள்ளக்கூடிய முதியோர் இல்லத்தில், அதாவது தன்னுடைய களத்தில் இன்னும் திறமையுடன் இந்த நோயாளிப் பெண்ணை செயல்படச் செய்வதுமே பரிசோதனைகளின் குறிக்கோளாக இருக்க

வேண்டும். நான் ஏதோ அங்கே தற்செயலாக வந்ததைப் போல, விளையாட்டில் இரண்டு சுற்றுகளுக்கு நடுவே வந்திருக்கும், அரைக்கால் சட்டையணிந்து விளை யாட்டில் பங்கேற்பவளாக இருக்க வேண்டும். மகப்பேறில் இருக்கும்போது பீதி யடையும் பெண்ணின் பரிதாப இதயம்போல என் இதயம் துடிப்பது யாருக்கும் கேட்கக் கூடாது. அல்லது, ''தயவுசெய்து எனக்கு உதவுங்கள், உதவுங்கள்...'' என்று நான் உதவிக்கு ஆட்களைக் கூப்பிடுவதும் கேட்கக் கூடாது... நான் நியாயமானவ ளாக, விச்ராந்தியாக இருக்க வேண்டும். என்னுடன் ஒரு ஆட்டம் டென்னிஸ் விளையாடலாமா என்று ஒருவரை நினைக்க வைக்கும் அளவுக்கு நான் நல்ல ஆரோக்கியத்துடன் இருக்க வேண்டும்.

அப்படி இருக்கும் பட்சத்தில் எல்லாம் நல்லபடியாக நடக்கும். சிரித்துக் கொண்டிருக்கும் வெள்ளை முடி கொண்ட குழந்தையின் தொட்டிலுக்கு மேலே இரு பக்கங்களிலிருந்தும் குனிந்தபடி நாங்கள் இருவரும் எங்களிடையே ரகசியங் களையும் பார்வைகளையும் பரிமாறிக்கொள்வோம். மருத்துவர் கிளம்பியவுடன் அவர் கொடுத்துவிட்டுப் போன மாயாஜால இனிப்புக் கஷாயத்தைக் குழந்தை யைக் குடிக்கச் செய்வேன். குழந்தை எழுந்து நின்று, முன்பெல்லாம் இருந்ததைப் போலவே அந்த என் அம்மாவாக மாறிவிடும். வாழ்க்கையின் செயல்பாடுகளுடன் துடித்துக்கொண்டிருக்கும் இந்த உலகில் நாங்கள் வேரூன்றி நிற்போம். பைத் தியக்காரத்தனமும் சாவுமே நிலவும் பிரதேசத்தில் மேற்கொள்ளப்பட்டிருந்த இந்தப் பயணம், கொடிய கனவைப் போன்ற இந்தப் பயணம் திசைமாறிவிட் டிருக்கும். வருந்தத் தக்க ஆனால் நம் வாழ்க்கையில் இடம்பெற்றுவிட்டிருந்த சம்பவம். உலகின் மிகப் பெரிய பழரச இயந்திரங்களிலிருந்து (பல்கலைக்கழ கங்கள், சோதனைக்கூடங்கள், தொழிற்சாலைகள், இரவில் கண்விழித்துப் படிக்கும் இளைஞர்கள், விமானங்கள், கருத்தரங்குகள்...) பிழிந்தெடுக்கப்பட்ட இந்த மாயாஜாலக் கஷாயம்—அதைப் பற்றித் தெரிந்திருந்து அதைக் குடிக்க முடிந்த பட்சத்தில், மிகக் கொஞ்சமாகவே அதைக் குடித்திருந்தாலும்—இந்தப் பயணத்தை நம் நினைவிலிருந்து அழித்துவிட்டிருக்கும்.

கோப்பைகளும் கரண்டிகளும் வைத்திருக்கும் மேஜையின் மேல் ஒரு காகிதம் இருக்கிறது. ஒன்றும் தெரியாததைப் போல அம்மா அதை எடுத்துக் கொள்கிறாள். ''டாக்டர், என்ன தேவையோ அதை இதோ தயாராக வைத்திருக் கிறேன். உங்களுடைய நேரத்தை வீணடிக்க வேண்டிய அவசியம் இருக்காது...'' டாக்டர் அவருடைய நேரத்தை வீணடிக்க மாட்டார். காகிதத்தில் உள்ளதை அப்படியே எழுதிக் கையெழுத்திட்டால் போதும். முன்பு கொடுத்த மருந்துச் சீட்டே புதுப்பிக்கப்படுகிறது, அவ்வளவுதான்.

ஆக, வியக்கத் தக்க என்னுடைய செல்ல அம்மா நிலைமையைத் தலைகீழாக மாற்றுவதில் வெற்றி கண்டுவிட்டாள். தலைமைப் பொறுப்பையும், தெம்போடும் புகழோடும் இருந்த நாட்களில் தான் வைத்திருந்த எல்லாப் பொறுப்புகளையும் மீண்டும் எடுத்துக்கொண்டுவிட்டாள். தன்னுடைய மருத்துவருக்கு ஆலோசக ராகத் தன்னைத் தானே ஆக்கிக்கொண்டுவிட்டாள். மருத்துவர் இயல்பாகவே திறமையான இளைஞர், ஆனால் வாழ்க்கையைப் பற்றிய விவகாரங்களில் வெகுளி என்பதுபோல அவள் மாற்றிவிட்டாள். ஆசிரியையாகப் பணிபுரிந்த

நாட்களில் தான் இருந்ததைப் போல, உயர்வான நிலையிலிருந்து, நல்லெண் ணத்தோடு செயல்பட்டு, எப்போதும் மாணவர்கள் பக்கமே இருந்து, தங்கள் பாதையிலிருந்து அவர்கள் விலகிச் செல்வதைப் பொறுக்க மாட்டாமலும் ஆனால் அதே சமயம் இளைஞர்கள்மீது மிக அதிகமாக வேலை சுமத்தப்படுவதை வெறுத்தும், அவர்களுடைய ஆரோக்கியத்திலும் எதிர்காலத்திலும் அக்கறை கொண்டிருந்த அம்மா... டாக்டரும் அவளுடைய மாணவனாக மாறிவிட்டார். அதையும்விட அவளுடைய குழந்தையாகவும் மாறிவிட்டார். மருத்துவராக இருக்கும் தன் சொந்த மகனையும் நினைவுகூர்ந்து, சிறுசிறு கோளாறுகள், கவலைகள், அதீத ஆர்வங்கள், குழந்தைத்தனமான செயல்களையெல்லாம் குடும் பம் என்கிற உள்துறைக் கட்டுப்பாட்டு அறையிலிருந்து கவனித்து, தான் அறிந்து வைத்திருந்ததையும் நினைவுக்குக் கொண்டுவந்து மருத்துவரைவிட மேலே போய் நிற்கிறாள். ஆணவம் அல்லது இளக்காரம் போன்றவற்றின் சிறு சாயலைக் கூட உள்ளிருந்தே தகர்த்து, பெற்றோர் என்ற உயர்வு நிலையில் தன்னை இருத்திக்கொள்கிறாள்... இப்படியாக, தேர்ந்த செப்படிவித்தைக்காரனின் செயலினால், விசைகளின் சமன்பாட்டை நிலைநாட்டி, இனியும் முதுமையின் கிழிசல்களினால் சிறுமைப்படாதவளாக ஆகிறாள். உடல்ரீதியினாலான தன் னுடைய சீர்குலைவு இழக்கச் செய்திருந்த இடத்தைச் சொற்களின் சக்தியை மட்டுமே கொண்டு மீட்டி ஆசிரியை-பெற்றோர் என்ற அந்தஸ்தை மீண்டும் பெற்றவளாக, மனித வாழ்க்கை இயங்கிக்கொண்டிருக்கும் களத்துக்கு மற்றவர் களோடு சமமான நிலையில் வந்தடைகிறாள்.

ஏற்கனவே பாதி விழுங்கப்பட்டு சாவின் கைகளில் இருந்த அவள் தன்னைப் பற்றிய ஒரு 'ஹோலோகிராம்' படத்தைத் திரையில் காட்டுகிறாள். அதில் அவள் முழுமையாக, உயிர்த்துடிப்புடன், பரிபூரணமாக 'பங்கேற்பவளாக' இருக்கிறாள். அனுபவத்தின், அறிவுமுதிர்ச்சியின் சாதகமான பலன்களாக தன்னுடைய முது மையை மாற்றிக்கொண்டுவிட்டாள். கண்களைச் சுற்றிக் கருவளையம், மிகவும் குறைந்துவிட்ட முடி, நடுங்கும் சைகைகள் என்று காலத்தின் நிரந்தர அறிகுறி களை மறைக்க மேலெழுந்தவாரியான ஒப்பனையின் உதவியைக்கூட நாடாமல் தான் ஏற்றுக்கொண்டு, தனக்குத் தெரிந்திருந்த துருப்புச்சீட்டுகளின்—மிகவும் கறாரானவையாக இருந்தாலும் சாமர்த்தியமாகவும் நாசூக்காகவும் அவள் கையாண்ட துருப்புச்சீட்டுகளின்—உதவியுடன் மட்டுமே அவள் அதைச் சாதித்து விட்டாள். இந்த அற்புதத்தைப் பார்த்து நான் மயங்கிவிடுகிறேன். நான் ''நாக்-அவுட்.''

சற்றுத் தள்ளி, அரைக்கால் சட்டையும் டி-ஷர்ட்டும் அணிந்து, ஒரு கால் மாற்றிக் கால் நின்றபடி அசைந்து கேலிக்குரியவளாய் வெறித்த பார்வையில் முகம் உறைந்திருக்க என் அம்மாவுக்கு அருகில் உபயோகமில்லாத ஒரு மலர் ஜாடியைப் போல நான் நிற்கிறேன். என்ன செய்வது என்று பெரிதாக ஒன்றும் தெரியாமல் பெரியவர்கள் பேசுவதைக் கேட்டுக்கொண்டிருக்கிறேன்.

எங்கள் உறவுகளைக் காட்டும் வரைபடத்தில், மாறிக்கொண்டிருக்கும் வரைபடத்தில் எனக்கு எதிர்பாராத அதிர்ச்சி. எங்களுடைய பங்கு, நிலைப்பாடு இவற்றில் எவ்வளவு மாற்றங்கள்! இருக்க வேண்டிய இடத்தில் ஒருபோதும்

இல்லாமல், என்னுடைய உத்திகளெல்லாம் தகர்க்கப்பட்டு, அறிவுசார்ந்த என் னுடைய நிச்சயங்கள் பிடுங்கி எறியப்பட்ட நிலையில் நான் வாயடைத்துப் போனதில் வியப்பு எதுவுமில்லை...

மருத்துவரை வழியனுப்ப வெளியே வரும்போது "அவள் எப்படி இருக் கிறாள்?" என்று அவரிடம் கேட்கிறேன் "பரவாயில்லை சமாளிக்கிறாள்", என்றோ, அல்லது அந்த ரீதியில் புரியாத பாஷையில் ஏதோ ஒன்றையோ சொல் கிறார். அவசரத்தில் இருக்கும் அவரை வென்று என் பக்கம் கொண்டுவர முடியவில்லை. நான் ஒரு இடைஞ்சல், பிரச்சினைக்கு முக்கியக் காரணம், பொறுக்க முடியாததும் சந்தேகத்துக்கு உரியதானதாகவும்கூட இருக்கும் 'சுற்றங்கள்' என்ற வரிசையின் பிரதிநிதி.

ஆபத்திலிருக்கும் அவளுடைய அபயக் குரல்கள், விடாப்பிடியாக சொன்ன தையே திரும்பத்திரும்பச் சொல்லும் விஷயங்கள், ஓயாமல் அறிவிக்கப்பட்டு நெருங்கிக்கொண்டிருக்கும் சாவு இவற்றைப் பற்றிப் பேச நான் துணிய மாட்டேன். அதற்கு இது சமயம் இல்லை, எனக்குத் தெம்பும் இல்லை. நானும் வசியப்படுத்த முயற்சிக்க வேண்டும். மற்றவரை வசியப்படுத்த அவரை என் பக்கம் கொண்டுவர வேண்டும். அதற்கு 'நான்' ஆக நான் இருக்க வேண்டும். என்னைப் பொறுத்தவரை இந்த 'நான்' இப்போது குழப்பத்தில் இருக்கிறது. திக்குத் தெரியாமல் தொலைந்துவிட்டிருக்கிறேன். தவிர, நான்தானே எல்லா வற்றையும் மிகைப்படுத்தினேன், சிறிய விஷயங்களையெல்லாம் பெரிதாக்கியது நான்தானே? எங்களை முற்றிலுமாகத் தொடர்ந்து வந்துகொண்டிருக்கும் ரகசிய மாதாந்திரத் தேர்வு அறிக்கையில், 'வாழ்க்கை விவகாரங்கள்' என்ற பாடத்தில், மிகக் குறைந்த மதிப்பெண்களை எனக்கு நானே வழங்கிக்கொள்கிறேன்.

சோர்ந்துபோயிருந்தாலும் அம்மா மகிழ்ச்சியாக இருக்கிறாள். போரில் முழுமையாக வெற்றி பெறாவிட்டாலும் ஒரு சண்டையில் வென்றுவிட்டாள். "எனக்கு ஆதரவாக இருந்ததற்கு நன்றி, செல்லப் பெண்ணே", என்கிறாள். இல்லத்துக்கு அருகிலிருக்கும் கடையில் ஒரு ஜோடி புதிய காலணிகளை வாங்கிக் கொள்ளச் சொல்லி வலுக்கட்டாயமாக என்னை அனுப்புகிறாள். முதியோர் இல்லத்துக்கு அருகில் இருப்பதால் அதன் விளம்பர ஜன்னல்களில் 'சௌகரிய மான காலணிகள்' என்று பல காலணிகள் வைக்கப்பட்டிருக்கின்றன. 'முன் பெல்லாம்' இவற்றை நான் பார்த்ததே இல்லை. இப்போது உள்ளுணர்வினால் உந்தப்பட்டு எல்லா விளம்பர ஜன்னல்களிலும் அவற்றையே நான் தேடுகிறேன்.

நான் வாங்கப்போகும் ஜோடி எனக்குச் சரியாக இருக்கப்போவதில்லை. அதனால் என்ன? திரும்பிப் போனவுடன் அவளிடம் அவற்றை நான் காட்டுவேன். அவளுக்கும் அதில் அவ்வளவு அக்கறை இருக்காது. "மகிழ்ச்சிதானே?" என்பாள். ஆனால் அதற்கும் முன்னால் நடக்கப்போகும் சம்பவம், என் கையில் வற்புறுத்தித் திணித்த பண நோட்டு, அதுதான் மிக முக்கியத்துவம் வாய்ந்தது. "ஒருவேளை இது போதாமல் இருக்கலாம், இப்போதெல்லாம் நிலவும் விலைவாசியைப் பற்றி எனக்குத் தெரியாது, ஆனால் அதைப் பற்றி என்னிடம் பிறகு சொல்லு, மறக்காமல்."

பண விஷயத்தில் எங்களிடையே இருந்த கொடுக்கல் வாங்கல். பண நோட்டு, காசோலை: நாங்கள் ஒருவரையொருவர் எதிர்கொள்ளும் சிக்கலான,

விதிமுறைகள் அற்ற களம். பெரிய விவகாரங்கள் (வீடு, சொத்து) மிகவும் எளி
தானவை. ஏனென்றால் அவற்றுக்கு வழக்கறிஞர்கள், சட்டம் இவையெல்லாம்
உண்டு. சிறிய பண நோட்டு, சிறிய காசோலை இவற்றைச் சுற்றி இது போன்ற
'பாலே' நடனம் என் தம்பியுடன் நடப்பதில்லை என்று நினைக்கிறேன். அம்மா-
மகள் உறவுகள், பெண்களிடையேயான கதைகள், சிக்கல் நிறைந்த கவர்ச்சி... ...

11. பெண் முடிதிருத்துநர்

முதல் அறிகுறி, நான் அதை உடனேயே கண்டுபிடித்துவிட்டேன். இம்
முறை, அது அவளுடைய முடியில். வெட்டிவிடப்பட்ட முடி, நன்றாக ஒன்று
சேர்க்கப்பட்ட முடிக்கற்றைகள், சீரான வெண்மை நிறம். முடிதிருத்தகத்திற்குப்
போய்வந்திருக்கிறாள்.

முதியோர் இல்லத்தின் ஜன்னல்களின் பார்வையில் இருக்கும் முற்றத்துக்கு
நான் வந்தவுடனேயே, சங்கேத மொழியை விடுவித்து அதன் அர்த்தத்தைக் காண
முயலும் செயல்முறை ஒன்று வெகு வேகமாக என் மூளையில் தொடங்குகிறது.
இங்கு எல்லாமே ஒரு அறிகுறி: திறந்திருக்கும் அல்லது மூடப்பட்ட திரைச்
சீலைகள், வரவேற்பறையில் இருக்கும் பெண்களின் முகங்கள், அம்மா எங்கே
தென்படுகிறாள், நுழைவாயிலின் அருகேயா அல்லது குடியிருப்பின் உள்பக்கத்
தின் மூலையிலா என்பது போன்ற விவரங்கள். குரல், நடை, உடை.

நான் வரப்போகிறேன் என்பதற்காக அவள் முடிதிருத்தகத்துக்குப் போய்
வந்திருக்கிறாள். நல்ல சகுனம். எல்லாமே சரியாகத்தான் போய்க்கொண்டிருக்
கிறது, இந்த வாரக் கடைசி அநேகமாக நன்றாகத்தான் இருக்கும் என்பதற்கு
வலுவான சாத்தியக்கூறுகள் இருக்கின்றன.

இதோ, இப்படித்தான் இந்தச் சங்கேதத்தை நான் புரிந்துகொள்கிறேன்.
முதலாவதாக, நான் இங்கு வரப்போகிறேன் என்பதை ஏற்றுக்கொண்டிருந்
திருக்கிறாள்: தொடர்ந்து கடந்த சில நாட்களாகவே, எதிர்காலத்தின் ஒரு சிறிய
பக்கத்தை எதிர்கொள்வதற்குத் தேவையான அளவு நலமாக இருந்திருக்கிறாள்.
பின்னர் தொலைபேசியில் பேச முடிந்திருக்கிறது, முடிதிருத்தகம் செல்ல முன்
பதிவுசெய்து, அதை மறக்காமலும் இருந்து, கைத்தடியை எடுத்துக்கொண்டு
வெளியில் கிளம்பி, ஒன்றிரண்டு நாற்சந்திகளையும் சமாளிக்க முடிந்திருக்கிறது.
முடிதிருத்தகத்தில் அந்த அமர்வைத் தாங்கிக்கொள்ள முடியுமா என்று எண்ணிப்
பார்த்து, இறுதியில் தாங்கிக்கொள்ளவும் முடிந்திருக்கிறது: தொட்டியில் தலை
யைப் பின்புறமாகச் சாய்ப்பது, தலைச்சுற்றலையும் மீறித் தலையை மீண்டும்
நிமிர்த்துவது, முடியைச் சுருட்டுவதற்கான சிறிய உருளைகளைத் தலையில்
பொருத்தும்போது அந்தப் பளுவைச் சமாளிப்பது, இரத்தக்குழாய்களை உப்பச்
செய்யும் தலைக்கவசத்தின் சூட்டைப் பொறுத்துக்கொள்வது, கணிசமான
அளவில் தனக்கு முன் வைக்கப்படும் கேள்விகளை (என்ன மாதிரியான வெட்டு,

என்ன நிறம்...) சமாளிப்பது, இதையெல்லாம் செய்யும்போது கண்ணியமான உரையாடலையும் மேற்கொள்வது என்று எல்லாமே இதில் அடங்கும். இதெல்லாம் எனக்குத் தெரியும். நானும் பார்த்திருக்கிறேன், கூடவே இருந்திருக்கிறேன். ஒவ்வொரு கட்டமும் எவ்வளவு கடினமாக இருந்தது என்றும், ஒவ்வொரு தடையும் கடக்கக்கடக்க எப்படிப் பெரிதாகிக்கொண்டுவந்தது என்றும் நான் பார்த்திருக்கிறேன்.

என்னுடைய அம்மா முடிதிருத்தகத்துக்குச் சென்றாள் என்றால், அது எங்கள் இருவரையுமே மகிழ்விப்பதற்குதான்.

அவள் முடிதிருத்தகத்துக்குப் போய்வந்திருக்கிறாள் என்பதை எண்ணிப் பார்க்கும்போது எனக்கு மகிழ்ச்சி அளிக்கிறது. "ஆ, பிரமாதம். இப்படி வெட்டிக் கொண்டிருப்பது நன்றாக இருக்கிறது", என்கிறேன். அவள் புன்முறுவல்செய்கிறாள். "பார்த்தாயா, என்னை நான் அழகுபடுத்திக்கொண்டிருக்கிறேன்."

தன்னுடைய முடி அலங்காரத்தைப் பற்றி அவள் பெரிதாக ஒன்றும் அலட்டிக்கொள்வதில்லை. அந்தப் பெண் முடிதிருத்துநரைப் பொறுத்தவரை இவள் பிரச்சினை தராத ஒரு வாடிக்கையாளர். அவளுடைய தொழில்ரீதியான வழக்கப்படி பொதுவாக அளிக்கப்படும் எல்லா வகையான அலங்காரங்களையும் சொல்லிவிட்டு, எப்படியும் அவளுடைய விருப்பப்படிதான் செய்வாள். கடைசியில் வரும் விளைவைப் பற்றி அம்மா அக்கறைகொள்வதில்லை: முடிதிருத்தகத்துக்குச் சென்றிருக்கிறாள், ஆகவே முடிவெட்டிக்கொண்டு வந்திருக்கிறாள், ஆகவே அவள் 'அழகாக' இருக்கிறாள், அதாவது கண்ணியமாக, பிறர் பார்க்கும்படியாக.

ஆனால் என்னுடைய முடி அலங்காரத்தைக் குறித்து அதிகக் கண்டிப்புடன் இருக்கிறாள். அவள் வீசும் முதல் பார்வையே எனக்குப் பயமாக இருக்கிறது. அது சாதகமாக இல்லையென்றால், "இது போன்ற தலையலங்காரம், இதுதான் இன்றைய மோஸ்தரா?", நான் தோள்களை உயர்த்தி, எனக்கு அதில் அக்கறை இல்லை என்பதுபோல் நடித்து, எனக்கு அதற்கெல்லாம் நேரம் இல்லை என்றும், நான் இன்னும் ஓய்வுபெற்றுவிடவில்லையே என்றும், மணிக் கணக்காக நான் ரயிலில் பயணம்செய்கிறேன் என்றும், இப்படியெல்லாம் சொல்வேன். அவள் சாதகமாகச் சொன்னால்—"உனக்கு வேண்டியதைச் செய்துகொள்ள உனக்குத் தெரிந்திருக்கிறது"—நான் மகிழ்ச்சியடையாமல் இருக்க முடியாது.

என் தலையலங்காரத்தைக் குறித்த இந்தப் பார்வை (என் உடைகள், காலணிகள், ஒப்பனை) எல்லாமே என்னைப் பற்றி மதிப்பீடுசெய்யும் எண்ணத்தினால் வருவது அல்ல. தன்னுடையதிலிருந்து வேறுபட்ட மற்றொரு பிரிவில் அவள் என்னை வைக்கிறாள் என்பது மட்டுமே அதற்குப் பொருள். இளம் வயதினர்கள் என்ற பிரிவில் (அவளைப் பொறுத்தவரை, அறுதியான விதத்தில் நான் அங்கேயே தான் இருந்துகொண்டிருக்கிறேன்) நான் இருப்பதோடு அல்லாமல், நான் முடி திருத்தகத்துக்குப் போனால் மட்டும் அவளுக்கு போதாது, அந்த முடியலங்காரம் எனக்கு ஒத்துப்போக வேண்டும். அவளோ, இதற்கெல்லாம் அப்பால் இருக்கிறாள். 'கண்ணியமாக' இருந்தால் மட்டுமே போதும் என்கிற பிரிவில், வயதானவர்களின் பட்டியலில் இருக்கிறாள். வயதானவர்கள் தேவதைகளைப் போல. அவர்களுக்குப் பால் பேதம் கிடையாது. அவர்களுடைய முடியலங்காரத்தைப்

பற்றி யாரும் அவர்களிடம் கேட்க மாட்டார்கள். ஆனால் பூமியில் அவர்களுடைய பராமரிப்பில் சிலர் இருக்கிறார்கள், அவர்கள் மேற்கொள்ள வேண்டிய போராட்டங்கள் இருக்கின்றன. என் போராட்டங்களை சரியானபடி நான் மேற்கொள்ள வேண்டும் என்று அம்மா ஆசைப்படுகிறாள்.

''நீ ரொம்பக் குட்டியாக இருந்தபோது அவ்வளவு அழகாய் இருந்தாய், எல்லோரும் என்னிடம் சொல்வதுண்டு.'' ஊரின் பிரதானத் தெருவில், இள வயது அம்மாவாக நான் அவளை என் மனதில் பார்க்கிறேன். அவள் கொஞ்சம் பதற்றமான மனநிலையில் இருக்கிறாள். மிகப் பழமையான அந்தக் காலங்களில் ஒரு பெண்ணின் மேல் சுமத்தப்பட்ட அத்தனை பணிகளையும் செய்து முடித்துக் களைத்து, இன்னும் செய்ய வேண்டியவை பற்றி மனதில் கணக்குப்போட்டு, குழந்தையைக் கையைப் பிடித்து இழுத்துக்கொண்டு, அதே சமயம் அவள் வழியில் குறுக்கே வந்த யாரோ ஒருவருக்கு முன்னால் இஷ்டமே இல்லாமல் திடீரென்று நிற்க வேண்டிய அவசியத்தில் இருக்கிறாள். சுற்றுவட்டாரத்தில், இந்தச் சிறிய ஊரில் அவளை எல்லோருக்கும் தெரியும், அவளுடைய சொற்களும் மனோ பாவங்களும் கண்காணிக்கப்படும், அவள் ஜாக்கிரதையாகத் தன்னைக் காத்துக் கொள்கிறாள்.

அதற்குப் பின் ''உங்களுடைய குட்டி மகள் எவ்வளவு அழகாக இருக் கிறாள்!'', அதைக் கேட்டவுடன் இறுக்கம் தளர்ந்து மகிழ்ச்சி பெருக்கெடுக்கிறது. பாராட்டுகளைப் பெரிதாக எடுத்துக்கொள்ளாததால் தன் மகிழ்ச்சியை உடனேயே அடக்கிக்கொண்டுவிடுகிறாள். அவள் சொல்லியிருக்கக்கூடிய மறுப்பு களைக் கற்பனைசெய்கிறேன். ''இந்த வயதிலே எப்பொழுதும் அழகாகத்தான் இருக்கும்'', அல்லது ''இந்த வயதுக் குழந்தைகளுடன் அலுப்பாக இருக்கிறது.'' ஆனாலும் பெருமிதம்தான்.

சூடேற்றிய சுருள்வில்கள் போன்ற சாதனத்தைப் பயன்படுத்தி நீண்ட சுருள்களினால் ஆன முடியலங்காரத்தை அவள் எனக்குச் செய்வித்திருந்தாள் என்பது என் நினைவுக்கு வருகிறது. ஒய்யாரியாக இருக்கத் தெரிந்திருக்காத என் அம்மா! இந்த முடியலங்காரத்தைச் செய்ய வெகு நேரம் பிடித்தது. ஒவ்வொரு முடிக்கற்றையையும் சிறிய காகிதத் துண்டு ஒன்றில் சுற்றி, இதற்கான சாதனம் சூடாகும்வரை பொறுத்திருந்து பதமான சூடு வரும்வரை ஊத வேண்டும். பிறகு அந்தச் சுருள்வில் சாதனத்தின் இரு பாகங்களின் நடுவே முடிக்கற்றையைச் சுருட்டி, அதை இறுக்க வேண்டும். பின்னர் காத்திருந்து, அந்த இரு பாகங்களைத் திறந்து, மிகக் கவனமாக, முடியின் அடிப்பாகம்வரை முடிக்கற்றையின் சுருள் களைப் பிரிக்க வேண்டும். கடைசியில் முடிச்சுருள்களின் சூடு ஆறும்வரை விட்டுவிட்டுப் பிறகு வாரி விட வேண்டும். இவ்வளவு வேலை. மொத்தத்தில், எங்கள் ஊரிலுள்ள ஓவியரிடம் வரையச் சொல்லிக் கேட்டுக்கொண்ட உருவச் சித்திரத்தைப் போல இருக்கும். அதில், நன்றாகச் சுருட்டி விடப்பட்ட 'ஆங்க்லேஸ்' முடியலங்காரத்தில் தீவிர முகபாவத்துடன் தோன்றும் சிறிய பெண். நடு வகிடுக்கு இருபுறமும் நிமிர்ந்தபடி பட்டாம்பூச்சிபோல இருக்கும் வெளிர் சிவப்பு நிற ரிப்பன் முடிச்சுகள்.

அம்மாவின் வசம் இருந்த பிறரை மயக்கும் கவர்ச்சி, அது நான்தான்.

என்னுடைய தலையலங்காரத்தைக் கவனிக்கும்போது அவள் என்னிடம் கேட்டுக்கொள்வதெல்லாம் பெண்மைக்கு அதற்கு உரிய இடத்தை நான் கொடுக்க வேண்டும் என்பதுதான். வேறு சில விதங்களிலும் அவள் இதையே என்னிடம் கேட்டுக்கொள்கிறாள். அது எனக்குக் கோபமூட்டுகிறது அல்லது நெகிழ வைக்கிறது. பெரும்பாலும் ஒரே சமயத்தில் கோபமூட்டியும் நெகிழ வைக்கவும் செய்கிறது. என் மனதைக் கடும் சோதனைக்குள்ளாக்கி, எனக்கிருக்கும் சங்கட உணர்வில் இன்னும் இறுக்கமாக என்னைக் கட்டிப்போட்டுவிடுகிறது.

மேலும், இப்போது வயதானவளாகிவிட்ட பின், இன்னும் அதிகமாகவே அதை என்னிடம் சொல்கிறாள், பெண் என்று சொல்லிக்கொள்வதற்கு அவளுக்கு மிஞ்சி இருப்பது நான் மட்டுமே. ஆகவே, இந்தச் சிறிய முதியவளின் அற்பப் போராட்டங்களில், தன்னுடைய போராட்டங்களில் அவள் வெற்றி பெற வேண்டும் என்பதற்காக, அவளுடைய முகமாக நான் இருக்க வேண்டும்.

கவனிக்கவும்: இங்கே முடிதிருத்துநர் உண்மையில் ஒரு பெண். மருத்துவர் ஆண் மருத்துவராகத்தான் இருக்க வேண்டும், ஆனால் முடி திருத்துநர் பெண்ணாகத்தான் இருக்க வேண்டும். பெண்? தொழிலுக்குத் தேவையான விசேஷத் திறமை சிறிது இருந்தாலே போதுமென்பதாலா, அல்லது அவளுடைய நெருக்கம் தனக்குப் பயனற்றது என்பதாலா? தெரியவில்லை. பொதுவாக என் அம்மா ஆண்களையே பெரிதும் நம்புவாள். ''அவர்களுடன் வெளிப்படையாக இருக்க முடியும்,'' ஆனாலும் அவள் அடிக்கடி குறைபட்டுக் கொள்ளும் விஷயங்களில் ஒன்று பெண்களின் நிலை பற்றியது, அதுவும் அவளுடைய, அவள் குடும்பத்துப் பெண்களுடைய நிலைபற்றி. மற்ற பெண்களை அவள் பெரிதாக எடுத்துக்கொள்ளவில்லை. தன்னுடைய கணவர், மகன், பேரன்களுக்கு அவர்களால் கெடுதல் நேரலாம். இருந்தாலும், என்னுடைய இளமைப் பருவம் முழுவதும் ஒலித்த அவளுடைய இந்த வாக்கியம்: ''ஆண்களைச் சார்ந்து இருக்கக் கூடாது''. சரியான குழப்பம். இவ்வளவு முரண்பாடுகளுக்கிடையிலே அவள் வளைந்து நெளிந்து செல்கிறாள் என்பது எனக்கு வியப்பாக இருக்கிறது. அதற்குக் காரணம் அவள் தன்னுடைய உள்ளுணர்வை, அந்தக் கணத்தில் அவள் மனம் சொல்வதை, என்னிடமிருந்து மறைத்து வைக்கப் பட்டிருக்கும் முதுமையின் அறிவு முதிர்ச்சியை, எனக்கு எட்டாத நினைவுகளை இவற்றையெல்லாம் பின்பற்றிச் செயல்படுகிறாள். நானோ, காரண-காரிய ரீதியாக எல்லாவற்றையும் அலசி, நாட்களின் நிகழ்வுகளின் அடிப்படையில் என் கருத்துகளை உருவாக்கிக்கொள்கிறேன். அவள் சுமுகமாக இருந்தால், எங்களைச் சுற்றி இருப்பவர்களைப் பற்றி, குறிப்பாக நான் எதையும் சொல்லாமல் தவிர்த்துவிட்டால், நாங்கள் இருவரும் பிரச்சினை இல்லாமல் இருப்போம். சொல்லாமல் விட்ட பொதுவான உடன்பாட்டுடன், வேறு விஷயங்களை நோக்கிப் போகலாம். சுமுகமான மன நிலையில் அவள் இல்லாமல் போய்விட்டாலோ, ஆட்டத்துக்கு வெளியே என்னை நிறுத்திவிடும் அந்த வாக்கியம், ''நீ இருக்கிறாயே, புத்திசாலி!'' நான் அந்த இடத்தைக் காலிசெய்ய

வேண்டியதுதான். இல்லையென்றால் போர்தான்—எங்களுக்கிடையே நடக்கும் அர்த்தமில்லாத, நியாயமற்ற, முடிவற்ற போர். சரி, விட்டுத்தள்ளுவோம். ஆக, ஒரு பெண் முடிதிருத்துநர்.

(முடிதிருத்துநர் என்பது ஒரு தொழிலைக் குறிக்கும் பொதுச்சொல். பெண் முடிதிருத்துநர் என்பது ஒரு குறிப்பிட்ட நபர். அவள் முடிதிருத்துநர் கடைக்குப் போவாள். ஆனால் பெண் முடிதிருத்துநர்தான் அவளுக்கு வேண்டும்.)

ரொம்ப நாட்களாகவே இந்தப் பெண் முடிதிருத்துநரைப் பற்றி அவள் பேசக் கேட்டிருக்கிறேன்: அவளுடைய சோகங்கள், தைரியம், உடல்நலம், நல்ல குணம். தன் தொழிலில் அவளுக்கு இருந்த திறமையைப் பற்றி ஒருபோதும் பேசியதில்லை. என் அம்மாவுக்கு அதைப் பற்றி அக்கறையே இல்லை.

முடிதிருத்தகத்தைப் பார்க்க விரும்பினேன், சொல்லும்படியாக எதுவும் இல்லாத நீண்ட தெருவின் ஒரு கோடியில் இருந்தது அது. முதலில் நான் அதைக் கண்டுபிடிக்கவில்லை. பளிச்சென்ற விளம்பர ஜன்னல், ஒளிமயமான விளக்குகளின் பிரகாசத்தைப் பிரதிபலிக்கும் கண்ணாடிகள் பொருத்தப்பட்ட சுவர்கள் என்று முடிதிருத்தகத்தைப் பற்றி ஏற்கனவே என் மனதில் இருந்த ஒன்றைத் தேடினேன். பழைய காப்பி-சிகரெட் கடைக்கும் அழுதுவடிந்துகொண்டிருந்த கட்டடத்துக்கும் நடுவே அம்மா சொன்ன பெண் முடிதிருத்துநரின் கடையைத் தேடிப்பிடித்தேன். ஒரு ஜன்னல், ஒரு கதவுடன் இருந்த ரேழிபோல இருந்தது. ஒளிமயமான விளக்குகள் இல்லை, ஒரே ஒரு கண்ணாடி, கொஞ்சம் பழைய சுவரொட்டிகள். சுவரின் வண்ணமும் கொஞ்சம் பழையது. பழசாகிவிட்ட 'வெல்வெட்' தடுப்புகளுக்குப் பின்னால் மேலாடைகளைக் கழற்றி வைக்க ஒரு அறை. ஆனால், எல்லாமே சுத்தமாக இருந்தன.

எனக்குக் கோபம் வந்தது. கடவுளே, என் அம்மா ஏழை இல்லை, ஏழையாக இருந்திருக்கிறாள், இப்போது இல்லையே! இன்னும் கொஞ்சம் தரமான முடிதிருத்தகத்துக்குப் போக முடியாதா, மீதமிருக்கும் சில வருஷங்களுக்கு அவளுடைய சேமிப்புகளைச் செலவுசெய்து அதையெல்லாம் அனுபவிக்கக் கூடாதா? உலகில் மற்றவர்களைப் போல வாழ்க்கையின் சிறு சந்தோஷங்களை அனுபவிக்கலாமே! நாளைய தினத்தைப் பற்றிய பயமும், அளவுக்கதிகமாக ஜொலிக்கும் வியாபாரத்தின் மேல் வெறுப்பும் குடிகொண்டிருந்த அவளுக்குள் இருந்த அந்தக் காலக் குடியானவப் பெண்மேல் எனக்குப் பெரும் ஆத்திரம். வீணான செலவுகளைச் செய்ய அவள் மறுத்தாள். "ஆமாம், எனக்குக் குழந்தைகள் இருக்கிறார்கள், இல்லையா!" என்பாள். சங்கேத மொழியின் விளக்கம்: குழந்தைகளுடைய சொத்தை அழிக்கத் தனக்கு விருப்பம் இல்லை. என்னுடைய கோபம் ஆக்ரோஷமாக மாறுகிறது. எதிர்காலம், எப்போதுமே எதிர்காலம்தானா, நிகழ்காலம் ஒருபோதும் இல்லையா. ஏற்கனவே நாங்களும் முதியவர்களாகிக்கொண்டிருக்கிறோம், நாங்கள் அவளிடம் கேட்பது ஒன்றே ஒன்றுதான்: மகிழ்ச்சியான தருணங்களை அவளுடன் அனுபவிக்க வேண்டும், இப்போதே.

என்னுடைய அம்மாவுடன் கற்பனை வாழ்க்கை ஒன்றை வாழ்கிறேன். என்னுடைய உள்மனச் சுவர்களில் அழகாகப் பொருத்தப்பட்டிருக்கும் காட்சி ஒன்றில், நகரத்தின் மையப் பகுதியில் உள்ள அழகான முடிதிருத்தகம் ஒன்றுக்கு அவளை நான் அழைத்துப் போவதைப் பார்க்கிறேன். அம்மா மிடுக்கான தோரணையில் உள்ளே நுழைவாள், நான் உண்மையான பணிப்பெண்ணாக அவளுடைய கைத்தடி, பை இவற்றுக்குப் பொறுப்பேற்றுப் பின்தொடர்வேன். அப்போது, மரியாதையுடனும் நல்ல தொழில் கைத்திறனுடனும் சேவைபுரிய வருவார் ஒரு முடிதிருத்துநர் (இவர் ஒரு ஆண், முடியியல் முனைவர், விழா நாயகன்). அழகிய இளம் பெண்களின் பட்டாம்பூச்சிக் கூட்டம் ஒன்று, தங்களுடைய நளினத்தையும் இளமையையும் என் அம்மாவுக்குச் சேவை புரிய வேண்டித் தங்களை அர்ப்பணித்துச் சிறகடித்து வரும். சற்று நேரத்தில், ஷாம்பு, வண்ணப் பிசின் இவற்றிலிருந்து கிளம்பி வரும் மணங்களை உடலின் எல்லா நுண்துவாரங்களின் வழியாகவும் உள்ளுக்கு இழுத்து, வானொலியில் ஒலிக்கும் பாட்டுகளால் சுற்றப்பட்ட மெல்லிய இசை போன்ற அரட்டைகளைக் கேட்டுக்கொண்டு, கண்ணாடிகளின் பிரகாசமான ஒளியில் நான் குளித்துக்கொண்டிருப்பேன். என் அம்மாவை நான் பார்த்துக்கொண்டு பார்வையால் அவளைப் பருகிக்கொண்டு, சொர்க்கத்தின் இந்தச் சிறிய மேகத்தின் மேல் நாங்கள் இருவரும் மிதந்துகொண்டிருப்போம். அவ்வப்போது, முடிதிருத்துநரின் திறமையான கைகளுக்கு அடியில், தலையை அவள் ஒரு பாகை அளவுகூடத் திருப்பாமல், கூட்டாளி ஒருவர் செய்வது போன்று கண்ஜாடைசெய்வதைப் பார்ப்பேன். ஏனென்றால் நாங்கள் இருவரும் ஒன்றும் ஏமாளிகள் அல்ல, இருவருமாகச் சேர்ந்தே சொர்க்கத்தைப் போன்ற போலியான இந்த அமைப்பை, இந்த மாயையைத் தேர்ந்தெடுத்திருக்கிறோம். அது முடிந்த பின் முடிதிருத்துநர் சொல்வார்: ‘‘உங்களுடைய தாயார் எவ்வளவு அழகாக இருக்கிறார்கள்.’’ நாங்கள் இருவரும் கைகோத்தபடி, ஆணவத்துடனும் தீவிர முகபாவத்துடனும் வெளியே வருவோம். சில மீட்டர் தூரம் போனவுடன் சிரித்து மகிழ்வோம், ஒன்றாக, நானும் அம்மாவும்...

நான் இங்கு வந்த சந்தர்ப்பங்களில் ஒருமுறை ஒரு விஷயத்தைக் கவனித்தேன். மிகவும் விந்தையானவை, இந்த மாறுதல்கள், வெகு நாட்களாகவே இருந்திருக்கின்றன, நாம் உடனே கவனிப்பதில்லை, பழைய படிமத்துடனேயே வாழ்க்கையைத் தொடர்கிறோம். நாம் பின்தங்கிவிடுகிறோம்.

அவளுடைய முடிக்கு அடியில் வழுக்கைத் தலை தெரிந்ததைப் பார்த்தேன். என் அம்மாவுடைய முடியைப் பற்றி சில வரிகள்: அடர்த்தியாகவும் நெருக்கமாகவும் கருகருவென்று, அவளுடைய கிராமத்துப் பெண்களைப் போல இருந்தது அவளுடைய முடி. ஆனால் அவள் அதைச் சிறிய இறுக்கமான கொண்டையாக வைத்துக்கொள்ளாமல், ‘‘செயற்கைச் சுருட்டை’’ என்று சொல்லப்படுவதைப் போலச் செய்துகொண்டு, பின்னர் ‘‘நிரந்தரச் சுருட்டை’’ முடியாக மாற்றிக்கொண்டாள். சிறிதுசிறிதாக நரைத்த முடிக்கற்றைகள் தோன்ற

ஆரம்பித்தன. நான் அவற்றைக் கவனித்திருக்கவில்லை. எப்போதும் இருந்த ஆரோக்கியமான முடிதான் என்றிருந்தேன். அவளுடைய உடலில் மாறுதல் நிகழ்ந்துகொண்டிருந்ததை நான் பார்க்கவில்லை.

எனக்கு முதுகைக் காட்டியபடி அவள் இருந்தாள். அவளைவிட நான் உயரமானவளாதலால், இங்கும் அங்குமாக இருந்த முடிக்கற்றைகளிடையே அவளுடைய தலை வழுக்கையைப் பார்த்தேன். முன்புறத்திலிருந்து பார்த்தாலும் அது தெரிந்தது, ஆனால் முன்புறத்தில் அவள் முகம் இருந்தது—அவளுடைய குணாதிசயங்களை மிக வலுவாகப் பறைசாற்றிய முகபாவங்களுடன். என் கவனம் முழுவதையும் அவளுடைய முகமே எடுத்துக்கொண்டது. நான் எப்போதுமே அறிந்திருந்த, இறுதிவரை மாறாமல் இருக்கப்போகும் அம்சங்களை அந்த முகம் பெற்றிருந்தது.

பின்னாலிருந்து, அவளுடைய வழுக்கை.

அவள் சரியாகத் தலைவாரிக்கொள்ளவில்லை என்றுதான் நினைத்தேன். ஒருவேளை அவள் இப்போதுதான் தூங்கி எழுந்து வந்திருப்பாள், அல்லது தலையின் பின்பக்கம்வரை கையை எட்டி வார முடியாமல் இருந்திருக்கலாம். அவளுக்கு நான் வாரி விட்டேன்.

ஆனால் என்னுடைய ஒவ்வொரு வருகையின் போதும், பார்வையில் படும் முதல் அம்சம் அதுதான், அந்தப் பெண் முடிதிருத்துநர் அமைத்துக்கொடுக்க முயன்ற ஒவ்வொரு முடிச்சுருளுக்கும் இடையே வழுக்கை மேலும்மேலும் தெரிகிறது. விரைவில் முடிச்சுருள்கள் இருக்கப்போவதில்லை. பெண் முடி திருத்துநர் என்னதான் முயன்றாலும் சுருளச் சிரமப்பட்டு, இனி ஒவ்வொன்றும் தன் போக்கில் போய்க்கொண்டிருக்கும் சிறு முடிக்கற்றைகள் மட்டுமே இங்கும் அங்குமாக இருக்கும். கட்டாந்தரையில் அரிதாக முளைத்த புல்லைப் போல, என் அம்மாவின் உடல் ஒருவித நிலப்பரப்பாகிக்கொண்டிருக்கிறது, இயற்கை கொஞ்சம்கொஞ்சமாக அவளை ஆக்கிரமிக்கிறது. வேறொரு நாள் நான் பார்த்தது, அப்போதுதான் கூட்டிலிருந்து வெளிவந்திருந்த பறவைக் குஞ்சு. என் அம்மா, என் குழந்தை, என்னுடைய வயோதிகக் குழந்தை.

நான் அங்கு இருப்பது அவளுக்கு அலுப்பூட்டுகிறது. மிக அதிகமாகப் பேசுகிறாள், படபடக்கிறாள். இந்த வருகையைப் பயன்படுத்தி நானும் முடிதிருத்தகத்துக்கு போய் வரலாம் என்று முடிவுசெய்கிறேன். அவள் சம்மதிக்கிறாள். அதே பெண் முடிதிருத்துநரிடம் போக வேண்டும் என்று வற்புறுத்தாமல் ஒரு ஆலோசனையாகச் சொல்கிறாள். வலுக்கட்டாயமாக என் கையில் நோட்டைத் திணிக்கிறாள்.

முதியோர் இல்லத்துக்குப் பின்புறம், இருபாலருக்கும் பொதுவாக, குறைந்த விலையில் துரித சேவையை அளிக்கும் ஒரு நவீன முடிதிருத்தகம் இருக்கிறது. இந்த இரு பாலர் கலப்போ, மடத்தனமான விளம்பரங்களும் வம்புப் பேச்சுகளும் கொண்ட சத்தமான வானொலி அலைவரிசையோ எனக்குப் பிடிக்காது. ஆனால் நான் மிகத் தொலைவாகப் போக விரும்பவில்லை, நீண்ட நேரம் எடுத்துக்கொள்ள

வும் விரும்பவில்லை. எனக்கு இது போதும். தலைக்குப் பின்புறம் முடி வெட்டினால் போதும், மேல் பகுதியில் வேண்டாம் என்று சொல்லும் இளைஞன் ஒருவனுக்கும், முடியின் நிறம் சிவப்பாக ஆனால் ரொம்ப சிவப்பாக இருக்கக் கூடாது என்று வற்புறுத்தும் இளம் பெண்ணுக்கும் மத்தியில் உட்கார்ந்து, தங்கள் போக்கில் அவர்கள் எனக்கு முடி வெட்டிவிட்டால் போதுமென்று விட்டுவிட்டேன்.

ஆனந்தம். தலையில் செய்யப்பட்ட மஸாஜ் முடிவில்லாமல் நீடிக்க வேண்டும் என்று ஆசையாக இருந்தது. பிறகு, ரொம்ப நேரம் நீடித்ததாகத் தோன்றியது. முதியோர் இல்லத்தில் ஏற்கனவே மதிய உணவுக்கான நேரம் ஆகியிருக்குமே? எனக்கும் சேர்த்து என் அம்மா பல நாட்களுக்கு முன்பே பதிவு செய்திருந்தாள். அவளுடைய கவலை தோய்ந்த எதிர்பார்ப்பு, தாமதமாகி விடுமோ, பரிமாறுபவர்கள் தன்னைப் பற்றித் தவறாக நினைப்பார்களோ என்ற பயம். இவற்றைப் பற்றி எனக்குத் தெரியும். எப்போதாவது ஒருமுறை நான் அவளுக்காக அர்ப்பணிக்கும் இந்த அற்ப நாற்பத்தியெட்டு மணி நேரத்தில் ஒரு சிறிய பகுதியை, மிகையாக முகச்சாயம் பூசிக்கொண்டு என் காதில் கிசுகிசுக்கும் ஒரு அந்நியப் பெண்மணிக்கு ஒதுக்குவதென்பது வருந்தத் தக்கதில்லையா? என் பிடரிக்குப் பின்னால் காட்டப்படும் கண்ணாடியை நான் சரியாகக்கூடப் பார்க்கவில்லை, என் நெஞ்சு படபடக்கிறது, எங்களுக்கு விதிக்கப்பட்டிருந்த ஜன்னலைத் தேடியபடி முற்றத்தைக் கடந்து ஓடினேன்.

ஜன்னல் விளிம்பில் சாய்ந்தபடி அம்மா இருக்கிறாள், புன்னகைசெய்கிறாள், மிக்க மகிழ்ச்சி அடைகிறாள். "அப்பாடி, இந்த முடிதிருத்தகத்தில் தொழிலை நன்றாகச் செய்ய தெரிந்துவைத்திருக்கிறார்கள், நானும் அங்கே போகப் போகிறேன்."

வழக்கம்போல் நான் அதை முற்றிலும் நம்பவில்லை. "போகலாமே" என்கிறேன் நான். அடுத்த முறை (அந்த நவீன சலூனில்), நான் ஆசுவாசமாக இருக்கிறேன். மிகையாக முகச்சாயம் பூசியிருக்கும், நான் அறிந்திருக்காத பெண்ணின் அரட்டையில் மகிழ்ச்சியுடன் கலந்துகொள்கிறேன். கவனமாக, தோழமையுடன் பழகும் ஒரு வியாபாரியாக இன்று அவளை நான் பார்க்கிறேன். தன்னுடைய நீண்ட கூந்தலை அப்படியே இருக்க விட்டு நுனியில் மட்டும் குவிந்து கூர்மையாக இருக்கும்படி செய்ய வேண்டும் என்று சொல்லும் இளம் பெண்ணை ஆர்வத்துடன் கவனிக்கிறேன். "அது நுனியில் இரண்டாகப் பிரிந் திருக்கிறது", என்று முணுமுணுக்கிறாள். கத்தரிக்கோலின் ஒவ்வொரு வெட்டையும் இறுக்கத்துடன், உன்னிப்பாகக் கண்காணிக்கிறாள். இளம் பெண்கள் தங்கள் கூந்தலைக் குறித்துக் கொண்டிருக்கும் இந்த மகத்தான தீவிர அக்கறையை நான் மறந்துவிட்டிருந்திருக்கிறேன். இப்போது நான் இயல்பாகவே மகிழ்ச்சியுடன் இருக்கிறேன். உலக வாழ்க்கையில், மக்கள் மத்தியில்.

மிக வயதான பெண் ஒருத்தி, கைத்தடியை ஊன்றியபடி நடைபாதையில் தென்படுகிறாள். பாவம் அவள், வாழ்க்கைக்கு வெளியே ஒதுக்கப்பட்டிருக்கும் அந்தக் கிழவி, முடிதிருத்தகத்தின் உள்பக்கம் நோக்கிப் பார்க்கிறாள். விளக்குகள் பிரகாசிக்கும் அந்த இடத்தில், ஆனந்தமாக வாழ்ந்துகொண்டிருக்கும் மக்கள் தங்களுக்கு வேண்டியவற்றைச் செய்துகொண்டிருக்கும் அந்த இடத்தில் நடப்

பவற்றைக் கூர்ந்து பார்க்கிறாள். அவள் மிகச் சிறியவளாக இருக்கிறாள் என்பதையும் அவளுடைய பார்வையின் கூர்மையையும் கவனித்துப் பார்க்க எனக்குக் கொஞ்சம் அவகாசம் இருக்கிறது. திடீரென்று எனக்கு அவளை அடையாளம் தெரிகிறது, அவள் என் அம்மா.

அவள் உள்ளே நுழைகிறாள், இனிய புன்சிரிப்புடன் எனக்கு பிரஷ் செய்து முடித்துக்கொண்டிருக்கும் அந்தப் பெண்ணிடம், தலைமைப் பெண் முடிதிருத்துநரிடம் ''இவள் என் செல்லப் பெண்'' என்கிறாள். நான் சுருங்கிப்போகிறேன், ஒரு சொல்லைக்கூட உச்சரிக்க முடியவில்லை. மற்றவர்கள் பார்வையில் நான் முதுமை அடைந்துவிட்டதைப் போல உணர்கிறேன், இளைஞர்களுக்கான இந்த சலூனின் அழகைக் கெடுக்கிறேன், நீண்ட கூந்தலுடன் எனக்கு அருகில் இருக்கும் இளம் பெண்ணிடமிருந்து என் பார்வையை மிக வேகமாகத் திருப்புகிறேன். அம்மாவுக்கு ஒரு நாற்காலியைத் தேடிக்கொண்டு வருகிறார்கள், அவள் மறுப்பு சொல்லாமல் உட்காருகிறாள், கண்கள் பளபளக்கின்றன. ஆனால் அவள் ஒன்றும் சொல்வதில்லை. கைப்பையை மடிமேல் வைத்துக்கொண்டு, கைத்தடியை அவளோடு ஒட்டியபடி பெருமூச்சு விடுகிறாள். ஒரு குட்டிச் சமர்த்துப் பெண் தன்னுடைய அம்மாவுக்காகக் காத்திருக்கிறாள் என்று சொல்லத் தோன்றும். நான் மூச்சு விடுவதே ஒரு கணம் நின்றுவிடும் அளவுக்குக் குழம்பிப்போயிருக்கிறேன். நான் ஒரு நிலைக்கு வந்தவுடன், முடிதிருத்தகத்தில் எல்லாமே எப்போதும்போல் இருக்கிறது. அம்மாவும் தலைமைப் பெண் முடிதிருத்துநரும் பேசிக்கொண்டிருக்கிறார்கள். அவர்களுடைய குரலின் தொனியில் அன்றாட வாழ்க்கையின் சாதாரணங்களுக்கே உரிய இசையை இனங்கண்டுகொள்கிறேன். தலைமைப் பெண் முடிதிருத்துநர் என்னிடம் இருப்பதைவிட என் அம்மாவிடம் மிகவும் சகஜமாக இருக்கிறாள். நாங்கள் வெளியே வரும்போது அம்மா என்னிடம் சொல்கிறாள்: ''இந்தப் பெண் ரொம்ப நல்ல மாதிரியானவள், வாரத்தில் குறிப்பிட்ட ஒரு நாளில் குறிப்பிட்ட ஒரு நேரத்தில் வரச்சொல்லி எனக்கு ஆலோசனை சொல்லியிருக்கிறாள், கூட்டம் குறைவாக இருக்குமாம்.''

அப்படியானால் என் அம்மாவுடன் இருக்கும்போது எல்லா திசைமானிகளையும் மாற்றிவிடுவது நான்தானா? அவள் நன்றாகவே சமாளித்துக்கொள்கிறாள், அவள் அவ்வளவு ஒன்றும் வயதானவள் அல்ல, எந்த விதத்திலும் குறைந்தவள் அல்ல.

இந்த நவீன முடிதிருத்தகத்துக்கு அவள் திரும்பவும் வருவாள், தன்னுடைய பழைய பெண் முடிதிருத்துநரை விட்டுவிடுவாள், ''முன்பிருந்த அவள் எனக்குச் சலிப்பூட்டினாள்.'' என் உள்மன தரிசனங்களில் நான் கனவு கண்டிருந்தது நிச்சயமாக இப்படி இல்லை. ஆனாலும் எனக்கு மகிழ்ச்சிதான். என்னுடைய அந்த நாளைய அம்மாவைப் போல நவீனத்துவத்தில் தீவிர ஆசை கொண்டு, தன்னுடைய குணாதிசயங்களின் வலிமையினால் மட்டுமே தனக்கு வேண்டியவற்றை அடையத் தெரிந்தவளாக இருந்தாள். தொலைவில், பாரிஸில் இருந்துகொண்டு, அம்மாவின் இந்த உருவத்தை மனதில் கட்டமைக்கிறேன். அவள் அந்த நவீன முடிதிருத்தகத்துக்குப் போய்க்கொண்டிருக்கிறாள். (அவளுடைய இருப்பிடத்துக்கு அருகில், நவீனமாக, நடைமுறைக்கு உகந்ததாக, மனதுக்கு இனியதாக இருக்கிறது).

தனக்கென்று முடிதிருத்தும் நிலையம் ஒன்று அவளுக்கு இருக்கிறது, அவள் நல மாக இருக்கிறாள்.

பிறகு, தன்னுடைய வயதான சிறிய மகளுக்காகக் காத்திருந்து சமர்த்தாக உட்கார்ந்திருக்கும் இந்த வயதான பெண்ணை மீண்டும் அடிக்கடி நடு இரவில் நினைத்துப் பார்க்கிறேன்: தலையில் குட்டையான வெண்ணிற முடி தாறுமாறாக நிமிர்ந்திருக்க, பழைய உள்ளாடையை மாற்றிப் புது அங்கியை அணிந்து, கைத் தடியின் உதவியுடன் இவ்வளவு தூரம் வந்திருப்பதைப் பற்றிப் பெருமை கொள்ளும் வயதான இந்தப் பெண். பெரும் துக்கத்தில் ஆழ்கிறேன்.

12. விருந்தாளி

அம்மா இன்று விருந்தாளியாக அழைக்கப்பட்டிருக்கிறாள், நாங்கள் கிளம்பிப்போகிறோம். கண்ணாடித்தாள் சுருளைத் தூக்கி விலக்கிவிட்டு, வெளிர் சிவப்பு சுவர்கள் கொண்ட முதியோர் இல்லத்தை விட்டு வெளியேறு கிறோம்.

எங்களை அழைத்துப்போக ஒரு கார் வருகிறது. அவள் தயாராகி நிறைய நேரம் ஆகிவிட்டது, தன்னைத் தயார்செய்துகொள்வதற்காக வெகு சீக்கிரமே எழுந்திருக்கிறாள். பின்னிருக்கையில் அவளுக்குப் பக்கத்தில் நான் உட்காரு கிறேன். ஒரேடியாக நடுங்கிக்கொண்டிருக்கிறாள். அவள் கையைப் பிடித்தவாறு உற்சாகமாக அவளுடன் பேசிக்கொண்டிருக்கிறேன்.

நாங்கள் போய்க்கொண்டிருக்கும் வீடு நகரத்தின் அழகான நிழற்சாலை ஒன்றைப் பார்த்தபடி இருக்கிறது. வீட்டின் பின்புறம் இரண்டு கம்பீரமான 'செடர்' மரங்களுடனான பூங்காவைப் பார்த்து இருக்கிறது.

வீட்டில் நுழைந்தவுடன் இருக்கும் முதல் அறையில் திறந்து வைக்கப்பட் டிருந்த பெரிய பியானோ, அதன்மேல் திறந்தபடி இருக்கும் இசைக்குறிப்பு நோட்டு. அங்கு இயங்கிக்கொண்டிருக்கும் சுறுசுறுப்பான வாழ்க்கைக்கு சாட்சி யாக உள்ள பொருள்கள் அந்த பியானோவின் மேல்பரப்பில் உள்ள விரிப்பின் மேல் இருக்கும். வீட்டில் உள்ளவர்கள் மேலும்கீழுமாக ஓடும் ஓட்டத்தைப் பொறுத்து இந்தப் பொருள்களை அங்கே வைத்தபடியோ அல்லது அங்கிருந்து எடுத்தபடியோ இருப்பார்கள். எல்லா விதமான அளவுகளிலும் இருந்த பல சாவிகள் அடங்கிய சாவிக்கொத்து பிரிந்துகிடப்பதைப் பார்த்தால் அந்த நாள் பொழுதின் பரபரப்பை உணரலாம்: எல்லோரும் போய்வந்துகொண்டிருக்கும் அவ்வளவு இடங்கள். இந்தச் சாவிகளின் சொந்தக்காரர்களுக்காக அந்த இடங்கள் காத்திருக்கலாம். அல்லது அவர்களுடைய வருகையைப் பொறுத்துதான் வீட்டின் மற்ற சலனங்கள் தொடங்கலாம். இப்போது அந்தச் சாவிகள் ஓய்வெடுத்துக் கொண்டிருந்தாலும், வேகமான ஒரு நடையில் அல்லது கை விரல்களின்

நுனியில், அல்லது ஒரு பையிலோ பாக்கட்டின் அடியிலோ அவை ஆடும்போது இசையமைக்கப்பட்டு வரும் குலுங்கல் ஒலியை உணர அவற்றைப் பார்த்தாலே போதும்.

பியானோவின் மேல்விரிப்பின் மீது, அவற்றுக்கு இருக்கும் முக்கியத்துவத்தினால் நிலையான ஒரு இடத்தை உறுதியாகப் பெற்றிருக்கும் சாவிக்கொத்துக்கு மத்தியில், தங்களுக்கென்று ஒரு இடம் எதுவுமில்லாமல் இயங்கிக்கொண்டிருக்கும், சுறுசுறுப்பான ஒரு வீட்டின் பொருள்கள்: தொலைபேசி எண்கள், முகவரிகள், செய்யப்பட வேண்டிய பணிகள், அழைக்கப்பட வேண்டிய நபர்கள் இவற்றைக் குறித்துவைத்திருக்கும் உதிரிக் காகிதங்கள், காகித உறைகள், நோட்டிலிருந்து கிழித்து எடுக்கப்பட்ட பக்கங்கள்.

சற்றுத் தள்ளி, அச்சடித்த சில காகிதங்கள் அவற்றின் வடிவத்துக்கேற்றபடி ஒழுங்காக அடுக்கிவைக்கப்பட்டு, வெளிநாட்டுப் பயணங்களின்போது வாங்கி வரப்பட்ட கலைப்பொருளின் கீழே இருக்கும் அந்தஸ்தைப் பெற்றிருக்கின்றன. பலமாக வீசும் காற்றின் விளையாட்டிலிருந்து அந்தக் காகிதங்களை அந்தக் கலைப்பொருள் தன்னுடைய கனத்தினால் பாதுகாத்து, அவற்றை ஒரு பதக்கம் போல் ஆக்கிவிடும்: அபராதங்கள், வங்கிக் கணக்கு அறிக்கைகள், வரி அறிக்கைகள், அழைப்பிதழ்கள், கடன் அட்டை விவரங்கள், ரசீதுகள். இவையெல்லாமே தோழமையுடன் அதிகாரபூர்வமாகவும் தொழில்ரீதியாகவும் வெளி உலகத்துடன் தீவிர உறவுகளைக் கொண்டு இந்தக் கூரையின் கீழ் இந்தக் குடும்பம் வாழ்ந்து கொண்டு இருக்கிறது என்பதற்கு சாட்சிகள்.

பொதுவாக மிகச் சாதாரணமாக இருந்தாலும், தெம்பான அன்றாட நடவடிக்கைகள் ரீங்காரமிட்டுக்கொண்டிருந்த பொருள்களின் கூட்டத்துக்கு மத்தியில் விசித்திரமான ஏதோ ஒரு பொருள் தற்காலிகமாக ஓய்வெடுத்துக் கொண்டிருக்கும். "இவற்றில் வித்தியாசமாக இருக்கும் ஒன்றைக் கண்டுபிடிக்கவும்" என்ற விளையாட்டுகளில் இருப்பதைப் போல, நன்றாகப் பழக்கமாகி யிருந்த ஓவியம் ஒன்றை முன்பின் தெரியாத ஓவியமாக மாற்றிவிட்டிருந்தது. வாழ்க்கையின் நியதியே மீண்டும்மீண்டும் தன்னை உருவாக்கிக்கொள்வதுதான் என்பதை நினைவுபடுத்துவதைப் போல அது இருக்கிறது. இந்தப் பொருள்தான் மிகப் பெரிய அபாயத்தின் அறிகுறி. என் அம்மாவுக்குத் தெரிந்த எதனுடனுமே இதைச் சம்பந்தப்படுத்திப் பார்க்க முடியாது. இங்கு நிகழும் எதுவுமே அவளுடைய கட்டுப்பாட்டில் இல்லை என்றும், அவளுடைய அதிகாரத்துக்கு இங்கு மதிப்பில்லை என்றும், அவளுக்கு இங்கு இடமில்லை என்றும் இது அறிவிக்கிறது.

என் அம்மா அழைக்கப்பட்டிருக்கும் இந்த வீட்டில் நுழைந்தவுடனேயே நாம் பார்க்கும் முதல் பொருள் ஒரு விரிப்பினால் மூடப்பட்டிருக்கும் இந்தப் பியானோவும், பல விஷயங்களைப் பறைசாற்றும் இந்தப் பொருட்களும்தான்.

வழக்கமாக, நான் அந்த வீட்டுக்குள் நுழையும்போதே ஆனந்தமான வரவேற்பிசை ஒன்றை அதில் வாசிப்பார்கள். சாவை நினைவுபடுத்தும் சோகத்திரை விலகி, என் அங்கங்களில் ஒரு துடிதுடிப்பு உண்டாகும். வாழ்வதில் திளைத்து, ஆசைகள் நிறைந்தவளாகவே வரவேற்பறையில் நான் நுழைவேன்.

இந்த முறை வித்தியாசமாக இருக்கிறது. அம்மா என் அருகே இருக்கிறாள், அவள் கண்கள் என் முகத்தின் மேல் இருக்கின்றன, அவளுடைய பார்வைதான் எங்கள் இருவரையுமே வழிநடத்திச் செல்கிறது. பியானோவின் மேல்விரிப்பின் மேல் இப்போழுது நான் பார்ப்பது ஆயுதங்கள் ஏந்தியிருக்கும் போர் வீரர்கள், எதிரி வல்லரசின் தூதர்கள். நன்கு தெரிந்திராத, மிக ஆபத்தான கவர்ச்சி கொண்ட பிரதேசங்களைக் குறித்த அறிவிப்புகள். ஒரு பெண்ணுக்கு, ஒரு மகாராணிக்கு மட்டுமே மக்கள் விசுவாசமாக இருந்த மிகப் பழைய பிரதேசங்களை இந்தக் குழந்தைகள் மறந்துவிடும்படி செய்யும் புதிய பிரதேசங்கள். எதையும் எதிர்கொள்ளும் தயார் நிலையில் நான் இருக்கிறேன். அந்தப் பியானோவே எவ்வளவு பெரிதாக, சக்தி வாய்ந்ததாக இருக்கிறது! புராதன அரண்மனைகளில் வாயிலைக் காத்துக்கொண்டிருக்கும் சிங்கங்களின் கால்களைப் போன்ற கால்களுடனும், பளபளக்கும் கருப்புக் கவசத்துடனும் இருக்கும் பியானோ.

என் அம்மா நிமிர்ந்து நிற்பதைப் பார்க்கிறேன். கவசம் ஒன்றை அணிவதைப் போலப் புன்னகையை அணிந்துகொண்டு, கொடியை உயர்த்திப் பிடிப்பதைப் போல குரலை உயர்த்துகிறாள். மிகவும் பிரயத்தனத்துடன் அதைச் செய்கிறாள். அதே சமயம், ஒடுங்கிய கண்களின் ஆழத்தில் கவலை தோய்ந்த பார்வை துடிப்பதையும் பார்க்கிறேன்.

சில இளைஞர்கள், அவளுடைய பேரக்குழந்தைகள், படியில் வேகமாக இறங்கிவருகிறார்கள். அழகான அந்த இல்லத்தரசி, அவளுடைய மருமகள், சமையலறையிலிருந்து தோன்றுகிறாள். வீட்டின் எஜமானர், அவளுடைய மகன், அவளுக்குப் பின்னாலேயே வருகிறார். தொலைபேசி மணி ஒலிக்கிறது, அழைப்பு மணி ஒலிக்கிறது, சோபாவின் மேல் எங்கேயோ கைபேசி பறவைபோல் ஒலிக்கிறது, ஜன்னலுக்குக் கீழே ஒரு காரின் ஹார்ன் சத்தம், நுழைவாயிலில் எதையோ கொண்டுவந்திருக்கும் ஒருவன் நிற்கிறான், போதாக்குறைக்கு ஏதோ அவசர வேலையாக அண்டை வீட்டுக்காரர் திடீரென்று ஒரு காற்றலைபோல வந்துபோகிறார். இவர்கள் அனைவரையும் ஒரு நிமிடத்தில் அவள் எடைபோட வேண்டும். இவர்களோடு ஒப்பிட்டுத்தான் தன்னை மதிப்பீடுசெய்துகொள்ள வேண்டும், இவர்களுக்கு எதிராகத்தான் போராட வேண்டும்.

அதையே செய்கிறாள். இன்னும் அவள்தான் ராணி, அம்மா, எஜமானியம்மா. பேரக்குழந்தைகளுடன் கொஞ்சுகிறாள், மருமகளையும் மகனையும் புகழ்கிறாள். பக்கத்து வீட்டுக்காரரின், தனக்கு மறந்துபோய்விட்ட அவருடைய முதல் பெயரைச் சொல்லாமலே சமாளித்து, குடும்பத்தைப் பற்றி விசாரிக்கிறாள். சூறாவளியின் மத்தியில் இருக்கிறாள், வளைந்துகொடுக்கவில்லை. ஆனால் அவளுடைய ஒடுங்கிய கண்களையும், பதட்டத்தில் நடுங்கும் கைகளையும் நான் பார்க்கிறேன்.

‘‘உட்கார்ந்துகொள், அம்மா’’, என்கிறேன் நான்.

ஒரு கணம் அவள் பலவீனமடைகிறாள். ''என்னுடைய கைப்பை எங்கே, கைத்தடி எங்கே?'' இப்பொழுது அவள் பதற்றமடைந்து, முதல் அறையில் எல்லா வற்றையும் கிளறியபடி தேடி, திடீரென்று முதுகு வளைந்து, தாறுமாறான அசைவுகளால் ஆடிப்போய் இருக்கிறாள், அவளுடைய கவசம் அகன்று, அவசர மாக வெட்டி ஒட்டப்பட்ட அட்டைப் பெட்டி போன்றதுதான் அவளுடைய நிஜ சொரூபம் என்பதை வெளிக்காட்டுவதைப் போல, அவளுடைய கண்ணியம் காற்றில் பறக்கிறது. மற்ற எவருமே எதையும் கண்டுகொள்வதில்லை. உரக்கப் பேசிக்கொண்டும், வாள்களைப் போலக் கைகளை அசைத்துக்கொண்டும் இருக் கும் உயரமான மனிதர்களிடையே அவள் மிகச் சிறியவளாகத் தோன்றுகிறாள். நான் வேகமாக விரைந்து சென்று அவளைச் சுற்றிக் கோட்டைச் சுவர்போல் இருக்கிறேன். முணுமுணுத்தபடி அவள் வாக்கியத் துண்டுகளை உதிர்க்கிறாள். ''எல்லாவற்றையும் தொலைத்துக்கொண்டிருக்கிறேன், கடவுளே, எல்லாம் தொலைந்துபோகின்றன!'' பிறகு: ''எனக்கு உதவி செய், உதவி செய்''. அவள் கண்கள் வினோதமாக மாறி, புனல் ஒன்றினால் அமுக்கப்பட்டது போன்ற உரத்து ஒலித்த குரலில் என்னைக் கூப்பிட்டு, பிறகு தள்ளிவிடுகிறாள். உடனேயே பையை யும், கைத்தடியையும் கண்டுபிடித்துவிடுகிறோம், அவற்றை நான் எடுத்துக் கொள்கிறேன். நானே பார்த்துக்கொள்வதாக வாக்களிக்கிறேன். உண்மையான ஒரு சேவகனாக எப்போதும் அவற்றை அவளருகிலேயே வைத்திருப்பதாகச் சொல் கிறேன். அமைதியடைந்து, கைவைத்த நாற்காலிக்குத் தன்னை இட்டுச்செல்ல விடுகிறாள். அவளுடைய கண நேர பலவீனம் கண்டுகொள்ளப்படாமல் போய் விடுகிறது.

நான் முறைக்கிறேன். ஒடுங்கிய கண்களும், கண்களைச் சுற்றிய கருவளை யங்களும் இப்போது என்மீது படிந்திருக்கின்றன. நாங்கள் நிரந்தரமாக இணைக் கப்பட்டிருக்கும் இரு ரசாயனக் குடுவைகள். இப்படி நிலைகுலைந்துபோவதற்கு அவள் எதைப் பார்த்தாள், என்ன நினைத்தாள்? நம்மிடமிருந்த எல்லாவற்றையும் உறிஞ்சிக்கொண்டுவிடும் அதல பாதாளம்: அவளுடைய அடையாளத்தை வைத் திருக்கும் கைப்பை, உடல் என்ற கட்டடத்தைத் தாங்கிப் பிடிக்கும் கைத்தடி, அவளுடைய சருமம், சதை, சிந்தனை, முதியோர் இல்லக் குடியிருப்பில் நீண்ட தனிமை நேரங்களில் எப்படியும் தனக்கு வந்தே தீரும் என்று இரவும் பகலும் அவ ளுடைய மனதை ஆக்கிரமித்துக்கொண்டிருக்கும், நம்பவே முடியாத அவளு டைய மறைவு. இந்த இருண்ட பள்ளம் இப்போதெல்லாம் கள்ளத்தனமான நிழலைப் போல அடிமேல் அடி வைத்து அவளுக்கு அருகில் நகர்ந்து வந்துகொண் டிருக்கிறது. தன்னுடைய மன உறுதியின் வலிமையினாலோ அல்லது மறதியின் தயவினாலோ அந்த நிழல் தரையோடு ஒட்டியிருக்கும்படி அவள் பார்த்துக் கொள்கிறாள். சிலவேளை, சரியான சமயம் பார்த்து, தொலைந்துவிட்ட கைப் பையோ, கைத்தடியோ ஒரு கொடிய மிருகத்தைப் போல நிமிர்ந்தெழுந்து அவ ளுடைய குரல்வளையை நோக்கிப் பாய்கிறது.

இப்படி இவை எல்லாவற்றையும் நான்தான் கற்பனைசெய்துகொள்கிறேனா? உண்மையில், அவள் இயல்பாக இருப்பதைப் போலத் தோன்றுகிறாள். இந்தப் பரிதாபமான பதற்றம் ஒருவேளை அவளுடைய கணக்கில்லாத தந்திரங்களில்

ஒன்றாக, அவளுடைய பழகிப்போன உத்திகளில் ஒன்றாக இருக்கலாம். நான் அதில் தலையிடக் கூடாது, கண்களை மூடிக்கொண்டால் நல்லது. நான் மட்டும் இன்னும் சற்று நிதானத்துடனும், இன்னும் சற்று அமைதியாகவும் இருக்க முடிந்தால் நல்லது.

ஆக, என் மனதை அரித்துக்கொண்டிருக்கும் கேள்வி: நிலைமையைக் குட்டிச்சுவராக ஆக்குவது நான்தானா?

மீண்டும் அவள்தான் கவனத்தை ஈர்க்கிறாள். கடவுளே, எவ்வளவு கெட்டிக்காரியாக இருக்கிறாள்? பியானோவின் மேல் நாங்கள் பார்த்த விசித்திரமான பொருளைக்கூட, வீட்டுக்குள் நுழைந்தவுடனேயே எங்கள் பார்வையைத் தன் பக்கம் இழுத்த அந்தப் பொருளை அவள் நன்றாக 'பிடித்துக்கொண்டாள்.' அதன் முக்கியத்துவத்தை எடைபோட்டாள். அதைப் பற்றி இப்பொழுது தன் பேரனுடன் பேசுகிறாள். அது 'டேப்' தாள வாத்தியம்தானே? "நண்பர்களுடன் சேர்ந்து பாட்டுப் பாடவா? நல்லது, மகிழ்ச்சி. பொழுதுபோகும். படிப்பு என்பது சிரமம்தான்." அந்தப் பையனோ, தான் பேசுவது ஒரு அந்நிய மொழி என்ற பிரக்ஞையே இல்லாமல், டேப் வாத்தியத்தைப் பற்றிய தொழில்நுணுக்க விவரங்களை விலாவாரியாக விளக்குகிறான். தலையை அசைத்தபடி அவள் அதைக் கேட்டுக் கொண்டிருக்கிறாள். அவள் நன்றாகப் பாசாங்குசெய்கிறாள். அவளுடைய முக பாவத்தின் கோடுகள் ஒவ்வொன்றையும் பிணைக்கும் நூல்களை இயந்திரத்தனமாக இழுக்கிறாள். முற்றிலும் ஒரே மாதிரியாகத் தோன்றும் உற்சாகமான, துடிதுடிப்பான முகபாவத்தையே அது வெளிப்படுத்துகிறது. அதில் பையன் தன்னை இழந்துவிடுகிறான். விசேஷமாக எதையும் அவன் கவனிப்பதில்லை. ஆனால் பாசாங்குசெய்து கொண்டே இருக்கும் அவள் அதையே நிஜம் என்று நம்பிவிடுகிறாள். வாழ்வின் என்ன அதிசய சக்தி! இயந்திரத்தனமான முகபாவம் மாறி, சதைப்பற்றான தன் வேர்களை இனம்கண்டுகொண்டு முன்பு வெறுமையாக இருந்த புன்சிரிப்பு மறைந்து, தீவிரமான முழுமையான புன்சிரிப்பாக மாறுகிறது: "இருந்தாலும் குட்டிப் பையா", என்கிறாள் அவள், "உன்னுடைய படிப்பை அது மறக்கடிக்கச் செய்ய விட்டுவிடக் கூடாது." பிறகு வேலையைப் பற்றியும் படிப்பைப் பற்றியும், பிழைப்பைத் தேடிக்கொள்ள வேண்டியதன் முக்கியத்துவத்தைப் பற்றியும், நண்பர்கள் இழுத்த இழுப்புக்கெல்லாம் தன்னைப் போக விடாமல் இருப்பதன் அவசியத்தைப் பற்றியும் சொற்பொழிவு செய்கிறாள். தன்னுடைய வெகுளியான பேரனுக்குத் தெரியாமல் அவர்கள் மும்முரமாக உழைத்துக்கொண்டு, டேப் வாத்தியத்துக்குப் பின்னால் ஒளிந்திருந்தபடி வெற்றி இலக்கை நோக்கி நிச்சயமாக அவனை முந்திச் சென்று விடுவார்கள் என்கிறாள். அவர்கள் கெட்டவர்கள் என்று தான் நினைக்கவில்லை என்றும், அவர்கள் இனிமையானவர்கள்தான் என்றும், அவனுடைய தோழர்களாக இருப்பதால் அவர்களைத் தான் நேசிப்பதாகவும் சொல்கிறாள். ஆனால் வாழ்க்கையில் இதெல்லாம் சகஜம்தான். கண்ணா, உன் பாட்டி சொல்வதை நீ நம்பலாம்!

ஆஹா, இதுதான் என் அம்மா! எவ்வளவு கோவையாக, பிடியை விடாமல், திடமாக! பையன் அடக்கப்பட்டுவிட்டான். தந்தை விச்ராந்தியாக இருக்கிறார்,

ஒழுக்க நியதிகளை எடுத்துச்சொல்வது இன்று அவருடைய வேலை அல்ல. 'சமாதானப்படுத்தும் அம்மா' என்ற பாத்திரத்தை ஏற்றுக்கொண்டு மருமகள் தன் குஞ்சைக் காப்பாற்றப் பறந்து வரலாம். ராணி திரும்பி வந்துவிட்டாள், ராணி இருக்க வேண்டிய இடத்தில் இருக்கிறாள். நகரத்தின் அழகான நிழற் சாலையில் இருக்கும் அழகான வீடு மீண்டும் நிலப்பிரபுத்துவ வீடாக ஆகிவிடு கிறது. அதிகாரத்தின் சிறிய கொடி கோபுர உச்சியில் பறக்கிறது, அரசாட்சி ஒழுங் காக இருக்கிறது. வயதுக்கேற்றபடி படிநிலை எப்படி இருக்க வேண்டுமோ அப்படி இருக்கிறது, ஒவ்வொருவரும் தத்தம் இடத்தில். அற்ப அளவு நம்பகத் தன்மை கூட இல்லாமல் போய் அழிக்கப்பட்டு, சிறுமைப்படுத்தப்பட்ட சாவு என்ற பூதம் கோட்டைச் சுவர்களுக்கு அப்பால் மிகத் தொலைவில் பின்னுக்குச் சென்றுவிட்டது. நான் அசந்துவிடுகிறேன்.

இப்படியாகத் தான் கைப்பற்றிய அதிகாரத்தை என் அம்மா நிர்வகிக்கிறாள். அணிகலன்களாலோ கவர்ச்சியினாலோ சொக்க வைப்பதாலோ அல்லாமல் ஒழுங்கு, தீவிரம், முயற்சியின் அவசியம் இவற்றை நினைவுகூர்வதின் மூலம் அதைச் செய்கிறாள். இது எப்படி முடிகிறது? தனக்குப் புறத்தே இருப்பதெல்லாம் பகட்டு என்பதுபோலவும் தனக்கு மட்டும்தான் உண்மை தெரிகிறது என்பது போலவும் தோன்றச் செய்கிறாள். அது சரி, அதை எப்படிச் செய்கிறாள்? எனக்குத் தெரியவில்லை. ஐம்பது வருடங்களுக்கு மேலாகியும் எனக்குத் தெரியவில்லை. என் அம்மாதான் என் புதிர். தூண்டில் முள்ளின் நுனியில் தொங்க விட்டதைப் போல என்னைப் பிடித்துவைத்திருக்கும் ஒரே ஒரு ஆள். இதற்குப் பின்னால்தான் எல்லாமே: மரபணுக்கள், வைரஸ் கிருமிகள், மனித மரபணு, சூரியனின் அமைப்பு, பிரபஞ்ச விரிவு/சுருக்கம், பூதாகாரமான எல்லாவற்றினுடைய தொடக்கம், இத்யாதி.

இப்படியாகத் தன் ஜீவனின் சாரத்தை நிலைநாட்டிய பிறகு சாப்பிடும் நேரம் முழுவதுமாக எங்களை விழிப்புடன் எதிர்பார்ப்பு நிலையில் வைத்திருந் தாள். சாப்பாட்டு மேஜைவரை, நான் வாக்களித்திருந்தபடி அவளுடைய பையை யும் கைத்தடியையும் வளர்ப்பு நாயைப் போல நன்றியுணர்வோடு எடுத்துக் கொண்டு அவளைப் பின்தொடர்ந்தேன். ''பரவாயில்லை, அவற்றை முன்அறை யில் வைத்துவிடு'', என்கிறாள். அவள் எங்களுக்குக் கதைகள் சொல்லப்போகி றாள். பண்ணையிலிருந்த காலத்துக் கதைகள், அவளுடைய கிராமியப் பரம்பரை, அவளுடைய கணவருடைய காலத்துக் கதைகள், அவர் வேலை பார்த்த பள்ளி (அவளுடைய கணவர்—எங்களுடைய அப்பா —இயக்குநராக இருந்த ஒரே ஒரு, அசலான ஆசிரியர் பயிற்சிப் பள்ளி) பற்றிய கதைகள் என்று, சொல்லப் போனால், புராதன காலத்துக் கதைகளைச் சொல்லப்போகிறாள். எங்களுக்கு இதெல்லாம் மனப்பாடமாகத் தெரியும். ஆனால் அவளோ அவ்வளவு உத்வேகத் துடன், தீவிரமாக, பிடிவாதமாகக் கதை சொல்வதால், நாங்கள் வேறு வழி யின்றிக் கேள்விகளுக்கும் சிந்தனைகளுக்கும் இடமளிக்காமல், இயற்கையின் நியதிக்குக் கட்டுப்பட்டுத் தாய்ப் பறவையின் அலகிலிருந்து விழும் துளி இரையையும் விழுங்கத் தயாராக இருக்கும் பறவைக் குஞ்சைப் போல ஒன்றும் பேசாமல் வாய் பிளந்தபடி இருக்கிறோம்.

மேலும் நாங்கள் எல்லாரும் அயர்ந்துபோயிருந்தோம். ஞாயிற்றுக்கிழமைகள் அசதியான நாட்கள், அது அப்படித்தான், அதுவும் ஞாயிற்றுக்கிழமை மதிய உணவுதான் பெரும் அசதி ஏற்படுத்தும் தருணம் என்பது எல்லோருக்கும் தெரியும். அதுவும் வயதான அம்மா (மாமியார், பாட்டி) இவர்கள் இருந்தால் இன்னும் அதிக அயர்ச்சி தரும்.

இது போன்ற, பல தலைமுறைகள் ஒன்றுசேரும் குடும்ப விருந்தின்போது என்ன நடக்கிறது என்பது அவ்வளவு ஒன்றும் தெளிவாக இல்லை. இது போன்ற பலவிதமான விருந்துகளை நான் பார்த்திருந்தாலும் மிகவும் அக்கறையுடன் நான் கவனிப்பது இதைத்தான். குறிப்பிட்ட ஒரே ஒரு நிகழ்வில், இங்குமங்குமாக வருடக் கணக்கில் சிதறிக் கிடந்த பலதரப்பட்ட நிகழ்வுகளை ஒன்றுதிரட்டிப் பார்க்க முயல்கிறேன். இந்த நிகழ்வில் அம்மா பக்கத்து வீட்டுக்காரரிடம் நலம் விசாரித்து, தன்னுடைய பை, கைத்தடி, நிதானம் இவற்றையெல்லாம் இழந்து, மீண்டும் திரும்பப் பெற்று பேரனுடைய டேப் வாத்தியத்தைக் குறித்து மகிழ்ச்சி தெரிவித்து, பின்னர் அறிவுரையும் சொல்லி, பிறகு எங்களிடம் பண்ணையைப் பற்றியும், பள்ளியைப் பற்றியும், குடியானவர்களைப் பற்றியும், ஆசிரியர்களைப் பற்றியும் கதைகள் சொல்லி அசத்திவிட்டு, முடிவில் திடீரென்று எழுந்து நின்று, சாகப் போகும் கிழவிக்காக முதியோர் இல்லத்தில் காத்திருக்கும் கட்டிலுக்கு உடனே போக வேண்டும் என்று அறிவிக்கிறாள். இப்படியாகப் பிற்பகல் மூன்று மணி வரை நீடித்த எங்களுடைய சிலுவை அனுபவங்களை, அல்லது குடும்பத்தின் அண்மைக் காலச் சந்திப்பான மிக அழகான இந்த நிகழ்வை, அப்பழுக்கற்ற கவர்ச்சியின் உச்சகட்டத்தில் முடித்து வைக்கிறாள். எனக்கு எதுவும் புரியவில்லை...

ஆம், தன்னுடைய கதை சொல்லும் ஆற்றலை என் அம்மா மிகப் பிரமாதமாக எங்களிடம் வெளிப்படுத்தியிருக்கிறாள். ஒவ்வொரு சம்பவத்தையும் சுவையான சொற்கள், சொல்லாட்சிகள், எங்கள் கிராமத்தின் ‘ஆக்ஸிடான்’ வட்டார வழக்கிலுள்ள மேற்கோள்கள், அன்று நிலவிய அதிகார வர்க்கச் சொற்பொழிவு நடை இவற்றுடன் கலந்து, சில சமயங்களில் வெட்டியும், சில சமயங்களில் பெரிதாக்கியும் அளித்திருக்கிறாள். சொற்களை இசைக்கும் பியானோ ஒன்றின் மிதிகட்டையை அழுத்துவதைப் போலக் கீச்சுக்குரலிலும் தமாஷாகவும் குரலை வளைத்து, நேர்த்தியாகக் கையாளப்பட்ட கதைகளின் இசைப்பெட்டி அவள். இடையிடையே உணர்ச்சிகளையும் ஒலிகளையும் குறிக்கும் இடைச்சொற்களை அவளுக்கே உரித்த வகையில் நுழைக்கிறாள். “ஓ, லாலா, ஆஹா, உனக்குத் தெரியுமா, கடவுளே, ஆ, பாவம் என் குழந்தைகளே”, இப்படி. இவை தவிர வியக்க வைக்கும் சைகைகளையும் அபிநயங்களையும் கலக்கிறாள். இயற்கையின் வலிமையை நன்கறிந்து, அதே சமயம் அதன் ஆயிரக்கணக்கான தந்திரங்களால் அவற்றை எதிர்கொண்டு, பூமியின் நிலப்பரப்பின் மேல் எறும்புகளைப் போல வஞ்சிக்கப்பட்டு பயந்துவிட்டிருக்கும் பல தலைமுறைக் குடியானவர்களிடமிருந்து பெற்ற தன்னுடைய கிராமப்புறக் குழந்தைப் பருவத்தின் ஆழங்களிலிருந்து வெளிப்படும் இடைச்சொற்களும், சைகைகளும். இவை என் அம்மாவின் மேல் அழிக்கப்பட முடியாதபடி பதிந்துவிட்டிருக்கின்றன, அவள் உடம்பில் தங்களுடைய தடயங்களை விட்டுச் சென்றிருக்கின்றன. சொற்களால் சொல்ல

முடியாதவற்றை இவைதான் வெளிப்படுத்தும். நம்மையும் மீறியிருக்கும் எல்லா வற்றையும் அறிந்துகொள்ளும் ஒரு வழி. மதம் சார்ந்த ஒரு சூழலில் இவை போன்ற தலைச்சுற்றலுக்குப் பழகிவிட்ட துறவிகள் மௌனம் சாதிப்பதன்மூலம் இவற்றை வெளிப்படுத்தியிருப்பார்கள் என்று எனக்குத் தோன்றுகிறது.

ஆனால் என் அம்மா தலைச்சுற்றல் வரும்வரை போக விடுவதில்லை. அவள் அவற்றை மறுக்கிறாள், வேண்டாம் என ஒதுக்கிவிடுகிறாள். கால்களைப் பூமியில் பதித்து, அவளுடைய முன்னோர்கள் எந்த அளவில் இருந்தார்களோ அந்த எல்லைகளை மீறாமல், எதார்த்தமான பெண்ணாக இருக்க விரும்புகிறாள். தலை சுற்ற வைக்கும் சொற்களால் சொல்ல முடியாதவை எல்லாம் இந்த "ஓ, லாலா, பாவம் குழந்தைகளே, ஆனால் தெரியுமா, கடவுளே, கடவுளே" இவற்றில் அடக்கம். இரண்டு கைகளிலும் தலையைப் பிடித்துக்கொள்வது, கைகளை ஆட்டுவது என்பவை அடங்கிய அவளுடைய பாணி மேலும் ஆச்சரியமளிப்பது. ஏனென்றால் பொதுவாக அவளுடைய பேச்சு நல்ல மொழி வளத்துடன், அந்தக் காலத்தில் மேல்வகுப்புகளிலும் கல்லூரிகளிலும் கற்றுக் கொடுக்கப்பட்ட முற்றிலும் சுத்தமான செம்மொழியில் இருக்கிறது.

என் அம்மாவின் இந்த மொழி ஒரு விசேஷக் கலவை. அதன் தனித்தன்மை களை விவரமாக அன்றாடம் குறித்துவைத்துக்கொள்ளாமல் போய்விட்டோமே என்று இப்போது நான் வருத்தப்படுகிறேன். இவற்றை எப்போதும் நினைவில் வைத்திருப்பேன் என்று நிச்சயமாக நம்பினேன். ஆனால் மறந்துவிட்டேன் என்பதையும், எனக்குப் பொருந்திவராத வாக்கியங்களில் ஏகப்பட்ட துணை வாக் கியங்களைச் சங்கிலிபோல் கோத்துச் சிரமப்பட்டு விவரிக்க நிர்ப்பந்தப்படுத்தப் பட்டிருக்கிறேன் என்பதையும் உணர்கிறேன். எனக்கிருந்த அளவு கடந்த பயத் தினால், சிறிய பெண்ணான நான், சொற்களுடன் தத்தித்தத்திப் போகவே எப் போதும் ஆசைப்பட்டிருந்திருக்கிறேன். ஆனால் என் அம்மாவுடன் பேசும்போது நான் அப்படிச் செய்ய முடியாது என்பது எனக்குத் தெளிவாகத் தெரிகிறது.

எழுத்தாளர் ஒருவர் எதிர்கொள்ளும் கேள்விகளில் அடிக்கடி இடம் பெறுவது இந்தக் கேள்வி: "நீங்கள் குறிப்புகள் எடுத்துக்கொள்வீர்களா?" என்னுடைய பதில்: "இல்லை, மனதில் ஒன்று தங்கவில்லையென்றால், அது முக்கியமானதல்ல என்று பொருள்." ஆமாம், சந்தேகமில்லாமல். என்னைப் பொறுத்தவரை அது சரியாகவே இருக்கிறது, எப்போதும் அது சரியாகவே இருந்திருக்கிறது... என் அம்மா விவகாரத்தில் தவிர.

ஆனால் எப்படி நான் குறிப்புகள் எடுத்துக்கொண்டிருக்க முடியும்? அவள் என்னுடைய அம்மா என்பதையும் நான் அவளுடைய மகள் என்பதையும் மறந்திருக்க வேண்டும். நான் எழுத்தாளர் என்பதையும் 'என்னைப் பொறுத்த வரை', என் முன்னிலையில் என்பதைப் போன்ற ரகசியப் பிரதேசத்தையும் நினைவில் கொள்ள வேண்டும். ஒரு எழுத்தாளர் குடியிருக்கும் இடத்தில் நான்கு திசைகளிலிருந்தும் வீசும் காற்றுக்காகத் திறந்த, நெருக்கமாகவும் அதே சமயம் ஒட்டாமலும் இருக்கும் கோட்டை இந்த ரகசியப் பிரதேசம். அம்மா இல்லாமல் அந்தக் கோட்டை இல்லை. அந்தக் கோட்டை தோன்றுவதற்கு முன்பே, அதன் சுவர்கள் எழுப்பப்படுவதற்கு முன்பிருந்தே அவள் அங்கு இருந்திருக்கிறாள்.

சுதந்திரமான காற்றோட்டம் அங்கு கிடையாது. அங்கு அவள் அவளாக இருந்தாள், நான் நானாக இருந்தேன். இருவரும் தத்தம் வாழ்க்கை வரலாற்றில் இறுக்கிப் பிணைத்துக் கட்டப்பட்டிருந்தோம். தன்னுடைய சொந்த வரலாற்றிலிருந்து மிகவும் விலகிச் செல்லவும் அம்மாவுக்கு இஷ்டமில்லை. முதியோர் இல்லத்தில் தன்னுடன் இருந்த பெண்களைவிடச் சற்று அதிகமாகவே விலகி இருந்தாலும், மிகவும் மாறுபட்டிருந்தாள் என்று சொல்ல முடியாது.

அவளருகே நான் அசந்துபோய், என்னுடைய சக்தியெல்லாம் எங்கள் உறவின் சிக்கலான பின்னல்களிலேயே செலவழிந்து, எங்களைச் சுற்றியுள்ள வெளியுலகம் இருண்டுபோய், முதியோர் இல்லத்துக்குள் உலகம் அடங்கிவிடுகிறது. கவரப்பட்டு, வசியப்படுத்தப்பட்டு, என் கடமையைச் செய்வதற்காக நான் இங்கு வந்த ஞாயிற்றுக்கிழமைகள் எத்தனை! ஆமாம், ஆனாலும் நான் வழிதவறிப் போகும்படி கட்டளையிடுகிறதா என் கடமை? இந்தக் கடமையைச் செய்து கொண்டிருந்த அதே நேரங்களில் என்னால் எழுதப்படாத புத்தகங்கள் நிறைய வெளியிடப்படுகின்றன, நான் கலந்துகொள்ளாத கருத்தரங்குகள் நடக்கின்றன. எனக்குச் சுத்தமாகத் தெரிந்திராத சிந்தனைகள் உருவாகி, எதிரெதிராக ஒன்றை யொன்று கடந்து, மின்னலைப் போலப் பளிச்சிடுகின்றன. வெகு தொலைவில் உலகம் சுழன்றுகொண்டிருக்கிறது. பிறகு, மீண்டும்மீண்டும் நான் வழுக்கி விழுந்தாலும் அடிமேல் அடி வைத்து சிரமப்பட்டு சரிவில் மீண்டும் ஏற வேண்டும்.

ஆ, என் அம்மாவே, நான் செய்திருக்க வேண்டியது, என்னுடைய இதயத்தைச் சாந்தப்படுத்தியிருக்கக் கூடியது என்னவென்றால், உன்னுடனேயே நானும் முதுமையடைந்து, உன்னுடனேயே நானும் இறந்திருக்க வேண்டும். புல் வெளிகள் நிறைந்த சிறிய இடுகாட்டில், அந்தக் கருங்கல் கல்லறையில், மிகப் பழைய இந்தக் கிராமத்தில் உனக்கு முன்னால் மறைந்துபோய்விட்டிருக்கும் அனைவரின் எலும்புகளும் உனக்காகக் காத்திருக்கும் கல்லறையில், அந்த இருண்ட எல்லைவரை உன் கைகளைப் பிடித்தபடி நான் வந்திருக்க வேண்டும்.

அவள் எப்போதும் சொல்வாள்: "எனக்கு இனி வேண்டியது ஒன்றே ஒன்று தான். இறந்த என் முன்னோர்களிடம் போய்ச் சேர வேண்டும்." நான் அதை நம்புகிறேன். இறந்த தன் முன்னோர்களிடம் போய்ச் சேர வேண்டும், ஆமாம், தனக்கு நெருங்கியவர்கள் தன்னோடு வர, கடைசி நிமிடம்வரை தன்னுடைய உலகத்தைச் சேர்ந்தவர்கள் சுற்றியிருக்க, தன்னுடைய சாவு அப்படித்தான் இருக்க வேண்டும் என்று அம்மா விரும்பினாள். அவள் அதை அவ்வளவு தீவிரமாக விரும்பினாள். அப்படி இருந்திருந்தால் எதையும் எதிர்கொள்ளும் தைரியம் இருந்திருக்கும்: தன்னுடைய துன்பங்களை அழித்துவிட்டு, புன்முறுவல் செய்தபடி, தன்னுடைய அறிவுரைகளை வழங்கி, இறுதிவரை எங்களுடைய அம்மாவாக இருந்து, எங்களுக்கு முன்னால் சென்று, எங்களுடைய பாதையைச் சமன்படுத்தி, தன்னுடைய உடலையே கோட்டை மதில் சுவராக்கி, கடைசியாக வரும் எதிரியையும் சந்தித்து, பிறகு எங்கள் பக்கம் திரும்பி, அழகாகக் கை ஜாடை செய்து, "அவ்வளவு பயப்படத் தேவையில்லை, வாருங்கள் போகலாம் குழந்தைகளே!"

என்னுடைய அப்பா, தன் வாழ்நாள் துணைவி அருகிலேயே இருக்க, வீட்டிலேயே இறந்தார். அவர் தனிமையில் இருந்திருந்தாலும் அவருடைய அபயக்

குரல் இவ்வளவு உருக்கமாகவோ, தனக்குத் தீங்கிழைக்கப்பட்ட உணர்வு இவ்வளவு பெரிதாக இருந்திருக்கும் என்றோ நான் நினைக்கவில்லை. தனக்காக எதுவும் வேண்டும் என்று கேட்காமல் இறந்தார். "வந்தோம், பின்னர் சென்றோம்" என்பதை மட்டும் ஏற்றுக்கொண்டார். என் அம்மாவோ தன்னுடைய பிரகடனங்களுக்கு நேர்மாறாக முற்றிலும் ஆதிக்கம் செலுத்தும், ஆழம் காண முடியாத தன்மையின் உரு. இவ்வளவு துடிப்பாக, வேகமாக, நவீனமாக இருந்த அவளுக்குள் நிகழ்வுகளின் கண்ணுக்குப் புலப்படாத ஓட்டம் சுழன்றுகொண்டிருந்தது. ஒரு தலைமுறையிலிருந்து அடுத்த தலைமுறைக்குப் போவதற்காக உருவாக்கப்பட்டிருக்கும் உடல்-சங்கிலி, உடல்-இலக்கு என்ற ஆதார விதிகளை அவளுடைய வாழ்க்கை முழுவதும் திணித்து, கடைசி உயிரணுவரை இந்த ஓட்டம் அவளை ஆக்கிரமித்து வென்றுவிட்டது.

மேலும், யாருக்காக அவளுடைய உடல் இந்தப் பழைய விதிகளுக்கு அடி பணிந்ததோ அவர்கள் அங்கு இருந்திருக்க வேண்டும்? அவளுடைய குழந்தை களாகிய நாங்கள் அங்கு இருந்திருக்க வேண்டும். ஆனால் நாங்கள் போதுமான அளவு அங்கு இருக்கவில்லை—அதாவது, பார்க்கப்போனால் எப்போதுமே. தவிரவும், இந்தப் பூதாகாரமான இயல்பான ஆசையை நிறைவேற்றுவதற்காக மாதம் ஒருமுறை மட்டுமே நான் வந்து பார்த்துவிட்டுப் போவதை ஒரு தீர்வாக அளிக்கிறேன் என்பது கேவலமாக இருந்தது.

என் அம்மா தன்னுடைய கடைசி நாட்களில் பயங்கரமான ஒரு போராட் டத்தை மேற்கொண்டிருக்கிறாள். அது அவள் உயிரைக் குறித்த போராட்டமல்ல, அதைவிட மிகப் பெரிய ஏதோ ஒன்று. நாங்கள் ஒருவிதக் குழப்பத்துடனேயே அதை ஊகித்துக்கொண்டிருந்தோம். சமூகத்தின் பிரச்சினைகள் பற்றியும், இன்றைய காலகட்டத்தில் முதியவர்களின் தனிமை பற்றியும், எங்களுடைய தொழில்களின் வரம்புகள் பற்றியும் பேசிக்கொண்டிருந்தோம். எங்களுடைய இயலாமை எங்களைச் சண்டைக்கோழிகளாக ஆக்கிவிட்டிருந்தது. அடிப்படை யில், நாங்கள் சற்றும் மகிழ்ச்சி இல்லாமல் இருந்தோம்.

இந்த ஞாயிற்றுக்கிழமை விருந்தில் நான் நிறையவே "ஒயின்" குடிக்கிறேன்.

மற்றவர்கள் முன் என் அம்மாவைக் காட்டுவதற்குப் பெருமைப்படுகிறேன். அவளுக்கு ஆடை அணிவித்து, தலை வாரிவிட்டு, கைத்தாங்கலாக இதுவரை அழைத்து வந்திருக்கிறேன். அவளுடைய நீல நிறக் கம்பளிக் கோட்டில் எவ்வளவு அழகாக இருக்கிறாள், பாருங்கள். எவ்வளவு நலமாக இருக்கிறாள், தன்னுடைய பங்கை எவ்வளவு நன்றாகச் செய்கிறாள், பரிவோடு இருக்கிறாள், அவள் இருப்பதால் எல்லாமே எப்படி நடக்க வேண்டுமோ அப்படியே நடக் கின்றன, நாடகம் வெற்றிபெறுகிறது, அவளுக்காகக் கைதட்டுங்கள், எங்களுக் காகக் கை தட்டுங்கள்.

நான் அதிகமாகச் சாப்பிடவும் செய்கிறேன். என் தம்பி இன்னொரு பாட்டில் ஒயின் எடுத்துவரப் போகிறான். அவனை ஓரக்கண்ணால் பார்க்கிறேன்.

''எல்லாம் நன்றாக இருக்கிறது. வாழ்க்கை மகிழ்ச்சியாக இருக்கிறது'', என்கிறான் பொதுவாக. இரண்டு அல்லது மூன்று முறை இதையே சொல்கிறான்.

பையன்களும் இயல்பாகக் கலந்துகொள்கிறார்கள். அவர்களுக்கு அடிக்கடி தொலைபேசியில் அழைப்புகள் வந்தபடியே இருக்கின்றன. அவர்கள் அங்கிருந்து மறைகிறார்கள். அவர்களுடைய பலத்த குரல் கேட்கிறது, ''பாட்டியுடன் மதிய விருந்து சாப்பிடுகிறோம்... சரி... பிறகு பார்க்கலாம்'', திரும்பி வருகிறார்கள், நல்ல பையன்கள், குறை சொல்லவே முடியாது. என்னுடைய தம்பி மனைவியும் இயல்பாக இருக்கிறாள், எல்லாமே திருப்தியாக இருக்கிறது.

திடீரென்று ஏதோவொன்று சரியில்லையே என்பதை உணர்கிறேன். என் அம்மா கயிறு ஒன்றைப் பிடித்திழுக்கிறாள். நானும் என் தம்பியும் மிகச் சிறியவர்களாக இருந்தபோது என்னுடைய அப்பாவின் கை ஓங்கி இருந்ததையும், அங்கிருந்த ஊர்களெல்லாம் எங்களுடைய குழந்தைப் பருவ ஊர்களாகவும் அந்தப் பண்ணையும் தெம்பாக உழைத்த இரண்டு குடியானவர்களின் பண்ணையாகவும் இருந்ததை நினைவுபடுத்தித் தன்னுடைய அந்தப் பழைய கிராமப்புறத்தை இழுத்துக்கொண்டு வருகிறாள். இவை எல்லாவற்றையும் இந்த ஞாயிற்றுக் கிழமை விருந்து மேஜைக்கு இழுத்து வருகிறாள். முக்கிச் சிரமப்படுகிறாள். எங்களுக்கு மிகத் தொலைவிலும் அவளுக்கு மிக அருகிலும் இருக்கும் இந்தக் கிராமப்புறத்தை நோக்கியும் இந்த ஞாயிறு விருந்து மேஜையைக் கொண்டுசெல்வதற்காக எதிர்த் திசையிலிருந்தும் இழுக்கிறாள். இரண்டு திசைகளிலிருந்தும் முயற்சி செய்கிறாள், அவளுடைய உழைப்பு கடுமையாக இருக்கிறது. அவளுடைய வாழ்க்கையே அதைச் சார்ந்துதான் இருக்கிறது. நசுங்கி ஒன்றுமில்லாமல் ஆக்கப்பட்டுவிடும் நிலையை நோக்கிப் போய்க்கொண்டிருக்கிறாள்.

ஆனால் இன்னும் தன் இருத்தலை உறுதிசெய்துகொள்ள முயற்சிசெய்யும் அவள், இந்த இறுதிச் சண்டையில் மிகவும் தனியாக இருக்கிறாள். அவளுடைய மனஉறுதி மிக வலிமை வாய்ந்ததாக இருக்கிறது, அவளுக்குச் சாதகமான துருப்புச் சீட்டுகள் பலவீனமாக இருக்கின்றன.

நான் சிகரெட்டுகளை ஒன்றன்பின் ஒன்றாகப் பற்றவைக்கிறேன். புகை, புகை. இந்த மூட்டத்துக்குள் நாங்கள் நான்கு பேர் இருக்கிறோம், இரண்டு பெரியவர்கள், இரண்டு சிறியவர்கள், வேறு யாரும் இல்லை. என் பெற்றோருக்கு நடுவில் இறுக்கமாக என் தம்பியும் நானும். என் அம்மா புள்ளி போட்ட நீல அங்கி அணிந்திருக்கிறாள், செர்ரிப் பழச் சிவப்பில் உதட்டுச் சாயம். கருகரு வென்ற அலை போன்ற முடியுடன் உயரமாக என் அப்பா. ஒல்லியாக, உயரமாக பதினோரு வயதில் நான். என் தம்பி ஆறு வயது குட்டிப் பிசாசு. நாங்கள் நாலு பேர் மட்டும், இரண்டு பக்கங்களிலும் பெரணிச் செடிகளுக்கு நடுவில் நீண்டிருக்கும் கிராமப்புறச் சாலையில் பெழோ காரில் போகிறோம். அல்லது, குன்றுகளுக்கு அப்பால் புயலும் மழையும் உறுமிக்கொண்டிருப்பதால் எங்கள் பெற்றோரின் பெரிய கட்டிலில் தஞ்சம் புகுந்திருக்கிறோம், நாங்கள் நால்வர் மட்டும். நீ தேடுவது அதைத்தானே அம்மா, வேறெதுவும் இல்லையே, எதற்காக அந்த உண்மையிலிருந்து நம்மை மறைத்துக்கொள்ள வேண்டும், எல்லாவற்றையும் எளிமையாக்குவோம், நான் அந்தத் திருப்தியை உனக்கு அளிக்கிறேன், மற்ற

எல்லாரையும் நான் சுடத் தயாராக இருக்கிறேன், குறுக்கிடுபவர்களை, எதிரிகளை, அவர்களின் போலி உலகத்தை, இப்போது இது ஒரு போர், சாகும்வரை போர், அதை நான் உணர்கிறேன், நாம் எந்தப் பக்கம் என்று தேர்ந்தெடுக்க வேண்டும், நான் உன் பக்கத்தைத் தேர்ந்தெடுக்கிறேன், உன் கட்சியைத்தான் அம்மா.

நான் ஒயின் குடிக்கிறேன், சிகரெட் புகைக்கிறேன். பையன்கள் அங்கே இல்லை, அவர்கள் கிளம்பிப் போவதை நான் பார்க்கவில்லை. என் தம்பி சோபாவில் தூங்கிப்போய்விட்டான். நானும் என் தம்பி மனைவியும் எல்லாவற்றையும் எடுத்துவைத்துச் சுத்தப்படுத்துகிறோம். என் அம்மா தன் பையையும், கைத்தடியையும் தேடுகிறாள். நாங்கள் முதியோர் இல்லத்துக்குத் திரும்பிப் போகப்போகிறோம். என் தம்பி திடீரென்று விழித்துக்கொள்கிறான். அவனுடைய காரில் எங்களை அழைத்துச் செல்லப் போகிறான். இந்த ஞாயிறு விருந்து வெற்றிகரமாக அமைந்துவிட்டது. எனக்கு மகிழ்ச்சி, அவனுக்கும்தான். இல்லத்தில் எங்கள் இருப்பிடம்வரை அவன் கொண்டுவந்துவிட்டு, சற்று நேரம் எங்களுடன் உட்கார்ந்திருக்கிறான். என் அம்மா ஒளிர்ந்துகொண்டிருக்கிறாள். நான் அவளை காருக்கு அழைத்துச் செல்கிறேன். கடைசி நிமிடத்தில், கார்க் கதவின் ஜன்னல் வழியாக நாங்கள் விசித்திரமாக ஒருவர் கையை ஒருவர் அழுத்துகிறோம், என் அம்மாவின் மகன், வெகு நாள் தோழனாகிய என் தம்பி. அடுத்த முறை மீண்டும் சந்திப்போம், அடுத்த போரில்.

13. சீனச் சிறுவன்

முதியோர் இல்லத்துக்கு முன்புறம் வாகனங்கள் தடைசெய்யப்பட்டிருந்த சிறிய சதுக்கத்தில் குழந்தைகளின் கூட்டம் ஒன்று விளையாடிக் கொண்டிருக்கிறது. ஒவ்வொரு முறை இங்கு வரும்போதும் (அதாவது வாரக் கடைசியில்) அவர்கள் எப்போதும் ஒரே மாதிரியான செயல்களைச் செய்துகொண்டிருப்பதை நான் பார்க்கிறேன். அவர்கள் எப்பொழுதும் அங்கேயேதான் இருப்பதைப் போலத் தோன்றும். ஆனால் வார நாட்களில் பகல் பொழுதில் அவர்களைப் பார்க்க முடியாது என்றும், மாலைப் பொழுதில் அங்குதான் இருப்பார்கள் என்றும் அம்மா என்னிடம் சொல்கிறாள்.

அம்மா இப்பொழுது என்னிடம் சொன்ன தகவல் என்னை உஷார் நிலையில் வைக்கிறது. அவளுடைய குரலில் ஒரு புதிய அம்சம் தெரிகிறது. அதாவது என் அம்மாவின் பேச்சில் ஜீவன் அரைகுறையாக இருக்கவில்லை, ஜீவன் முழுமையாக இருந்தது: விளையாடிக்கொண்டிருந்த இந்தக் குழந்தைகள் மூலமாக அவள் இந்த உலகத்தில் அங்கம் வகிக்கிறாள், உலகமும் தன் பங்குக்கு அவளைத் தன்னுடன் பிடித்துவைத்துக்கொள்கிறது. அதே சமயம், இது போன்ற அம்சம் ஒன்றும் புதிதில்லை என்றும் நான் சொல்லவருகிறேன். அவளுக்கு நேர்ந்த பெரும்

விபரீதத்துக்கு முன்பும், இந்த முதியோர் இல்ல வாழ்க்கைக்கும் முன்பும் ஒரு காலத்தில் இந்த அம்சம் அவளிடம் சகஜமாக இருந்தது. பிறகு எப்போதாவது தான் அதைப் பார்க்க முடிந்தது. அதற்குப் பிறகு, எனக்குத் தெரிந்தவரை எப்போதுமே இல்லை. உதாரணமாக, ஒவ்வொரு ஞாயிறும் காலையில் மாதா கோயிலுக்குப் போகும் இல்லத்தின் பெண்களைப் பற்றி என்னிடம் குறிப்பிடும் போது, ஜீவன் நிரம்பிய இந்த அம்சம் அவள் குரலில் தென்படாது.

மொத்தம் ஆறு குழந்தைகள், எல்லாம் சீனக் குழந்தைகள். இந்தச் சதுக்கத்தின் ஒரு கோடியில் அண்மையில் வந்திருக்கும் கிழக்கத்திய நாட்டுப் பல சரக்குக் கடையைச் சேர்ந்தவர்களாகத்தான் இந்தக் குழந்தைகளின் பெற்றோர்கள் இருப்பார்கள். இந்தக் குழந்தைகளின் வயது ஐந்துமுதல் பன்னிரெண்டு வரை. கீறல் போன்ற கண்கள், பாதி நெற்றிவரை நேர்கோடாக வெட்டப்பட்ட கருகருவென்ற முடி. பெரியவர்கள், அதாவது இவர்களில் மூத்த ஐந்து பேரும் சைக்கிள் ஒன்றை வைத்திருக்கிறார்கள். அதாவது ஐந்து பேருக்கும் சேர்த்து ஒரு சைக்கிள். ஆனால் சைக்கிளில் ஒரே சமயத்தில் மூன்று பேர் மட்டும் போகலாம், மற்ற இருவரும் பக்கத்தில் ஓடி வருவார்கள், பிறகு உடனே மாறிக்கொள்வார்கள். அந்தக் கடைசிக் குட்டிப் பையன் மட்டும் தனியாக விடப்பட்டு இருப்பான். அவனைத்தான் என் அம்மாவுக்குப் பிடிக்கும். அவன் அவளைக் கவர்ந்துவிட்டான், அவனை அவள் கவர்ந்துவிட்டாள். இவன் சைக்கிளின் மேல் ஏறுவதும் இல்லை, அதன் பக்கத்தில் கூடவே ஓடுவதும் இல்லை. என்ன பயன்?

இதோ, இங்கே அந்தப் பையன் வருத்தமான முகத்துடன் தனியாக நடந்து போய்க்கொண்டிருக்கிறான். என் அம்மா சுறுசுறுப்பாக ஜன்னலைத் திறக்கிறாள். (அம்மாவின் குடியிருப்பு தரைத்தளத்தில் இருக்கிறது) "வணக்கம்" என்கிறாள். இதைவிட மென்மையான, இதைவிட சுவையான வணக்கம் இருக்க முடியாது. குழந்தை பதில் சொல்லவில்லை, ஆனால் நின்றுவிட்டான். கண்களை உயர்த்துகிறான். கண்கள் அவ்வளவு மெல்லிய கீறலாக இருப்பதால் கருவிழியைப் பார்ப்பதே அபூர்வமாக இருக்கிறது. அவன் புன்னகைசெய்யவும் இல்லை, கண்சிமிட்டவும் இல்லை. பொடியன் சுரத்தில்லாமல் இருக்கிறான் என்று எனக்குள் சொல்லிக்கொண்டேன். ஆனால் அது தவறு. "உன்னால் இன்னமும் சைக்கிளில் ஏற முடியவில்லையா?" என்கிறாள் அம்மா. இல்லை என்று தலையை ஆட்டுகிறான் குழந்தை. "இது ரொம்பவும் மோசம்தான்...", என்று அம்மா உணர்ச்சிவசப்பட்டுச் சொல்கிறாள்.

உணர்ச்சிவசப்பட்ட இந்தக் குரல் என்னைத் துள்ள வைக்கிறது. ஆம், என் அம்மா இனியும் கண்ணாடித்தாள் சுருளுக்குள் இல்லை, அவளை மூடி இறுகச் சுற்றப்பட்டிருக்கும் கண்ணாடி போன்ற மெல்லிய துணி மறைந்துவிட்டது, ஒரு போதும் அது இருந்ததே இல்லை என்றுகூடச் சொல்லத் தோன்றும். இருவருமே சுதந்திரமாக இருக்கிறோம். இயல்பாக மூச்சுவிட முடிகிறது, கழுத்தை நெறிக்கவில்லை. எனக்கு வேறு என்ன வேண்டும்? முழங்கைகளை ஊன்றியபடி அவளுடன் நான் வாழ்க்கையின் பால்கனியில் இருந்தேன்.

"இது ரொம்பவும் மோசம்தான்...!"

அவள் அந்தப் பையனின் பக்கம் இருக்கிறாள். மிகச் சிறிய சீனக் குழந்தைகளின் நிலைமையை லட்சியம்செய்யாத இந்த ஊரில், நீதியின் பக்கம் குறைந்தபட்சம் ஒரு ஆளாவது இருக்கிறார். 'சீன' குழந்தை என்று ஏன் குறிப்பிட்டுச் சொல்கிறேனென்றால் இந்த ஊரில் குடியேறியிருக்கும் இந்த அந்நியச் சகோதரச் சமூகத்தின் கடைசிச் சிறுவனுக்கு இந்த ஊரின் மொழியைப் பேச முடியாமல் இருக்கலாம். அதனாலேயே இங்கே சீனப் பையனாக இருப்பது என்பது ஏற்கனவே மிக இளையவனாகவும் குட்டையாகவும் இருக்கும் இவனுடைய குறையை இன்னும் மிகைப்படுத்திவிடும். இதிலேயும் நான் சொல்வது தவறாக இருக்கும். சரி, மேலே போவோம்.

மொத்தத்தில், நீதியின் பக்கம் ஒரு நபர். குழந்தைக்கு அது தெரியும்: அந்த நபர், ஜன்னல் சட்டத்தின் மறுபக்கம் அங்கே இருக்கிறார். இந்த ஊருக்குள் ஒரு பெரிய அநீதி தினந்தோறும் திரும்பத்திரும்ப இழைக்கப்படுகிறது, அதற்குக் கண்டனம் தெரிவிப்பவர்கள் இருவர்: அநீதிக்கு ஆளாகும் ஒருவன், அதற்குச் சாட்சியாக இருக்கும் மற்றொருவர். அல்லது, அநீதி இழைக்கப்பட்டவரும் அவருடைய வழக்கறிஞரும் என்றுகூடச் சொல்லலாம்.

''மற்றவர்கள் உன்னை ஏமாற்ற விட்டுவிடாதே,'' என்கிறாள் என் அம்மா. குழந்தை கண்ணைச் சிமிட்டவில்லை, ஆனால் சொன்னதன் சாரத்தைப் பிடித்துவிட்டான் என்று தெளிவாகத் தெரிகிறது. தன்னுடைய பாதுகாப்புக்காகச் சொல்லப்பட்ட வாக்கியம் இது என்பதை நன்றாகப் புரிந்துகொண்டுவிட்டான்.

ஊக்கமளிக்கும் தொனியைத் தொடர்ந்து நம்பிக்கையூட்டும் தொனிக்குப் போகிறாள் அம்மா. ''அவர்களுக்கு நிச்சயம் அலுத்துப்போய்விடும், அப்போது நீ போய் சைக்கிளை எடுத்துக்கொள்ளலாம்.'' குழந்தை அசையவில்லை.

''கொஞ்சம் பொறு. நான் உனக்கு ஒன்று தருவேன்,'' என்கிறாள்.

அவள் அந்த ஜன்னலிலிருந்து மறைந்துபோய்விட்டாள் என்பதைப் பயன்படுத்திக்கொண்டு குழந்தை ஓடிப்போய்விடுவான் என்று எனக்குத் தோன்றுகிறது. இல்லை. அவன் காத்திருந்தான். திருட்டுத்தனமாக நான் என்னுடைய வாய்ப்பைப் பயன்படுத்திக்கொள்ள முயல்கிறேன். குழந்தைகளைச் சாதுர்யமாகக் கையாளும் திறமை எனக்கு நன்றாகவே இருந்தது, இப்போதும் இருக்கிறது. பள்ளிக்கூட வகுப்புகளில் என்னுடைய புத்தகங்களைப் பற்றி (குழந்தைகளுக்கான என்னுடைய புத்தகங்கள்) நான் பேசப்போகும்போதெல்லாம் உற்சாகத்துடன் வரவேற்கப்படுகிறேன். என்னிடம் கேள்விகள் கேட்பதற்காக அவர்கள் முட்டி மோதிக்கொள்வார்கள், காதைத் தீட்டிக்கொள்வார்கள், கண்கள் பளபளக்கும்... என் அம்மாவைப் போலவே, அம்மாவைவிட இன்னும் நன்றாக இந்தக் குட்டிப் பையனைச் சுற்றி வளைத்துப் பிடிக்க என்னவெல்லாமோ செய்கிறேன். முயற்சிக்கிறேன். பிரெஞ்சு மொழியில், பிறகு ஆங்கிலத்தில், பின்னர் சைகைகள் மூலமாக.

குழந்தை இடுப்பில் கைகளை ஊன்றி, தலையைத் திருப்பி நின்றுகொண்டிருக்கிறான். ஒருவருமே இல்லாத இடத்தில் யாருக்காகவோ காத்திருப்பதைப் போன்ற பாங்கில் இருக்கிறான். என்னைப் பற்றி அவனுக்கு அக்கறை இல்லை. நான் அங்கு 'இருக்க'வில்லை. ஜன்னல் சட்டத்தில் அவனுக்கு வேண்டியது

என்னுடைய அம்மாதான். பலவித மிட்டாய்கள் அடங்கிய பையுடன் அம்மா திரும்பி வருகிறாள். அவை தொண்டைக்கு இதமான 'விஷி' வில்லைமிட்டாய் கள் என்பதைப் பயத்துடன் கவனிக்கிறேன். என்னைப் பொறுத்தவரை 'விஷி' வில்லைமிட்டாய் முதியவர்களுக்கானது, குழந்தைகளுக்கு அதில் நாட்டம் இருக்காது. அம்மாவை எச்சரித்து, ஏமாந்துபோய் அவள் அவமானத்துக்கு ஆளா வதைத் தவிர்க்க விரும்புகிறேன், தற்காலக் குழந்தைகளின் விருப்பு-வெறுப்பு களைப் பற்றி எனக்கு இன்னும் நன்றாகவே தெரிந்திருப்பதால். மீண்டும் ஒரு முறை நான் நினைப்பது தவறு என்று தெரிகிறது.

ஓரங்களில் சிறிது விண்டிருக்கும் பத்து மிட்டாய்களை, ஏதோ மருந்தைப் போல வெள்ளை நிறத்திலிருக்கும் மிட்டாய்களைப் பையிலிருந்து எடுக்கிறாள். குட்டிப் பையனிடம் கொடுக்கிறாள். அவன் அவற்றைக் கவனமாக, கண்களைச் சிமிட்டாமல் வாங்கிக்கொண்டு ஒழுங்குமுறையோடு தன்னுடைய சட்டையின் இரண்டு பைகளிலும் மாற்றிமாற்றிப் போட்டுக்கொண்டு, தலையை லேசாகச் சாய்த்து சைகைசெய்துவிட்டுப் போய்விடுகிறான்.

அம்மா ஜன்னலைச் சாத்திவிட்டுப் பளபளக்கும் கண்களுடன் என்னைப் பார்க்கிறாள்.

"பாவம் குட்டிப் பயல், சைக்கிளில் ஏறும் வாய்ப்பு கிடைப்பதற்குப் பல மணி நேரம் அவன் காத்திருக்க வேண்டும். எவ்வளவு பொறுமையாக இருக் கிறான், தெரியுமா..."

இந்த வாக்கியத்தை அவள் சொன்ன அதே விதத்தில் தொடர்ந்து இன் னொரு வாக்கியமும் கச்சிதமாக நழுவி வந்திருக்க முடியும். "பாவம் பையன், தன்னுடைய பாடங்களைப் படித்து முடிப்பதற்கு விடியற்காலைவரை அவன் உழைக்க வேண்டியிருக்கும். மனவலிமை அதிகம் அவனுக்கு, தெரியுமா..." அதாவது, மருத்துவப் படிப்புத் தேர்வுக்காகப் படித்துக்கொண்டிருந்த தன் மகனைப் பற்றிக் கிட்டத்தட்ட இப்படித்தான் வழக்கமாக அவள் சொல்லி யிருந்திருப்பாள்.

தன்னுடைய குழந்தைகளை (என் தம்பி, நான்) வளர்ப்பதில் மட்டுமே முனைந்திருந்த அம்மா, இப்போது ஒரு குட்டிச் சீனக் குழந்தையைத் தத்து எடுத்துக்கொண்டிருக்கிறாள். அந்தக் குட்டிச் சீனக் குழந்தையும் தன்னைத் தத்து எடுத்துக்கொள்ளவிட்டிருக்கிறது. மிகவும் பரவலாக இருக்கும் தன் சொந்த இனத்தவர்களைவிட, இருபத்தைந்து குழந்தைகளும் ஒரு ஆசிரியரும் அடங்கிய தன்னுடைய பள்ளிக்கூடச் சமூகத்தை விட, இந்த இல்லத்தின் சதுக்கத்தில் சைக்கிள்களில் வளைய வந்துகொண்டிருக்கும் சிறிய கோஷ்டியை விட, இந்த எல்லோரையும்விட, என்னுடைய அம்மாவையே அவன் அதிகமாக விரும்பி யிருக்கிறான். அவர்கள் அனைவரிலும் அவளையே தேர்ந்தெடுத்திருக்கிறான். தனக்குத் துணையாகவும் நம்பிக்கையாகவும், தனக்காக வாதாடி ஆதரவு அளிக்கவும் உரிய தோழியாக அவன் தேர்ந்தெடுத்திருப்பது, புரிபடாத சொற் களையும் 'விஷி' மிட்டாய்களையும் மட்டுமே கொடுக்க முடிந்த ஒரு கிழவி. சபாஷ், அம்மா.

முதியோர் இல்லத்தில், சதுக்கத்தில் இந்தக் குழந்தைகள் விளையாடுவதால் ஏற்படும் தொந்தரவைப் பற்றிப் புகார்செய்வதைத் தவிர, இந்தக் குழந்தைகளைப் பற்றி எவரும் கண்டுகொள்வதில்லை. இல்லத்திலிருந்து வெளியே வரும்போது சைக்கிளோ பந்தோ வந்து மோதும் என்றோ, கால்களில் லேசாக இடித்துவிடும் என்றோ இல்லத்திலுள்ளவர்கள் பயப்படுகிறார்கள். சத்தத்தைப் பற்றியும் புகார் சொல்கிறார்கள் (சைக்கிள் மணியின் கிண்கிணி ஓசை, மிதிகட்டைகள் உரசும் சத்தம், பந்தைத் தட்டுவதால் வரும் சத்தம், கூச்சல்கள்). இந்தச் சதுக்கம் இரண்டு பகுதிகளால் ஆனது என்பது என்னவோ உண்மை. ஒன்று, இல்லத்துக்குச் சொந்தமான வெளி, மற்றொன்று, முற்றிலும் பொதுவான இடம். இல்லத்துக்குச் சொந்தமான இடத்தில் சைக்கிள் ஓட்டத்தான் அனுமதி இல்லை என்று தோன்றும். ஆனால் குழந்தைகளுக்கே அனுமதி கிடையாது.

முதியோர் இல்லத்தில் எல்லோரும் தங்களுடைய குழந்தைகளிடம்தான் (அதாவது, பேரக்குழந்தைகள்) அக்கறைகொள்கிறார்கள். மற்றவர்களின் குழந்தைகளோ தொந்தரவுகொடுப்பவை. ‘குழந்தை’ என்ற சொல்லின் மேல் ‘க்ளிக்’ செய்யவும், அது இரண்டு இணையதளங்களுக்கு இட்டுச்செல்லும்: கனிவு (தன்னுடைய, மீறிப்போனால் பக்கத்துக் குடியிருப்புக் குழந்தைகள்), அபாயம் (மற்ற குழந்தைகள், குறிப்பாக, தெருவில் விளையாடிக்கொண்டிருப்பவை).

என் அம்மா அப்படிப்பட்டவள் அல்ல. வருடங்களின் பள்ளத்தாக்கைக் கடக்கப் பாலம் அமைக்க அவளால் முடியும். தனக்கிருக்கும் மிகக் குறைந்த வசதிகளைக் கொண்டு தனியாகத் துணிந்து வேறொரு அந்நியக் கண்டத்துக்கு (குழந்தைப் பருவம், சீனா) போக, அவர்களுடன் கொடுக்கல்-வாங்கல் பரிமாற்றங்களைச் செய்ய அவளால் முடியும்.

எவ்வளவு துடிதுடிப்பும் உற்சாகமும் என் அம்மாவுக்குக் கைவருகிறது! பரந்த உலகை நோக்கிச் சாதாரணக் குடியானவப் பெண்ணுக்கு இருக்கும் தீராத ஆர்வம். தவிர, புலம்பெயர்ந்தவர்களின் சங்கடங்கள் குறித்த பரிவு. அந்நியத் துவேஷம் அவளுக்கு இல்லை. குழந்தைப் பருவத்தில், பக்கத்துக் கிராமத்தில் பேசப்பட்ட மொழியிலிருந்து கொஞ்சம் வேறுபட்ட, தன்னுடைய கிராமத்தின் வட்டார வழக்கில் மட்டுமே அவளுக்குப் பேசத் தெரிந்திருந்தது. தென் பிரான்ஸின் எல்லைப் பகுதிகளின் மொழியாக இருந்த அதில் லத்தீன் மொழியின் சொற்களை இன்னமும் இனம்காண முடிந்தாலும், பல நூற்றாண்டுகளாகக் குடியானவர்களின் அன்றாட வாழ்க்கை, உழைப்பு இவற்றால் கடையப்பட்டு அவற்றின் வேற்றுமை உருபுகளைப் பயன்படுத்திய விதம் திரிபடைந்திருந்தது.

அருகிலிருந்த நகரத்தின் பள்ளிக்குத் தன் கிராமத்துச் சிறுவர்களுடன் தினமும் பல கிலோ மீட்டர் தூரம் கால்நடையாக நடந்து போவாள். அந்தப் பள்ளியில், பிரெஞ்சுக் குடியரசின் கீழிருந்த எல்லாப் பிரதேசங்களிலும் இருந்ததைப் போல பிரெஞ்சு மொழியில்தான் பேசுவார்கள். வட்டார வழக்குக்குத் திரும்பும் எந்த முயற்சியும் தடைசெய்யப்பட்டிருந்தது. ஆகவே, முற்றிலும் சரியான வாக்கியங்களை அமைக்கத் தெரிந்துகொள்ளும்வரை அவள் வாயைத் திறக்காமலே இருந்தாள். அவள் இப்படிப் பேசாமல் இருந்தது ஆசிரியர்களையும் பெற்றோர்களையும் கவலைக்குள்ளாக்கியது. கேள்விகள் கேட்டும், கெஞ்சிப்

பார்த்தும்கூட என் அம்மா தன்னுடைய ரகசியத்தை வெளியில் சொல்லவில்லை. ஒருவேளை அவளுடைய நாக்கைக் கட்டிப்போட்டிருந்தது எது என்று அவளுக்கே தெரியவில்லை போலும். எல்லாவற்றையும்விட பிரெஞ்சு மொழியைக் கற்றாக வேண்டும். முட்டிமோதி அவள் திறக்க வேண்டியிருந்த எல்லாக் கதவுகளிலும் முதல் கதவாக அது இருந்தது. ஆனால், அவளுடைய கிராமத்தைச் சேர்ந்த மற்ற தோழர்களைப் போல் அல்லாமல், அந்தக் கதவு மிக முக்கியமானது என்பதையும், மற்ற எல்லாக் கதவுகளையும் திறப்பதுகூட அதைச் சார்ந்துதான் இருந்தது என்பதையும் அவள் அறிந்திருந்தாள். தன் கிராமத்துக்கு அப்பால் பரந்து கிடந்த, முன்பின் தெரியாத உலகத்துக்குள் நுழைவதற்கு, முதலாவதாக அந்த உலகத்தின் மொழியைக் கற்றுக்கொள்ள வேண்டும்.

போராடி வெற்றிபெறுவது என்ற களைப்பூட்டும் காரியத்தை இந்தச் சிறிய நகரத்தின் ஆரம்பப் பள்ளியின் வகுப்பறையில்தான் தொடங்கினாள் என்று நான் நினைக்கிறேன். எதுவுமே தானாகக் கிடைப்பதில்லை, எப்போதுமே வலுவாகப் போராடித்தான் வெல்ல வேண்டியிருக்கிறது. அடுத்த நிலை வகுப்புக்கு, உயர் நிலைப் பள்ளிக்கு, பல்கலைக்கழகத்துக்கு எதுவானாலும். மாவட்டத்தின் தலை நகருக்கு, பாரிஸுக்கு. முதலில் இளமையில் போராட்டம், அடுத்து வயதுவந்த பிறகு, தற்போது முதுமையில்.

ஒருவேளை இதிலிருந்து விளைந்தவையாகத்தான் இருக்குமோ அவளுக்குத் திரும்பத்திரும்ப வரும் ஒற்றைத் தலைவலிகள், அடிக்கடி அவள் புகார்செய்த சோர்வுணர்வு, அவளை அடிக்கடி சூழ்ந்துகொண்டிருந்த, அவள் அதிலிருந்து மீளப்போவதேயில்லை என்று எங்களுக்குத் தோன்றிய, இவை போன்ற மூட்டங்கள். அவளுக்குள்ளே இருந்த ஒரு சிறு குழந்தை தன் தாய்மொழிக்கு வெளியே மீண்டும்மீண்டும் வந்து மேலே போக முயன்றது.

கேவலமான மொழியாக ஆக்கப்பட்டுவிட்ட தன்னுடைய குழந்தைப் பருவத் தாய்மொழியைத் தன்னுடைய சதையின் ஆழங்களில் தாங்கியிருக்கும் எவரிடமும் காணப்படும் ஓயாத இந்தப் பெருமூச்சு என்ன என்பதை ஊகித்து அறிவது எளிதல்ல. இதன் தொடர் விளைவாகச் சிலரிடம் வன்முறை காணப்படுகிறது. என் அம்மாவிடம் தென்பட்டதோ சோர்வுதான்.

அவளுடைய சோர்வின் தாக்கங்கள் என் தம்பியையும் என்னையும் மிகவும் பயமுறுத்தின. ஆனால் அவற்றிலிருந்து வெளிவரும்போது அவளிடம் என்ன மகிழ்ச்சிப் பெருக்கு! எல்லோரையும் எல்லாவற்றையும் எதிர்கொள்வதில் அதீத வேகம். படபடப்பு என்றுகூடச் சொல்லலாம். அவளுடைய குழந்தைகளாகிய எங்களைப் பொறுத்தவரை உலகின் மிகப் பெரிய கவர்ச்சி அவள்தான். அவளால் முதலில் கவரப்பட்டவர்கள் நாங்கள்தான், அதில் எங்களுக்குப் பெரும் வியப்பு. இப்போது, அவள் இனியும் எங்களிடையே இல்லாதபோது, எங்களுடைய வாழ்க்கை அமைதியாக ஆகிவிட்டதென்னவோ உண்மைதான், ஆனால் அந்தச் சுவை எங்கே போயிற்று? எங்களுடைய மாபெரும் பிரதிநிதி இப்போது அமைதியாகிவிட்டாள். வாழ்க்கையின் மொழியைச் சிரமப்பட்டு நாங்கள் மொழிபெயர்க்க வேண்டியிருக்கிறது. எதையும் நேர்த்தியாகச் செய்யும் குழந்தைகள் நாங்கள், ஆனால் ஆர்வத்தைத் தூண்டும் உயிர்மூச்சை இழந்தவர்கள். சில சமயம்

எனக்கு அழ வேண்டும்போல் இருக்கிறது, எனக்குள் பொறிக்கப்பட்டிருக்கும் எல்லாவற்றையும் எடுத்துக்காட்டும் அழுகையாக.

அந்தச் சிறுவனுடன் முதல் சந்திப்பு எப்படி நிகழ்ந்தது என்று அம்மா எனக்கு விளக்குகிறாள். அந்தச் சதுக்கத்தில் அவன் தனித்து விடப்பட்டிருப் பதைப் பார்த்து, அவனுடன் பேசுவதற்காக அவள் நின்றிருந்திருக்கிறாள். சிறுவன் பதில் எதுவும் சொல்லாததால், அவனுக்கு பிரெஞ்சு புரியவில்லை என்று எண்ணி யிருக்கிறாள். ஆனால் அவள் விடாமல் தொடர்ந்து முயன்றுகொண்டிருந்தாள். ஒருநாள் திடீரென்று அவன் ''என் பெயர் ஆந்த்ரெ'', என்று பிரெஞ்சில் நல்ல உச்சரிப்புடன் சொன்னான்.

ஆந்த்ரெ, அவளுடைய கணவரின், என்னுடைய தந்தையின் முதற்பெயர்.

வாழ்க்கையில் தனக்கு இருந்த இடம் மிக எளிமையானது என்ற எண் ணத்தில்தான் என் அப்பா இருந்தார். இருந்தாலும் அவருக்கு அற்ப சந்தோஷம் கலந்த மனத்திருப்தியை அளித்த விஷயம் ஒன்று இருந்தது: அவருடைய முதற் பெயர். டால்ஸ்டாயின் 'போரும் அமைதியும்' நாவலின் இளவரசன் ஆந்த்ரெயின் பெயர். இந்த மதிப்பு மிக்க உறவுடன் என்னையும் சம்பந்தப்படுத்தியிருந்தார். ஏனெனில் அதே நாவலில் வரும் குழந்தை நடாஷாவின் மறு உருவமாக அவ ருக்கு நான் இருந்திருக்கிறேன். இப்படி எனக்கும் என் அப்பாவுக்கும் இடையே இந்த ரகசிய உடந்தை இருந்தது. டால்ஸ்டாயின் நாவலில் இருந்ததைவிட இன் னும் பெரிய அளவில், இன்னும் அழகான பிரதியாக நாங்கள் இருந்தோம்.

என்னுடைய நாவல்களில் ஒன்றில் தந்தையாக வரும் ஒருவருக்கு, ஒரு லட்சியத் தந்தைக்கு, ஆன்ட்ரூ என்று பெயர். நாவல் வெளிவந்து நீண்ட நாட் களுக்குப் பிறகே 'ஆந்த்ரெ' என்ற பிரெஞ்சுப் பெயரின் ஆங்கில வடிவம்தான் 'ஆன்ட்ரூ' என்பதை நான் உணர்ந்தேன்.

ஆக, மிகவும் இயல்பான முறையில் என் அம்மாவின் வாழ்க்கையில் சீனாவின் குட்டி 'ஆந்த்ரெ' இடம் பிடித்துவிட்டான். அம்மா இளம் பெண்ணாக இருந்த போது, அன்றைய பிரபல ஆங்கில நாவலாசிரியர் பேர்ல் பக் நாவல்களைப் படித் திருந்தாள். எதையும் ஏற்றுக்கொள்ளும் இளமைப் பருவத்தின் மனநிலையில் அவளுக்கு அந்தச் சமயத்தில் சீன நாடு அறிமுகம் ஆகியிருந்தது, அந்த நாட்டுடன் சம்பந்தப்பட்ட எல்லாவற்றுடனும் அவளுக்கு ஏதோவொரு தனிப் பாசம் ஏற்பட் டிருந்தது. பெருமளவில் அவளுடைய கிராமத்தை ஒத்திருந்த, என்றும் அழியாத சீனா அவளுக்கென்றே இருந்தது. சீனாவுடன் சமநிலையில் ஒன்றிப்போயிருந்தாள்.

நான் மகிழ்ச்சியாக, விச்ராந்தியாக இருக்கிறேன். என் தலையிலிருந்த பாரம் லேசாகிவிட்டது. நாங்கள் குழந்தைகளின் கூட்டத்தைப் பார்த்துக்கொண்டு, சைக்கிளைச் சுற்றியும் பந்தைச் சுற்றியும் நிலவும் சிக்கலான உறவுகளை விமர்சிக் கிறோம். என்னுடைய பழைய எதிர்ப்புச் சக்தி தகர்ந்துபோய், இயல்பாக அரட்டை அடிக்கிறேன்.

குழந்தைகளின் கூச்சல்களினால் சீக்கிரமே அலுப்படைந்துவிடும் கிழவர்கள் வசிக்கும் முதியோர் இல்லத்தின் இந்தச் சிறிய சதுக்கத்தில், வசீகரமற்ற இந்த நாட்டுப்புறச் சதுக்கத்தில், ரஷ்யாவிலிருந்தும் சைனாவிலிருந்தும் வீசும் காற்று மர்மமான விதத்தில் வளைய வந்துகொண்டிருக்கும் என்று யாரால் நினைத்துப் பார்த்திருந்திருக்க முடியும்?

இது போன்ற காற்றலைகளை இந்த இல்லத்துக்குள் சுற்றிவரச் செய்ய இங்குள்ளவர்கள் எவராலும் முடியாது. என் அம்மாவால் முடியும். அவளைப் பற்றி நான் பெருமைப்படுகிறேன், அவளை நேசிக்கிறேன். அவளுடைய மகளாக இருப்பது எனக்குப் பிடிக்கிறது. ஏனென்றால், அவளுடைய மகளாக இருப்பது என்பது ரஷ்யாவுக்கும் சீனாவுக்கும், இந்தப் பரந்த உலகத்துக்கும், மேலும் அவற்றின் இலக்கியங்களுக்கும் சொந்தமாக இருப்பதாகும். இல்லத்தின் மற்ற எல்லாக் கிழவர்களையும்விட மிக உயர்ந்தவள் என் அம்மா. மற்றவர்களுடைய செல்வம் புறத்தே இருந்தும், பழக்கவழக்கங்களிலிருந்தும் வருவது. அம்மாவின் செல்வமோ தனித்தன்மை கொண்ட அகச் செல்வம். அவளுக்கு மூப்பு இல்லை, அகால ஈமச்சடங்குப் போர்வையும் இல்லை. பெரும் குழியிலோ, சிறையிலோ அவளைத் தள்ளினாலும் அங்கேயும் வாழத் தெரிந்தவள், அவள் வலிமையானவள். என் மனம் லேசாக இருக்கிறது. நான் மகிழ்ச்சியுடன் இருக்கிறேன்.

கிளிகளைப் போலக் கூவிக்கொண்டிருக்கிறோம், தெருவில் வாகனங்கள் விறுவிறுப்பாகப் போய்வந்துகொண்டிருக்கின்றன, தெருவில் போகும் மக்களைப் பார்த்துக் கையை ஆட்டுகிறோம். அவர்களைப் பற்றியும் கிசுகிசுக்கிறோம். சிறுவன் ஆந்த்ரெ விஷி மிட்டாய்களை வாங்கிக்கொள்ள திரும்பவும் வருகிறான், மீண்டும் ஒரு முறை ஒரு சைக்கிள் கிடைக்குமாம். இந்த எதிர்பார்ப்பை ஊர்ஜிதம்செய்து கொள்ள மூன்றாவது முறையாக வருகிறான். தயக்கமின்றி, உறுதியுடனும் கனிவுடனும் அவனுடைய எதிர்பார்ப்பை அம்மா நிறைவுசெய்கிறாள்.

ஆந்த்ரெவின் தயவால் இந்த வாரக் கடைசி நன்றாகக் கழிந்துவிட்டது. ஆறுதலடைந்தவளாக, நானும் முழு நம்பிக்கையுடன் திரும்பிப்போகிறேன்.

பல நாட்களுக்குப் பிறகு, இதே காட்சியை மீண்டும் மனத்திரையில் ஓட்டிப் பார்க்கும்போது, திடீரென்று அதன் உள்ளர்த்தம் எனக்குப் புரிகிறது. மிட்டாய்களுக்குப் பின்னால், தந்திரம். குறிக்கோள் மிட்டாய்களைச் சாப்பிடுவது அல்ல, மாறாக அவற்றைப் பரிமாற்றம்செய்துகொள்வது. ஆந்த்ரேவுக்காக, தன்னுடைய பண்டமாற்று வியாபார அறிவை என் அம்மாவின் மூளை மீண்டும் முடுக்கிவிட்டிருந்திருக்கிறது. சைக்கிளில் ஒரு சுற்று வருவதற்கு மாற்றாக இத்தனை மிட்டாய்கள். என்னால் இதை நினைத்துப் பார்த்திருந்திருக்க முடியுமா? என் அம்மாவின் மூளை அப்படியொன்றும் மூப்படைந்துவிடவில்லை. நானோ மீண்டும் ஒருமுறை பிரமித்துப்போய்விடுகிறேன். என்னுடைய உத்திகள், அனுமானங்கள் எல்லாவற்றையும் மீண்டும் சரிபார்த்துக்கொள்ள வேண்டும்.

14. துணி அலமாரி

இந்த வாரக் கடைசியில், நாங்கள் பயணம் ஒன்றை மேற்கொள்ளப் போகிறோம், ஒரு விசேஷப் பயணம்.

"எனக்கொரு அங்கி வேண்டும்", என்கிறாள் அம்மா. இது முதல்முறை அல்ல. சாதாரணமாக மானிடச் செயல்பாடுகளைக் குறிக்கும் வரைபடத்தில், 'ஆடை உடுத்திக்கொள்ள வேண்டிய தேவை' என்கிற கட்டம் நேரடியாக 'ஆடைகள் கடை' என்கிற கட்டத்துக்கு இட்டுச்செல்லும் என்றுதான் எவருமே நினைப்பார்கள். இங்கே, இந்தக் கண்ணாடித்தாளுக்குள் அப்படி இல்லை. இந்த வாக்கியத்தைச் சொன்னவுடனேயே பாதை திசைமாறுகிறது.

அவள் என் முகத்தைப் பார்க்கிறாள். ஏதோ அறிகுறியை அதில் தேடுகிறாள். அது என்ன அறிகுறி என்று எனக்கே தெரியவில்லை. அவளை நான் ஊக்கப் படுத்த வேண்டும் என்று ஆசைப்படுகிறாளா ("இங்கே வெளித்தோற்றம்தான் கணக்கிலெடுத்துக்கொள்ளப்படுகிறது"), அல்லது மாறாக, அவள் பயப்படும், அவளைச் சோர்வடையச் செய்யும் முயற்சியை நான் தடுக்க வேண்டுமா? வற்புறுத்தி 'உனக்கு ஒரு அங்கி வாங்கத்தான் வேண்டும்' என்றோ அல்லது 'ஏன், உன்னிடம் இருப்பதே நன்றாகத்தானே இருக்கிறது' என்றோ நான் சொல்ல வேண்டுமா? இருந்தாலும் எல்லாச் சாத்தியக்கூறுகளுக்கும் இடமளிக்கும் விதத்தில் நடுநிலையான ஒரு முகபாவத்துடன் இருக்கிறேன். உண்மையில், நான் எதையும் சரிவரப் புரிந்துகொள்ளவில்லை. துணி வாங்கப்போவதைப் பற்றி எதுவும் இன்னும் பேசப்படவில்லை.

"வந்து பார்", என்கிறாள் திடீரென்று.

நுழைவாயிலுக்கும் கோடியிலிருக்கும் அறைக்கும் நடுவில் குறுகிய ஒரு நடை இருக்கிறது. அங்கே அங்கிகளை மாட்டி வைப்பதற்கான ஒரு அலமாரி, பக்கவாட்டில் நகரும் கதவுகளுடன் இருக்கிறது. அந்தக் கதவுகளுக்கு முன் அவள் நிற்கிறாள். இன்னமும் எனக்கு ஒன்றும் தெளிவாகவில்லை. ஆனால் நாங்கள் இருவருமே ஒன்றாக மேற்கொள்ளும் நீண்ட பயணங்களில் ஒன்றின் தொடக்கமாக அது இருக்கிறது. இது போன்ற பயணங்களில் எங்களுடன் யாரும் வர முடியாது, எந்த நிலையில் நாங்கள் திரும்பி வருவோம் என்றும் எனக்குத் தெரியாது.

அங்கிகள் மிக நெருக்கமாகத் தொங்க விடப்பட்டிருக்கின்றன, சில மிகப் பழையவை. எல்லா அங்கிகளைப் பற்றியும் நான் அறிவேன். அல்லது அவை ஒன்றுக்குப்பின் ஒன்றாக வாங்கப்பட்டிருந்தாலும், அந்த மாற்றங்கள் என் கவனத்தைக் கவராத அளவுக்கு எல்லாமே ஒரே மாதிரியாக இருக்கின்றனவா?

கிட்டத்தட்ட அங்கிகள் எல்லாமே ஒரே நீளத்தில் இருக்கின்றன. அடிப் பகுதியில் அவை மடித்துத் தைக்கப்பட்டிருக்கும் விதத்தில் எல்லாம் ஒன்றாகச் சேர்ந்து அடர்த்தியான வரப்புபோல் இருக்கிறது. அதற்கடியில் என் அம்மாவின் கால்களைப் பார்ப்பதைப் போலத் தோன்றுகிறது (லேசான பிரமையா, சோர்வா, கண்ணாடித்தாளுக்குள் காற்றோட்டக் குறைவா). மிக உயரமாக இல்லாமல் (எங்கள் கிராமப்புறக் குடியானவர்கள் சற்று உயரம் கம்மி), உறுதியான கெண் டைக்கால், கச்சிதமான கணுக்கால்கள்: கோடையிலும் குளிர் காலத்திலும் காலின்

தோல் நிறத்திலேயே இருக்கும் காலுறை, பிறகு சஸ்பெண்டர்களைப் பொருத்தும் ‘க்ளிக்’ சத்தத்துடன், பாதத்திலிருந்து தொடைவரை மூடும் காலோடு ஒட்டிய உறை, ஒரே மூச்சில் அதை இடுப்புவரை இழுத்துப் பொருத்தும் பாங்கு, எல்லாம் அவசரஅவசரமாக, வெட்டிப் பேச்சுப் பேச நேரமில்லை, எல்லாக் கவசங்களையும் அணிந்து சீக்கிரம் வேலைக்குப் போக வேண்டும். தொடைவரையிலான காலுறைக்குக் கீழே குட்டையான, கால்சட்டை போன்ற ‘க்யுலோத்’ உள்ளாடை. பருத்தியினாலான வெள்ளை அல்லது வெளிர் சிவப்பு. என் பாட்டி காலத்தை விடச் சற்றுக் குட்டையான உள்ளாடைதான். இருந்தாலும் இடுப்பிலிருந்து பாதித் தொடைவரை நன்றாக மூடியிருக்கும் உள்ளாடை. என்னுடைய பதின் பருவத்தில் ‘க்யுலோத்’ என்ற சொல்லே எனக்கு அருவருப்பாக இருக்கும். நான் ‘ஸ்லிப்’ என்ற ஆங்கில சொல்லைத் தவிர வேறெதையும் சொன்னதில்லை. ‘ஸ்லிப்’ என்று சொல்லப்படும் உள்ளாடைகளைத்தான், அதாவது ‘க்யுலோத்’ உள்ளாடையை நினைவுபடுத்தி ஆனால் இன்னும் குறுகலாக இருக்கும் உள் ளாடைகளைத்தான், விரும்புகிறேன். தற்போது ‘க்யுலோத்’ என்ற பழைய சொல் நவீனத்துவம் பெற்றுவிட்டது. ‘குட்டி க்யுலோத்’ என்கிறார்கள். இளமை யாகவும் செக்ஸியாகவும் தோன்றுகிறதாம். என் அம்மா ‘க்யுலோத்’ என்ற சொல்லை மட்டுமே சொல்வாள். எனக்கு ‘க்யு*’ என்று கேட்கும். குளியலறை யில் துணி உலர்த்தப் பயன்படும் இரண்டு க்ளிப்களினால் பொருத்தப்பட்டு, உலர்ந்துகொண்டிருக்கும் பெரிய, வெள்ளை அல்லது வெளிர் சிவப்பு நிற உள்ளாடை என் கண்ணுக்குத் தெரிகிறது. எனக்கு மிகவும் பழக்கமான, மிகவும் வினோதமான, எப்பொழுதும் குடுகுடுவென்று நடக்கும் என் அம்மாவின் அந்தக் கால்களை அவற்றில் பார்க்கிறேன், எங்களுடைய வாழ்க்கை நன்றாகவும் சீராகவும் அமைய உத்தரவாதம் அளித்த கால்கள், அம்மாவின் கைகளோ, புஜங் களோ, கழுத்தோ அல்லது குரலோ வினோதமாக இல்லை. ஆனால் முழங் காலுக்கு மேலே இருந்த ஆழ்ந்த நிறத் தழும்பு எங்களுக்குச் சொந்தமில்லை. அந்தத் தொடைகளும்கூட எங்களுக்கு, குழந்தைகளாக இருந்த எங்களுக்கு, சொந்தமில்லை. இன்னும் அதைவிடச் சங்கடப்படுத்தும் புதிர், இன்று எனக்கு வருத்தமாகவும் நெகிழ்ச்சியாகவும் இருக்கும் புதிர், வயதான அம்மாவின் கால்கள். வடிவத்தில் மாற்றமில்லை, ஆனால் இப்போதெல்லாம் குடுகுடுவென்று நடப்பதில்லை. மனத்தை உலுக்கும் முன்ஜாக்கிரதையுடன் செயல்படும் கால்கள். அடர்த்தியாக அருகருகே இருக்கும் அங்கிகளின் மடித்துத் தைக்கப்பட்ட ஓரங் களின் அடியில் அந்தக் கால்களை நான் பார்க்கிறேன்.

அம்மாவின் குடியிருப்பின் நடை வெப்பமாக இருக்கிறதா, குளிராக இருக்கிறதா, தெரியவில்லை. விவரிக்கப்பட முடியாத, வேறு எங்கும் இல்லாத வெப்பநிலை. அங்கு நிலவும் மணங்களும் அப்படியே. உடலின் வாசமும் செயற்கை இழைத் துணிகளின் வாசமும் கலந்த மணங்கள். மனத்தைக் கவரும், மயக்க வைக்கும் வண்ணங்களின் கலவை. எல்லா அங்கிகளும் கிட்டத்தட்ட

---

* ஃபிரெஞ்சு மொழியில் ‘‘க்யு’’ என்பது ‘‘புட்டம்’’ என்று பொருள்படும்.

ஒரே வடிவத்தில் இருக்கின்றன. என்றாவது ஒரு நாள் இந்தக் கடைசி வடிவத்தில் அவள் நிலைத்துவிட்டிருந்திருக்க வேண்டும்: அப்போதிலிருந்து தொடங்கி இறுதிவரை ஒரே பாதையில் போகவிருக்கும் ஒரு வாழ்க்கையைப் பிரதிபலிக்கும் அறுதியான வார்ப்பு. அவளுடைய துடிப்பான வாழ்க்கை சுருங்கிக்கொண்டே வருவதற்கு இணையாக, தேவைக்கு அதிகமாக இருப்பவற்றைப் போகப்போகக் கழித்துவிட்டு இந்த வடிவத்துக்கு அவள் வந்திருக்க வேண்டும்.

மடிப்புகள், கொசுவங்கள், அலங்காரப் பட்டைகள், இடுப்புப் பட்டை, இவையெல்லாம் இனி தேவையில்லை. நீள வாக்கில் இருக்கும் இரண்டு தையல் களுக்கிடையே இருக்கும் 'லெ' எனப்படும் அகலத் துணிகூட இல்லை. முன்பெல் லாம் தையற்காரிகள் மிகவும் பெரிதுபடுத்திப் பேசிக்கொண்டிருந்த அம்சம், தைத்த உடையைப் போட்டுப் பார்த்துச் சரிசெய்துகொள்ளும்போதெல்லாம் முடிவில்லாமல் விவாதிக்கப்பட்ட விசித்திரமான சொல் இந்த 'லெ'. இதே உச் சரிப்பில் இரண்டு வெவ்வேறு சொற்கள்: ஒன்று, 'பால்' என்று பொருள்படுவது மார்பகங்களை நினைவூட்டும்; மற்றொன்று, 'விகாரம்' என்று பொருள்படுவது இடுப்பு, பின்கள் குத்தப்பட்டு இருக்கும் துணியை நினைவூட்டும். பெண்களுக் குத் தொந்தரவாகவும் இடைஞ்சலாகவும் உள்ள சிக்கலை நினைவூட்டுகிறது இந்த 'லெ'.

இதெல்லாமே முடிந்துவிட்ட கதை. இப்போதெல்லாம் சௌகரியம் கருதி முன்பக்கம் பித்தான்களுடன், இடைப்பகுதியை லேசாகக் காட்டும் விதத்திலான, முழங்காலுக்குச் சற்றுக் கீழே மடித்துத் தைக்கப்பட்டு, கிட்டத்தட்ட தேவையான உயரத்துக்கு ஏற்றபடி வெட்டப்பட்டு, மேலிருந்து கீழ்வரை உறை போன்ற அங்கிதான் இருக்கிறது, அங்கி இனத்தின் கடைசிப் பருவம், அதற்குப் பிறகு வேறெதுவும் இல்லை, மருத்துவமனையின் மேல்சட்டையும் பிரேதத்துக்குச் சுற்றப்படும் போர்வையும்தான். இருந்தாலும் இந்த அங்கி அழகாக இல்லை என்று சொல்லிவிட முடியாது. உடலின் உண்மையான நிலையின் வெளிப் பாடாகவும் அதன் இணையாகவும் இருக்கும் கச்சிதமான தோழி. ஆதார உண்மையின் கண்கூடாக, பலவிதமான தேடல்களுக்குப் பிறகு கண்டுபிடிக்கப் பட்ட தோழி. அதனாலேயே ஒருவித பரிபூரணக் கவர்ச்சி. முகப் பவுடரில் தொடங்கி பலவித அலங்காரங்களுடன் இந்த இல்லத்தில் வசிக்கும் மற்ற பெண்களிடையே, அவர்கள் எல்லாரையும்விட மனதுக்கு இனியவளாய், தன்னுடைய அடிப்படை அங்கியில் என்னுடைய வயதான செல்ல அம்மா.

இந்த வடிவத்தை எப்போது அவள் ஏற்றுக்கொண்டாள்? எனக்குத் தெரிந் தாக வேண்டும். பழைய நினைவுகள் என்று என் வசம் இருக்கும் புகைப்படங் களில் நான் பார்க்கும் செழுமையான அங்கிகள் அவளுடைய கால்களின் மேல் நடனமாடியிருந்திருக்க வேண்டும். (நேர்த்தியாக 'லெ' தைக்கப்பட்டிருந்ததால்). தவிர, நோண்டிப் பார்க்கும் ஆர்வம் மிகுந்த பதின்பருவக் காலத்தில் ஒருநாள் பண்ணையின் தானியக் களஞ்சியத்தில் என்னால் கண்டுபிடிக்கப்பட்ட பெட்டி கிட்டத்தட்ட ஒரு அலிபாபா குகை. அதைத் திறந்தவுடனேயே அதில் நிரம்பி யிருந்த, வெகு நாட்களாக நெருக்கி வைக்கப்பட்டிருந்ததால் பளபளப்பேறி யிருந்த துணிகள் எழும்பி, புடைத்துக்கொண்டு நின்றன. மஞ்சள் நிறத்தில்

தோன்றும் பட்டை ஒத்த துணியில் சில மேல் பட்டைகள் வைத்துத் தைக்கப்பட்டிருந்த அங்கி, அதன் கீழ் இன்னும் பல. எனக்கோ பெரும் ஆச்சரியம்: 'பால்' நடனத்துக்குப் போகத் தேவையான அங்கிகள் என் அம்மாவிடம் இருந்திருக்கின்றன! இவற்றையெல்லாம் ஏன் என்னிடமிருந்து மறைத்துவைத்திருந்தாள், எனக்குத்தான் 'பால்' நடன மாறுவேடங்கள் என்றால் பிடிக்குமே? எனக்கென்றிருந்த ஒரே ஒரு உண்மையான ரசிகனான என்னுடைய தம்பியின் முன் பிரமாதமாக வேஷம் தரித்துக் காட்டியிருப்பேன், அல்லது என்னுடைய கன்னிப் பருவக் கனவுகளுக்குக் கொஞ்சம் தீனி கிடைத்திருக்கும். என் அம்மா புருவங்களைச் சுருக்கினாள், நான் இருக்கும்போது இந்தப் பெட்டியைத் திறக்க அவள் விரும்பவில்லை.

பாட்டியிடம் கேட்டேன்: "ஓ, எங்கள் கிராமத்தில் 'பால்' நடனங்கள் நடப்பது உண்டே." தவிர, என் பாட்டிக்கு அவை மிகவும் பிடிக்கும். வயதான பெண்கள் தங்கள் மகள்களை அதற்கு அழைத்துச் சென்று, சுவரோரமாக வரிசையாக உட்கார்ந்துகொண்டு, ஞாயிற்றுக்கிழமையின் உற்சாகத்தில் இருக்கும் இளம் பெண்களுடன் நடனமாட அனுமதி கேட்டு வரும் பையன்களைக் கண்காணித்தபடி மற்ற குடியானப் பெண்களுடன் அரட்டை அடிப்பது வழக்கம். பிறகு, சேற்றில் பட்டு அழுக்காகிவிடாமல் இருப்பதற்காகப் பாவாடையைச் சற்றுத் தூக்கிப் பிடித்து, நிலவின் வெளிச்சம் அரைகுறையாக விழுந்துகொண்டிருக்கும் பாதைகள் வழியாகத் திரும்பிவருவார்கள். அல்லது, என்னுடைய தாத்தா மற்ற குடியானவர்களுடன் பேசிக்கொண்டு எங்களுக்காகத் தன் குதிரை வண்டியுடன் வெளியில் காத்திருப்பார்.

மற்றவற்றுடன் ஒப்பிடுகையில் சற்றே குறுகிய வட்டத்துக்குள் இருந்த கிராமப்புறத்தில், தனக்குத் தேவையானதைத் தானே உற்பத்திசெய்துகொண்டு சிறிதளவு பணம் மட்டுமே கைவசம் வைத்துக்கொண்டிருந்த கிராமப்புறத்தில், மற்ற நாட்களில் அன்றாடப் பணிகளுக்காகப் பயன்படுத்தப்பட முடியாத, ஒரே ஒருமுறை மட்டும் போட்டுக்கொள்ளும், ஒரு அங்கிக்காக அல்லது பல அங்கிகளுக்காகச் செலவுசெய்யப்பட்டிருக்கிறது. அதுதான் முற்றிலும் சரி, கஞ்சத்தனம் கூடாது. தன்னுடைய ஒரே ஒரு மகளுக்காக இவை போன்ற அங்கிகளைத் தைத்துத் தயாரித்து வைத்ததில் என் பாட்டிக்கு ரொம்ப மகிழ்ச்சி. எதிர்காலத்துக்கான முதலீடு, சந்தேகமில்லாமல். பண்ணையில் கண்ணுங்கருத்துமாக, திறமையுடன் இருக்கும் மாப்பிள்ளையைத் தேடி அந்த இளைஞர்களை மகிழ்விக்க வேண்டும். இந்த விஷயத்தில் பொருத்தமானவன் யார் என்று நிச்சயமாக அவளுக்கு ஏற்கனவே ஒரு கருத்து இருந்திருக்கும். என் தாத்தா-பாட்டிக்கு நிலங்களும் இருந்து, ஸ்திரமான நம்பத் தக்க மனிதர்கள் என்ற பெயரும் இருந்ததால், பிள்ளையின் பெற்றோர்களுக்குப் பிடித்திருக்க வேண்டும் என்பது ஏற்கனவே முடிவெடுக்கப்பட்டுவிட்ட மாதிரிதான். தவிர, அரட்டைகள், வம்புகளையும் மீறி, ஊரார் நலனுக்காக என்று அங்கீகரிக்கப்பட்ட விழாவாக இருந்த 'பால்' நடன விழா அம்மாக்களுக்கு நல்ல வாய்ப்பைத் தந்த பிரத்தியேகத் தருணம். மற்றொரு பொது நிகழ்ச்சியான சவ அடக்கங்களின்போது நிலவிய சோகத்தின் கட்டாயச் சுமை இதில் இல்லை. மிகச் சிறிய வயதிலேயே திருமணம் ஆகிவிட்ட

இளம் கிராமப் பெண்கள், இடைப்பட்ட காலம் என்று எதுவுமில்லாமல், பெற்றோரின் பண்ணைத் தொழிலிலிருந்து கணவனின் பண்ணையில் தொழில் என்று போய்விடுவதால், இது போன்ற தருணங்களில் தங்களுடைய மகள் களைச் சாக்காக வைத்துக்கொண்டு மிகக் குறுகியதாக இருந்த தங்களுடைய இளமைப் பருவத்தை, காலம் கடந்து, அதுவும் மற்றவர் மூலமாகத் திரும்பப் பெற்று அனுபவிக்க முடிந்தது. இதைத்தான் என் பாட்டியும் முன்கூட்டியே தெரிந்துவைத்திருந்தாள். சாதாரண நாட்களில் ஒரு மோதிரம், 'பால்' நடனங் களுக்குப் போகும்போது வேறொன்று என்று இரண்டு மோதிரங்களை நிச்சய தார்த்தத்தின்போதே கேட்டவளாயிற்றே! ஆமாம், மகிழ்ச்சியாக இருக்கத் தெரிந்தவர்கள் இந்தக் கிராமத்துவாசிகள்.

பாட்டியின் வருத்தப் பெருமூச்சு: ''ஆனால் உன் அம்மாவுக்கு 'பால்' நட னங்கள் பிடிக்காது.'' அவளுடைய பதினாறாவது வயது, கல்யாணப் பேச்சு சுற்றிச் சுற்றி வர ஆரம்பித்த வயது, ஒற்றைத் தலைவலி முதல்முறையாகத் தென்பட ஆரம்பித்த வயது.

பண்ணையிலேயே இருந்துவிட என் அம்மாவுக்கு விருப்பமில்லை. பக்கத் துப் பண்ணையாரின் பையனையும், அடுத்த கிராமத்திலிருந்த மாமா பையனை யும் அவளுக்குப் பிடிக்கும்தான், ஆனால் அவர்களைத் திருமணம்செய்து கொள்ள விருப்பமில்லை. ஒருவேளை அந்த மண்ணின் இளைஞர்கள் அவளைப் பயமுறுத்தியிருக்கலாம், எனக்குத் தெரியாது. இந்த 'பால்' நடனங்களின் கொடுமை, உடல் ரீதியான அருவருப்பு, வலைத்துணியில் அலங்காரப் பட்டை களுடன் அழகிய இழைகளுடனான தன்னுடைய அங்கியில், அரட்டை அடித்துக் கொண்டு தந்திரமாக இருக்கும் அம்மாவின் பக்கத்தில் சந்தையில் கால்நடை களைப் போலக் காட்சிப்பொருளாக்கப்படுதல், நாசியைத் தாக்கும் பையன்களின் வாசம், அவர்களுடைய முரட்டுக் கைகள், கன்னாபின்னா பேச்சுகள்... என் னுடைய செல்ல அம்மா தன் மூளையினால் முன்னுக்கு வர, அதற்காகப் படிப்பை மேற்கொள்ள விரும்பினாள். கிராமத்தின் 'பால்' நடனங்களின் பெரும் மகிழ்ச்சி களைத் தன் அம்மாவுக்கு மறுத்து, பரம்பரைத் தொழிலைத் தொடர்ந்து செய் வதற்காக ஒரு குடியானவனின் கையைப் பிடிக்க வேண்டும் என்ற தன் தந்தை யின் ஆசையை மறுத்து, அலங்கார உடை அணியும் இன்பத்தைத் தன் உடலுக்கு மறுத்து, சுற்றத்தார் அனைவரையும் வருந்தச் செய்து, தலையைக் குனிந்து, மனதை ஒருமுகப்படுத்தி, பலவற்றையும் துறந்து, தான் துரோகம் செய்கிறோமோ என்று மிகவும் கவலைப்பட்டவளாகத் தனியே தன் வழியில் போக விரும்பினாள்.

மற்றவர் பார்த்துப் பொறாமைப்படக்கூடிய மாமியார் ஸ்தானத்தை என் பாட்டி இழந்தாள், தனக்கு மிகவும் தேவையாக இருந்த ஆண் வாரிசை என் தாத்தா இழந்தார், என் அம்மா தான் விரும்பியதை அடைந்தாள். இருந்தாலும் அதற்குப் பெரிய விலை கொடுக்க வேண்டியிருந்தது. அந்த விலையை அவளு டைய மகளாகிய நான் தொடர்ந்து கொடுத்துவந்திருக்கிறேன், கொடுத்துக் கொண்டும் இருக்கிறேன்.

இருண்ட, உயிர்த்துடிப்பான, உண்மையிலேயே ஆழம் காண முடியாத கதைகளின் ஊற்றாக இருக்கும் என் அம்மாவிடமிருந்து, இந்த ஊற்றிலிருந்து

வெளித்தோன்றும் அல்லது பீறிடும் கதைகள் எல்லாவற்றினிடையே, குறைந்த பட்சம் இந்த ஒரு கதையை, அவளைப் பற்றியோ என்னைப் பற்றியோ அல்லது எங்கள் இருவரையும் பற்றியோ (ஏனென்றால் எல்லாமே ஒன்றுதான்) நினைக்கும்போதெல்லாம் எனக்கு நானே சொல்லிக்கொள்கிறேன்.

அங்கிகள் இடையேயான இந்தப் பயணத்தில் சற்றே பாதை விலகி வந்துவிட்டோமே, சரி போகட்டும், இப்பொழுது நாம் பித்தான்கள் அடங்கிய பெட்டி ஒன்றின் முன்பாக, நொறுக்குத் தீனிக்கு முன்னால் இருப்பதைப் போல உட்கார்ந்திருக்கிறோம்.

பித்தான். ஆடையின் இந்த ஒரு அம்சத்திற்கு மிக அதிகமான அந்தஸ்து வழங்கப்பட்டது. ஆயத்த ஆடைகள் இந்த அந்தஸ்தை விரட்டிவிட்டு ஒருபடித் தாக்கிவிட்டன. ஆனால், அங்கிகளைத் தையற்காரியிடம் கொடுத்துத் தைத்து வாங்கிக்கொண்ட காலங்களில், அவற்றைப் போட்டுச் சரிபார்க்க நீண்ட நேரம் தன்னை உட்படுத்திக்கொண்ட காலங்களில், அங்கி அல்லது மேல்கோட்டில் இசை மெட்டுகளின் முத்தாய்ப்பாகப் பித்தான்களை கவனமாகத் தேர்ந்தெடுப்பார்கள். ஆடையின் முகப்பில், தன் இஷ்டத்துக்கு ஒருவர் வைத்துக்கொண்ட அம்சம் உண்மையிலேயே இதுதான். அரச சபைகளின் கற்பனையில் உதித்து நம்ப முடியாத அளவுக்கு இருந்த ஜோடனைகளில் எஞ்சியிருப்பவை இவைதான். எல்லாமே தரவாரியாகப் பிரிக்கப்பட்டு, ஆடை அமைய வேண்டுமே என்ற கவலை பித்தானின் மேல் மையம்கொண்டிருந்தது.

இன்றும் அந்தப் பெட்டியை நான் சாய்க்கும்போது, அதிலிருந்து கலகல வென்று விழும் பித்தான்கள் தாங்கள் அலங்கரித்திருந்த ஒவ்வொரு ஆடையின் நினைவையும் ஏந்தி வரும். என் அம்மா இருந்த இடத்துக்கு அவளுடைய வாழ் நாளின் பிரதேசங்களுக்கு என்னை நேராக இட்டுச்செல்லும் நீண்ட சறுக்கல்.

மொழுக்கென்று அல்லது சொரசொரப்பாக, உருண்டையாக, குண்டாக அல்லது குழிவாக, முக்கோண வடிவிலோ அல்லது முட்டை போன்ற வடிவிலோ இப்படிப் பல விதங்கள். சிறிதாகவோ, பெரிதாகவோ, ஒல்லியாகவோ, தடிமனாகவோ இருக்கும். தவிர, பல்வேறு வண்ணங்கள்: லேசான நீலம், பளபளக்கும் கறுப்பு, மரம் அல்லது வானத்தின் நிறம், மிக விலையுயர்ந்த அல்லது சற்றே விலையுயர்ந்த எல்லாக் கற்களின் நிறங்களும் இருக்கும். பித்தான்களின் மத்தியில் துளைகள்: நன்றாகத் தெரியும்படி, நல்ல இடைவெளியுடன் கொஞ்சம் பெரிதாக இரண்டு துளைகள், அல்லது பித்தானின் நடுவிலுள்ள சிறு பள்ளத்தில் முக்கோண வடிவில் மூன்று துளைகள், அல்லது நன்றாகப் பொருத்தப்பட்டு வலுவாக இருப்பதற்காக இணையான இரண்டுஇரண்டு புள்ளிகளாக நான்கு துளைகள். நன்றாகப் பார்த்தால், கொஞ்சம் விரசமாக, செல்லுலாய்ட் பொம்மையின் கால்சட்டையின் இரண்டு கால்களும் சேருமிடத்தில் இருக்கும் மிகச் சிறிய ஓட்டைகள் அல்லது செல்லுலாய்ட் பொம்மையின் பிருஷ்ட பாகத்தைப் போன்ற துளைகள்.

இந்தப் பித்தான்களின் விவகாரமே வேடிக்கையான ஒன்று. ஆடையின் இருபுறங்களையும் ஒன்றுசேர்த்துப் பிணைப்பதற்காக ஏற்பட்டவைதான் இவை,

ஆனால் மற்ற இடங்களிலேயும் சும்மா வெறுமனே பொருத்தப்பட்டும் இருக்கும். அலங்காரத்துக்காக, அந்தஸ்தை எதிரொலிக்க, அழகுபடுத்த...

முதியோர் இல்லத்தின் அலமாரியிலுள்ள அங்கிகளில் ஆடையை மூடு வதற்கு மட்டுமேயான சாதாரணப் பித்தான்களே இப்போது இருக்கின்றன. அம்மாவின் கடந்த காலத்துக்குள் சென்ற பயணத்தின் உலுக்கல்களுக்குப் பிறகு, இப்போது நாம் கடந்த சில வருடங்களுக்கு வருவோம். அதாவது, கிட்டத்தட்ட வாங்குவதில் நான் பங்கேற்றிருந்த அங்கிகளுக்கு. உதாரணமாக, வெளிறிய நிறங் களினாலான இந்த அங்கி: வண்ணங்களை அவள் விரும்பினாலும், எல்லா வண் ணங்களுமே மிகவும் பளிச்சென்றோ அல்லது சோகமாகவோ இருந்தன. உயிர்த் துடிப்புடனும் அதே சமயம் சாதுவாகவும் இருக்கும் வண்ணங்களோ, உயிரோ டிருந்தும் வாழ்க்கையின் சுவையற்றிருக்கும் முதுமையின் ஒருவழிப் பாதையைப் பிரதிபலிக்கக்கூடிய வண்ணங்களோ இருக்கவில்லை. ஒருபோதும் அவள் ஏமாற் றத்துடன் தலையை அசைக்காமல் அங்கியைப் போட்டுக்கொண்டதில்லை. அல்லது இதோ, என் நெஞ்சைப் பிளக்கும் இந்த மற்றொரு அங்கி, அதன் கழுத்துப் பட்டி அவ்வளவு புத்தம்புதிதாகவும் கண்ணியமாகவும் இருந்த அந்த அங்கி: விரைவில் அழுக்காகிவிடக்கூடிய அந்த வெள்ளைக் கழுத்துப்பட்டி மட்டும் இருக்காவிட்டால் அது மிகவும் கச்சிதமான அங்கி என்றும், அது இல்லாமலிருந் தால் அவள் அதை வாங்கியிருப்பாள் என்றும் விற்பனைப் பெண்ணிடம் அவள் சொல்லியிருந்தாள்... ஆனால் அந்தக் கழுத்துப்பட்டியைத் தனியாகக் கழற்ற முடியுமே என்று அந்தப் பெண் பதில் சொல்லியிருந்தாள். வெல்லப்பட்டுவிட்ட என் அம்மா அந்த ஒருமுறை மாட்டிக்கொண்டாள். அப்படித்தான் அந்த அங்கியை அவள் வாங்கியிருக்க வேண்டும். குளியலறையில் கையலம்பும் தொட்டியில் அவள் கவனமாகக் கழுத்துப்பட்டியைத் தோய்த்து உலர வைப்பதை நான் மீண்டும் மனத்திரையில் பார்க்கிறேன். உண்மையில் எளிதான செயல்தான்... பகட்டாக இல்லாமலும் வெளிறிப்போய் இல்லாமலும் அற்புதமான நீல நிறத்திலிருந்த அந்த அங்கி, அதன் கழுத்துப்பட்டியின் வெண்மை, பெண்கள் விடுதி ஒன்றின் பெரிய மாணவியைப் போல என் அம்மா, இறுதி வகுப்பில் கண்ணுங் கருத்துமான, ஆனால் ஏற்கனவே பெரிய பெண்ணாகி வாழ்க்கைப் பாதையில் அடியெடுத்து வைக்கத் தயாராக இருக்கும் மாணவி. இந்தக் காரணத்தினாலேயே கொஞ்சம் துணிச்ச லாகத் தோன்றினாலும் பரவாயில்லை என்று இந்த நீல நிறத்தை ஏற்றுக்கொண் டிருந்திருப்பாளோ... வெண் கழுத்துப்பட்டியுடன் நீல நிற அங்கியில் என் அம்மா, இறுதி விடுதியின் மாணவி, சாவின் நுழைவாயிலுக்குத் தயாராக.

ஒன்றன்பின் ஒன்றாக மற்ற அங்கிகளையும் பார்க்கிறேன். அவற்றில் சில இங்குமங்குமாகச் சற்று நைந்துபோய், தூக்கியெறியப்பட வேண்டியவைதான். ஆனால் அவை இன்னமும் சாதாரண நாட்களில் வீட்டிலிருக்கும்போது போட் டுக்கொள்ள உதவும். வரவர சாதாரண நாட்கள் பெருகிக்கொண்டே வருவதால் அவற்றைத் தூக்கியெறியக் கூடாது. எனக்கு அலுப்பாக இருக்கிறது, உடல் முழுவதும் சோர்ந்துபோய்த் தலைசுற்றுகிறது. ‘‘உன்னைச் சோர்வடையச் செய்து விட்டேன், செல்லப் பெண்ணே’’ என்கிறாள் அம்மா. அங்கிகள் தொங்க விடப் பட்டிருக்கும் அலமாரியை மீண்டும் மூடிவிடுகிறோம்.

என் அம்மா மகிழ்ச்சியோடு இருந்ததைப் பார்த்ததில் மகிழ்ச்சியடைந்த
தால் எனக்கு அவ்வளவு சோர்வாக இல்லை. இந்தப் பிற்பகலில் எங்களுக்கு
நன்றாகப் பொழுதுபோயிற்று. என் அம்மாவும் தன் வாழ்க்கையைக் குறித்துப்
பெருமிதம் அடைந்தாள்.

துணியைச் சற்று அசக்கினாலே அதில் உடலின் வடிவத்தைக் காண முடிந்த
இந்த அங்கிகள், அலமாரியில் நெருக்கி வைக்கப்பட்டிருந்த இந்த அங்கிகள் இப்
போதும், முன்பெல்லாமும் அவள் என்னென்ன மாதிரியான பெண்ணாக இருந்
திருக்கிறாள் என்பதின் வடிவங்கள். அவ்வப்போது இந்தப் பெண்களை வெளியே
வரச் செய்ய வேண்டும், மூச்சுமுட்டிக்கொண்டிருக்கும் இவர்கள் வெளிப்புறக்
காற்றை சுவாசிக்கச் செய்ய வேண்டும், என் அம்மாவுக்கு முன்னால் இவர்களை
நடந்துகாட்டச் சொல்ல வேண்டும். அப்படிச் செய்வது தன்னுடைய உருவத்தை
அவள் மீண்டும் பார்ப்பதற்காக அல்ல, அதற்கு முகம் பார்க்கும் கண்ணாடியே
போதும். அதற்கும் மேலாக, தன்னுடைய "நான் யார்?" என்பதை அவள் பார்க்க
வேண்டும். ஏனென்றால் அவளைப் பணியச் செய்து, மறைத்து, விரைவில் கல்
லாக்கிவிட விரும்பும் இந்த மெல்லிய கண்ணாடித்தாளுக்குள் அவளுக்கு இந்த
எல்லா உடல்களும் மிகவும் தேவைப்படும்.

தன் பயணங்களில் என்னைத் தன்னுடன் இழுத்துக்கொண்டு போகும் என்
அம்மாவுக்கு இதெல்லாம் நன்றாகத் தெரியும். அவளை நான் மறந்துவிடாமல்
இருக்கவும், மிகவும் அவசரத்துடனும் இரக்கமற்றும் இருக்கும் யாரோ ஒரு
வழிப்போக்கனைப் போல நானும் ஆகிவிடாமல் இருக்கவும், என் பார்வையில்
அவளுடைய வாழ்க்கை முழுமையானதாக நிறைவுபெற்றதாக இருக்கவும் இந்தப்
பயணத்திற்காக நாங்கள் உருவாக்கும் கற்பனை வண்டியில் அவளுடைய இந்த
எல்லா உடல்களையும் உட்காரச் செய்ய வேண்டியது அவசியம் என்றும் அவளுக்
குத் தெரியும் (முன்பு இருந்ததைப் போன்ற மார்பும் இடுப்பும், ஆனால் எதுவும்
பெரிதாக இல்லாமல், மென்மையான திரட்சியுடனும் நிமிர்ந்த தோரணை
யுடனும் உருவத்தில் சிறிய என் அம்மாவின் அந்தக் கால உடல்.)

நான் உலகம் முழுவதும் நன்றாகவே சுற்றிவந்திருக்கிறேன். மிகவும் பெரி
தளவில் கவரப்பட்டும் இருக்கிறேன், ஆனால் ஒருபோதும் இந்தக் கண்ணாடித்
தாளுக்குள் அங்கிகளின் அலமாரிக்குள் மேற்கொண்ட இந்தப் பயணங்களில்
கவரப்பட்ட அளவுக்கு இல்லை.

15. கலைக்களஞ்சியம்

தயங்கித்தயங்கி எடுத்து வைக்கும் சிறுசிறு எட்டுகள், கண்களின் அடி
யில் பெரும் கருவளையம், ஒடுங்கிய பார்வை, சிறிய முடிக்கற்றைகளின்
அடியில் உச்சந்தலையின் தோல், தொடையின் தழும்புகள், நடுங்கும் குரல்—
இவை பற்றியெல்லாம் எனக்குத் தெரிய வேண்டிய அவசியமே இல்லை.

அந்த இல்லத்து வழிகாட்டி, அவரைப் பற்றி எனக்கு அக்கறையில்லை. கண்ணாடித்தாளைப் பற்றி அக்கறையில்லை. நான் முட்டிமோதி முன்னேறப்போகிறேன். நான் செய்ய வேண்டிய வேலையே நிறைய இருக்கிறது. ஏற்கனவே காலம் தாழ்ந்துவிட்டது.

இம்முறை இல்லத்துக்கு வந்து சேர்ந்த உடனேயே, மேஜைக்கு முன்னால் உட்கார்ந்து என்னுடைய கோப்புகளை வெளியே எடுக்கிறேன். காதுகளை மூடிக்கொண்டு, ''காப்பாற்றுங்கள்'' அழைப்புகளை மறுத்து, 'மகள்' என்ற உதவி மையத்திலிருந்து பதில் சொல்லாமல். புலம்பலோ, புகழாரமோ, கசப்போ, இனிய தேனோ எல்லாமே ஒன்றுதான். நான் கடினமாக உழைக்கிறேன்.

தான் ஒன்றும் செய்ய முடியாது என்று அவளுக்குத் தெரிகிறது. நாசூக்காக ஒதுங்கியிருக்கிறாள். உழைப்பை அவள் மதிக்கிறாள். குறைந்தபட்சம் அதற்கு மதிப்புக் கொடுத்துக்கொண்டுதான் இருந்தாள். பொறுப்பான அம்மா. இந்த விஷயத்தில் அவளை நம்பலாம். ஆனால் அண்மையில் அதுவும் மோசமாகிவிட்டிருந்தது. இந்த இறுதிப் பாதுகாப்பு மதிலையும், கடைசிப் புகலிடத்தையும் அவளுடைய முதுமை தாண்டி வருகிறது. நான் கண் இமைகளைக் மிகையாகக் குறுக்கிக்கொண்டு முகத்தின் கோடுகளை, பாவாடை நாடாவைச் சுருக்குவதைப் போல இறுக்கிக்கொள்கிறேன்.

ஆனால் என் வேலைக்கு நேரமாகிக்கொண்டிருக்கிறது. ''அம்மா, இந்த கலைக்களஞ்சியத்தில் தேடிப் பார்த்து எனக்கு இதைப் பற்றிக் கொஞ்சம் சொல்ல முடியுமா. உன்னால்?...''

''ஐயோ பாவமே, என் செல்லப் பெண்ணே, என்னால் இது முடியும் என்றா நினைக்கிறாய்? என் கண்பார்வை, ஞாபகம், மனதை ஒருமுகப்படுத்தும் சக்தி...''

அற்ப ஆட்சேபணைகள். அவளுக்கு முன்னால் தடிமனான புத்தகத்தை வீசுகிறேன். அவள் பெருமூச்சு விடுகிறாள்.

சிறிது நேரம் கழிகிறது. கண்களை உயர்த்திப் பார்க்கிறேன். அவள் அந்தப் பெரிய புத்தகத்தில் மூழ்கி, ஆழ்ந்து லயித்திருக்கிறாள். கண்களின் கருவளையங்கள் அழிந்துவிட்டன, முதுமையின் முகமூடி கழன்றுவிட்டது, கிட்டத்தட்ட அந்த நாளைய அம்மா என்றே சொல்லலாம். கண்களின் ஓரத்தில் புன்முறுவல் ஒரு பூனையைப் போல உட்கார்ந்திருக்கிறது, உதடுகள் லேசாக அசைகின்றன. அவ்வப்போது, ''அம்மாடி, இது எவ்வளவு சுவாரஸ்யமாக இருக்கிறது.'' விளக்கமாகச் சொல்லும்படி அவளைக் கேட்டுக்கொள்கிறேன், அவள் சொல்லச்சொல்ல குறித்துக்கொள்கிறேன், அவளுடைய மூளை துடிப்பாக, தெளிவாக இருக்கிறது. என்னுடைய எழுத்து வேலையும் வேகமாக முன்னேறுகிறது.

மதியத்தின் பெரும் பகுதி நாங்கள் வேலையில் ஆழ்ந்திருக்கிறோம். அவ்வப் போது அவளோ நானோ கண்களை உயர்த்திப் பார்த்துக்கொள்கிறோம். பார்வைகள் சந்தித்துக்கொள்கின்றன.

சந்தித்துக்கொள்கின்றன, அவ்வளவுதான். ஆனால் பார்வைகள் நிலைக்கவில்லை, இணையவில்லை, சண்டை போடவுமில்லை, தப்பிச்செல்லவுமில்லை, அம்மா-மகள் சண்டையில்லை, சாமர்த்தியமான செயல்பாடுகளைத் தாண்டி, அமைதியான மனித நேயம்.

பிறகு, ரயிலில் உட்கார்ந்தபடி, இந்த வாரக் கடைசியைப் பற்றி எண்ணிப் பார்க்கிறேன். மகிழ்ச்சியான அம்மாவையே நான் பார்த்தேன், உடல் சீர்குலை வின் அருவருப்பான சோகம் பின்வாங்குவதைப் பார்த்தேன், ஒருவரையொருவர் எப்படி மென்மையாகவும் புத்திசாலித்தனமாகவும் கவர்வது என்று இந்த ஒரு முறை தெரிந்துவைத்திருந்தோம். இனி யாருக்கும் நான் தேவையில்லை, யாரும் என் கருத்தைக் கேட்க மாட்டார்கள் என்பதுதான் முதுமை என்று எனக்குத் தோன்றுகிறது. சரி, பிறகு? இந்தப் பிரச்சினையை எல்லாப் பக்கங்களிலிருந்தும் பிசைந்து என்னையே சித்திரவதைசெய்துகொள்கிறேன். மொத்தத்தில் இது போற்றிப் பாதுகாக்க வேண்டிய ஒரு நினைவு என்றும், அவள் இன்னொருவளாக மாறி இந்தக் கண்ணாடித்தாள் அவளை ஒரு அந்நியமானவளாக மாற்றிவிடும் இருள் சூழ்ந்த கணங்களில் மறக்காமல் அழைக்கப்பட வேண்டிய நினைவு என்றும், எனக்கு ஒரு தடுப்புச் சுவராக இருந்துகொண்டு, இந்த மனிதாபிமான மற்ற பிரதேசங்களிலும் அவளுக்கு நியாயம் வழங்கப்படும் என்று நான் உறுதி கொள்ள எனக்குப் பயன்படக்கூடிய நினைவு என்றும் எண்ணுகிறேன்.

16. உடற்பயிற்சிக் கூடம்

நம்முடைய குழந்தைகளைப் பார்த்துக்கொள்வதைப் போலத்தான் வயதான பெற்றோரையும் பார்த்துக்கொள்கிறோம்: அவர்கள் ஆரோக்கிய வாழ்க்கையை மேற்கொண்டு, விளையாட்டுகளில் ஈடுபட்டு, நல்ல நண்பர்க ளுடன் நன்றாக இருக்க வேண்டுமென்றும், நம்முடைய இடுப்புத் துணியைப் பற்றிக்கொண்டு நகராமலே இருக்கக் கூடாது என்றும் ஆசைப்படுகிறோம். நமக்குத் தெரிந்த அளவுக்கு எல்லாவற்றையும் செய்கிறோம். அராஜகம் செய்பவர் களாக ஆகிவிடுகிறோம்.

அறை வாசலை யாரோ தட்டுகிறார்கள்.

அது அழைப்பு மணி இல்லை, ஆகவே அது வெளி ஆளாக (மருத்துவர், பொருள்களைக் கொண்டுவருபவர்,...) இருக்க முடியாது. பலமாகத் தட்டும் ஓசையும் இல்லை, ஆகவே அது இல்லத்தின் ஊழியர்களாகவும் (தாதிகள், பழுது பார்ப்பவர்கள், இத்யாதி) இருக்க முடியாது.

இல்லத்தின் பெண்மணிகளில் யாராவதா?

அம்மாவின் பரபரப்பு, "நான் பார்க்கும்படியாக இருக்கிறேனா?" இந்த இல்லத்துக்கு வந்துசேர்ந்த நாட்களிலிருந்தே அவளுடைய இனம்தெரியாத கவலை இது போன்ற குழப்பமான கெஞ்சலாகவே இருக்கிறது. அவளுக்கு நான் தைரியம்சொல்கிறேன். நீ அலட்டிக்கொள்ளாதே அம்மா, நானே கதவைத் திறக்கிறேன்.

குட்டையான முதியவர் ஒருவர் கனிவான பார்வையுடன் கதவருகே நிற்கிறார். திரு. பி. அவர்கள். என் அம்மா இங்கு வந்த புதிதில் மிகவும் உதவியாக இருந்தவர். இல்லத்திலுள்ள மற்றவர்களிடையே அம்மாவின் காவலராக இருப்பவர். உற்சாகமான சொற்களைச் சொல்லி எங்களை ஊக்குவிக்கத் தவறாதவர். "உங்கள் அம்மா மனவலிமை நிறைந்தவர், தெரியுமா?" அவர் தன்னுடைய காரைத் தானே ஓட்டிச்செல்கிறார். ஊனமுற்றவர்களுக்கான தொண்டு நிறுவனத்தில் சேவை செய்கிறார். சுறுசுறுப்புடன் இருப்பவர். அவரைச் சந்திப்பதில் எனக்கு மகிழ்ச்சி.

இன்று அவர் இல்லத்தின் ஓய்வு நேரப் பொழுதுபோக்கு அமைப்புகளை எங்களுக்குக் காட்டுவதற்காக அழைத்துச்செல்ல வந்திருக்கிறார். அப்படி ஒன்று இருப்பதே எனக்குத் தெரியாது, அதைப் பற்றி விசாரித்துத் தெரிந்துகொள்ளாமல் இருந்துவிட்டோமே என்று என்மேலேயே கோபமடைகிறேன். குடியிருப்புகளுக்காக ஒதுக்கப்பட்டிருக்கும் அடுக்கின் கீழே, விளையாட்டு-பண்பாட்டு மையத்திற்காகவே ஒரு பரந்த கூடம் தயார்செய்யப்பட்டிருப்பதாகத் தெரிகிறது.

இந்த விளையாட்டு-பண்பாட்டு மையம் குறித்து நான் உற்சாகமடைகிறேன் (என் அம்மா இதை என் னிடமிருந்து மறைத்துவைத்திருந்தாளா?). "ஆ, திரு. பி. அவர்களே, உங்களுக்குத்தான் தெரியுமே, என்னால் வர முடியாதே," அவரைக் கனிவாகக் கடிந்துகொள்ளும் பாவனையில் தலையை ஆட்டுகிறாள். திரு. பி. உடனேயே பின்வாங்கும் செயலில் இறங்குகிறார். (ஏகப்பட்ட சமாதானங்கள், விதவிதமான மரியாதை நிமித்தச் சொற்கள்). இந்த அபரிமிதமான ஆசைக்கு இசைவதற்கான அவகாசம் அவளுக்குக் கிடைக்கிறது. பெருமூச்சு விட்டபடியே கைத்தடியை எடுத்துக்கொண்டு, தன்னை அழைத்துப்போக விடுகிறாள். அப்படியொன்றும் இஷ்டமில்லாதவளைப் போலத் தோன்றவில்லை.

நாங்கள் வரிசையாக நடக்கிறோம், முதலில் ஒல்லியாக இருக்கும் சுறுசுறுப்பான முதியவர், அவருக்குப் பின்னால் தேவைக்கு அதிகமாகவே கைத்தடியை ஊன்றி நடக்கும் அம்மா, அதற்கும் பின்னால் கடைசியில், போப்பாண்டவரின் காவலர்களைப் போல விறைப்பாக நான். எங்களுடைய சிறிய ஊர்வலம் முதலில் நடை வழியாகப் போய், வரவேற்பு அலுவலகத்தைக் கடந்து செல்கிறது. வரவேற்புப் பணிப்பெண்கள் ஆச்சரியமடைந்து பார்வையை வீசுகிறார்கள் (ஆச்சரியமடைந்து, ஆர்வமான வியப்புடன், ஆனால் அக்கறை இல்லாத பார்வை: இங்கே, இந்தக் கண்ணாடித்தாளுக்குள் அதுவும் சாத்தியமே). ஊர் வலம் காமாசோமாவென்று மின்தூக்கிக் கூண்டுக்குள் நுழைந்து, அதன் ஆழங்களை நோக்கி அமிழ்கிறது.

நல்ல இருட்டு. திரு. பி. சமாதானங்களை முணுமுணுத்தபடி தொட்டுத் துழாவி விசையைத் தேடுகிறார். கடைசியாக வெளிச்சம் வந்ததும் ஜில்லென்று, வெறுமையாக மங்கிய வண்ணத்தில் நடை ஒன்று தெரிகிறது. "வந்து சேர்ந்துவிட்டோம்" என்று குஷியாகச் சொல்கிறார். முதல் கதவு திறப்பு: விளையாட்டுக் கூடம். திரு. பி. 'பிரிட்ஜ்' சீட்டாட்ட மேஜைகளைக் காட்டுகிறார். அப்படியானால், இங்குதான் இல்லத்தின் பெண்மணிகள்/மூதாட்டிகள் பொழுதுபோக்க

வருகிறார்கள். என் அம்மாவைப் பொறுத்தவரை இந்தக் கூடம் ஒரு கேளிக்கை சூதாட்ட விடுதி. எங்களைப் போல இல்லாதவர்கள் (அதாவது, வீணடிக்க நேர மும் பணமும் இருப்பவர்கள்) அடிக்கடி விஜயம்செய்யும், போகத் தகாத இடங் களில் ஒன்று இது. அல்லது வீண் பகட்டைச் சாறாகப் பிழியும் இடம், "எல்லாம் இங்கே வெளிப் பார்வைக்குத்தான்", வம்புப் பேச்சுகளின் புகலிடம், கிராமத்தில் 'பால்' நடனங்கள் நடை பெறும் சமுதாயக் கூடங்களைப் போன்றது என்றுகூடச் சொல்லலாம் (கஞ்சி போட்டு விறைப்பாக இருக்கும் வலைத்துணி அங்கி, சத்தமான இசை, அம்மாக்களிடையே வெளிக்காட்டிக்கொள்ளாத போட்டி). "சொற்களை அமைக்கும் 'ஸ்க்ராபிள்' விளையாட்டும் இங்கு உண்டு" என்கிறார் திரு. பி. கண்ணியத்துடன். சரி, மேலே போவோம்.

இரண்டாம் அறை: நூலகம். சில வரிசைகள், பூட்டுக்குப் பின்னால் புத்தகங் கள், தலைப்புகளை நோட்டம்விடுகிறேன், என்னைப் பொறுத்தவரை அம்மா வின் அறிவு முதிர்ச்சியின் தகுதிக்குத் தாழ்ந்தவை. "நல்ல சுவாரஸ்யமான வர லாற்றுப் புத்தகங்களும் இருக்கின்றன", என்கிறார் திரு. பி. சரி, மேலே போவோம்.

திரு. பி.யின் இலக்கு, உடற்பயிற்சிக் கூடம். ஆமாம், இங்கே முதுமையின் இந்த இல்லத்தில் உடற்பயிற்சிக் கூடம் ஒன்று இருக்கிறது.

என்னுடைய அம்மாவின் வழி வம்சாவளி மூதாதையரின் பட்டியலாக என் தலைமீது பனிச்சரிவுபோலக் கொட்டுகிறது. என் பாட்டி "பாவம், செல்லப் பெண்ணே, என்னால் இப்போது கைகால் எதையும் மடக்க முடியாது". (இதை, தனக்குத் தெரிந்த, வட்டார மொழி வழக்கில் சொல்கிறாள். என் தாத்தா: "இந்தப் பாழாய்ப்போன கால், சொன்னபடி கேட்க மாட்டேன் என்கிறது." இன்னும் மேலே இருந்து, இடைக்கால வரலாற்றின் சித்திரவதையை நினை வூட்டும் பொருள் ஒன்றும் என் தலையில் விழுகிறது: கழுத்துக்கான உலோகப் பட்டை. என்னுடைய கொள்ளுத்தாத்தா பெரிய பாறாங்கல் ஒன்றைத் தூக்கப் போய், முதுகெலும்பை உடைத்துக்கொண்டபோது ஆறு மாதங்களுக்கு இதை வைத்துக்கொண்டு துன்பப்பட்டிருந்திருக்கிறார். தவிர, கிராமத்துப் பாதைகளில், வயல்களில், ஒருபோதும் உட்காராமலேயே வேலை செய்யும் பெண்களும், நரம்பு முடிச்சுகள் நிரம்பிய கைகளுடன் (கைகளின் மேற்பகுதி வெள்ளையாக, மற்ற படி வெயிலில் கறுத்துப்போய்விட்ட கைகள்), தங்களைவிடச் சக்தி வாய்ந்த இயற்கைக்கு அடிமையாகிவிட்ட தசைகளுடனும் இருக்கும் ஆண்களும் இந்தப் பட்டியலில் அடங்குவார்கள். உண்மையில் இரண்டு தனித்தனி உலகங்கள் இருக் கின்றன: ஒன்று, அந்தக் காலத்து உடல்களின் உலகம். ஒரு நாள் தவறாமல் தங்கள் வாழ்க்கையின் ஒவ்வொரு நாளும் பருவங்களின் சுழற்சிக்கு உட்பட்டு, தங்க ளுடைய தேவைகளையும், தங்களுடைய கண்ணியத்தையும்கூட அதிலிருந்தே பெற்று, அவற்றைக் கிரகித்துக்கொள்ளும் உடல்களின் உலகம். மற்றொன்று, மரபுகளிலிருந்து விடுபட்ட, உபயோகமற்ற உடல்களின் உலகம். மனம்போன போக்கில் கேவலமான தேவைகளுக்காக அர்த்தமற்ற அங்க அசைவுகளினால் வியர்த்துக்கொண்டிருக்கும் உடல்களின் உலகம். எந்தப் பருவமானாலும், எந்த நேரமானாலும் 'விளையாட்டில்' ஈடுபடும் மிருகங்கள் நாம்.

என் அம்மாவின் அருகில், அவளுடைய வம்சாவளி மரத்தின் கீழ், அவளுடைய மன அலைவரிசைப் பாதையில், 'அவளுடைய தாக்கத்திற்கு' உட்பட்டிருப்பதால் இந்தச் சிந்தனைகள் என்மேல் பொழிகின்றன. நான் நிலைக்கு வந்து, ஒரு எட்டு எடுத்து வைத்து, நான் நானாகவே மீண்டும் ஆகிறேன். கடவுளே, இந்தச் சாதாரண சிறிய கூடம் நன்றாகவே இருக்கிறதே. உடல் நலிவுற்ற இந்த இல்லத்துவாசிகளுக்குப் பொருத்தமாக அமைக்கப்பட்டிருக்கிறது: உடற்பயிற்சிக்கான ஏணி, பளு தூக்கும் சில (லேசான) இரும்புக் கம்பிகள், இரண்டு மூன்று கம்பிச்சுருள்கள், தரைவிரிப்பு, இவை தவிர வாரத்துக்கு இரண்டு முறை விஜயம்செய்யும் சிறப்புப் பயிற்சி மேற்பார்வையாளர் ஒருவர். மீண்டும் கிராமத்துச் சுற்றத்தையோ, மூதாதையர்களையோ, பழைய நாகரிகங்களின் கண்டத்தட்டுகளையோ பிறவற்றையோ இப்போது மீண்டும் கொண்டுவர வேண்டியதில்லை. திருமதி. என் அம்மாவே, இந்த ஒரு முறை நான் சொல்வதைக் கேள்.

எப்போதும் கனிவுடனும் புன்முறுவலுடனும் இருக்கும் திரு. பி. உடற்பயிற்சி செய்துகொண்டிருக்கும் சிறிய கூட்டத்துடன் நீங்களும் போய்க் கலந்துகொள்ளலாம் என்று அவளை அழைக்கிறார். ''உடற்பயிற்சியாவது, ஒன்றாவது, எல்லாம் சும்மா தமாஷ். ஏதோ தங்களால் முடிந்ததைச் செய்கிறார்கள், பொழுது போகிறது.'' உடனேயே நான் இந்தப் போர்க் குதிரை மேல் ஏறி உட்காருகிறேன். என்னுடைய சதுரங்கக் காய்களை நகர்த்துகிறேன், ஆணியை அடிக்கிறேன், கயிற்றைப் பிடித்திழுக்கிறேன், என்னால் முடிந்தவரை வற்புறுத்துகிறேன். ''திரு. பி. அவ்வளவு தூரம் சொல்கிறாரே, போய்த்தான் பார்ப்போமே.''

அம்மா தலையை ஆட்டுகிறாள். ''சரி, திரு. பி. அவர்களே, உங்கள் விருப்பப்படியே செய்வோம்.'' என்னைப் பார்த்து, ஒரு ஓரமாகக் கண்ணடிக்கிறாள். நாசூக்காக இல்லாமல், நன்றாகத் தெரியும்படியாகவும் உண்மையிலேயே எரிச்சலூட்டும் வகையில் செய்கிறாள். எப்போதும் என் அம்மாவின் அபிநயங்களில் அவள் சொல்ல வந்த செய்தியை, ஏதோ கொட்டை எழுத்துகளில் அது எழுதப்பட்டிருப்பதைப் போலப் படிக்க எனக்குத் தெரியும். இந்த சைகையின் பொருள்: ''பாவம், திரு. பி. அவர் எதையுமே புரிந்துகொள்ளவில்லை. இருந்தாலும் அது அவருக்கு மகிழ்ச்சியளிக்கும் என்றால் நாம் அதன்படியே செய்யலாம், சரிதானே.''

இல்லை, இல்லவே இல்லை அம்மா. நான் திரு. பி. அவர்களை மகிழ்விக்கவில்லை, அவருக்காக எதையும் செய்யவில்லை. அவர் ஒன்றும் ''பாவம் திரு. பி.'' அல்ல, அவர் சொல்வது முற்றிலும் சரியே. அவரைவிட ஒரு படி மேலே இருந்துகொண்டு, ரொம்ப சாமர்த்தியக்காரியைப் போலச் செயல்படும் நீதான் தவறு செய்கிறாய். தகுதிபெற்ற பயிற்சியாளர் ஒருவருடன் உடல் அங்கங்களைக் கொஞ்சம் தளர்த்திக்கொள்வது அப்படியொன்றும் வீணான செயல் அல்ல. கொஞ்சம் தன்னடக்கம் வேண்டாமா, கடவுளே! என்னைப் பொறுத்தவரை என் வீட்டில், வீட்டுக்குக் கீழ்த் தளத்தில், நான் பயன்படுத்தும்படியான உடற்பயிற்சிக் கூடம் இருந்தால் நன்றாக இருக்கும், எப்பேர்ப்பட்ட வசதி! என் அம்மா கண்ணடித்ததைக் கண்டுகொள்ளாததைப் போல நடிக்கிறேன். என் முகத்தின் கோடுகள் இறுகி, உறைந்துபோயிருக்கின்றன.

அம்மாவின் முதியோர் இல்லத்தில், என் தோலோடு தோலாக முகமூடி ஒன்று இருப்பதைப் போல அடிக்கடி எனக்குத் தோன்றுகிறது, அழகு நிலையங்களில் முகத்தில் பூசப்படும் மாவைப் போல.

இவை எதையும் அம்மா கவனிக்கவில்லை. தன்னுடைய அண்டை அறையிலிருப்பவரோடு மரியாதையுடன் இருந்து, தேவையான அளவு விலகி இருந்துகொண்டே தனக்கும் நல்ல ஆர்வம் இருப்பதாக அறிவித்துக்கொண்டு, இந்த மடத்தனங்களுக்கு (உடற்பயிற்சிக் கூடம், ஏணி, பளுதூக்கும் கம்பி, இத்யாதி) அப்பால் தான் இருப்பதைக் காட்டாமல் காட்டியபடி இருப்பதில்தான் இப்போது அவள் மூழ்கியிருக்கிறாள். தான் நல்லெண்ணம் கொண்டவராக இருந்தாலும் தெளிவாக இல்லாததனால் மற்றவர் தன்னை ஏமாற்றுவதற்கு எளிதில் இலக்காகும் சாதாரணமானவருடன், முதிய, கண்ணியமான பெண்மணி. நுணுக்கங்கள் நிறைந்த இந்த விளையாட்டில் என்னையும் சேர்த்துக்கொள்ள அவள் நினைக்கிறாள். அதுவும் நியாயமே, நான் அவளுடைய மகள், அவளுக்கு இருக்கும் தெளிவை நானும் பகிர்ந்துகொள்ள வேண்டும். ஆனால், நான் எதையும் பகிர்ந்துகொள்ளவில்லை, கோபத்தில் இருக்கிறேன். ஒன்று அல்லது இரண்டு மீட்டர் இடைவெளி விட்டு அந்த இரண்டு முதியவர்களுக்குப் பின்னால் இருக்கிறேன். அங்கு இல்லாமல் இருக்கவே மிகுந்த முயற்சியை மேற்கொள்கிறேன். அதுவும் கடினமாக இருக்கிறது, ஏனென்றால், சாதாரணமாக நம்ப முடியாத விஷயங்கள் அங்கே நடக்கின்றன.

திரு. பி. தன்னுடைய பழைய கம்பளிக் கோட்டைக் கழற்றிவிட்டு, தன்னுடைய பழைய சட்டையின் கைகளைச் சுருட்டிக்கொள்கிறார் (அவர் மனைவியை இழந்தவர்). இப்போது சட்டைக்கு வெளியே தெரியும் கையால் (அவர் அவ்வளவு ஒன்றும் நோஞ்சானாக இருக்கவில்லை, முதியவர்களின் உடலைப் பற்றி நாமாகவே ஏதோ கற்பனைசெய்துகொள்கிறோம்) ஏணியின் ஒரு குறுக்குக் கம்பியில் இணைக்கப்பட்டிருக்கும் சிவப்பு எலாஸ்டிக் நாடாவைப் பிடித்து இழுக்கிறார். ''ஒன்று, இரண்டு; ஒன்று. இரண்டு'', என்று எண்ணுகிறார். ''என்னால் இப்படியெல்லாம் செய்ய முடியாதே, திரு. பி. அவர்களே'', என்கிறாள் அம்மா. ''நிச்சயமாக, தாராளமாக முடியும். நீங்கள் இளமையாகத்தான் இருக்கிறீர்கள்.''

இளமை. ஆம், இல்லை. கொஞ்ச நாட்களாக என்னுடைய விளையாட்டுப் பொழுதுபோக்குச் சங்கத்தில், உடலையும் கைகால்களையும் நீட்டி, பின் தளர்த்தும் பயிற்சி வகுப்பில், என் முதுகு எவ்வளவு இறுகிவிட்டிருந்தது என்பதைப் பார்த்து அசந்துபோய்விட்டேன். முன்பெல்லாம் எவ்வளவு எளிதில் வளையும் தன்மையுடன் இருப்பேன், கால்களை அகட்டி வைத்து உடலை வளைத்து எவ்வளவு எளிதில் தலையைத் தரையில் பட வைப்பேன், என்னைவிட மூன்று மடங்கு இளைய பெண்கள் பாதி வழியிலேயே தடுமாறி மாட்டிக்கொள்வதை என் கால்களின் அடிவழியே பார்ப்பேன். அவர்களைவிட உயர்ந்த நிலையில் இருப்பதாகவும், என்னுடைய சிறப்புகளுக்கு உண்டான பரிசுதான் அது என்றும் நானே நினைத்துக்கொள்வேன். சில சமயங்களில் நமக்குச் சாதகமாக இருக்கும் விதியினால் குறிக்கப்பட்ட இலக்குதான் நாம் என்று நினைக்

கிறோம். அதைப் பற்றி யாரையும் கேட்டுத் தெரிந்துகொள்ள விரும்பாத அளவுக்குத் தெளிவற்ற, ரகசியமான ஒரு உணர்வு அது. எல்லாம் நன்றாகப் போகும் வரை நல்லதுதான். என்னைப் பொறுத்தவரை, எதுவும் அவ்வளவு நலமாக இல்லை என்பது தெளிவு, விதியின் நல்லெண்ணம் தேய்ந்துபோய்விட்டது, முதுமையின் மூட்டுப் பிடிப்பின் கை ஓங்கிவிட்டது.

''திரு. பி. அவர்களே. நான் உங்களைவிட வயதானவள்'', என்கிறாள் என் அம்மா. (வயதைப் பற்றிய சிந்தனை அவள் தனக்காகச் சொல்லிக்கொண்டது. பார்க்கப்போனால் நானும் என்னை அறியாமல் அவளுடைய இடத்தில்தான் என்னை வைத்துப் பார்த்துக்கொண்டிருந்தேன்!)

அப்படியில்லை என்று திரு. பி. வாதிடுகிறார். அவர்கள் இருவரும் தத்தம் பிறந்த தேதியைச் சொல்கிறார்கள். ஆனாலும் திரு. பி. ஒப்புக்கொள்ளவில்லை. நானோ ஆமோதிக்கிறேன். ஒருபோதும் உடற்பயிற்சியே செய்திராத, ஒருபோதும் அழகு நிலையத்திற்குப் போயிருக்காத என் செல்ல அம்மா, இல்லத்தின் மற்ற பெண்களைவிட இளமையாகவே தோன்றினாள். எளிமையான அவளுடைய அங்கிகள், சாயம் பூசப்படாத, குட்டையான அவளுடைய நகங்கள், ஒப்பனை செய்துகொள்ளாத முகம், கவனமாகச் சீரமைக்கப்படாத தலையலங்காரம், துருதுருவென்ற அவளுடைய முகபாவங்கள்: மொத்தத்தில் இயற்கை எப்படி அவளைப் படைத்திருந்ததோ அப்படியே இருந்த பெண், அதாவது, சரியான கண்ணோட்டத்தில் விஷயம் அறிந்தவராக அவளைப் பார்த்தால்.

இப்போதெல்லாம் நான் தெருவில் போகும் மற்றவர்களைப் பார்க்கும் போது விரோத மனப்பான்மைக்கு ஆளாகிறேன்: அறிவு முதிர்ச்சி போதாத முரட்டு, மூட இளமையின் அந்த மற்ற உடல்கள். அவர்களுக்கு வாழ்க்கைப் புத்தகத்தைப் படிக்கத் தெரியவில்லை.

சரி, கிடக்கட்டும். இங்கே இளையவர் யார்? ஏற்கனவே சோர்ந்துபோய்க் கொண்டிருக்கும் தன் கையால் சிவப்பு எலாஸ்டிக் நாடாவை இழுக்கும் முதியவரா, அல்லது அந்த மாதிரி தன்னால் செய்ய முடியாது என்று உறுதியாகச் சொல்லும் முதியவளா? ''பெண்கள் எங்களைவிட மெதுவாகவே மூப்பு அடைகிறார்கள்'', என்கிறார் திரு. பி. ''சரிதான், ஆனால் நீங்கள் குழந்தைகளைப் பெற்று வளர்த்ததில்லையே'', என்கிறாள் என் அம்மா. அவர்கள் இருவரும் என்னை நோக்கி, தாய்மையின் சோர்வுகளுக்குக் காரணமாக இருந்த இந்தக் குழந்தையை நோக்கிப் பார்வையை வீசுகிறார்கள். வெட்கத்துடனும் குழம்பியபடியும் அங்கே நான் ரப்பர் ஒன்றைச் சூப்பியபடி துள்ளிவருகிறேன். அதுவும் தவறுதான். ஏனென்றால் அந்த இரண்டு முதியவர்களும் என்னைக் குறிப்பிடவில்லை. என்னுடைய இயல்பான பரிமாணத்துக்கு மீண்டும் வந்து, ஓரளவு புறவயப் பார்வையோடு அணுகினால், அவர்கள் இருவரும் தங்களுடைய கவர்ச்சியை, முதியவர்களிடம் காணப்படும் கவர்ச்சியை வெளிப்படுத்திக்கொண்டிருக்கிறார்கள் என்று எனக்குப் புரிகிறது. என் மனம் திக்குத் தெரியாமல் முழு வேகத்தில் ஓடிக்கொண்டிருக்கிறது. எத்தனை வயதுவரை ஒருவர் மறுமணம்செய்து கொள்ளலாம், தன் வாழ்நாள் முழுவதும் ஒரே ஒரு ஆண்மகனுடன் வாழ்ந்திருந்த என் அம்மா தன்னுடைய கடைசி நாட்களில் இரண்டாம் கணவனை

ஏற்க முடியுமா, எனக்கு ஒன்றும் தெரியவில்லையே, ஆண்களால் சூழப்பட் டிருப்பதை எப்போதும் பெரிதும் விரும்பினாளே, அவள் தலைமுறையில் அப்படி இருந்ததும் இயல்புதானே (ஆண்களிடமிருந்த ஒளிவுமறைவின்மை, மனத் திடம், அறிவியல் நோக்கு இவற்றுக்காக அவர்களைப் பாராட்டிய, அதனாலேயே அவர்களால் தாழ்ந்த நிலையில் வைக்கப்பட்டிருந்த பெண்கள்). ஆளை மயக்கு பவளா அவள்? ஆம், அவளுக்கு எப்போதுமே மயக்கத் தெரிந்திருந்தது. அவ ளுடைய வசீகர விசைப்பலகை விரிவானது. அதில் எல்லா விதக் குட்டித் தந்திரங் களுக்கும் இடம் உண்டு, ஆனால் ஒருபோதும் உடலுறவு என்ற பேச்சுக்கே இடமில்லை. அவ்வளவு நாணமும், ஒழுக்க நெறிகளைப் போதிக்கும் குணமும் கொண்டவள். அப்பா, என்னை மன்னிக்க வேண்டும், ஆனால், அம்மாவுக்கு ஏதாவது காதல் விவகாரங்கள் இருந்திருந்தால் நன்றாக இருந்திருக்கும். திரு. பி.யிடம் கண்ணை மூடிக்கொண்டு அம்மாவை ஒப்படைப்பேன். எவ்வளவு நிம்மதி, எனக்கு எவ்வளவு சுதந்திரம்! என் அம்மாவுடன் ரகசியங்களைப் பகிர்ந்து கொள்ள, அவளுக்கு ஆலோசனைகள் வழங்க அவளுக்கென்று காதலனோ, வாழ்க்கைத் துணைவனோ இருந்திருக்க வேண்டும் என்று எவ்வளவு வருடங் களாக நான் கனவுகண்டிருக்கிறேன்? ஆண்களால் நான் எதிர்கொள்ள வேண்டி யிருந்த பயங்கரத் தடைகளையெல்லாம் உற்சாகத்துடன் தாண்டிப்போக அவ ளுடைய அந்த அனுபவ முதிர்ச்சி எனக்கு உதவியாக இருந்திருக்குமே. நான் கனவில் மிதக்கிறேன், தடுமாறுகிறேன். மனமுவந்து இந்தக் குறுக்குக் கம்பி களைப் பிடித்துத் தொங்குவேன் (பெண்களுக்கேயான இந்தப் பாவாடை, நீண்ட காலுறை போன்ற உடுப்புகள் மட்டும் இல்லாமலிருந்தால்), தரையில் உள்ள விரிப்பில் படுத்துக் கை கால்களை நீட்டித் தீவிரமாகப் பயிற்சி செய்வேன், அடி வயிற்றுக்கான வியக்கத் தக்க பயிற்சிகளை வரிசையாகத் தொடங்குவேன். ஆனால் இப்பொழுது நாங்கள் வெளியேறிக்கொண்டிருக்கிறோம். திரு. பி. கதவைச் சாத்துகிறார். யாருமில்லாத மங்கலான, குளிரான நடையில் இருக்கிறோம். என் அம்மாவின் கண்ணைச் சுற்றியுள்ள வளையங்கள் ஊதா நிறமாகி, அவளுடைய குட்டையான வெண்முடி கற்றையாக ஒட்டிக்கொண்டு தலையின் வழுக்கை இங்குமங்குமாகத் தெரிய, கன்னத்தின் சதை உட்புறமாக விழுங்கப்பட்டிருப் பதைப் போலத் தெரிவதையெல்லாம் பார்க்கிறேன். "உங்களைச் சோர்வடையச் செய்துவிட்டேன்", என்கிறார் திரு.பி. "பரவாயில்லை, திரு. பி. நன்றி. நான் இளைப்பாறப்போகிறேன்", என்கிறாள் என் அம்மா. திரு. பி. அசதியாகக் காணப்படுகிறார். கம்பளிக் கோட்டைத் திருப்பிப் போட்டுக்கொண்டிருக்கிறார். "பூ... இதெல்லாம் வெறும் வெளிப்பூச்சுதான்", என்கிறார் அவர். "நாம் கொடுக் கும் பணத்தை நியாயப்படுத்த வேண்டுமே." அம்மாவுக்குக் கால்கள் லேசாக நடுங்குகின்றன. அறைக்கு அவளை அழைத்துச் செல்கிறேன். கைத்தடியையும் கம்பளிகளையும் வாங்கிக்கொண்டு, நீட்டிப் படுப்பதற்கு அவளுக்கு உதவுகிறேன்.

கண்களை மூடிக்கொள்கிறாள். சிரமப்பட்டு அவள் சுவாசிப்பது எனக்குக் கேட்கிறது. கீழே இறங்கி உணவகத்துக்குப் போக இன்று எங்களால் முடியுமா என்று தெரியவில்லை. எனக்கும் மிகவும் சோர்வாக இருப்பதால் சோபாவிலேயே படுத்து உறங்கப்போகிறேன். இருவரும் தூங்கிவிடுகிறோம்.

17. கண்ணாடி

எங்களுக்கிடையே விநோதமான ஒரு போட்டி, எனக்கும் என் அம்மா வுக்கும் இடையே.

''எனக்கு வயதாகிவிட்டது'', என்கிறாள் அவள். ''எனக்கும்தான்'', என் கிறேன் நான். அவள் அதை ஒத்துக்கொள்ளவில்லை: ''இல்லவே இல்லை!'' எனக் குக் கோபம். ஒரு பழைய கதையின் புதுப்பிக்கப்பட்ட வடிவத்தை உடனேயே எங்களுக்கு நாங்களே நிகழ்த்திக்கொள்கிறோம். ''கண்ணாடியே, இந்த சாம்ராஜ் யத்தில் எங்கள் இருவரில் யார் ரொம்ப வயதானவள்? என் அம்மாவா, நானா?''

நிச்சயமாக அவள்தான். இருந்தாலும் இந்தத் தவறுக்காக, இந்த அநீதிக்காக எனக்குள் ஒரு குரல் அலறுகிறது. என் குழந்தைப் பருவத்தின் ஆரம்ப நாட்களி லிருந்து நாங்கள் ஒன்றாக வசித்துவரும் இந்தக் கோட்டையின் நீண்ட நடை களின் கோடியிலோ, தனித்திருக்கும் படிக்கட்டின் உச்சியிலோ, இதன் கோபுரங் களில் ஒன்றிலோ எங்காவது என்னுடைய முறையீட்டைக் கேட்பதற்கென்று நீதிமன்றம் ஒன்று இருந்தாக வேண்டும்.

''குழந்தாய், உன்னுடைய குறை என்ன?''

அவ்வளவு புராதனமான, அவ்வளவு தெளிவற்ற குறை, இதை எப்படி விளக் கிச் சொல்வேன்? பிரம்மாண்டமான ஒரு கூடத்தில் நான் தனியாக இருக்கிறேன். கோடியில் உயரமான மேடை ஒன்றின் இருண்ட பகுதியில் நீதிமன்றம் இருக் கிறது. கூடத்தின் மேற்புற வளைவுகள் உயர்ந்துகொண்டே போகின்றன, நான் சிறுத்துக்கொண்டே போகிறேன், மிகச் சிறியவளாக ஆகிவிடுகிறேன், முடிவின்றி வளைந்துவளைந்து செல்லும் தரையின் கட்டங்களில் மிக நுண்ணிய ஒரு புள்ளி.

''என்னுடைய குறை, இதோ, என் முன்னாலேயே இருக்கிறாள், எப்போதும் என்னைவிட வயதானவளாக, எல்லாக் கதவுகளையும் கடந்து செல்கிறாள், எனக்கு முன்பே அவளுக்கு எல்லாம் தெரிந்திருக்கிறது, அவளுடைய வலிகள் என்னுடைய வலிகளுக்கு முன்பே நிகழ்ந்திருக்கின்றன, எனக்குத் துன்பம் நேரும் இடத்தில் அவளுடைய கண்ணீர் ஏற்கனவே சிந்தியிருக்கிறது, என் உடலில் ஒவ் வொரு நிலையிலும் அவளுடைய உடலின் சாயல் தெரிகிறது...''

என்னுடைய விம்மல்கள் தரையில் விழுந்து உருண்டு, தரையின் விதவித மான வடிவங்களூடே பெருகி, எல்லாத் திசைகளிலிருந்தும் எதிரொலித்து, என் னுடைய முறையீடு பலமான சத்தத்துடன் மேலெழும்பிச் செல்ல, என் குரல் கேட்கப்படுகிறது.

''அது இயல்புதான், இல்லையா குழந்தாய்?''

நான் புலம்புகிறேன். மற்றவர் மத்தியில் சிறிய குழந்தையாக ஏற்றுக் கொள்ளப்பட்டுவிட்டவளாகப் புலம்புகிறேன்.

''எனக்குக் கால் இடறும்போது அவள் என் பக்கம் திரும்பி 'நான் இருக்கு மிடத்தில் எனக்கும் கால் இடறுகிறது, அது இன்னும் கொடுமையானது' என் கிறாள்: என்னிடம் மேலும் சொல்கிறாள்: 'பெண்ணாக இருப்பது இருக்கிறதே, ஆ, நீ அதைப் பார்க்கும்போது தெரியும்.' அதை நான் பார்த்திருக்கிறேன், பார்த்துக் கொண்டிருக்கிறேன். அவளுடைய வலி என்னுடையதைப் போல இரண்டு

மடங்கு, ஏனென்றால் அவள் பெண்மையின் இரண்டாவது கட்டத்தில் இருக் கிறாள், நானோ முதல் கட்டத்தில்தான் இருக்கிறேன். எப்போதும் அவள் என்னை வெல்கிறாள், அவளுடைய முதுமை என் முதுமையைவிட அதிகமாக இருக்கிறது, என்னுடைய முதுமையின் மேல் ஆளுமை செலுத்துகிறது, எனக்கே யான என்னுடைய முதுமைக்கு இங்கு இடமில்லை, அவளுக்கு ஏற்படும் சீர் குலைவில் நான்தான் அவளுக்கு ஆதரவு. ஆனால் அவள்தான் என்னுடைய சீர் குலைவின் கண்ணாடி. ஆகவே நான் என்னுடைய தற்கால முதுமையையும் எதிர்கால முதுமையையும் சுமந்தாக வேண்டும். இப்படியாக, வெளித் தோற்றங் களை மீறி, அவளுடைய துயரம் இரண்டு பங்கு என்றால் என்னுடையது நான்கு பங்காக ஆகிவிடுகிறது. ஆ, எவ்வளவு பெரிய அநீதி, உரக்கக் கத்த வேண்டும் போல் இருக்கிறதே!''

நான் தரையில் உருண்டு, கால்களை உதைத்துக்கொண்டு குழந்தையைப் போலப் பெரிதாக விசும்பி அழுகிறேன்.

அங்கே உயரத்தில், என் மனதின் அடர்ந்த இருளில் இருக்கும் நீதிபதி கேட் கிறார்: ''உனக்கு என்ன வேண்டும்?''

எனக்கு வேண்டியதெல்லாம் என்னுடைய அம்மா என் பக்கம் பார்த்து நான் சொல்வதைக் கேட்க வேண்டும். அவள் முதுமை அடைவது அவளுக்குப் பாரமாக இல்லாததோடு, நான் முதுமை அடைவதையும் பச்சாதாபத்துடன் கருதி அதையும் மென்மையாக மாற்ற உதவ வேண்டும். ''நான் ஏற்கனவே வயதான வள் ஆகிவிட்டேன், அதனால் ஒன்றுமில்லை, ஆனால் நீ, ஜாக்கிரதை கண்ணா, ஆமாம் உன்னுடைய பெண் உடலில் சில மாற்றங்களைப் பார்க்கிறேன், அதற் காகக் கவலைப்படாதே, இங்கே பார், உன்னைவிட ஒரு தலைமுறை மூத்தவள், அவ்வளவு மோசமாக ஒன்றும் இல்லை...''

என்னுடைய அம்மா மாறுதலுக்குள்ளாகாதவளாக இருக்க வேண்டும், எந்த சமயத்திலும் அவளிடம் ஓடிப்போய் என்னால் இப்படிச் சொல்ல சாத்திய மாக வேண்டும்: ''எனக்கு வயது பதின்மூன்று, எனக்கு அடிவயிற்றில் வலிக்கிறது, மார்பு கனக்கிறது, விளையாட்டுத்தனமான நாயைப் போல என்னால் ஓட முடிய வில்லை, மற்றவர் பார்வைக்குப் பயப்படாமல் வெளியே போக முடியவில்லை, என்னுடைய உடல் என்னிடமிருந்து என்ன எதிர்பார்க்கிறது என்று புரிய வில்லை, ஆண்கள் எப்படிப்பட்டவர்கள் என்றோ என்னிடம் எந்த மாதிரியான அன்பு செலுத்துவார்கள் என்றோ தெரியவில்லை...'' ''எனக்கு வயது முப்பது, புன்முறுவல் செய்யாமல் இருக்கும்போதுகூட என்னுடைய கண்களின் ஓரத்தில் சுருக்கங்கள் தோன்றுகின்றன, இனியும் என்னுடைய உடல் எனக்குச் சொந்த மானதாக இல்லை, தாய்மை என் நேரத்தை விழுங்கிக்கொண்டிருக்கிறது, ஆண் கள் அந்நியர்களாக இருக்கிறார்கள்...'' ''எனக்கு வயது ஐம்பது, இதற்கு மேல் எனக்குக் குழந்தைகள் பிறக்க மாட்டார்கள், என் இடுப்பு பெருத்துவிட்டது, என் உடலுடன் முடிவின்றிப் போராடிக்கொண்டிருக்கிறேன், ஆண்கள் எனக்குத் தோழர்களாக இல்லை...'' ''எனக்கு வயது அறுபது, குழந்தைகள் என்னைத் திரும்பிப் பார்ப்பதில்லை, ஆண்களின் கண்கள் என்னைப் பார்க்காமலேயே வருடிச் செல்கின்றன, நான் மூன்றாவது பால் என்ற பகுப்பில், ஆணா பெண்ணா

என்று தெரியாத பெயரற்ற பாலைச் சேர்ந்தவளாக இருக்கிறேன், பயமாக இருக்கிறது..." "எனக்கு வயது எண்பது, அம்மா இல்லாத கைக்குழந்தை நான், அசிங்கமாகவும் தாறுமாறான வடிவத்திலும் இருக்கிறேன், யாரும் என் தொட்டிலின் மேல் குனிந்து நின்று எனக்கு விளையாட்டுக் காட்டுவதில்லை, உயிரைச் சிதைத்துக்கொள்ள விரும்பும் பிசாசு நான்..."

இந்தக் கற்பனைக் கூடத்தில் யாரும் எனக்குப் பதிலளிக்கவில்லை. ஆனால் என் புகாரை முறையாக அளித்துவிட்டேன், கொஞ்சம் ஆறுதலாக இருக்கிறது.

என் அம்மா கிழவியாகாமல் முதுமையடைய வேண்டும் என்று விரும்புகிறேன். பத்திரிகைகளில் வருவதைப் போலவோ, Epinal படங்களில் இருப்பதைப் போலவோ, ஆயுள் காப்பீட்டு நிறுவனங்களின் விளம்பரங்களில் வருவதைப் போலவோ முதுமையடைய வேண்டும் என்று விரும்புகிறேன். அவளுடைய வாழ்க்கை இன்னொரு வடிவமாக, வித்தியாசமாக, ஆனால் அதே வலிமை படைத்ததாக மட்டுமே அவளுடைய முதுமை அமைய வேண்டும் என்று விரும்புகிறேன். அவளுடைய மூட்டுவாதம், நடனமாடப் பயன்படுத்தப்படும் காலணிகளை (வேண்டுமென்றால் குதிகால் பகுதியை இன்னும் தட்டையாக மாற்றிவிடலாம்) தடைசெய்யக் கூடாது, அவளுடைய இரத்தக்கொதிப்பு நல்ல சாப்பாட்டை (லேசான பத்தியம் ஏற்றுக்கொள்ளப்படும்) மறுக்கக் கூடாது, அவளுடைய தலைச்சுற்றல் வயதானவர்களுக்கான ஆடம்பரக் கப்பல் பயணத்துடன் (கப்பலில் சில வசதிகளை செய்துதரத் தயாராக இருக்கிறோம்) இசைந்து போக வேண்டும், அவளுடைய மூளை (சற்றே மந்தமாகிவிட்டது, இருந்தாலும் பொறுத்துக்கொள்வோம்) வீட்டுவரி செலுத்துவது போன்ற மிகவும் தொல்லை யளிக்கும் பிரச்சினைகளை வயதுவந்தோர்களைப் போலவே தொடர்ந்து சமாளிக்க வேண்டும், அவளுடைய (அவ்வப்போது குறையும்) நினைவாற்றல் குடும்ப ஆவணங்களையும் எங்களின் கடந்த காலத்தின் அருங்காட்சியகத்தையும் தொடர்ந்து கண்காணிக்க வேண்டும்.

பொதுவாக அவளுடைய நோய்நொடிகள், சின்னச்சின்ன உபாதைகளைப் போன்று (இளம் பெண்களின் அடிவயிற்று வலி, விளையாட்டு வீரர்களின் தசைநார் இறுக்கம்—இவற்றைப் போல) இருக்க வேண்டும். அதாவது, நம் முடைய சமத்துவ, சகிப்புத்தன்மை கொண்ட சமூகத்தினால் அங்கீகரிக்கப்பட்ட சாதாரண சிறு உபாதைகள்: நல்லெண்ணம் கொண்ட மருத்துவச் சோதனைக் கூடங்கள் அதற்கான மருந்துகளைக் கண்டுபிடிக்க, விழிப்புணர்வோடு இருக்கும் ஊடகங்கள் அதை நம் கவனத்துக்குக் கொண்டுவரும்.

அழகான படிமங்கள் நிரம்பிய இந்தக் கும்பலுக்குள் நுழைய நான் தயார். ஒரு கோடியிலிருந்து இன்னொரு கோடிவரை எல்லா வயதினரிடையேயும் எந்த ஒளிவுமறைவும் இருக்காது: தங்களுக்கான சிறந்த ஜட்டி எது என்ற பிரகடனத்தைக் கேட்க வேண்டியிருக்கும் குழந்தைகள், மாதவிடாயைச் சமாளிக்கத் தங்களுக்குக் கிடைக்கும் சிறந்த அணையாடையைப் பற்றித் தெரிவிக்கப்படும் இளம் பெண்கள், தன்னிச்சையாக சிறுநீர் வெளியேறுவதைத் தடுக்கச் சிறந்த பாதுகாப்புகள் அளிக்கப்படும் முதியவர்கள், மற்றவர்களைவிட எவ்விதத்திலும் கூடுதலாகவோ குறைவாகவோ சலுகை பெறாத, வியாபார உலகின் பலத்த

கொஞ்சல்களுக்கு உரிமை கோரும் இவர்கள் எல்லாருமே சமம். சக்கர நாற்காலிகளும், சக்கரம் வைத்த சறுக்குப் பலகைகளும் பல்பொருள் அங்காடிகளில் ஒரே இடத்திலும், பத்திரிகை விளம்பரங்களில் ஒரே பக்கத்திலும் இருக்கும். உங்களைச் சுற்றி இருப்பவர்களுக்கு நீங்கள் தொல்லை கொடுக்க வேண்டாம்... முதியோர்களே, சிரியுங்கள், உங்களைத் தொலைக்காட்சியில் காட்டுகிறார்கள்!

என் அம்மா முதுமையடையக் கூடாது என்பது என் ஆசை. நான் முதுமையடையக் கூடாது என்பது அம்மாவின் விருப்பம். எனக்கு ஆதரவாக இருப்பதற்கு அவள் திடமாக இருக்க வேண்டும். அவளுக்கு ஆதரவாக இருப்பதற்கு நான் திடமாக இருக்க வேண்டும். எங்களுடைய ஆசைகள் பிடிவாதமாகச் செம்மறியாடுகளைப் போல நேருக்குநேர் மோதிக்கொண்டு அந்த அதிர்வின் தாக்கத்தால் கிட்டத்தட்ட செயலிழந்துவிடுகின்றன.

அபத்தச் செயல்களின் எல்லைகளைத் தொடுமளவுக்குப் போய்விடுகிறோம்.

பிரச்சினை மிக எளிது: வாழ்வதற்குத் தேவையான திறமைகளை அளிக்காமல் எனக்கு வாழ்வளித்ததற்காக, ஒரே சமயத்தில் எனக்குத் தேவதையாகவும் சாத்தானாகவும் இருப்பதற்காக என் அம்மாவை நான் குறைசொல்கிறேன். மகிழ்ச்சியாக இருக்கும் ஒவ்வொரு தருணத்திலும், உடனேயே, முதல்முதலாக, அவளை நான் அழைப்பதைப் போலவே, என்னுடைய ஒவ்வொரு தோல்வியின்போதும் அவளை நோக்கித்தான் நான் கோபமாகத் திரும்புகிறேன். என்னைக் குறையற்றவளாக, மரணமற்றவளாக அவள் படைக்கவில்லையே என்று கோபப்படுகிறேன். இப்போது முதுமை அவளைத் துரத்தும்போது என்னுடைய குறைபாடுகளையும் அநித்தியத் தன்மையையும் அவளால் பொறுத்துக் கொள்ள முடியவில்லை.

என் அப்பாவிடம் எனக்கு இது போன்ற எதிர்பார்ப்புகள் இருக்கவில்லை. அவர் இதற்கெல்லாம் வெளியில் இருந்தார்.

''இந்த அறையில் வெளிச்சம் போதாது'', என்கிறேன் நான். ''அப்படியா'', என்று வியப்புடன் அவள் சொல்வது எனக்கு எரிச்சலூட்டுகிறது. ''இப்படியிருந்தால் என்னால் படிக்க முடியாது, எழுத்து வேலையைச் செய்ய முடியாது'', என்கிறேன். என் கண்பார்வை மோசமானது என்றும், ஒற்றைத் தலைவலி (அவளிடமிருந்து எனக்கு வந்தது) உண்டு என்றும், நிறைய வேலை இருக்கிறது என்றும், எழுதுவதற்குப் போதிய அவகாசம் கிடைப்பதில்லை என்றும் அவள் தெரிந்துகொள்ள வேண்டியது அவசியம். என்னதான் ஆனாலும் எழுதுவதற்கு எனக்கு உரிமை இருக்கிறதே! ''நீ மருந்தாளுநராக ஆக வேண்டும் என்றுதான் நான் ஒருகாலத்தில் விரும்பினேன்,'' என்கிறாள் மீண்டுமொரு முறை, கசப்புணர்வுடன் (அல்லது பரிதாபத்துடன்). ''நீ பயிற்சி பெற்ற ஒருவரை வேலைக்கு வைத்துக்கொண்டிருந்திருப்பாய், வேண்டிய அளவு அவகாசம்

உனக்குக் கிடைத்திருக்கும்.'' மருந்தாளுநர், உதவியாளர், அசட்டுத்தனமான சிறு பெண்களுக்குச் சொல்லப்படும் சரியான தேவதைக் கதை.

"நீ இளமையானவள்" என்று ஓயாமல் சொல்லிக்கொண்டிருக்கிறாள். அது உண்மையல்ல, நான்தான் அவளைவிட முதியவள். ஏனென்றால் நான் ஆற்ற வேண்டிய கடமை ஒன்றுடன் என் தோள்கள் மேல் சுமந்து செல்லப்பட வேண்டிய அம்மா ஒருத்தியும் இருக்கிறாள்.

கண்ணாடியில் நாங்கள் ஒருவரையொருவர் முடிவற்றுப் பிரதிபலித்துக் கொண்டிருக்கிறோம். அதன் ஆழங்களிலிருந்து எங்களுடைய அபயக் குரல்கள் எதிரொலிக்கின்றன.

18. அங்கி

"அங்கி வாங்குதல்" என்ற நடவடிக்கை வெற்றிகரமாக ஆரம்பித்து விட்டது. காலை ஒன்பது மணி அடிக்க ஐந்து நிமிடங்களே இருக்கின்றன. கடை திறப்பதற்காக நடைபாதையில் காத்திருக்கிறோம்.

எங்களை வரவேற்கும் விற்பனைப் பெண் வழக்கமாக இருப்பவள் அல்ல, அவளைவிட மிக இளையவள். அது எங்களுக்கு ஒத்துப்போகுமா?

முதல் சில கணங்களிலேயே முடிவு தெரிந்துவிடும். என் அம்மாவின் முகத் தில் சலனங்களைத் தேடுகிறேன், இன்றைய வானம் எங்களுக்குச் சாதகமாக இருக்குமா அல்லது எங்களுடைய துணிகர முயற்சிக்குத் தோல்விதான் விதிக்கப் பட்டிருக்கிறதா என்று அறிவிக்கும் அறிகுறிகளைத் தேடுகிறேன்.

"உங்களுக்குப் போதாத காலம்," என்கிறாள் விற்பனைப் பெண்ணிடம், "நான் கொஞ்சம் தொல்லை கொடுப்பவள்." "இல்லை இல்லை", என்கிறாள் விற்பனைப் பெண் துடிதுடிப்புடன். "ஆமாம், தொல்லை கொடுப்பவள்தான்", என்று ஆணித்தரமாக சொல்கிறாள் என் அம்மா.

அதன் அர்த்தம் எனக்குப் புரிகிறது: தொல்லை கொடுப்பவளாக நான் இருப் பதற்குக் காரணம், என்னுடைய முதுமை, என் கால்களைப் பாதித்திருக்கும் விபத்து, என் கணவரின் மறைவு, குடும்பத்தில் தொடர்ந்து நேர்ந்துவிட்டிருந்த மரணங்கள், அழிந்துகொண்டிருக்கும் மிகப் பழமையான பண்ணை, என் னுடைய தனிமை, தவிர, நம்ப முடியாத வகையில் என்மேல் திணிக்கப்பட்டு நான் இப்போது இருக்கும் இந்த முதியோர் இல்லம். அதற்கு அர்த்தம்: எனக்கு ஒத்துப்போகும்படியான உடை இங்கே இருக்க முடியாது, ஏனென்றால் என் னுடைய தற்போதைய நிலை எனக்கு ஒத்துப்போகவில்லை.

இதையெல்லாம் என் அம்மாவின் குரலில் பார்த்துணர அந்த இளம் பெண்ணால் முடிந்தால், அவள் எங்களிடமிருந்து திரும்பிச் சென்றுவிடலாம்.

உங்களை என்னால் சமாளிக்க முடியாது, இடத்தைக் காலிசெய்யுங்கள் என்றும் அவள் சொல்லலாம்.

அவளோ, ''உங்களுக்குத் தேவையானது நிச்சயமாக எங்களிடம் இருக்கும், கவலைப்பட வேண்டாம்'', என்கிறாள். அவநம்பிக்கையுடன் ஆனால் கொஞ்சம் உசுப்பிவிடும் வகையில், ''உங்களுக்கு வயது போதாது'', என்கிறாள் அம்மா. ''ஆனால் எனக்கு இது எல்லாமே சகஜம்தான்'', என்று பதிலளிக்கிறாள் மற்ற வள், தன்னம்பிக்கை இழக்காமல்.

கச்சிதம், இந்த இளம் விற்பனைப் பெண்.

எனக்குப் பிடித்திருக்கிறது, தொழில் ரீதியிலான இந்தத் தகுதியை நான் மதிக்கிறேன். இந்த இளம் பெண்ணுக்கு அரசாங்க, தேசிய விருதுகள் அளிக்கப் பட வேண்டும் என்று விரும்புகிறேன். திரும்பத்திரும்பச் சொல்லப்படும் ஒரே மாதிரியான வாசகங்கள் (வணிகவியல் பள்ளிகளில் கற்றுக்கொண்டவையா?) சீராக அணிவகுத்துத் தொடர்கின்றன. கூடவே, துருப்பிடித்த பாகங்களுக்கு எண்ணெய் போடுவதற்காக, கச்சிதமாக, தேவையான அளவே இருக்கும் புன்சிரிப்பு. கொஞ்ச நாட்களாகவே திடீரென்று அளவுக்கு மீறி உணர்ச்சிவசப் படுகிறேன். அற்ப விஷயங்களுக்கெல்லாம் கண்களில் கண்ணீர் வடிகிறது, உதடுகள் துடிக்கின்றன. அன்றாட வாழ்க்கையின் சோகமான மூலையில் இருந்து கொண்டு, தொலைக்காட்சியினரால் தேடிக் கண்டுபிடிக்கப்பட்டு, முன்பின் யோசிக்காமல் சின்னத்திரையில் தங்களுடைய பெரிய உணர்ச்சி மூட்டையை அவிழ்த்துக்கொட்டும் மக்களைப் போல நான் இருக்கிறேன். அம்மாவின் முதுமை என்னை மாட்டிவிட்டிருக்கும் வினோதமாக குழப்பத்திலிருந்து யார் எனக்கு ஆறுதலளிக்கிறார்களோ அவர்கள் என்னுடைய தாராள குணத்துக்குப் பாத்திர மாக முடியும், என்னுடைய பதக்கங்களை அவர்கள் பெறலாம், என்னுடைய கருணை மழையில் நனையலாம். அவர்களுக்கு என் குழப்பத்தைப் பற்றி நிச்சய மாக எதுவும் தெரியாது. தொலைக்காட்சியில் பேட்டி காணப்படுபவர்களைப் போன்ற அசட்டுத் தோற்றத்தை எனக்கு அளிக்கும் என் உதடுகளின் இந்தத் துடிப்பில் எதையும் பார்க்க மாட்டார்கள்.

தன்னைத் தயார்படுத்திக்கொள்ள, களத்தைச் சற்றுச் சோதித்துப்பார்க்க, தன்னுடைய கவலைகளை வெளியேற்ற என் அம்மாவுக்கு இந்தப் பீடிகை உதவு கிறது. கிராமங்களில் அவசரமில்லாமல், பொருத்தமான முறையில் எல்லா உரையாடல்களையும், எல்லாச் சந்திப்புகளையும் தொடங்கிவைப்பது இது போன்ற பீடிகைதானே? அதன் அவசியம் இப்போது எனக்குப் புரிகிறது.

ஆனால் இந்தச் சடங்குப் பரிமாற்றத்தில் நான் எப்படி நடந்துகொள்ள வேண்டும் என்பதைப் பற்றி முன்பு இருந்ததைவிட அதிகமாக இப்போது எனக் கொன்றும் தெரியவில்லை. வேலையற்றுத் தொங்கிக்கொண்டிருக்கும் கைகளை ஆட்டிக்கொண்டு, அசடுவழியும் பதின்பருவப் பெண்ணைப் போல நான் அங்கே சும்மா இருக்கிறேன்.

"என்னுடைய மகள் இவள்", என்கிறாள் என் அம்மா, தன்னுடைய வாரிசை அறிமுகப்படுத்தும் பெற்றோரின் நியாயமான பெருமிதத்துடன். விற் பனைப் பெண் புன்முறுவல் செய்கிறாள் (என்னுடைய மகளாகக்கூட இருக்கக் கூடிய வயது).

சரி, இந்தப் புன்முறுவலை நான் எப்படிப் புரிந்துகொள்வது?

அது என்னை உடந்தையாக்கிக்கொள்வதாக இருக்குமேயானால் அவள் என்னைத் தன்னுடைய பிரிவில், வயதானவர்களின் கோணங்கித்தனங்களை எதிர்கொள்ளும் இளைஞர்களின் பிரிவில் இருத்துகிறாள் என்று பொருள். அது பச்சாதாபத்தைக் காட்டுவதாக இருக்குமேயானால் அவள் என்னை என் அம்மா வின் பிரிவில், 'அறியாத உலகத்தில்' வசிப்பவளாக, கொஞ்சம் இளைய முதியவ ளாக (இந்தக் கட்டத்தில் அதனால் என்ன பெரிய வித்தியாசம்?) இருத்துகிறாள். அது பட்டும் படாத புன்முறுவலாக இருப்பதனால் நான் இரண்டுக்கும் இடைப் பட்ட பிரிவில், அதாவது இன்னமும் அவள் கடையில் உடை வாங்க வராதவள் பிரிவில் இருப்பதாகப் பொருள்.

என் அம்மாவுக்கு அருகில் நான் இருக்கும்போது, அடிக்கடி நான் வயதான வளா, இளையவளா அல்லது இடைப்பட்டவளா என்று எனக்குத் தெரிவ தில்லை. வயதுகளின் வரிசையில் ஒவ்வொரு வயதுக்கும் உண்டான பிரிவுகள் தள்ளுகதவுகளைப் போல விடாமல் ஒன்றன்மேல் ஒன்றாகப் போய்வந்து கொண்டிருக்கின்றன. அதன் விளைவாக மனதில் ஒருவிதத் தடுமாற்றம் ஏற்படு கிறது, கண்பார்வையைச் சரிசெய்துகொள்வதற்காக 'ப்ரொக்ரெஸிவ்' கண் ணாடிகளை அணிந்துகொள்பவர்களுக்கு ஆரம்ப நாட்களில் ஏற்படும் தடுமாற் றத்தைப் போல.

போதும், வெட்டிப் பேச்சை நிறுத்துவோம், ஒரு அங்கியைத் தேடிப் பிடித் தாக வேண்டும், அதுதான் ஒரே குறிக்கோள்.

சுவரோரமாக உடைகள் நெருக்கமாகத் தொங்க விடப்பட்டிருக்கும் நீண்ட வரிசையை நெருங்குகிறேன், அவற்றை நோட்டம்விட ஆரம்பிக்கிறேன். அதற்குண்டான அந்தச் சைகைகள். வலது கை உடையை எடுக்க, இடது கை அதைப் பிரித்துப் பார்க்கும்: வண்ணம், வடிவம், துணியின் தரம். பிறகு அடுத்த அங்கி. என் தம்பிக்குத் தெரிந்திராத சைகைகள். என் குடும்பத்தில் எந்த ஒரு ஆணுக்கும் தெரிந்திராத சைகைகள். இந்தச் சைகைகளை நிறைவேற்றுவதற் காகவே நான் பிறந்திருக்கிறேன், இவற்றை நிறைவேற்றும் நோக்கத்தில் என் அங்கங்களின் இயங்கு சக்திகள் அமைக்கப்பட்டிருக்கின்றன, சீரான இடைவெளி களுடன் அவை இயக்கம் பெறுகின்றன, என் மனம் தூங்கப் போய்விடுகிறது, நான் சைகைகளை மட்டும் செய்துகொண்டிருக்கிறேன்.

கடையில் தொடரும் பேச்சுவார்த்தைகளைப் பொறுத்தவரை, தொடக்கத் தில் நான் ரொம்பவும் கவனம் செலுத்தாமல்தான் காதில் போட்டுக்கொள்கிறேன், பொதுவாக அவற்றின் தொனியை மட்டும் கவனித்தபடி; என் கருத்தில், இன்று காலையில் எங்களுக்கு இருப்பதாக நான் கருதும் மனநிலையில் தொனி நன்றாக

இருக்கிறதா இல்லையா என்பதில் மட்டுமே அக்கறைகொள்கிறேன். ஆனால் நடப்பதோ முற்றிலும் வேறொன்று.

விற்பனைப் பெண் கவரும் பாதையில் என் அம்மா போய்க்கொண்டிருக் கிறாள்.

அவள் என்ன சொல்லிக்கொண்டிருக்கிறாள் என்பதைக் கேட்க எனக்கு விருப்பமில்லை (தங்கள் முன்னிலையில் தங்களுடைய பெற்றோர்கள் சம்பந்த மில்லாமல் பேசுவதைக் கேட்க குழந்தைகளுக்குப் பிடிப்பதில்லை), துணிகளைத் தொங்க விடும் கட்டைகளின் வரிசைக்குள் மறைந்துவிட விரும்புகிறேன். ஆனால் விற்பனைப் பெண்ணும் பேச்சில் கலந்துகொள்கிறாள். அவர்கள் இருவரும் அறிமுகப் பேச்சுவார்த்தை என்ற தளத்தைக் கடந்து, அந்தரங்கப் பரிமாற்றங்கள் என்ற தளத்துக்கு வந்துவிட்டார்கள். அன்பான கிசுகிசுப்புகள், ஆச்சரிய வெளிப் பாடுகள், உத்தரவாதங்கள், ஊர்ஜிதப்படுத்துதல், மீண்டும் உறுதிசெய்தல், இத்யாதி. உலக வாழ்க்கையைப் பற்றி ஒரே மாதிரியான பார்வை உடைய இரண்டு பேருக்கிடையே நடப்பவற்றின் தொனிகள் எல்லாமே கேட்கின்றன.

என் அம்மாவுக்கு எங்கேயிருந்து வருகிறது இந்தச் சக்தி? இந்த உற்சாகம்?

நான் அந்த ஆடைகளின் வரிசையையும் பயனற்ற என் சைகைகளையும் விட்டுவிட்டு அவளைப் பார்க்கிறேன். கைத்தடியை ஊன்றிக்கொண்டிருக்கும் சாதாரண, ஒரு சிறிய முதியவள்.

இருந்தாலும் அவளுடைய இருப்பு அவ்வளவு சக்தி வாய்ந்ததாக இருக் கிறது. நான் அசந்துபோய்விடுகிறேன்.

''அம்மா, இன்னமும் நீ உன் ஆட்சியின் அதிகார சக்தியை அனுபவிக்க வேண்டுமா? உன்னுடைய சாம்ராஜ்யத்தில் மிகக் குறுகிய நேரமே கொண்ட ஒரு புதிய குடிமகன் தேவையா? உன்னுடைய ஆட்சி வலுவிழந்துகொண்டிருக்கிறது, உன்னுடைய சாம்ராஜ்ஜியம் சுருங்கிக்கொண்டிருக்கிறது, உன்னுடைய சொந்த மகளே தயக்கத்துடன்தான் அடிபணிகிறாள், உன்னிடம் எதிர்ப்புணர்வுடன்தான் விசுவாசமாக இருக்கிறாள். நீயோ மனிதர்களிடையே ரகசிய பேரங்களும் சூழ்ச்சி களும் நிறைந்த உலக வாழ்க்கையில் இருக்க அவ்வளவு தீவிரமாக ஆசைப் படுகிறாய்.''

''வயதாகிவிட்ட பிறகு சமநிலையை இழந்துவிடுகிறோம்'', என்று என் னிடம் அவள் சொல்லியிருக்கிறாள். தங்களுடன் மற்றவர்கள் உயர்ந்த நிலையி லிருந்து பேசுவதற்கோ அல்லது மிகுந்த மரியாதையுடன் (விலக்கி வைப்பதில் இன்னொரு விதம்) பேசுவதற்கோ முதியவர்கள் பழகிக்கொள்ள வேண்டும். மற்றவர்களுடன் சமநிலையில் இருக்க வேண்டுமென்றால், அவர்கள் ஏதாவது தந்திரத்தைக் கையாள வேண்டும்.

என்னுடைய அம்மா இப்போது ஏதாவது தந்திரத்தைக் கையாண்டுகொண் டிருக்கிறாளா?

அப்படியானால் நான் நினைப்பது மிகவும் தவறு. என்னுடைய மனதில் தடபுடலாக அலங்காரம் செய்து மனத்தளவில் நான் கட்டித் தழுவிய மனதுக் கினிய ஜீவன் அல்ல இந்த விற்பனைப் பெண். சாமர்த்தியமாகச் சமாளிக்கப்பட வேண்டிய எதிரி இவள்.

என் அம்மாவின் முகம் முழுவதும் வெளிர் சிவப்பு நிறமாக இருக்கிறது. அல்லது அது மிகவும் சிவப்பாகவே ஆகிவிட்டதா? தடித்த இரத்த நாளம் ஒன்று அவள் பொட்டில் புடைத்துக்கொண்டிருக்கிறது. உரக்கப் பேசுகிறாள். அவள் குரலில் மூச்சுத்திணறல் தெரிகிறது, படபடவென்று பேசுகிறாள்.

பல வாரங்களாக இந்த அங்கி வாங்குவதைப் பற்றி நினைத்துக் கொண்டிருக்கிறாள். இந்த விவகாரத்தைப் பெரிதுபடுத்துகிறாள். இது கடின மான ஒரு பயணம். ஏற்கனவே பலமுறை முயன்று பார்த்துப் பலனளிக்காமல் போய்விட்டிருக்கிறது. இப்பொழுது நடப்பது விற்பனைப் பெண்ணுடன் நடத்தும் விளையாட்டு அல்ல. அவளுடைய ஒரு நாளில் சக்தி முழுவதையும் ஈடுபடுத்தி அவள் நடத்தும் பரிதாபமான சண்டை. அவளுடைய சக்திகள் மிகக் குறைவு, அவளுடைய நாள்பொழுதும் மிகவும் குறுகியது. இன்று காலை அவள் சீக்கிரம் எழுந்துவிட்டாள், எழுந்து நிற்கவே சிரமப்பட்டாள், கடைசி நேரம் வரை அவளால் கிளம்ப முடியுமா என்றே தெரியவில்லை.

விற்பனைப் பெண் தன்னிடம் அக்கறைகாட்டித் தன்னை முக்கியமான வாடிக்கையாளராகக் கருத வேண்டும் என்பதும், முதுமைக்குச் சொந்தமான பிர தேசத்தில், முதியோர் இல்லத்தில், தனக்குக் கவசமாகவும் தன்னுடைய மீட்சிக்கு வழிவகுப்பதாகவும் இருக்கும் புனித ஜாடியான அங்கியைப் பெற வேண்டும் என்பதும்தான் அவள் இவ்வளவு பெரும் முயற்சியை மேற்கொண்டதற்குக் காரணம்.

என் அம்மாவுக்கு மூளையில் கொந்தளிப்பு ஏற்படுமே என்று பயப்படு கிறேன். அளவுக்கு அதிகமாக இஷ்டப்படி அவள் செயல்படுகிறாள், அவள் முகம் மிகவும் சிவந்துவிட்டிருக்கிறது. நான் அதிகாரத்துடன் மிரட்ட முயன்று என் தொனியை உயர்த்திப் பேசுகிறேன். ''சரிசரி, என் அம்மாவுக்கு அங்கி ஒன்றைப் போட்டுப் பார்க்க வேண்டும்.''

செய்தி போய்ச் சேருகிறது. விற்பனைப் பெண் உடனேயே தன்னுடைய அறிவுரைகளின் முதல் கட்டத்தை நிறுத்திவிட்டு, உடனடியாக இரண்டாவது கட்டத்துக்குத் தாவுகிறாள். ''நிச்சயமாக.''

அவளை நேரடியாக மூன்றாவது கட்டத்துக்குத் தாவச் செய்ய வேண்டும் என்பதுதான் என் எண்ணம். தான் தேர்ந்தெடுக்கும் பொருட்களின் பெருமையைப் பாட விற்பனைப் பெண்ணுக்கு நேரமளிக்காமல், அம்மாவின் முன்னால் அவள் தேடிக்கொண்டிருக்கும் பொருளின் அம்சங்களை இயந்திரத்தனமாகக் கொண் டிருக்கும் வார்ப்பை உடனேயே நான் கொண்டுவந்து நிறுத்த வேண்டும். நேர் கோட்டில் அமைந்த தையல், கண்ணை உறுத்தாத அச்சுகள், மிதமிஞ்சிய கதகதப் பின்மை, மிகவும் லேசாகவும் இல்லாமல் இருப்பது, எளிதில் தோய்க்க முடிந்த துணி... எல்லாம் சீக்கிரம் முடிய வேண்டும், கடவுளே, அம்மாவை நான் வீட்டுக்கு அழைத்துப்போய், படுக்கையில் காலை நீட்டிப் படுக்க வைத்து, சர்க்கரை கலந்த நீரை அவளைக் குடிக்க வைத்து, செவிலியை அழைத்துவந்து காட்ட வேண்டும். அவளுடைய பொட்டில் தடித்த நீல நிற இரத்தக் குழாயை நீ

பார்க்கவில்லையா, பெண்ணே? அவளுக்கு ஒரு நாற்காலியைக் கொண்டுவா. பொருத்தமான உடையை உள்ளிருந்து எடு, ஒரு பையில் திணி, காசோலையை வாங்கிக்கொள், போய் வருகிறோம்.

பார்த்தாயா என் செல்ல அம்மாவே, நான் உனக்கு உதவுகிறேன், உன்னைப் பாதுகாக்கிறேன், உனக்கு உதவிக்கரம் நீட்டப் பறந்து வருகிறேன். இன்னும் ஐந்து நிமிடங்களில் உனக்கு அங்கி கிடைத்துவிடும், நாம் இங்கிருந்து கிளம்பி விடுவோம்.

பயனில்லாத துருப்புச் சீட்டு.

அம்மா-மகள் என்ற தொடரில், பலவீனமான அம்மா-வலிமையான மகள் என்ற துருப்புச் சீட்டை உருவி எடுத்திருக்கக் கூடாது.

ஐந்து நிமிடங்களில் ஒரு அங்கியை வாங்கிவிடுவதா? என் அம்மா அதை ஒப்புக்கொள்ளவில்லை. கொஞ்சம்கூட. நான் அளித்த வார்ப்பில் மீண்டும் ஒன்றன்பின் ஒன்றாகத் திருத்தங்களைச் செய்கிறாள்.

நேர்கோட்டில் அமைந்த தையல். ஆ, அது அவ்வளவு நேர்கோடாக இல்லா மலும் இருக்கலாம், தெரியுமா. கண்ணை உறுத்தாத அச்சுகள். 'கண்ணை உறுத் தாத' என்றால் எதைச் சொல்கிறோம் என்பதைப் பொறுத்தது... இப்படியாக, நீண்டுகொண்டே போகிறது.

அம்மாவினால் இப்படித் தீவிரமாகத் திருத்தப்பட்ட என்னுடைய வார்ப்பின் உருவம் உதவியாக இருப்பதற்குப் பதிலாக இன்னும் தவறுகளைச் செய்ய வைக் கிறது. அவ்வளவு நன்றாகவும் தீவிரமாகவும் திருத்தப்பட்டதில், கொஞ்ச நேரத் திலேயே விற்பனைப் பெண் குழம்பிவிடுகிறாள். இதுவரை வந்த பாதையில், வேண் டாதவற்றை ஒன்றன்பின் ஒன்றாக இம்முறை கழித்துக்கட்டியவாறு பின்நோக் கிப் போக வேண்டியது அவசியம்: மடிப்புகள் வேண்டாம், அதிகமாகக் கம்பளி இருக்கக் கூடாது, அகலமாகக் கோடுகள் கூடாது, பட்டு வேண்டாம்... இப்படியே.

திடீரென்று, எல்லாமே என் தவறுதான் என்பதைப் புரிந்துகொள்கிறேன். எல்லாவற்றையும் தாறுமாறாக ஆக்குவது நான்தான். நான் எதுவும் சொல்லாமல், என் அம்மாவின் அறிக்கைகளுக்குத் தலையை ஆட்டி ஒப்புதல் தெரிவித்தபடி இருக்கிறேன். இப்போது சோபாவில் தூக்கிப் போடப்பட்ட அங்கிகளின் வீணான குவியல் சிறிதாகிக்கொண்டுவருகிறது. இப்போது மீதமிருப்பவற்றைப் போட்டுப் பார்க்க வேண்டும், அதாவது கிட்டத்தட்ட ஒரே மாதிரியாக இருக்கும் இரண்டு மாதிரிகளை, என் அம்மாவுக்கு தன் கைகளைத் தூக்க, பித்தான்களைப் போட, பித்தான்களை அவிழ்க்க நான் உதவுகிறேன்.

இப்பொழுது அவள் தன்னுடைய தேர்வின் நெருக்கடியான கட்டத்தில் இருக்கிறாள். மிகவும் கடினமான, இன்னல் தரும் வேலை. நாங்கள் உலகத்துக்கு வெளியில் ஒரு இடத்தில் இருக்கிறோம், பாதையைத் தேடி பல மணி நேரமாக அலைந்துகொண்டிருப்பதைப் போலத் தோன்றுகிறது, காற்று அசைவற்று உறைந்துவிட்ட வெளியைப் போல இருக்கிறது, எனக்குத் திசை தெரியவில்லை, மண்டைக்குள் ரீங்காரம் கேட்கிறது, பார்வை மங்குகிறது, வெறுமையின் விளிம்புக்கு நான் வந்துவிட்டதைப் போலத் தோன்றும்போது இதோ நாங்கள் வெளியே வந்துவிட்டிருக்கிறோம்.

இன்னமும் வெளியில் வெளிச்சமாக இருக்கிறது, வாகனங்கள் ஓடிக்கொண்டிருக்கின்றன, அங்கி வாங்கியாகிவிட்டது.

"ஓரம் மடித்துத் தைக்க வேண்டியதை அவள் குறித்துக்கொண்டாள் என்று உனக்கு நிச்சயமாகத் தெரியுமா?"

"அதைக் கொண்டுவந்து கொடுக்க வேண்டிய முகவரியைக் கொடுத்திருக்கிறாய் அல்லவா?"

கொஞ்ச நேரம் கழித்து:

"நான் மடத்தனமாக ஏதோ செய்துவிட்டேன் என்று நீ நினைக்கவில்லையே?"

இன்னும் கொஞ்ச நேரம் கழித்து:

"நான் அதைப் போட்டுக்கொள்ள மாட்டேன், நிச்சயமாக."

எனக்குப் பாதி உயிர் போய்விட்டது, அவளோ அயராமல் தான் வாங்கிய உடையைப் பற்றித் தொடர்ந்து ரீங்காரம்செய்தபடி இருக்கிறாள். இந்த வெளியுலகப் பயணத்தை (என் அம்மாவின் மாபெரும் பயணத்தை) ஒரு சாதாரண வெற்றியாக, எங்கள் இருவருக்கும் இடையே மட்டுமான விழாவாகச் செய்யத் தெரியாமல் இருந்துவிட்டதற்காக என் மேலும், என் அம்மாமேலும் எனக்குக் கோபமாக வருகிறது.

சரி, பார்க்கப்போனால், இந்த 'ஆடை' என்பது என்ன? அதுதான் அவளுடைய உடல், அவளுடைய உடலின் பிரதி. உடலோ சிதைந்துகொண்டிருக்கிறது, உயிர் வாழ்ந்துகொண்டிருப்பவர்கள் உலகில் இனியும் தனக்கென்று ஒரு இடத்தை உடல் வைத்துக்கொண்டிருக்க முடியாது. உயிர்வாழ்ந்துகொண்டிருப்பவர்கள் நடத்தும் போராட்டத்தை உடல் இனியும் நடத்த முடியாது. உடலுக்கு நேரும் இந்த விபத்தை அங்கி தடுத்து நிறுத்த வேண்டும், ஆனால் அதுவோ வெறும் துணி மட்டுமே, ஒரு மாயை, நம்மைக் கொடுமையாக ஏமாற்றி, தவறு செய்ய வைக்கும் மாயை.

அவளுடைய அலமாரியில் தொங்கிக்கொண்டிருக்கும் மற்ற அங்கிகளைப் போலவே இந்த அங்கியும் இருக்கும். மிகவும் எளிமையாக்கப்பட்டு, ஆடம்பர அலங்காரங்கள் இல்லாமல். இவ்வளவு மும்முரமாக, இவ்வளவு சோர்வுடன் எங்களை மிகவும் பாதித்த கவலைக்குக் காரணமாக இருந்த இந்தத் தேடலின் குறிக்கோளான இந்தப் பொருள், மற்ற எல்லாவற்றையும் போலத்தான்.

அன்று மாலை என் தம்பியோ என் மகனோ தொலைபேசியில் அழைக்கிறார்கள். "ஒரு அங்கியை வாங்கிவிட்டோம்", என்கிறேன் நான். "சபாஷ்", என்று என் தம்பியோ, மகனோ சொல்லிவிட்டு, வேறு விஷயத்துக்குத் தாவிவிடுகிறார்கள். வெறும் அங்கி, யாருக்குப் புரியப்போகிறது?

கண்ணாடித்தாளுக்குப் பின்னால் எல்லாமே அப்படித்தான். நிச்சயமாக, இதைவிட மோசமாகக்கூட ஆகலாம்.

அடுத்த நாள், என் அம்மா (நன்றாக ஓய்வெடுத்துக்கொண்டிருந்திருக்கிறாள்) மனம்திறந்து என்னைப் பாராட்டுகிறாள். "இதையெல்லாம் செய்ய உன்னால் மட்டும்தான் முடியும்". எனக்கோ அபத்தமான பெருமை.

19. சிறு வாக்கியங்கள்

அப்பொழுது நான் சிறுமி, கட்டுரை ஒன்றை எழுதிக்கொண்டிருக்கிறேன். என் அம்மா என் அருகே இருக்கிறாள். என்னுடைய கை போகிற போக்கில் அவளுடைய மூச்சு வீசிக்கொண்டிருக்கிறது. ''சிறு வாக்கியங்களாக எழுது'', என்கிறாள் அவள். ஒவ்வொரு அடித்தல் திருத்தலின்போதும் அடித்தொண்டையிலிருந்து கிளம்பும் இரைப்பு சற்றே நின்று, தடை நீங்கிய பிறகு வெளிப்படுகிறது. ''எழுத்துகளை மணிமணியாக எழுது, வார்த்தைகளை நெருக்கமாக எழுதாதே...''

என்னுடைய எழுத்து படிக்கும்படியாக இருக்க வேண்டும் என்று விரும்புகிறாள், தெளிவாக இருக்க வேண்டுமெனக் கனவுகாண்கிறாள். எங்கள் குடும்பத்தில் பெண்கள் எல்லாம் எழுதுவார்கள். ஆண்களும்தான், ஆனால் சம்பிரதாயமான முறையில்தான் எழுதுவார்கள். பண்ணையாளராக இருந்த என்னுடைய தாத்தாவுக்குப் பதினாறு வயது இருக்கும்போது அவருடைய அப்பா திடீரென்று இறந்துபோய், பெரிய கல், (உலோகப் பட்டை) விழுந்து குடும்பப் பொறுப்பு தாத்தாவுடைய தலையில் விழாமல் மட்டும் இருந்திருந்தால் பள்ளி ஆசிரியராக ஆகியிருப்பார். அவர் பிழையின்றி எழுதுவார். தனித்தன்மை எதுவும் இல்லாத கச்சிதமான எழுத்து நடை. என் தந்தையும் சீரான கடிதப் போக்குவரத்து வைத்துக்கொண்டிருந்தார்: மேலதிகாரிகளுடன், தன் கீழ் பணிபுரிபவர்களிடம் நிர்வாக ரீதியிலும், தன்னுடைய பழைய மாணவர்களுடன் தோழமையுடன் ஆனால் அவர்களுக்கேற்ற விதத்திலும் குடும்பத்தைச் சேர்ந்தவர்களுக்கு நாவல் தனமான உணர்ச்சிப் பெருக்குடனும் எழுதுவார்.

ஆனால் சொற்களையும் வாக்கியங்களையும் சாதுர்யமாகக் கையாளும் திறமை எங்கள் பெண்களுக்குத்தான் உண்டு.

பண்ணையிலிருந்த என்னுடைய பாட்டி வாரத்துக்கு இரண்டு கடிதங்கள் எழுதுவாள் (கிராமத்திலிருந்து எங்கள் ஊர் ஐந்து கிலோமீட்டர் தூரத்தில் இருந்தது). அலங்காரங்கள் இல்லாத கொச்சையான எழுத்து. வட்டார வழக்கில் அமைந்த மரபுத் தொடர்களும் அன்றாடக் காட்சிகளின் நேரடிச் சித்தரிப்புகளுமாகக் கிராம வாழ்க்கை வெளிப்பூச்சுகள் இன்றி அந்த எழுத்தில் சுற்றி வரும். காகிதத்தில் நேரடியாகப் பதித்த உதடுகள். அசலான கதைசொல்லி. என் அம்மாவும் அதே வழியில் வந்தவள். அவளும் என் பாட்டிக்கு வாரத்துக்கு இரண்டு கடிதங்கள் எழுதுவாள். தவிர நான் தொலைதூரத்தில் மாணவியாக இருந்தபோது (நூறு கிலோமீட்டர்) எழுதிய கடிதங்கள். வட்டார வழக்கு கிடையாது. ஆனால் குடியானவர் சமூகச் சொத்தாகப் பெறப்பட்ட படிமங்களும், சம்பவங்களை முறையாகச் சொல்லும் கவனமும் அந்தக் கடிதங்களில் இருக்கும். பேசும்போது சொற்களுக்குச் சில தீவிர அபிநயங்களும் சேர்ப்பதால் என் அம்மா பேச்சில் இன்னும் சிறப்பாக இருப்பாள்.

நான் அப்படி எழுதுவதில்லை. ரொம்பச் சிக்கலாக்குகிறேன் என்பாள் என் அம்மா. நான் சுற்றிவளைக்கிறேன், நுணுக்கி எழுதுகிறேனாம். ஆனால் நானோ மேற்பரப்பின் யதார்த்தங்களை உள்ளடக்கி வரும் ரகசியமான, பூமிக்கடியி

லுள்ள ஊற்றுகளைத் தேடுகிறேன். அது அவளுக்குக் கவலையாக இருக்கிறது. என் பள்ளிப் படிப்புத் தேர்வுகளைப் பற்றி அவள் யோசிக்கிறாள். நான் பல்கலைக்கழகங்களின் உயர்வுகளைக் காண வேண்டும் என்பது அவள் கனவு. ஆனால் அவளையும் அறியாமலேயே ஒரு குடியானவப் பெண்ணின் ஆசைகள் தான் அவளுக்கு இருக்கலாம்: அஞ்சல் துறை ஊழியர், நகராட்சி செயலாளர், ஆசிரியர் அல்லது பள்ளிப் பொறுப்பாளர் (அதே ஊரில் அல்லது பக்கத்து ஊரில்)... போன்ற பணிகளுக்கான தேர்வுகள்.

கட்டுரை எழுதுவதில் எனக்குக் கிடைக்கும் நல்ல மதிப்பெண்கள் அவளுக்குக் கவலை அளிக்கின்றன. ஆபத்தானது என்று அவள் வலியுறுத்தும் இந்தப் பாதையில் ரொம்ப தூரம் போகக் கூடாதாம். 'அறிவியல்' படிப்பையே நான் மேற்கொள்ள வேண்டும் என்று ஆசைப்படுகிறாள். ஆகையால் ரத்த ஓட்ட ஒழுங்கு முறைகள், தவளைகளின் இனப்பெருக்கம், முக்கோணங்களின் நெளிவு சுளிவுகள், நெம்புகோலின் செயல்பாட்டு விசைகள் அல்லது வேதியியலின் தனிம வரிசை அட்டவணை ஆகியவற்றை அவற்றுக்குண்டான ஒழுங்குமுறையுடன் எழுதுவதில் கவனம் செலுத்துகிறேன்.

சிறு வாக்கியங்கள், நல்ல மணியான கையெழுத்து, தெளிவு.

சில சமயங்களில் அவளுடைய சுவாசம், மூச்சுத்திணறல்கள், அடித் தொண்டையின் உறுமல் இவையெல்லாம் என் தோளுக்குப் பின்னாலிருந்து எனக்குக் கேட்கின்றன. அதாவது நான் இதை எழுதிக்கொண்டிருக்கும் இந்தக் கொஞ்ச நாட்களாக.

என்னுடைய முதல் புத்தகங்கள் அவளுக்கு ஏமாற்றம் அளித்துவிட்டன. என்ன மாதிரியான வக்கிரமானவர்கள் கைகளில் நான் விழுந்துவிட்டேன் (பாரிஸின் அந்தத் தீய மனிதர்களின் கைகளில்), எந்த நிச்சயமற்ற வழிகளில் துணிந்து போக நான் ஆசைப்பட்டிருக்கிறேன்? மேலும், எழுத்தாளர்களுக்கே உண்டான அந்த சுய விளம்பரப் போக்கு... கிராமத்தார்கள், அரசு ஊழியர்களின் அடக்க மனப்பான்மைக்கு முரணான, சீன மக்களிடம் என் அம்மா விரும்பி பாராட்டிய 'தன்னை வெளிக்காட்டிக்கொள்ளாத' பண்புக்கு மாறான போக்கு.

அவளை மகிழ்ச்சியில் ஆழ்த்துவதாக நினைத்து அவமானத்தை அளித்து விட்டிருக்கிறேன். அவளுக்கு அடிக்கடி கடுமையான தலைவலிகள் வந்து, மௌனமான ஒரு எதிர்ப்புணர்வு எங்களிடையே நிலைத்துவிட்டது.

ஆனாலும் அதை அவ்வளவு எளிதாகச் சொல்லிவிடவும் முடியாது. சில நாட்கள் கழித்து, அம்மாவின் மனதை மாற்றுவதற்காக அவளுக்கென்று சில நாவல்களை வாங்கிவந்தேன். அவளுக்குப் பிடிக்கக்கூடும் என்று நான் நினைத்த சில வட்டார நாவல்கள் (எங்கள் வட்டாரத்தைச் சேர்ந்தவை): "பூ.. இதெல்லாம் சும்மா போலி, உண்மையில் இப்படி ஒன்றும் இல்லை..." சரி, பிரபலமான சில நாவல்கள், மென்மையான மேல் பூச்சுக்குக் கீழே, மரபு ரீதியான ஒழுக்க நெறிகளை வியாபாரம் செய்யும் நாவல்கள், அவளுக்கோ இளக்காரம். "இவை வர்த்தக ரீதியில் வெற்றிபெறும், அவ்வளவே!" பல நாட்களுக்குப் பிறகு, அவளுடைய மனதுக்குக் கச்சிதமாக எது ஒத்துப்போகும் என்பதைக் கண்டுபிடித்துவிட்டதாக நினைத்தேன். தரமான, ரத்தினச் சுருக்கமான, சிறு வாக்கியங்களினாலான,

சாதாரண யதார்த்தங்களை விவரிக்கும் எழுத்து: ''எல்லாம் சரிதான், ஆனால் இதற்கு மேலே இவை எழும்பிப் பறப்பது அபூர்வம், இவையெல்லாம்...''

திரும்பத்திரும்ப இரண்டு வாக்கியங்கள், ஒன்றையொன்று பற்றிக் கொண்டு, ஒன்றுக்கொன்று முரண்பாடானவை: ''இதைவிடச் சிறப்பாக நீ எழுதுவாயே...'' அப்புறம், ''நீ மட்டும் இன்னும் எளிமையாக எழுதினால்...''

முதல் வாக்கியத்தில் கிட்டத்தட்ட மனம் இல்லாமலும், வருத்தத்துடனும், பயத்துடனும் ஒருவித வியப்பு கலந்த பாராட்டு. அதன் மாற்று வடிவங்கள்: ''நீ ஒரு உண்மையான எழுத்தாளர்...'' ''கான்கூர் போன்ற பெரும் இலக்கிய விருதுக்கு நீ தகுதியானவள்...'' இரண்டாவது வாக்கியத்தில், தன் குழந்தை தேர்ந் தெடுத்த பாதையைக் குறித்து அவளுக்கு வெகு நாட்களாக இருக்கும் அதிருப்தி, இருந்தாலும் எல்லாம் நல்லபடியாக நடக்க வேண்டும் என்ற ஆசை, எனக்கு உரிய அங்கீகாரம் கிடைக்கவில்லையே என்ற ஆதங்கம் எல்லாம் அடங்கும். மாற்று வடிவங்கள்: ''உனக்கு எத்தனை புத்தகங்கள் வாங்கியிருக்கிறேன், கண்ணா? எனக்கு மட்டும் தெரிந்திருந்தால்...'' அப்படியானால், ஏதாவது ஒரு தொழில், ஒரு குடும்பம் இதெல்லாம் உனக்குப் போதாதா? ''எப்பவுமே நீ நிலவே கிடைக்க வேண்டும் என்று ஆசைப்படுபவள்...'', ''உனக்குத் தெரியுமா, உரித்த வாழைப்பழத்தையே மக்களுக்கு எப்போதும் அளிக்க வேண்டும்...''

கொஞ்சம் பச்சாதாபம்: ''பாவம், நீ தன்னந்தனியாக இருக்கிறாய், இவை யெல்லாம் நமக்கேற்ற சமூகம் இல்லை...'', ''நீயாகவே சோர்வடையும்வரை உழைக்கிறாய், எனக்குத் தெரிகிறது...'' ''பணக்காரக் கணவன் ஒருவன் உனக்குக் கிடைத்திருக்க வேண்டும்...'' அத்துடன், மறுபடியும் அந்த மருந்தாளுநர், அவ ருடைய உதவியாளர்: என் அம்மா தன் கனவுகளில் அடிக்கடி இந்தத் திரைக் கதையைத் திரும்பத்திரும்ப எழுதுவாள்.

இதற்கிடையில் எதிர்பாராத விதத்தில், ஒரு காசோலை, ''உனக்கு ஊக்கம் அளிப்பதற்குதான், கண்ணா'' என்றபடி அல்லது நான் அண்மையில் எழுதிய புத் தகத்தின் பிரதி ஒன்றை அவளுக்குக் கொடுக்கும்போது ஒரு உறையில் பணத்தை வைத்து, ''இந்தா, உனக்குப் பரிசு, முன்பெல்லாம் கொடுப்பதைப் போல'' என்று அரைச் சிரிப்புடன் சொல்வாள். அதாவது, முன்பெல்லாம் பள்ளியில் நான் நல்ல மதிப்பெண்கள் வாங்கியபோது செய்ததைப் போல என்று பொருள்.

அவள் சொல்லும் குறைகள். சுருக்கென்று தைக்கும் பலவிதமான குறைகள். ஆனால் உடனேயே பச்சாதாபத் திரை போட்டு, பாசத்தில் மூழ்கடிப்பாள். அவ ளுக்கு, என் அம்மாவுக்கு, என்னை அவ்வளவு நேசிக்கிறாளாம், அவளுக்கு அவ் வளவு கவலைகள் அளிக்கிறேனாம். நான் நிம்மதியாக ஓய்வெடுக்க அவள் விடுவ தில்லை.

அவள் செய்வது சரி, தெளிவாக இருக்கிறாள், நான் திக்குத் தெரியாமல் போகிறேன், பாதை மாறுகிறேன், வாழ்க்கையைப் பாழாக்கிக்கொள்கிறேன், என் பணத்தையும் அவள் பணத்தையும் வீணடிக்கிறேன், சோர்ந்துவிடுகிறேன், நிலவைப் பார்த்துக் குரைக்கிறேன்... அவள் சொல்வது தவறு, அவளுடைய உப தேசங்கள் எதற்கும் உதவாதவை, ஒருவருக்கொருவர் எதிரெதிராகப் போய்க் கொண்டிருக்கிறோம், என்னுடைய தவறுகள் அவளுடைய நிதர்சனமான

உண்மைகள், அவளுக்கு வடக்கு திசையையும் காட்டும் திசைமானி எனக்குத் தவறாக இருக்கிறது. ஆகவே நான் விட்டு ஓடுகிறேன், எல்லாப் பக்கங்களையும் நோக்கி, வெளிநாட்டை நோக்கி, நிலவை நோக்கி, சாத்தியமில்லாத காதல் விவகாரங்களை நோக்கி...

தப்பித்துச் சென்றாலும் நான் தொடர்பைத் துண்டிப்பதில்லை. நான் இருக்குமிடங்களைப் பற்றிக் கட்டுப்பாட்டுக் கோபுரத்துக்கு நேர்மையாகத் தெரிவிக்கிறேன். பெட்டியைக் கீழே வைத்தவுடனேயே வந்து சேர்ந்துவிட்டதைத் தொலைபேசியில் சொல்கிறேன். நல்ல சேதியா, தொலைபேசி. கெட்ட சேதியா, தொலைபேசி. காசோலை, பணம், கடைசித் தேதிகளைச் சரியாக நினைவுபடுத்துவது இவற்றுக்காக நான் அம்மாவுக்கு நன்றி சொல்கிறேன் (வருமான வரி, வருமானக் கணக்கு, கார் காப்பீடு... வேறு நினைப்பில் இருக்கும் இவற்றை நான் மறந்துவிடுகிறேன் என்பது அவளுக்குத் தெரியும்... பல வருடங்களுக்குப் பிறகு நான்தான் இது போன்று அவளுக்கு நினைவுபடுத்துவேன்). தகவல் கிடைக்கப்பெற்றதை அவளுக்குத் தெரிவிக்கிறேன், ஊர்ஜிதம்செய்கிறேன், மீண்டும்மீண்டும் உறுதியளிக்கிறேன், நான் மேற்கொண்ட நடவடிக்கைகளை அறிவிக்கிறேன், எனக்கு வரும் கடிதங்களில் ஐந்துக்கு ஐந்து பதிலளிக்கிறேன், தூண்டில்முள்ளைப் பார்த்த பிறகும் கடித்துவிடுகிறேன், கலங்கரை விளக்கத்தின் மேல் ஏறிக் கையை ஆட்டுகிறேன், இதோ, இங்கேதான் இருக்கிறேன், செய்தி கிடைத்தது, நலமாக இருக்கிறேன்... ...

பிரபஞ்சத்தின் வட்டப் பாதையில் கிரகங்களின் மத்தியில் என்னை அவள் இருத்தியிருக்கிறாள். அவள் புவியீர்ப்பு விசை அவள் பக்கம் இருக்கிறது. மயக்குவது என்ற சொல்லை 'தன்னை நோக்கி ஈர்ப்பது' என்ற அர்த்தத்தில் பார்த்தால் (நானாகவே உருவாக்கிய காரணப் பெயர்தான் இது), நான் தப்பிக்க முடியாமல் அவள் என்னை மயக்குகிறாள், அதை எப்படிச் செய்கிறாள் என்று எனக்குத் தெரியவில்லை, அவளுடைய குரல் பிரபஞ்சத்தின் பாடல், அவள் மட்டும்தான் ஒரே ஒரு நிஜம். நான் அடங்காப்பிடாரி மகள். சொன்னதைக் கேட்கும் மகள். ஒரு தாய் என்னைக் கண்காணிப்பதால் எனக்குத் தன்னம்பிக்கை வருகிறது. ஒரு தாயினால் கண்காணிக்கப்படுவதால் எனக்கு என்மேல் நம்பிக்கையே இருப்பதில்லை. அவள் என்னைப் பற்றிக்கொண்டு இருப்பதால் நான் திடமாக இருக்கிறேன். நான் அவளைப் பற்றிக்கொண்டு இருப்பதால் நொறுங்கிவிடுவதைப் போல உணர்கிறேன்.

இப்போது, இனியும் அவள் இல்லாமல் போய்விட்டபோது, நான் எழுதும் வரிகள் காணாமல் தொலைந்துபோய்விடுகின்றன. அவள் இல்லை என்பது எனக்குப் பெரிதாகப் படவில்லை, என் இதயம் உலர்ந்துபோயிருக்கிறது, நான் அழவில்லை, சுதந்திரமாகவும் லேசாகவும் இருக்கிறேன், நான் விடுபட்டுவிட்ட ஒரு அணு, உலகில் எல்லாமே சமமான முக்கியத்துவம் பெறுகின்றன.

அவளைப் பற்றி எப்படி எழுதுவது? எனக்கு உதவக்கூடிய முன்னுதாரணங்களைத் தேடுகிறேன். இப்போதைக்கு இரண்டு உதாரணங்கள் என் கையில் இருக்கின்றன. பழம்பெரும் பெண் எழுத்தாளர் ஒருவரின் புத்தகம், சமகாலத்திய பெண் எழுத்தாளரின் புத்தகம். பிரயோஜனமில்லை, மிகவும் வறட்சியாக,

ஒரேடியாக மருத்துவ ஆய்வு ரீதியில், யதார்த்தத்தைப் பற்றிய மிதமிஞ்சிய நிச்சயத்துடன் இருக்கும் கருத்தைக் கொண்டிருக்கும் புத்தகங்கள். நிலத்தடி ஓட்டங்களோ, சொற்களிலிருந்து இடைவிடாது கிளம்பும் ஆவியோ, மின்னல் கீற்றுகளோ, இன்னும் பரந்து கிடக்கும் நிஜத்தைத் தேடிப் பிடிக்கும் துழாவல் களோ எங்கே? இந்தப் புத்தகங்கள் நன்றாகத்தான் இருக்கின்றன, ஆனால் எனக்கானவை அல்ல.

என் மனம் அலைந்து திரிகிறது. மற்ற எழுத்தாளர்களும் 'அவர்களை ஊக்கப் படுத்துவதற்கான' காசோலையை, நன்றாகப் பாடுபட்டு உழைத்ததற்கான 'சிறு பரிசுகளை' பெற்றிருந்திருக்கிறார்களா என்று வியக்கிறேன்.

அவர்களுக்குத் தங்களுடைய அம்மாவின் அறிவுரைகள் கிடைத்திருக்குமா என்று வியக்கிறேன்... சின்னச் சின்ன வாக்கியங்கள்.

20. மாண்டலின்

எங்கள் வீட்டில் இசை இருந்திருக்கவில்லை.

பண்ணையில் கரண்டி, கத்தி போன்றவை வைக்கப்படும் மேஜையின் மேல் பழைய வானொலிப் பெட்டி ஒன்று இருந்தது, காறித் துப்பிக்கொண்டு. என் தாத்தா மட்டுமே அதைக் கேட்டுக்கொண்டிருப்பார். நின்றுகொண்டு, பித்தானைத் திருப்பிக்கொண்டு, வளைந்துவளைந்து பின்னப்படும் இழை களைப் போல மலைகளுக்கிடையே இருந்த பாதையைத் தாண்டி வரும் குரலைத் தேடிக்கொண்டிருப்பார். (மோசமான வானிலை காரணமாக அலைவரிசையில் குரல் கிடைக்கும் இடம் வானொலிப் பெட்டியில் மாறிக்கொண்டேயிருக்கும்.) பாதைக்கு இருபுறமும் உயர்ந்திருந்த மலைத்தொடர் அந்தக் குரலை எங்கள் கிராமத்திலிருந்து பிரித்திருந்தது. ஊசியிலை மரங்களும் செஸ்ட்நட் மரங்களும் காடாக அடர்ந்திருந்த மலைகளால் மறைக்கப்பட்டிருந்த தொடுவானத்திற்கு அப்பாலிருந்து உலகத்தை உலுக்கிக்கொண்டிருந்த சலனங்களை வானொலியில் தேடிப்பிடிக்க முயன்றுகொண்டிருப்பார். அந்த உலகம் பள்ளி ஆசிரியர்களின் வரலாற்றுப் புத்தகத்தில் இருப்பதைப் போல அல்லது சர்வ வல்லமை பொருந்திய, ஆனால் புதிரான வானத்தின் கீழ் இருந்த உலகத்தைப் போலவே இருந்தது. அந்த வானத்தில் குடியானவர்கள் தெய்வத்தின் தடங்களைத் தேடுவதற்குப் பதிலாகத் தங்களுடைய அறுவடையைப் பாதிக்கக்கூடிய மழை, புயல், வறட்சி இவற்றின் அறிகுறிகளைத் தேடினார்கள். ஆனால் முதல் உலகப் போரில் போரிட அனுப்பப் பட்டிருந்த என்னுடைய தாத்தாவோ நிறையவே பயணம் செய்திருந்தார். தன்னுடைய வானொலியில் ஏப்பம் விட்ட குரல் எவ்வளவுதான் தொலைவில் அந்நியமானதாகத் தோன்றினாலும் எங்களுடைய கிராமம்வரை பரவக்கூடிய சலசலப்புகளை அது அறிவிக்கக்கூடும் என்று அவருக்குத் தெரிந்திருந்தது. பாட்டி களுக்கும் கொள்ளுப்பாட்டிகளுக்கும் அது என்னவோ வெறும் சத்தம்தான்.

சரி, இசை இல்லை, பாட்டுகள் இல்லை. அப்படியானால் 'பால்' நடனப் பாட்டுகள்? சமுதாயக் கூடங்களின் மூடிய கதவுகளுக்குள்ளேயே மட்டும் அவை இருந்தன, விழாக் காலங்களில் மட்டும் அனுமதிக்கப்பட்டும் மற்ற இடங்களில் பொருத்தமற்றவையாக, ஏன் தவறானவையாகக்கூட அவை இருந்தன. வயலிலோ, குதிரை லாயத்திலோ, மாட்டுத் தொழுவங்களிலோ அல்லது வயதான தன்னுடைய முதுகு வலியிலும் முணுமுணுத்துக்கொண்டே முற்றிலும் மகிழ்ச்சியுடன் இரண்டாக மடிந்து வளைந்து காய்கறிகளைப் பார்த்துக்கொண்டு தன் காலத்தைப் பாட்டி கழித்துக்கொண்டிருந்த தோட்டத்திலோ இசையையும் பாடல்களையும் யாரும் கொண்டுபோயிருக்கவில்லை.

இசை, பாடல்கள்: மஞ்சள் நிற மலிவுப் பட்டு போன்ற துணியிலான அங்கிக்கு இருந்ததைப் போல அதே பயன்தான். வருடத்துக்கு இரண்டு அல்லது மூன்று முறை வெளியில் வந்து காற்று வாங்கிவிட்டு மீண்டும் பெட்டியில் மடித்து வைக்கப்படும். பரணில் இருக்கும் பெட்டி அங்கிக்கும், சமுதாயக்கூடம் இசைக்கும் பாடல்களுக்கும்.

முற்றத்திலிருந்த உயர்ந்த தியல் மூலிகை மரங்கள், ஹேசல் கொட்டைகள் விளையும் புதர்கள், களங்களில் இருந்த 'ஓக்' மரங்கள் இவற்றின் இலைகள் காற்றில் சலசலப்பதுதான் இசையாக இருந்தது. வயலிலிருந்து மந்தையாகத் திரும்பி வரும்போது கேட்கும் மாடுகளின் அமுங்கிய கத்தல், இரவில் (தெரு விளக்குகள் இல்லாத அடர்ந்த இருளில்) நாய்கள் எழுப்பும் தனித்த குரைப்பு, சேவலின் அதிகாலைக் கொம்பு ஒலி, நாள் முழுவதும் இங்குமங்குமாக அலையும் கோழிகளின் கொக்கரிப்பு, டிராக்டர்களின் குறட்டை ஒலிக் கரகரப்பு, சமையலறைகளில் ஈக்களின் ரீங்காரம், மெல்லிய கல்கூரைகளின் மேல் விழும் மழைத் துளிகளின் பியானோ வாசிப்பு, புயல் காற்றின் பேரிரைச்சல், மின்னல்களின் அம்புப் பாய்ச்சல், கோடைக் காலத்தின் நிதானமான வெப்ப அலைகள், குளிர் காலத்தில் பனிக்கட்டிப் பாதையில் சக்கரங்களும் மரக் காலணிகளும் சரசரக்கும் சத்தம், தவிர மனிதர்களின் குரல்கள், ஒன்றன்பின் ஒன்றாக வரும் பருவங்களின் ஒலிப் பின்னணியில் வழக்கமாகப் பொழியும் பல்லவி போன்ற அவர்களுடைய வாக்கியங்கள்—இவைதான் இசையாக இருந்தன.

என் அம்மாவைப் பொறுத்தவரை இயற்கையின் இசையைத் தவிர வேறு இசை கிடையாது. மற்ற எந்த மாதிரி இசையும் செயற்கையே. அது மனதை சஞ்சலப்படுத்தும், அல்லது ஒருவேளை இன்னும் மோசமாகக்கூட, எதிரியாகவும் மனதுக்குப் பிடிக்காமலும் இருக்கும். அவளுக்குப் பிடிக்காத கிராமத்து 'பால்' நடனங்களுடன் சம்பந்தப்பட்டிருக்கும். கேலிக்குரிய அங்கியை அணிந்து, பாலுணர்வின் கொழுத்த வெளிப்பாடாக பெஞ்சு மேல் உட்கார்ந்திருக்கும் பெண்கள், காளையிடம் இட்டுச்செல்லப்படும் பசு.

பின்னர், வலையில் பிடிக்கப்பட்டு நிரந்தரமாகப் பண்ணைக்கு அர்ப்பணிக்கப்படும் பெண். இசை ஆபத்தானது, வீணானது, பகுத்தறியும் மனதை மயக்குவது. மொத்தத்தில் முடிவில்லாத ஒரு தண்டனை. ஆண்களைப் பொறுத்தவரை கிராமப்புறத்தில் பெருத்த அச்சத்தை ஏற்படுத்தும் போதை. தவிர, சமூக நிராகரிப்பு, நிலங்களையும் மரியாதையையும் இழத்தல், மீள முடியாத அவமானம். இவற்றுக்கு இட்டுச்செல்லும் நரகப் பாதை.

இவையெல்லாம் உண்மையாகவே இருக்கலாம். எனினும் அங்கே இசைத் தட்டுகள் எதுவும் இருக்கவில்லை. இசையை ஒலிபரப்பும் சாதனங்கள் எதுவும் இல்லை. யாருமே கிராமத்தில் பாடியதை நான் ஒருபோதும் கேட்டதில்லை. ரொம்ப நாட்கள் கழித்து, இசைப் பேராசிரியர் என்று ஒருவர் கட்டாயமாக இருந்த காரணத்தால் என் அப்பாவின் மாணவர்கள் பள்ளி விழா ஒன்றில் இசை நிகழ்ச்சி நடத்தினார்கள். அவர்கள் பாடியது ரஷியப் பாடல் என்று நினைக் கிறேன். தன் காதலியை அலைபாயும் கடலில் தள்ளிவிட்டு, படகின் முன்னால் நின்றபடி நாயகன் ஸ்டென்கா அழும் பாடல். அதற்குப் பிறகு சில இசைத் தட்டுகள் வந்தன. பீத்தோவனின் சிம்பொனிகள். என் அறையில் என்னுடைய இசைப்பேழையில் அவற்றை மீண்டும்மீண்டும் போட்டுக் கேட்பேன். கனவு மயக் கத்தில் இருப்பதைப் போல, ஒரு சுருதிக்கும் இன்னொரு சுருதிக்கும் இடையே உள்ள வித்தியாசத்தைக்கூட கண்டுபிடிக்க முடியாமல், பெரிய ஒலி அலையில் என்னை இழந்துவிடுவேன், அறிவற்றவளாக, போதை மருந்தை உட்கொண்ட வளைப் போல. கடைசியில் சற்றே எரிச்சலுடன் அம்மா என்னைக் கூப்பிடுவாள்.

அடிக்கடி, இதே மாதிரிதான் நான் படிக்கவும் செய்கிறேன். சிந்தனை செய் யாமல் வாக்கியங்களின் அலைகளிலே அமிழ்ந்து, அலைமோதும் ஏதோ ஒன்றி னால் இழுக்கப்பட்டு, மூழ்கி, ஸ்டென்காவின் காதலியைப் போல.

அண்மையில் அவள் அழைக்கப்பட்டிருந்த வீட்டின் முன்னறையில் இருந்த பியானோ அவளைப் பயமுறுத்தியிருக்க வேண்டும்.

இப்போதெல்லாம் தன்னுடைய முதியோர் இல்லத்திலிருந்து வெளியே கிளம்பி அவள் விஜயம்செய்வது அந்த ஒரே வீடுதான். நுழைவாயிலில் பளபளக் கும் கறுப்பு நிறத்தில், காவலன் ஒருவனைப் போல நிற்க வைக்கப்பட்டிருந்த பெரிய பியானோ. தன்னுடைய பூரண ஆளுமை இனியும் இங்கில்லை, மாறாக இன்னொரு ராணி, மிக இளைய ராணி இங்கு வசிக்கிறாள் என்பதை என் அம்மா வுக்கு உணர்த்தும் காவலன். இனி இந்த இளைய ராணியுடன்தான் இசைந்து போக வேண்டும், இவளுக்குத்தான் தலைவணங்க வேண்டும். எங்கும் இசை நிரம்பியிருந்த வீட்டில் அம்மாவுக்குத் துணையாக வருவதற்கு அல்லது அவ ளுடைய வருகையை இன்னும் எளிதாக ஆக்குவதற்கு எவ்வித இசையோ, பாடலோ, ஒரு ஸ்வரமோகூட அவளிடம் இருக்கவில்லை. அவளிடமிருந்தவை சொற்கள், கடந்த காலத்துக்குச் சொந்தமான சில கதைகள் மட்டுமே.

ஆகவே எனக்குள் அம்மாவின் இந்த நினைவுகளை நடனமாட வைப்பதற்கு என்னிடம் எதுவும் இருக்கவில்லை. என்னுடைய பேச்சில் கோத்துவிடுவதற்கு உகந்த பாடல் துண்டுகளோ, அல்லது பொதுவாக எல்லோருக்கும் நினைவி லிருக்கும் பல்லவிகளோ, பாடல் வரிகளோ இருக்கவில்லை. அப்படி இருந்திருந் தால், இந்தக் கிராமத்தின் சாதாரணப் பெண்ணான அவள் மற்றவர்களைக் கவர்ந்து, தான் மிகத் தீவிரமாக விரும்பியதைப் போல வாழ்ந்திருக்க முடியும். ஆனால் எனக்கிருந்த இந்த வருத்தமும் பைத்தியக்காரத்தனமான ஒன்றுதான். அவள் தன்னைச் சுற்றியிருந்தவர்களை, குறிப்பாகத் தன் குழந்தைகளை மட் டுமே கவர விரும்பினாள். என்றாவது ஒரு நாள் ஒரு புத்தகத்தில் தான் இடம் பெற வேண்டும் என்று அவள் விரும்பியிருந்தால், நிச்சயமாக அது இங்கே நான்

இடம்பெறச் செய்யும் இந்தப் பெண் பாத்திரம் அல்ல, பரிதாபத்திற்குரிய தன்னுடைய இறுதி முயற்சிகளை மேற்கொள்ளும் இந்த முதிய பெண் அல்ல. நான் செய்வது என்ன என்று அவளுக்குப் புரிவதற்கு வாய்ப்பிருக்கிறதா, எனக்கே அது புரிகிறதா, (அந்த இனிய இரவுக்குள் மென்மையாகக் கரைந்துவிடாதே.)*

மென்மையாகக் கரைந்துவிடாதே, அம்மா! என்ன தலைகீழான திருப்பம்! ஓசை எழுப்பாமல், போராடாமல், துன்புறுத்தாமல் (அதாவது என்னைத் தொந்தரவு செய்யாமல்) அவள் போய்விட வேண்டும் என்று விரும்பிய நான், இப்போது அவள் அப்படி விலகிவிடுவதற்கு எதிராகப் போராடுகிறேன். உயிர்வாழ்ந்து கொண்டிருப்பவர்களின் கண்களுக்கு முன்னால் அவளுடைய போராட்டத்தைக் கொண்டுவந்து நிறுத்தப் பாடுபடுகிறேன்... மேலும், என் வசம் இசை எதுவும் இல்லை, என்னைச் சங்கடப்படுத்தும் சொற்கள் மட்டுமே, கேவலமான அர்த்தங்களையும் சுருதிசேராத தருணங்களையும் கோத்துவிடும் சொற்கள் மட்டுமே இருக்கின்றன. மேலே எழும்பிப் பறந்து, மற்ற சொற்களுடன் பின்னிப் பிணைந்து அவளையும் என்னையும் மகத்தான ஒரு பாடலுக்குள், உண்மையான நாவலுக்குள் எடுத்துச்செல்லும் அளவுக்கு இந்தச் சொற்களில் எதற்குமே உத்வேகம் இருக்கவில்லை. இந்தச் சொற்கள் தலையை ஆட்டுகின்றன, பிடிவாதமாக மறுக்கின்றன. நாவலுக்குள் மென்மையாகக் கரைந்துபோய்விட விருப்பமில்லை. முரண்டுபிடிப்பவை...

எனக்குள்ளே வெறுப்பு, மறுப்பு, எழும்பியிருக்கும் சுவர் இவற்றைத் தெரிந்துகொள்ளக் கற்றுக்கொள்கிறேன். வெவ்வேறு நாடுகளிலிருந்து வந்திருக்கும் ஏகப்பட்ட இனத்தினர் கலந்து வசிக்கும் என்னுடைய பேட்டையில் தெருவில் நடந்து போகிறேன், அவர்களுடைய பண்பாட்டுக் கோமாளித்தனங்கள் எனக்கு அலுப்பூட்டுகின்றன. என் அம்மாவைப் பொறுத்தவரை அர்த்தமற்றவையாக, இருத்தலற்றவையாக இருந்த இந்தப் பண்பாடுகளால் என்ன பயன்? எல்லோராலும் பேசப்படும் நாவல்களைப் படிக்கிறேன், ஈடுபாடு இல்லாமல் பார்வையை ஓட்டுகிறேன், மனக்கசப்புடன் மூடிவைக்கிறேன், இந்த வயதான சிறிய என் அம்மாவுக்கு இங்கு எவ்வித இடமும் இல்லை. சரி, தொலைக்காட்சி? ஒன்றும் தெரிந்திராத இளைஞர்கள் மிக எளிதாகத் தங்களுடைய அற்பக் கருத்துகளை கடைவிரித்து, ஏதோ அந்தச் சின்னத்திரைக்குள்தான் தாங்கள் பிறந்ததைப் போல ஒளிபரப்பின் முழு நேரமும் உளறிக்கொண்டிருக்கும் தொலைக்காட்சியா? அம்மாவுக்குச் சம்பந்தமே இல்லாத விஷயம்.

எனினும், மாண்டலின்.

அவளிடம் மாண்டலின் ஒன்று இருந்தது. மெல்லிய வடிவத்தில், நல்ல மரத்தில் அழகாக அமைக்கப்பட்ட பெட்டியிலிருந்து இழுத்துக் கட்டப்பட்ட தந்திகளுடன் நல்ல நிலையில் இருந்தது. அவள் வசித்திருந்த பல்வேறு வீடுகளிலும்,

* டைலன் தாமஸின் புகழ்பெற்ற பாடல் வரி.

குடியிருப்புகளிலும் ஏதாவதொரு சுவரில் தொங்க விடப்பட்டிருக்கும். அவள் கைகளில் ஒருபோதும் அதை நான் பார்த்ததில்லை. அவள் வாழ்க்கையில் எப்படி, எந்தக் காலகட்டத்தில் இது இடம்பெற்றது என்று எனக்குத் தெரியாது, அவள் அதை வாசித்திருக்கிறாளா, வாசிக்கத் தெரியுமா என்றும் தெரியாது. அவளிடம் அதுபற்றி நான் கேட்டதில்லை, கேட்க வேண்டும் என்று ஒருபோதும் எனக்குத் தோன்றியதில்லை (அல்லது எனக்குத்தான் இப்போது நினைவில் லையோ என்னவோ?)

எங்கள் வீட்டைப் பொறுத்தவரை விசித்திரமான, அழகான ஒரு பொருள், இசைக்கென்றே உருவான பொருள்... எப்போதும் மௌனமாகவே.

என்னுடைய கேள்விகளுக்குப் பதில் சொல்ல இனிமேல் எவரும் இல்லை.

ஒருவேளை நான் தேடும் பாடல், என் அம்மாவின் பாடல் இந்த மாண்ட லினுக்குள் சிறைப்பட்டு, அந்த மர வேலைப்பாடுக்குள் எவருக்கும் கிட்டாத வகையில் நிரந்தரமாகச் சிறைப்படுத்தப்பட்டு இருக்கலாம். நானும் இசைக்கு இடம் இல்லாத ஒரு பிரதேசத்தில், என் அம்மாவின் சடலங்கள் விதைக்கப்பட் டிருக்கும் வறண்ட ஒரு சமவெளியில், மீதமிருக்கும் சதைத் துண்டுகளைத் தேடியெடுத்து, உடைகளின் கிழிந்த துண்டுகளையும் தனித்தனியாகச் சிதறி யிருக்கும் மற்ற பொருள்களையும் பொறுக்கியெடுத்து, பாலைவனமாகிவிட்ட போர்க்களத்தை மீண்டும் கட்டமைத்து, கண்டுகொள்ளாமல் விட்டுப்போய் விட்ட வீரச் செயல்களைத் தேடிப்பிடித்து அலைந்து திரிந்துகொண்டிருக்கிறேன். நானே வார்த்த பதக்கங்களை வழங்குகிறேன், வேறு எவருமே அக்கறைகாட்டாத கொடிகளை நான் ஏற்றுகிறேன், சுருக்கமான அலங்கார வாக்கியங்களைப் பேசு கிறேன்... என் அம்மா மேற்கொண்டிருந்தது ஒரு சாதாரணப் போர், எல்லா இடங் களிலும் நடப்பதைப் போன்ற போராக இருந்ததால் கண்களுக்குப் புலனாகாமல் போய்விட்ட போர். இந்தப் போரில் கீர்த்தி இல்லை, இதற்கென்று நாயகர்கள் கிடையாது. தோல்விகள் மட்டுமே இதில் கிட்டும். காலத்தின் தொடக்கத்தி லிருந்து இன்றுவரை தோற்றுப்போன மொத்த மனித குலமும், எண்ணிக்கையில் அடங்காத அளவில் தோற்றுப்போனவர்களும் மட்டுமே உண்டு.

இருந்தாலும் என்னுடைய அம்மாவின் முதுமையின் பாடலை நான் கேட்கிறேன். தீர்வுக்கே இடமில்லாமல் தனிமையில் நடந்த இந்த நேரடிச் சண்டையில் கடைசிவரை சாவை அடக்கியாள முயன்று, எல்லாச் சண்டைகளி லுமே மிகச் சாதாரணமான சண்டையை மேற்கொண்ட, இந்த நாட்டைச் சேர்ந்த சாதாரணப் பெண்ணின் முதுமையின் பாடல். இசைக்கப்படாத இந்த மாண்ட லினை ஏதோ நான்தான் மீட்டியதைப் போல, கிட்டத்தட்ட நிசப்த சூழலில் பயந்துபயந்து என் விரல்களுக்கடியில் மீட்டப்பட்ட சின்னச்சின்ன உரசல்களைப் போல, அப்போதுதான் பிறந்திருந்த குழந்தையின் அழுகையைப் போல எல்லாமே இருக்கின்றன. நான் எழுதிக்கொண்டிருக்கும் இந்தப் பக்கங்களில் தான் அந்தக் குழந்தையை வளர்க்க நான் கற்றுக்கொள்ள வேண்டும். அதை நான் பாதுகாக்க ஆசைப்பட்டு, பின்னர் மீண்டும் மறைந்துபோய் இந்த உலகின் மகத்தான இரைச்சலில் அது ஐக்கியமாவதற்கு முன், இன்னும் கொஞ்ச நேரம் அதை என்னுடன் வைத்துக்கொள்ள ஆசைப்படுகிறேன்.

என்னுடைய தூரத்து உறவான ஒன்றுவிட்ட சகோதரி மூலமாக தற்செயலாக ஒரு விஷயம் தெரியவருகிறது. சாவதற்கு முன் என் அம்மா அவளுக்கு எழுதிய கடிதம் ஒன்றில் முழுமையாக ஒரு பாடலை எழுதி, அவளுக்கு அந்தப் பாடல் நினைவிலிருந்ததா என்று கேட்டிருந்திருக்கிறாள். (ஆடிப்போய்விட்ட நான், அது எந்தப் பாடல் என்று கேட்கவில்லை). முடிவற்ற மலைப்பில் மூழ்குகிறேன்.

21. உணவுக்கூடம்

உணவுக்கூடத்துக்குப் போவது ஒரு பெரிய சோதனை. இல்லத்தில் கூடியிருப்பவர்கள் (தவறாமல் அந்த முதிய பெண்மணிகள் நிச்சயம் இருப்பார்கள்), உணவு பரிமாறும் பெண்கள், தலைமைச் சமையல்காரர், முதியோர் இல்லத்தின் இயக்குநர் அனைவரும் இங்கே கூடுவார்கள். இங்கே எல்லோரும் தங்களைக் காண்பித்துக்கொள்ள வேண்டும். உங்களால் தனியாகச் செயல்பட முடியும் என்றும், உங்களுடைய செயல்பாடுகளை நீங்களே நிர்வகிக்க முடியும் என்றும் நிரூபிக்க வேண்டும். இங்கே 'பாட்டிகள்' கிடையாது: மற்றவரைச் சார்ந்திருப்பவர்களை முதியோர் இல்லம் ஏற்றுக்கொள்வதில்லை. உங்களுடைய இருத்தலின் அங்கீகாரம் எல்லோர் முன்னிலையிலும் சரிபார்க்கப்படும் இடம் இந்த உணவுக்கூடம்தான். நாள்தோறும் இரண்டு முறை என் அம்மா இங்கே தேர்வு ஒன்றை எதிர்கொள்கிறாள், "இங்கே நம்மை எடைபோடுகிறார்கள், தெரியுமா?" இரவுச் சாப்பாட்டுக்கு வர முடியாமல் போனால் முன்கூட்டியே அனுமதி உண்டு (தட்டில் சாப்பாடு அறைக்கே வந்துவிடும்). ஆனால் அடிக்கடி இந்தச் சலுகையைப் பெறக் கூடாது, சந்தேகக் கேள்விகள் எழுவதைத் தவிர்ப்பதற்காக.

உணவுக்கூடத்தில் உங்களுடைய நடத்தையைப் பொறுத்துதான் நீங்கள் எப்படி நடத்தப்படுவீர்கள் என்பது அமையும். "இங்கே நாங்கள் எவருமே சொந்தக் குடும்பத்தில் இல்லை, மற்றவர் மரியாதையைப் பெறும் வகையில் நடந்துகொள்ள வேண்டும்.''

கீழே இறங்கி உணவுக்கூடத்துக்குப் போக எனக்குப் பிடிக்கும். அது ஒரு சாதாரண கான்டீன் அல்ல, முறையான உணவு விடுதி. அழகான கொசுவங்களுடன் திரைச்சீலைகள், மேஜை விரிப்புகள், ஒவ்வொரு மேஜையிலும் பூச்செண்டுகள் இவையெல்லாம் எனக்குத் தெம்பளிக்கின்றன. பெண்கள் தங்களை நன்றாகக் கவனித்துக்கொள்கிறார்கள், ஆண்கள் அப்படி இல்லை (அவர்கள் மன்னிக்கப்படுகிறார்கள், அவர்கள் மனைவியை இழந்தவர்கள்).

அங்கு வரும் ஒரு முதியவளுக்கு நூறு வயதுக்கு மேல் ஆகிறது என்று பேசிக்கொள்கிறார்கள். நடைச் சட்டம் ஒன்றின் உதவியுடன் கூடத்தைக் கடந்து செல்கிறாள். ஆனால் ஒரே துணியில் சீராகத் தைக்கப்பட்ட மேல்கோட்டும் பாவாடையும் அணிந்து, உதட்டில் சிவப்புச் சாயத்துடன் ஒயிலாக இருக்கிறாள்.

தான் விரும்பியபடி உணவுப் பொருள் இல்லையென்றால் சும்மா விட மாட்டாள். அவளிடம் பரிமாறும் பெண் சாதுவாக நடந்துகொள்கிறாள். அவளைத் திருப்திசெய்ய இல்லத்தின் இயக்குநர் விரைகிறார். இந்த வயதான பெண்மணிகள் என்னுடைய செல்ல அம்மாவிடம் நல்ல பாதிப்பை ஏற்படுத்தியிருக்கிறார்கள், அம்மாவுக்கு அந்தத் தங்கச் சங்கிலியை நாங்கள் வாங்கியது அவர்களை முன்னிட்டுத்தான்—அங்கியின் முன்புறக் கழுத்துப் பகுதிக்குள்ளே தெரிந்தும் தெரியாமலும் இருந்த சங்கிலி.

ஆகவே, இப்போது மேல்வகுப்புக்குப் போகும் தேர்வு.

முன்னேற்பாடுகள் மிகவும் முன்கூட்டியே தொடங்குகின்றன. அடுத்த நாள் உணவுக்கூடத்துக்குச் செல்வதற்கு முந்தைய தினமே பதிவுசெய்துகொள்ள வேண்டும், தன்னுடைய விருந்தாளிக்கும் தனக்கும் வேண்டிய உணவுப் பண்டங்களுக்காகப் படிவம் ஒன்றைப் பூர்த்திசெய்ய வேண்டும்.

''உனக்கு நிச்சயமாகத் தெரியுமா, நான் எதையும் மறந்துவிடவில்லையே?'' என் முகத்தில் பளீரென்று தோன்றி மறையும் முகபாவத்தைப் பார்த்து, மன்னிப்புக் கோரும் வகையில், கிட்டத்தட்ட கெஞ்சுவதைப் போலக் கேட்கிறாள். (சொன்னதையே சொல்வதைக் கேட்டுக்கேட்டு எனக்கு அலுத்துவிட்டது). ''பாவம், செல்லப் பெண்ணே, நான் குழம்பியிருக்கிறேன், உங்களுக்கு அதைப் பார்க்க விருப்பமில்லை.'' படிவம் இல்லையென்றால் உணவு கிடையாது. அல்லது ஏகப்பட்ட இடைஞ்சல்கள், சமையல்காரர்களைத் தொந்தரவுசெய்ய வேண்டும், எல்லோர் கவனமும் நம்மேல் விழும். ''உனக்கு இதெல்லாம் புரியாது...''

அவள் தந்திரம் பண்ணுகிறாள்—என்னுடன், ''அவர்களுடன்''. நான் அந்தப் பக்கம் திரும்பியவுடனேயே சிறுசிறு அடிகள் எடுத்து வைத்து வரவேற்பு மேஜை அருகே சென்று, தன் விருந்தாளியின் படிவத்தைப் பார்க்கக் கோருகிறாள். ''என் மகளுக்குக் கவனம் போதாது...'' வரவேற்புப் பெண்ணை நோக்கி ஒரு அழகிய புன்சிரிப்பு. எனக்குக் கவனம் போதாதாம், எனக்கு, அது இயல்புதான், எனக்கு நிறைய வேலைகள் இருக்கின்றன, நான் ஒரு எழுத்தாளர், எங்கள் இருவருக்கும் சேர்த்து அவள்தான் கவனம் செலுத்த வேண்டும். தவறுகள் செய்ய எனக்கு அனுமதி உண்டு, ஏனென்றால் நான் முதியவள் அல்ல. சந்தேகங்கள் என்னைப் பாதிக்காது. வரவேற்புப் பெண் அலமாரியிலிருந்து இரண்டு படிவங்களை உருவுகிறாள், நாங்கள் இருவரும் முறையாகவே பதிவுசெய்யப்பட்டிருக்கிறோம், என் அம்மாவுக்கு முதல் சுற்றில் வெற்றி.

இரண்டாவது சுற்று: சாப்பாட்டு நேரம் வருவதற்குத் தாமதமாகி, பரிமாறும் பெண்ணையும் இயக்குநரையும் அதிருப்தியடையச் செய்துவிடுவோமோ என்கிற பயம் அவளுக்கு. சரியான நேரத்துக்குப் போனால்கூட, அதுவே தாமதமாகி, மின்தூக்கிக்கு முன்னால் வரிசை சேர்ந்துவிடும். சரியாகப் பன்னிரண்டு மணி என்று இல்லாமல், பதினொன்றே முக்கால் மணிக்குக் குறி வைக்க வேண்டும். அதாவது பதினோரு மணியிலிருந்தே (இன்னும் கொஞ்ச நாட்களில் அது பத்து மணி ஆகிவிடும்) தயாராவதைப் பற்றி யோசிக்க வேண்டும். நல்ல அவகாசம், சற்று விரிவான கால அளவு, தேவை. அவசரம் என்பது ஒரு எதிரி. அவசரத்தில் இருக்கும்போது தவறுகள் உங்களைக் கண்காணித்தபடி இருக்கும். நீங்கள்

ஆட்டத்தில் இல்லை என்பதை அம்பலப்படுத்திவிடும். நீங்கள் சீரான கதியைப் பின்பற்றவில்லை என்பதையும், உயிர்வாழ்ந்துகொண்டிருப்பவர்களின் சுவடுகளைப் பின்பற்றவில்லை என்பதையும் அம்பலப்படுத்திவிடும்.

அண்மையில் சில வீட்டு வசதி முகவர்களைப் பார்ப்பதற்காக என் மகனுடன் நான் போனேன். ஒரு காலைப் பொழுது முழுவதையும் அதற்காகவே ஒதுக்குவோம் என்று நினைத்திருந்தேன். ஆனால் இரண்டு முக்கிய அலுவல்களிடையே அவசரமாக ஒரு மணி நேர அவகாசத்தில் இந்த விவகாரத்தை அவன் நுழைக்கிறான். நாங்கள் முகவர்களைத் தேடிக்கொண்டிருந்த நேரம் முழுவதும் கைபேசியிலேயே பேசிக்கொண்டிருக்கிறான், எனக்குச் சீக்கிரமே பைத்தியம் பிடித்துவிடுகிறது. (போக்குவரத்து நெரிசல், வண்டியை நிறுத்த மேற்கொள்ளும் அபத்தச் செயல்பாடுகள், வீட்டு வசதி முகவர்களின் சொற்பொழிவுகள், தவிர நினைத்தபோதெல்லாம் எங்களுக்கிடையே கைபேசியில் குறுக்கிட்டுக்கொண்டிருந்தவர்கள்). நான் எரிச்சலடைவதைப் பார்க்கிறான் என் மகன். ''நான் விடுமுறையில் இல்லை அம்மா, எனக்கு வேலை இருக்கிறது...'' என்கிறான். இதன் எதிரொலியாக இன்னொரு வாக்கியம் என் காதுகளில் ஒலிக்கிறது. நானும் என் தம்பியும் எங்கள் அம்மாவிடம் சொல்கிறோம்: ''நாங்கள் இன்னும் வேலையிலிருந்து ஓய்வுபெற்றுவிடவில்லை, அம்மா...'' என்னுடைய மகன் வண்டி ஓட்டுகிறான், அலுவலகச் சந்திப்புகளுக்கு ஏற்பாடு செய்கிறான், தன்னுடன் கைபேசியில் பேசும், தன் சக பணியாளர்களுக்குப் பதிலளிக்கிறான்... இவை தவிர, தனக்காக ஒரு குடியிருப்பைத் தேடுகிறான். அவனுக்கு அப்படிச் செய்வதில் பிரச்சினை எதுவுமில்லை, எனக்கோ இவையெல்லாம் மிக அதிகம், ஒரே சமயத்தில் அதுவும் வேகமான கதியில் மிக அதிகமான விஷயங்கள். காலத்தின் தரைவிரிப்பு என் காலடியிலிருந்து நழுவிவிட்டிருக்கிறது, என் அம்மாவின் இடத்தை நான் எடுத்துக்கொள்ளும் காலகட்டத்தில் இருக்கிறேன் (அல்லது அதை எதிர்நோக்கியிருக்கிறேன், இரண்டுக்கும் விளைவு ஒன்றேதான்).

மூன்றாவது சுற்று: தோற்றம். அம்மா (ஒருவழியாக உடுத்திக்கொண்ட பின்) தலையை வாரிக்கொள்கிறாள், மெல்லிய உலோகப் பட்டையை நகத்தினடியில் நுழைத்து நகங்களை ஒழுங்குசெய்கிறாள், சடாலென்று கண்ணாடியருகே முகத்தைக் கொண்டுபோகிறாள். ''ஆஹா, முகத்துக்கு நீ என்ன போட்டுக்கொள்கிறாய்?'' என்னவா? ''இதோ, அது உனக்கு நன்றாகத் தெரியுமே'', என்கிறாள் கன்னங்களில் லேசாகத் தட்டிக்கொண்டவாறு.

ஒப்பனை. பொதுவாக அவளுடைய சொல்திறனில் காணப்படும் சொல் அல்ல அது. சீப்பு முதலானவற்றை அவள் வைக்கும் இடத்தில் முகப் பவுடர் டப்பா ஒன்றைப் பார்க்கிறேன். ரொம்ப நாட்களுக்கு முன்னால் அதை அவளுக்கு நான்தான் வாங்கிக்கொடுத்திருந்தேன், கிட்டத்தட்ட அது அப்படியே இருக்கிறது. பஞ்சு வைத்துத் தைத்த சிறிய வட்டத் துணியை எடுக்கிறேன், குழந்தையைப் போல என்னை நோக்கி முகத்தை நீட்டுகிறாள். இங்குமங்குமாக பவுடரைப் பூசுகிறேன். இந்த அபிநய நாடகம் என்னை நெகிழ வைக்கிறது, எனக்கு அருவருப்பாகவும் இருக்கிறது. ஆனால், இந்த 'ஒப்பனை' நாடகத்தில் என்னை நடிக்க வைப்பதால் அவளுடைய உடலும் மனமும் நிச்சயமாக நலமாக

இருக்கின்றன. அதிலேயே நானும் திருப்தியடைந்து, அவளுக்குக் கவனமாகப் பவுடர் பூசுகிறேன். அவள் கண்களை மூடிக்கொண்டு, மூக்கைக் கொஞ்சம் மடக்கி, லேசாகக் கத்துகிறாள். அவளுக்கு என்ன ஆயிற்று என்று எனக்குத் தெரியும். அவளுக்கு இதெல்லாம் வேண்டியும் இருக்கிறது, பிடிக்கவும் இல்லை, ''என்ன நீ, எனக்கு என்ன பூசுகிறாய்?'' இதற்கு அடர்த்தியான முகப் பவுடர் என்று பெயர் என்கிறேன். ''எனக்கு இதைப் பற்றியெல்லாம் ஒன்றும் தெரிவதில்லை, உனக்கோ எல்லாம் தெரிகிறது.''

பெண்கள் ஒப்பனைசெய்துகொள்வதை இழிவானது (கெட்ட நடத்தை கொண்ட பெண்கள்) என்று எப்போதுமே ஏன் கருதுகிறாளோ தெரியவில்லை, அது இன்னும் அவளை, எண்பது வயது கடந்த பிறகும், தனக்குத் தானே பவுடர் பூசிக்கொள்வதையோ, மற்ற எல்லாப் பெண்களும் செய்வதைத் தனக்குச் செய்துகொள்வதையோ ஏன் தடுக்கிறது? அந்த இழிவு உணர்வு என்னைக் குறித்து அவளுக்கு இல்லை, நான் இன்னொரு தலைமுறையைச் சேர்ந்தவள், நான் 'இளம் பெண்.'

என் குழந்தைப் பருவத்தின் வழக்கமான ஒரு சடங்கு: நாங்கள் வெளியே கிளம்பத் தயாராகிக்கொண்டிருக்கிறோம், ஏற்கனவே மேல்கோட்டும் அணிந்து கொண்டுவிட்டோம். திடீரென்று எங்களுடைய அம்மா முன் அறையிலிருக்கும் முகம் பார்க்கும் கண்ணாடிக்கு முன் வந்து, இழுப்பறையிலிருந்து உதட்டுச் சாயக் குச்சியை எடுத்து, வெகு வேகமாக, ஏதோ அதில் விருப்பம் இல்லாததைப் போல, ஒரு கட்டாயச் சுமைபோல, உதடுகளில் பூசிக்கொண்டு, பின்னர் உதடுகளை ஒன்றன்மேல் ஒன்றாக, கிட்டத்தட்ட சாயம் முழுவதும் மறைந்துவிடும்வரை உரசிக்கொள்கிறாள். பிறகு, எதிர்மறையான இந்த இரண்டு கடமைகளை— வீட்டை விட்டு வெளியே வரும்போது அந்த ஊர்ப் பெண்கள் மத்தியில் தன்னுடைய கண்ணியத் தோற்றத்தை அறிவிக்கும் கடமையையும், ஒழுக்கமான பெண்கள் தங்களிடம் மற்றவர் கவனத்தை ஈர்ப்பதைத் தடுக்கும் கடமையையும்—நிறைவேற்றிய பிறகு வெளியே கிளம்பத் தயாராகிறாள்.

முன்பெல்லாம் பெண்கள் 'கலைந்த தலை'யுடன் வெளியே வர மாட்டார்கள். இந்தச் சொற்றொடரை நான் அகராதியில் தேடினேன். 'கூந்தலை முடிந்து கொள்ளாமல், முடியை விரித்தபடி' என்றுதான் அதற்குப் பொருள் என்று நினைத்தேன். என்னுடைய அகராதியில் 'தொப்பி போன்ற எதுவுமில்லாத தலை' என்று இருக்கிறது. இருந்தாலும் தலை கலைந்து, குழம்பிய நிலையில், எவராலும் கவனிக்கப்படாமல் இருக்கும் பெண்ணையே அது குறிப்பதாக எனக்குத் தோன்றுகிறது. கிராமத்திலிருந்த எல்லாப் பெண்களையும் போலவே என்னுடைய பாட்டி பின்கழுத்துக்கு மேலே நன்றாக இறுக்கி முடியப்பட்ட சிறிய கொண்டை போட்டிருப்பாள். இரவில் போட்டுக்கொள்ளவிருக்கும் பின்னலுக்காக மாலையில் அவள் கொண்டையை அவிழ்க்கும்போது அவளுடைய பின்னலின் நீளத்தைப் பார்த்து வியந்திருக்கிறேன். பகலில் கொண்டை, இரவில் பின்னல்: எப்பொழுதும் கவனமாகப் பராமரிக்கப்பட்ட கூந்தல். பின்னர் நகர நாகரிகம் நுழைந்துவிட்டது. உலகப் போரில் ஈடுபட்டுப் பல பயணங்களை மேற்கொண்டிருந்த என்னுடைய தாத்தா இந்தப் பரிணாம வளர்ச்சியை ஆதரித்தார். ஆகவே, மிக இளைய

வயதிலேயே என் அம்மா குட்டையான முடி வைத்திருந்தாள். 'ஆண்பிள்ளை களை' போன்றோ, இயற்கையாகவோ இல்லாமல், செயற்கையாகத் திருத்தி யமைக்கப்பட்ட 'நிரந்தரச் சுருட்டை' முடி. நீளமில்லாத முடிதான், ஆனால் முடிதிருத்தகத்துக்குப் போய் வந்திருக்கிறாள் என்பதை அது குறித்தது. உதட்டுச் சாயம் பூசிக்கொள்ளும் விவகாரத்தைப் போல இப்போதும் அதே கதைதான்: மற்றவர் பார்வைக்காகத் தன்னுடைய முகப்பைக் கட்டமைத்துக்கொள்வது.

இவை எல்லாவற்றிலும், என் குழந்தைப் பருவத்திலிருந்தே வரும் கருத் தாக்கம் ஒன்றை மாட்டித் தொங்க விடுகிறேன்: 'புறத்தோற்றத்தைப் பாதுகாப் பது.' ஆணித்தரமான நிர்ப்பந்தம். தனக்கு உள்ளே இருப்பதையோ, தனக்குப் பின்னால் இருப்பதையோ காட்டக் கூடாது. முன்பெல்லாம் பள்ளியில் நல்ல மதிப்பெண்கள் எடுத்தபோது வீட்டின் படிக்கட்டின் தொடக்கத்திலிருந்தே கொம்பூதி அதை அறிவித்ததைப் போல, என்னுடைய முதல் புத்தகம் பதிப்பாளர் ஒருவரால் ஏற்றுக்கொள்ளப்பட்டபோது அந்தச் செய்தியை என் அம்மாவுக்கு அறிவிப்பதற்காகத் தொலைபேசியை எடுத்தேன். ''நீ ஆசைப்பட்டது அதுதானே, இப்பொழுது திருப்தியா, என் குட்டிப் பெண்ணே?'' அவள் குரலில் மகிழ்ச்சிப் பெருக்கு இல்லாதிருந்ததை நான் கவனத்தில் கொள்ளவில்லை. ஒரு நாள், என் பெற்றோர் வீட்டில் நான் எழுதிய புத்தகங்களைத் தேடியபோது அவற்றை என்னால் பார்க்க முடியவில்லை. தலைசிறந்த ஒரு புத்தகச் சங்கம் அவர்களுக்கு மாதாமாதம் அனுப்பும் கெட்டி அட்டைப் பதிப்புகளின் வரிசைக்குப் பின்னால் அவை இருந்தன. ஒரே மாதிரியான, ஒழுங்காகவும் கண்ணியமாகவும் இருந்த முகப்புக்குப் பின்னால் அவர்களுடைய குழந்தை எழுதிய புதினங்கள் இருந்தன.

என்னுடைய இலக்கியம் அவர்களுக்கு மோசமாகத் தோன்றியதா? அந்த எண்ணம் லேசாகக்கூட வரவில்லை. அவர்களுக்கு மனச் சங்கடம் வேறொரு கார ணத்தினால். நான் புறத்தோற்றத்தைப் பாதுகாத்திருக்கவில்லை, அவர்களுடைய ஒழுக்கநெறியின் வெளிப்பாடாகவும் வாழ்க்கையின் சாதனையாகவும் விளங்கிய முகப்பை நிலைநிறுத்த நான் உதவியிருக்கவில்லை. என்னைப் பெருமையாகக் காட்டிக்கொண்டிருந்திருக்கிறேன்; அப்படிச் செய்யக் கூடாது.

மற்றொரு நினைவு. எங்களுடைய அப்பா இலவச வகுப்புகளை நடத்திக் கொண்டிருந்த காசநோய் சிகிச்சை மையத்தில் ஓவியக் கண்காட்சி ஒன்று வைக் கப்பட்டிருக்கிறது. என் அம்மா அங்கே போக வேண்டிய கட்டாயத்தில் இருக் கிறாள், என்னையும் அழைத்துச் செல்கிறாள். எங்கள் வீட்டில் சில பிரபல ஓவியங் களின் பிரதிகளும், எங்கள் ஊரைச் சேர்ந்த ஓவியரின் அசல் ஓவியங்களும் (அது ஒரு கட்டாயம்) இருக்கும். இவை எல்லாமே இயற்கைக் காட்சிகளைச் சித்தரிக் கும் ஓவியங்கள். சில சமயங்களில், 'கொக்கலிக்கோ மலர்த் தோட்டம்' போன்ற ஓவியங்களில் சரியாக அடையாளம் தெரியாத மனித உருவங்களும் இருக்கும். பிரபல ஓவியர் கோரோ பற்றிய புத்தகம் ஒன்று என் அம்மாவிடம் உண்டு, முதல் பக்கத்தில் அவளுடைய கன்னிப் பெயர் அதில் எழுதியிருந்தது. ஆகவே, கண் காட்சியில் சில இயற்கைக் காட்சிகளைப் பார்க்கும் எதிர்பார்ப்பில் என் அம்மா வின் பின்னால் நடந்து போகிறேன். அங்கு இரு பக்கங்களிலும் இருந்த, தனக்குத் தெரிந்தவர்களுக்கு மரியாதை தெரிவித்தபடி அவள் போய்க்கொண்டிருக்கிறாள்.

மொத்தத்தில் அவள் மனதுக்குப் பிடித்த நிகழ்வு. திடீரென்று அவள் விறைப்பாக ஆகிவிட்டதை உணர்கிறேன். நாங்கள் கண்காட்சிக் கூடத்தில் நுழைகிறோம், கரிக்கட்டையில் வரைந்த ஓவியங்கள், நிர்வாணப் படங்கள் சுவரில் இருக்கின்றன. மிக அதிகமாகப் பேசிக்கொண்டும் அழகாகவும் இருந்த ஒரு ஆண் விடாமல் எங்களுடன் வந்துகொண்டே கலையின் குறிக்கோளைப் பற்றிப் பேசுகிறார். சில சமயங்களில் அம்மாவிடமும் சில சமயங்களில் என்னிடமும், எப்பொழுதும் ஒரே தீவிரத்துடன் பேசுகிறார். என் அம்மா கவலை தோய்ந்த பார்வைகளைப் பக்கவாட்டில் வீசியபடி இருக்கிறாள், இந்த அசாத்திய ஆக்கிரமிப்பிலிருந்து தப்பிச் செல்ல முயலுவதாக நான் உணர்கிறேன். நாசூக்கான சில சமாதானங்களை (அவசரத்தில் இருக்கிறோம், கிளம்ப வேண்டும், சுவாரஸ்யமாக இருக்கிறது, நன்றி) சொல்லிப் பார்க்கிறாள், அவர் காதில் போட்டுக்கொள்ளவில்லை. கொஞ்ச நேரம் கழித்து, அவர் என்னிடம் மட்டுமே பேசுகிறார், அம்மா எனக்குப் பின்னால் வருகிறாள், நான் அந்த ஆணைப் பின்தொடர்கிறேன், கரிக்கோட்டு ஓவியங்களைப் பார்க்கிறேன், இதுவரை இப்படி எதையும் நான் பார்த்ததில்லை, ஆனால் இது ரொம்ப நேரம் நீடிக்கவில்லை, கூடத்துக்கு வெளியே எங்களை அழைத்துப் போவதில் அம்மா வெற்றிபெறுகிறாள். அவளுக்கு எரிச்சல். என்னிடம் ஒரு ஆண் (எனக்கு வயது பதிமூன்று) 'அக்கறை' காட்டுகிறான் என்பதனால்தான் என்று நினைக்கிறேன். அல்லது காசநோய் தொற்றிக்கொண்டுவிடும் என்ற பயமா? நிச்சயமற்ற நிலையில், நான் சாதுவாக இருக்கிறேன். கண்டிப்பாகப் புயல் வீசப் போகிறது. ஆனால் அம்மா என்னைத் திட்டவில்லை. தனக்குத் தானே யோசித்துக்கொண்டிருப்பதைப் போலக் காணப்படுகிறாள். பிறகு: ''கலைஞர்கள் நம்மைப் போன்ற மனிதர்கள் இல்லை. அவர்களிடம் ஜாக்கிரதையாக இருக்க வேண்டும், தெரிகிறதா?''

அப்படியானால் கோரோ? மானெ? ஒருவேளை உயிரோடிருக்கும் கலைஞர்களிடம்தான் ஜாக்கிரதையாக இருக்க வேண்டும் போலும். அப்படியானால் எங்கள் ஊர் ஓவியர்? எங்கள் வீட்டுக்குப் பலமுறை என் தம்பியினுடைய, என்னுடைய உருவப் படங்களை (தம்பி: வட்ட வடிவக் கழுத்துப் பட்டை, பக்கவாட்டில் கோடு போட்ட சட்டை. நான்: 'ஆங்கிலேஸ்' சுருட்டை முடியும் வெளிர் சிவப்பு வெல்வெட் ரிப்பனும்) வரைய வந்தாரே, அவர்? கலையின் குறிக்கோள் பற்றி அவர் சொற்பொழிவு செய்யவில்லை. தனக்கு முன்னால் எங்களை அசையாமல் உட்காரச் சொல்லி, நிசப்தமாக அவர் தன்னுடைய வேலையைச் செய்தார். ஒருவேளை அவர் 'கலைஞர்' இல்லையோ என்னவோ?

என் அம்மாவிடம் நான் கேள்விகள் எதையும் கேட்கவில்லை. அவற்றை நான் எனக்குள்ளேயே, அவை ஒன்றோடொன்று இணைந்து, புணர்ந்து, பெருகி ஒன்றையொன்று விழுங்கிக்கொள்ளும் குழப்பமான ஆழங்களிலேயே வைத்துக் கொண்டேன். அம்மா எனக்கு விட்டுச்சென்ற இந்த வாக்கியங்கள் எப்போதும் என்னுடன்தான் இருக்கும் என்று எனக்குத் தெரியும், அவற்றுடன் விடாமல் போராடுகிறேன், அவற்றை ஒழித்துக்கட்ட முடியாது. தற்சமயம் செயலிழந்து தூங்கிக்கொண்டு, உடல் பலவீனம் அடையும்போது கிளம்பிப் பெருகும் கிருமிகள் அவை.

இருந்தாலும் எனக்கென்று ஒரு விளக்கம் வைத்திருக்கிறேன். அதாவது, என் அம்மாவைப் பொறுத்தவரை நியாயமான, சாதாரணமான, 'நம்மைப் போன்ற' மக்கள் என்பவர்கள் 'புறத்தோற்றத்தைப் பாதுகாப்பவர்கள்' என்று நினைக்கிறேன். அடக்கத்துடனும், நாணத்துடனும் மற்றவர்கள் மதிப்பைப் பெறும் வகையில் தங்களுக்கான இடத்தில் இருப்பவர்கள். கலைஞர்களோ மற்றொரு இனத்தைச் சேர்ந்தவர்கள். தங்களுடைய பிருஷ்ட பாகத்தைக் காட்டுகிறார்கள். நான் ஆய்வுக் கட்டுரை ஒன்றை எழுதியிருந்தால் வரவேற் பறையின் கெட்டி அட்டைப் பதிப்புகளுக்கு முன்னால் அது நிச்சயமாக வீற்றிருந்திருக்கும். ஆனால், நானோ வெறும் நாவல்களை எழுதியிருந்திருக்கிறேன், காசநோய் சிகிச்சை மையத்தின் கலைஞனைப் போல நிர்வாணப் படங்களை வரைந்திருக்கிறேன். என் அம்மா அந்த விஷயத்தில் தவறு செய்திருக்கவில்லை. புனைவிலக்கிய ஆடை அலங்காரத்துக்குக் கீழே, மங்கிய கரிக்கோடுகளுக்குக் கீழே, என் புத்தகம் எதைப் பற்றியது என்பதை நன்றாகக் கவனித்துவிட்டாள்.

அம்மாவின் புத்திக் கூர்மையைப் பார்த்து நான் அடிக்கடி வியப்படை கிறேன். நாங்கள் ஒவ்வொருவரும் தத்தம் தெளிவற்ற இலக்குகளுடன் போராடும் நீண்ட காலகட்டங்களில் பயணம்செய்துகொண்டிருக்கிறோம். என்னுடைய நிலைப்பாட்டில் முட்டுக் கொடுத்து நிறுத்தப்பட்டு, என் தரப்பில் நியாயமிருக் கிறது என்பதில் உறுதியாக இருக்கிறேன். திடீரென்று மின்னலைப் போல அவ ளுடைய வாக்கியம் ஒன்று என்னைத் தாக்குகிறது. இந்தப் போராட்டங்களில் தோற்றவளாய், வாலைச் சுருட்டிக்கொண்டு வேறு வழியாக வெளியேறுகிறேன். அதிகபட்சமாக, அவளுடைய தெளிவினால் எனக்குப் பயன் எதுவும் இல்லை என்றுதான் நினைக்கிறேன். அவளுடைய உலகத்தைப் பொறுத்தவரை அவளு டைய நிலைப்பாடு சரி... ஆனால், அது என்னுடைய உலகம் அல்ல. இப்படி யாக, இந்தப் பொதுவான பாதையில், அவரவர் நிலைகளைக் குறித்தபடி நாங்கள் நடக்கிறோம், வெற்றியோ தோல்வியோ இருக்க முடியாத இந்தப் போராட்டத் தில். ஏனென்றால் இந்த உறவை அறுத்துவிட முடியாது. அவளுடைய சாவு மட் டுமே இதை அறுக்கும்—என்னுடைய சாவுக்கு முன்னோட்டமான படிமமாக இருக்கும் அவளுடைய சாவு.

நான் அவளுக்கு முகப் பவுடர் பூசுகிறேன். அவள் அதைத் திருட்டுத் தனமாக அகற்றுகிறாள். உணவுக்கூடத்துக்குக் கிளம்பத் தயாராகிறோம். இல்லை. இன்னும் ஏதோ குறைகிறது. அவள் தன்னுடைய கைப்பையைத் தேடுகிறாள், ''மண்டை குழம்புகிறது'' என்று முணுமுணுக்கிறாள். ஓயாத பல்லவி, பதற்றம், எங்கள் முன்னேற்றத்தில் சிறு நிறுத்தம்.

கடவுளே, ஒரு மாடிதான் இறங்கிப் போக வேண்டும், எதற்கு இப்போது கைப்பை? சாவி, கைக்குட்டை இவற்றை வைத்துக்கொள்ள. ''நான் நல்ல கயிறு கொண்டுவருகிறேன், சாவியைக் கழுத்தில் மாட்டிக்கொள், அதைத் தொலைக்க வும் மாட்டாய்.'' சரி, கைக்குட்டை? ''பாக்கெட்டில் வைத்துக்கொள்!'' ''இல்லை, இல்லை. உனக்குப் புரியப்போவதில்லை.''

மாறாக, எனக்குப் புரிகிறது. கைப்பை ஒரு கவசம். வெறும் கையுடன் உலகத்தை அவள் எதிர்கொள்ள முடியாது. அவளிடமிருந்து ஏற்கனவே நிறைய பறித்துக்கொள்ளப்பட்டுவிட்டிருக்கிறது. கணவன் இல்லை, சமூக அந்தஸ்து இல்லை, பயங்கரமான இந்த நண்டுகள் கூடையில் பேரம்செய்து பெறுவதற்கு எதுவுமில்லை. அது என்ன, நண்டுகள் கூடை என்று நீங்கள் கேட்கலாம். ஒரு தீங்கும் செய்யாத சில கிழவர்கள் தட்டுத்தடுமாறி நடமாடும் இந்த முதியோர் இல்லத்தின் உணவுக்கூடமா நண்டுக் கூடை? அப்படி நீங்கள் கேட்டால், உங்களுக்கு இதைப் பற்றி எதுவும் தெரியவில்லை என்று பொருள். இந்தக் கிழவர்களை நீங்கள் வெளியிலிருந்து பார்க்கிறீர்கள்—கண்ணாடித்தாளுக்குள் மென்மையாகிவிட்ட அவர்களுடைய பேச்சுகள், கண்ணாடித்தாளினால் நிதான மாகிவிட்ட அவர்களுடைய சைகைகள். ஆனால் இந்த மாயாஜாலப் படலத் துக்குள் எல்லாமே மற்ற இடங்களில் இருப்பதைப் போலவே இருக்கிறது, நம்ப முடிகிறதா, உங்களால்! இந்த உணவுக்கூடத்தில் (கடைசியாக இருக்கும் ஒரே ஒரு சமூக வெளி) நடப்பது மற்ற கூடங்களில்—ஊழியர்கள் சங்கம், அலுவலகக் கூட்டம், நிர்வாகக் குழுக்கள், வரவேற்பறை போன்றவற்றின் கூடங்களில்— நடப்பவை போலவேதான் இருக்கும். சமூகப் பிரிவுகள், ஆளப்படுபவர்கள்/ ஆளுமை செலுத்துபவர்கள், பாராட்டுக்குரியவர்கள்/கேலிக்குரியவர்கள், விரும் பப்படுபவர்கள்/வெறுக்கப்படுபவர்கள் எல்லாமும் உண்டு.

இந்த உணவுக்கூடத்தில் போராடிப் பிடிக்க வேண்டிய இடங்களும் (கூடத்தை நோக்கிய இடம், தெருவை நோக்கிய இடம்), தவிர்க்கப்பட வேண் டிய இடங்களும் (தூணுக்கு முன்னால், காற்று பலமாக வீசும் இடம், தகா தவர்களின் அருகில்) இருக்கின்றன. சொல்ல வேண்டிய/சொல்லக் கூடாத விஷ யங்களும், விளக்கப்பட வேண்டிய பார்வைகளும், பொருத்தமாக இருக்க வேண்டிய ஆடைகளும் இருக்கின்றன. தவிர, அபிப்பிராயங்கள் எப்படி இருக் கின்றன (சமையல்காரரை, இயக்குநரை, பரிமாறும் பெண்ணைப் பாராட்டியா அல்லது விமர்சித்தா), என்ன உத்திகளைக் கையாள்வது (சமாதானம், பொறுமை, கிளர்ச்சி, பிடிவாதம்) என்பதெல்லாமும் முக்கியம். கண்ணாடித்தாளுக்குள், அதுவும் ஒரு உலகம்தான்.

மேலும், உங்களுக்குத் தெரியாதவையும் உண்டு: திடீரென்று ஒரு நாள் காலி யான மேஜை ஒன்று, மறைந்துவிட்ட அதன் வாடிக்கையாளர், இரவில் 'வெளி யேற்றப்பட்டவர்' (எனக்கு இப்போது அது தெரியும்) அல்லது நடைகளில் ஆட்கள் எவரும் இல்லாத ஏதோ ஒரு தருணத்தில் 'வெளியேற்றப்பட்டவர்', மௌனத்தின் உடந்தை, ஒவ்வொருவரும் எதையுமே பார்க்காததைப் போலச் செய்யும் பாசாங்கு, சர்வ வல்லமை கொண்ட ரகசியச் சட்டம். கண்ணாடித் தாளுக்குள், சாவு என்பது யாருமே பார்க்கக் கூடாத, அந்த அளவுக்கு இறை யாண்மை பொருந்திய விருந்தாளி.

என் அம்மாவுக்குத் தோளில் குறுக்கே போட்டுக்கொள்ளும் வகையில் பட்டை வைத்த பை ஒன்றை வாங்கிக் கொடுத்திருந்தேன். இதனால் கைகளுக்கு விடுதலை கிடைக்கும். தவிர, கைத்தடி ஒன்றையும் எடுத்துச் செல்ல வேண்டும். உண்மையில் அழகான, தரமான தயாரிப்பில் உருவான சிறிய பை. "இல்லை,

வேண்டாம், என்னால் அதை அணிந்துகொள்ள முடியாது.'' ஏன்? ''என்னவோ, மொத்தத்தில் என்னால் முடியாது.'' பிறகு: ''நீ கொடுத்த பை. எப்பொழுதும் நான் அதைத்தான் மாட்டிக்கொள்கிறேன், தெரியுமா?'' அண்டைஅயலாரிடம்: ''என் மகளுடைய அன்பளிப்பு இது.'' வாயை மூடிக்கொண்டு, விட்டுக் கொடுத்துப் பொறுமையாக இருக்க நான் கற்றுக்கொண்டுவிட்டேன்.

இப்போது, வழக்கமான இடத்தில்தான் பை இருக்கிறது. படபடப்பு, பிறகு சாந்தப்படுத்துதல், பேய் ஓட்டும் சடங்கு எல்லாமே, அதனதன் பங்குக்கு நடைபெறுகின்றன.

இதோ, தயாராகிவிட்டாள், கன்னத்தில் முகப் பவுடரின் சாயல், உதடுகளில் சிவப்புச் சாயத்தின் சாயல், சாவியும் கைக்குட்டையும் பையில், பை நெஞ்சுக்குக் குறுக்கே, கையில் கைத்தடி. இன்னும் ஒரு கணம் தயங்குகிறாள், விமர்சனப் பார்வை ஒன்றை என் மேல் வீசுகிறாள். சில நாட்களில் நன்றாகச் சமாளிப்பேன், சில சமயம் பலிப்பதில்லை. ''இந்தக் காலணிகள், இதுதான் இப்போதைய நாக ரிகமா?'' அதற்கு அர்த்தம்: அவள் 'குறைசொல்கிறாள்', ஆனால் அதை மறைமுக மாகச் செய்கிறாள். ஏனென்றால் நான் இப்போது பெரியவள், பெரிய குழந்தைக ளிடம் நினைத்தபடி செயல்படக் கூடாது. ஆனால் நானும் மறைமுகமாகப் பேசக் கற்றுக்கொண்டுவிட்டேன், வயதான பெற்றோர்களிடம் நினைத்தபடி செயல் படக் கூடாது. என்னுடைய உபாயம்... மருத்துவ ரீதியான காரணம். மறுக்க முடியாதது. ''அது என்னுடைய குதிகாலில் இருக்கும் பிரச்சினையினால். இந்தக் காலணிகள் வலி தராது.''

எங்களுக்கு நேரமாகிக்கொண்டிருப்பதாலோ (அதாவது நாங்கள் போது மான அளவு முன்கூட்டியே இல்லாததால்) அல்லது அவளுடைய கவனம் ஏற் கனவே கீழே உணவுக்கூடத்தில் இருப்பதாலோ, இந்த விவகாரம் இத்துடன் முடிந்திருக்கலாம். ஏனென்றால் உணவுக்கூடத்தில்தான் அவள் மற்றவர்களின் முன்னால், தன் வாழ்வின் கடைசி நாட்களைச் சேர்ந்த மற்றவர்களின் (இயக்கு நர், மற்ற பெண்கள் இத்யாதி) முன்னால் தோன்றப்போகிறாள்.

ஆனால், சில சமயங்களில், ஆ, அந்தச் சில சமயங்களில், ஜாக்கிரதையாக இருக்க வேண்டும். கடைசி நேரத்தில், இறுதி நொடியில், நாங்கள் பழைய வண் டிச் சோடையில் நழுவிவிடக்கூடும். ''ஓ, குதிகால் வலியா, உனக்கா?'' கண்டு கொள்ளாமல் விடுவது சாத்தியமல்ல, என்னதான் சொன்னாலும், இது என் அம்மா, தன் குழந்தையின் உடல் பிரச்சினைகள்பற்றி அம்மாவுக்கு நன்றாகத் தெரியும். ''என்னம்மா இது, உனக்குத்தான் ஏற்கனவே தெரியுமே!'' ''ஆ, இல்லவே இல்லை என் செல்லப் பெண்ணே, நீ சொல்வது தவறு.''

சர்க்கரையாகப் பேசுவது, வெளிவேஷம் போடுவது, இவையெல்லாம் என்னிடம் கிடையாது, அவள் அனுமதிக்க மாட்டாள், துன்ப சாம்ராஜ்யத்தில் அவள் மட்டும் தனியாக இருக்க விரும்புகிறாள். முதுமை என்ற மேலங்கியை அணிந்துகொண்டிருக்கும் அவளைச் சுற்றி இதமான, மகிழ்ச்சியான பணியாளர் கள் மட்டுமே இருக்க வேண்டும், மற்றவர்களின் துன்பங்களுக்கு அங்கேயிருக்க உரிமை இல்லை, தன்னுடைய முதுமையின் கண்ணியமான, உன்னதமான இன்னலுக்கு முன்னால் அவை எல்லாம் துரும்புகள். கண்ணாடியே நீயே சொல்,

எங்கள் இருவரிடையே யார் அதிகம் துன்பப்படுபவர்கள்?... நிச்சயமாக அவள் தான். ஏனென்றால் அவளுக்கு வயதாகிவிட்டது.

பேயுருவங்களைப் போல என் முன்னால் தோன்றும் என் குழந்தைப் பருவ மனக் கலவரங்கள் என்மேல் மழையாய்ப் பொழிகின்றன: அம்மாவின் பயங்கர ஒற்றைத் தலைவலிகள், அறையின் இருட்டுக்குள் பாழடைந்து வெளிறிப்போயி ருக்கும் அவளுடைய முகம், பீதியடைந்து ஒரு அறையிலிருந்து இன்னொரு அறைக்கு அலைந்துகொண்டிருந்த என் அப்பா, அண்மையில் தோன்றியிருந்த இன்னும் சில பேய்கள், தன்னுடைய வெறுமையான வீட்டில் எங்களைக் கூப் பிட்ட போது மிரண்டுபோன அவளிடம் தென்பட்ட இறுகிய முகம், நாடா அவிழ்ந்துவிட்டிருந்த இரவு அங்கியும் விரிந்த கூந்தலுமாகப் பரிதாபமான வெளிக்கோட்டுருவம், "நான் தனிமையில் இருக்கிறேன், மிகத் தனிமையில். குழந்தைகளெல்லாம் சுயநலக்காரர்கள்" என்ற வெறுப்பு கலந்த, திசை தவறிய அவளுடைய குரல், அந்தக் கொடுமையான, அசிங்கமான இரவுகள்...

"இல்லவே இல்லை, செல்லப் பெண்ணே!" ஆனால், திருமதி. என் அம்மாவே, ஒன்று தெரிந்துகொள். நான் ஏமாளி அல்ல. கஷ்டப்பட உனக்கு மட்டும்தான் உரிமை இருக்கிறது என்று நினைக்க வேண்டாம். ஒற்றைத் தலைவலி போன்ற விஷயங்களால் எங்களைப் பிடித்துவைத்திருந்தாய், இப்போது உன்னுடைய முதுமையினால் உன்னுடைய பிரச்சினைக்குப் பக்கத் தில் தன்னுடைய சிறிய கஷ்டத்தைக் கொண்டுவந்து நிறுத்த ஒரு பிசாசாக இருக்க வேண்டும். பிசாசாக இருக்க எங்களுக்கு விருப்பமில்லை, எங்களால் முடியவும் முடியாது, ஏனென்றால் பயமுறுத்தும் இந்தப் பூதாகரத் தோற்றம், உருவம் ஒவ்வொன்றுக்கும் பின்னால் எல்லாவற்றையும் சிக்கலாக்க மற்றொன்று இருக்கிறது: அன்பு செலுத்தும் முகம், மிகக் கனிவாக, மிகச் சோர்ந்துபோய், எங்கள் மேல் குனிந்து, எங்களைக் கண்காணிக்கும் முகத்தின் தோற்றம்.

"என்ன சொல்கிறாய், உனக்குத்தான் தெரியுமே, என்னுடைய எலும்பு உபா தைக்காக மருத்துவமனைக்கு என்னை அழைத்துக்கொண்டுகூடப் போனாயே." மருத்துவமனை. மறுக்க முடியாத ஆதாரம். "ஆ, ஆமாம், பாவம் செல்லப் பெண்ணே, என்ன துரதிர்ஷ்டம் உனக்கு!"

அப்படியாக, இன்னொரு தடவை இம்முறையும் தப்பிவிட்டோம்.

கடைசி நிமிஷத்தில் என் அம்மா இன்னொன்றும் சொல்வாள். கதவை அவள் இழுத்து, எல்லாவற்றையும் சரிபார்த்து, அவள் தயாராக இருக்கிறாள் என்பதையும் இவ்வளவு கவனமாகக் கட்டமைக்கப்பட்ட முகப்பில் எந்தக் குறைவும் இல்லை என்பதையும் தீர்மானிக்கும் அந்தக் கடைசி நிமிடத்தில் சொல் கிறாள்: "எல்லாம் உனக்கு மரியாதை கிடைக்க வேண்டும் என்பதற்குத்தான்."

எனக்குள் எல்லாமே தலைகீழாகிவிடுகிறது. பிடிபட்ட முயல்போல் ஆகிவிடுகிறேன். மின்தூக்கிவரை இட்டுச்செல்லும் நடையில் அவளுக்குப் பக்கத் தில் நடந்து போய்க்கொண்டிருக்கிறேன். சுமார் பத்து மீட்டர் நீளமுள்ள இந்த நடை இருட்டாக இருக்கும், ஏனென்றால் வெளிப்புறம் பார்த்த ஜன்னல் இங்கு இல்லை. அந்த நடையை என்னால் விரிவாக விவரிக்க முடியும்—உள்ளே இருக் கும் விளக்கின் மங்கிய ஒளி, மூடியிருக்கும் கதவுகள், அங்கே இருந்த

பிரத்தியேக வாடை. ஆனால், இந்த முதியோர் இல்லத்துக்கு நான் வருகைதரும் இந்த ஞாயிற்றுக்கிழமைகளில் என் அம்மாவுக்குப் பக்கத்தில் நான் நடப்பது எப்படி யிருந்தது என்பதை என்னால் விவரிக்க முடியாது.

நாங்கள் வரவேற்பு மேஜையருகே வருகிறோம், மின்தூக்கிக்கு முன்னால் இரண்டு அல்லது மூன்று முதிய பெண்கள் காத்துக்கொண்டிருக்கிறார்கள். அம்மா மாறிமாறிப் பக்கவாட்டில் திரும்பி வணக்கம் செலுத்திவிட்டு, எத்தனையாவது முறையோ தெரியாது, என்னை மீண்டும் அறிமுகப்படுத்தி, ''என் மகள்.'' பின்னர் அசையாமல் இருக்கிறாள்.

ஒரு கணம் ஓய்வு. ஒரு போர்நிறுத்தம். அவளைப் பார்க்கிறேன். அவள் முகம் அமைதியாக, விச்ராந்தியாக இருக்கிறது. கவலை என்கிற சூன்யக்காரியின் அழுந்திய நகங்கள் தங்கள் பிடியைத் தளர்த்துகின்றன. அம்மா மகிழ்ச்சியாக இருக்கிறாள். பகல் பொழுதின் தேர்வில் வெற்றி பெற்றுவிட்டாள், அவளுடைய மகளும் அருகிலேயே இருக்கிறாள், தன்னை வலுவாகத் தயார்செய்துகொண்டு மானிட உலகம் என்ற பெரும் சக்கரத்தில் நுழைகிறாள். உலக வாழ்க்கையில் இருத்தல் பெறுகிறாள்.

அவளுடைய அந்தக் காலத்திய சிறிய காது வளையங்களையும் நாங்கள் வாங்கிக்கொடுத்திருந்த, ஆனால் இப்பொழுது ஒன்றிரண்டு கண்ணிகள் மட்டுமே பார்வைக்குத் தென்படும் கழுத்துச் சங்கிலியையும் உணர்ச்சிப்பெருக்குடன் பார்க்கிறேன். அவளுடைய நீல நிறக் கம்பளிக் கோட்டையும், அவளும் நானும் மிகவும் சிரமப்பட்டுத் தேர்வுசெய்திருந்த சுருக்கமில்லாத அங்கியையும், இப்பவும் கச்சிதமாக இருக்கும் கால்களின் வெளிறிய காலுறைகளையும், இப்போது அவ ளால் போட்டுக்கொள்ள முடிந்த ஒரே ஒரு விதமான தட்டையான செருப்பு களையும் பார்க்கிறேன். அவள், என்னுடைய அம்மா, அழகாக இருப்பதாக எனக் குத் தோன்றுகிறது. அவளைவிட இன்னும் தடபுடலாக உடை உடுத்தியிருக்கும் வயதான மற்ற பெண்களைவிட இன்னும் அழகாகவே அவள் இருப்பதாக எனக் குப் படுகிறது.

நானும் என்னுடைய தேர்வில் வெற்றியடைந்துவிட்டேன். என் அம்மா மகிழ்ச்சியாக இருக்கிறாள், இல்லத்தின் மனதுக்கினிய அழகான அலங்காரம், வெளிர் சிவப்பு ஒளிவட்டங்கள், சோபாக்கள், வரவேற்புப் பூச்செண்டுகள், பணிப்பெண்களின் புன்சிரிப்பு ஆகியவை என்னை ஆட்கொள்ள விட்டுவிடு கிறேன். பல்வேறு குரல்களின் மரியாதை நிமித்த வளவளவென்ற பேச்சுகளுக்கும், சம்பிரதாய கேள்வி-பதில்களின் பின்னல்களுக்கும் என்னைத் தந்துவிடுகிறேன். கண்ணாடித்தாளுக்குள் மென்மையும் இருக்கிறது.

மின்தூக்கியின் கதவுகளுக்கு முன்னால் காத்திருக்கிறோம். அவை இப் பொழுது நரகத்தின் கதவுகளைப் போல இல்லை, மாறாக கிரீஸ் நாட்டின் அர்கேடியா நகரத்தின் அழகிய பூந்தோட்டத்தின் கதவுகளைப் போல இருக் கின்றன. கதவுகள் திறந்து, எங்களை ஏற்றிக்கொண்டு மின்தூக்கி லேசாக வழுக் கிச் செல்கிறது. ஒரு பெரிய கூடத்துக்கு முன்னால் எங்களைக் கொண்டு நிறுத்து கிறது. அங்கே, வணக்கம் தெரிவித்தபடி இருக்கும் பெண்களில் தொடங்கி, கண்ணியமான கோட்டும் டையும் அணிந்திருக்கும் விழா நாயகரான இல்லத்து

இயக்குநர்வரை எல்லோரையும் பதிலுக்கு வணங்கி, வெளிர் சிவப்பு நிற விரிப்புகள் கொண்ட மேஜைகளுக்கிடையில் அழகாக அலங்கரிக்கப்பட்டுப் புன்சிரிப்புடன் புது மணமக்கள்போல் கைகோத்தபடி என் அம்மாவும் நானும் நடந்து போகிறோம். அங்கே ஒரு கோடியில் இருக்கும் இயக்குநருக்கு வணக்கம் செலுத்திய பிறகு அவருடைய ஆசீர்வாதத்துடனும் அனுமதியுடனும் எங்களுடைய இந்த மகத்தான தருணம், தொடங்கும்—முதியோர் இல்லத்தின், முதுமையின் இந்த இல்லத்தின் உணவுக்கூடத்தில் ஞாயிற்றுக்கிழமைச் சாப்பாடு.

நானும் அருகில் இருக்கும் வெற்று மேஜையைப் பார்க்காததைப் போலப் பாசாங்குசெய்வேன்—திரு. பி. அவர்களின் மேஜை.

22. மாமிகள்

***நீங்கள் எப்போதாவது வயதுக்குவந்த உங்களுடைய மகளுடனோ அல்லது உங்கள் கணவருடனோ துணிக்கடைக்குப் போயிருந்திருக்கிறீர்** களா? உங்களுக்குக் கச்சிதமாகப் பொருந்தும், உங்கள் மனதுக்குப் பிடித்த உடையைக் கண்டு எடுத்தவுடனேயே நீங்கள் தாக்கப்படுவதை உணர்ந்திருக்கிறீர்களா? ''இது வேண்டாம், வயதான மாமி மாதிரி இருக்கிறது!''*

மாமி மாதிரி இருக்கிறதாம். அறுதியான ஒதுக்கல். சமூகத்தில் சேர்த்துக் கொள்ளப்படும் உரிமை 'மாமி'க்கு இல்லை. 'மாமி' செக்ஸியாக இல்லை. சமுதாய வரைபடத்திலிருந்து அவள் அழிக்கப்பட வேண்டும். உடலையே அழித்துவிடும் அளவுக்குப் போய்விடவில்லை, கொஞ்சம் கருணை காட்டப்படுகிறது, ஆனால் எவரும் கண்டுகொள்வதில்லை. திடீரென்று மக்கள்தொகையில் ஒரு பெரும் பிரிவு கண்களுக்குப் புலப்படுவதில்லை.

கண்ணாடித்தாளுக்குள் நான் சென்றபோதெல்லாம் என்னுடைய பார்வை கணிசமாக மாற்றம் அடைந்திருக்கிறது.

முதியோர் இல்லத்தின் மூதாட்டிகள். விறைப்பாக ஆகிவிட்ட கால்கள் காலுறையை அணிந்துகொள்ளவும், கோணல்மாணலாகிவிட்ட பாதங்கள் காலணிகளைப் பொறுத்துக்கொள்ளவும், நடுங்கும் கைகள் கழுவிக்கொள்ளவும் தலைவாரிக்கொள்ளவும் எவ்வளவு சிரமப்படுகின்றன என்று யாருக்காவது தெரியுமா? தவிர, எந்தப் பாவாடையும் மிகவும் இறுக்கமாக இருக்கும் அளவுக்குத் தளர்ந்துவிட்ட தொப்பை, மார்புக் கச்சையின் கொக்கிகளை இழுத்துப் போடத் தவிக்கும் முதிய கைகள், இதைவிடவெல்லாம் மோசமாக இன்னும் பல சிக்கல்கள், போதும், போதும்....

அந்தக் காலத்திய நாட்டுப்புறப் பெண்களுக்கு இந்த அளவு நிர்ப்பந்தங்கள் இருக்கவில்லை. அவர்களுடைய முதுமைக்குப் புராதன மரக்கட்டையின் அழகு இருந்தது, ஆனால் நகர்ப்புறப் பெண்களால், இன்றைய பெண்களால் என்னதான் செய்ய முடியும்?

மேட்டுக்குடிப் பெண்களின் தளுக்குக்கு உதாரணமாக எனக்குத் தெரிந்த ஒன்றைக் கொஞ்சம் மிகைப்படுத்தி என் அம்மாவிடம் சொல்கிறேன். என் அம்மாவைப் போலவே எனக்கும் பிடிக்காத ஒரு உதாரணம்.

சில சமயங்களில் உணவுக்கூடத்தில் இருக்கும்போது, என் அம்மாவின் மனதை ஆக்கிரமித்துக்கொண்டிருக்கும் இந்தக் கிழட்டுப் பெண்கள் சற்றுத் துணிச்சலானவர்கள்தான் என்பதை என் அம்மாவே சொல்ல வேண்டும் என்று விரும்புகிறேன். ஒரு நாள் அவள் வாயை அடக்குகிறேன்... "இரவு அங்கியுடனேயே இங்கு அவர்கள் இறங்கி வர வேண்டும் என்று சொல்கிறாயா?" எனக்குப் போதும் போதும் என்று ஆகிவிடுகிறது. என்னைப் பொறுத்தவரை, இந்த மூதாட்டிகளை நான் பாராட்டுகிறேன். வாரக் கடைசியின் சோகங்களுக்கு இடையே இவர்களைப் பார்ப்பது எனக்கு மகிழ்ச்சியூட்டுகிறது. அவர்களின் கிழட்டுத் தோலின் மீது களிம்பு தடவிப் பளபளப்பூட்டிக்கொள்வது அவர்களுடைய தைரியத்துக்குச் சான்று, மற்றவர் மீதுள்ள மதிப்பின் வெளிப்பாடு—கண்ணாடிக்கு மறுபுறத்தில் உயிர்வாழ்ந்துகொண்டிருக்கும் நமக்கு அவர்கள் தெரிவிக்கும் மரியாதை. அவர்களின் ஒப்பனை மிகையாக இருந்தால், நமக்கு அது வேடிக்கையாகத் தோன்றினால், அதற்குக் காரணம் தங்களுக்குச் சரியாகக் கண் தெரியாததால் என்ன செய்கிறோம் என்று தெரியாதது என்பதுதான். எப்போது வேண்டுமானாலும் சிதறிப்போய்விடலாம் என்ற நிலையிலிருக்கும் கிழட்டு எலும்புகளை ஒழுங்கு கலையாமல் வைத்திருப்பது எளிது என்றா நினைக்கிறீர்கள்?

முதியவர்களுடன் நம் பிரச்சினை என்னவென்றால், நம்மைப் பயம் கொள்ளச் செய்கிறார்கள். முதியோர்களுடன் பிரச்சினை என்னவென்றால், அவர்களுடைய போக்கிலேயே அவர்களை ஏற்றுக்கொண்டு அன்பு செலுத்தி முக்கியத்துவம் அளிக்க இப்போது அவர்களுக்கு அப்பா-அம்மா இல்லை என்பதுதான். அவர்களைப் பார்த்துக் குனிந்து, சிரிப்புக் காட்டி, இன்னும் தாக்குப்பிடித்துக்கொண்டிருக்கும் அந்தச் சருமத்தைப் பாராட்டும் அவர்களுடைய அப்பா-அம்மா என்ற எலும்புக்கூடுகளைக் கற்பனைசெய்து பார்க்கிறேன். ஆனால் அதே சமயம் அந்த முதியவர்களும் வளர்ந்து, சிறிதுசிறிதாகத் தங்கள் சருமத்தை விடுத்து அந்த எலும்புக்கூடுகளாக மாற உதவி, ஊக்கப்படுத்துவதையும் கற்பனைசெய்கிறேன். முதியோர்களுடைய பிரச்சினை என்னவென்றால் அவர்களைச் சுற்றிக் குழந்தைகள் மட்டுமே இருப்பதுதான்.

நான் இருக்கும் தெருவில் ரொம்ப நாட்களுக்கு முன்பு மிகவும் கூன் விழுந்த முதியவள் ஒருத்தி தன்னந்தனியாக வசித்துவந்தாள். (அவள் வாங்குவது மிகக் குறைந்த பொருள்களே என்றாலும் அதற்காக ஆறு மாடிகள் இறங்கி வர வேண்டியிருந்தது). அவளுடைய கன்னங்களில் சிவப்புச் சாயம் இருக்கும். பெரியதாகத் தெரிந்த அந்த இரண்டு திட்டுகள் கோமாளி போன்ற தோற்றத்தை அவளுக்குக் கொடுக்கும். பார்ப்பவர்களிடையே சிரிப்பை வரவழைக்கும், நானும் சிரித்தது உண்டு. கண்ணாடியில் அவளுக்குச் சரியாகத் தன்னைப் பார்த்துக்கொள்ள முடியவில்லை என்பது என் புத்திக்கு எட்டவில்லை. முகம் பார்க்கும் கண்ணாடியில் பட்டுப் பிரதிபலித்த மங்கிய ஒளியில் இரண்டு வெளிறிய வண்ணப் பூச்சுகள் தெரிவதற்கே நிறைய சாயம் தேவைப்பட்டிருக்கும். இது தவிர, அந்தச் சாய

டப்பாவின் விலை, கண்ணாடியை நோக்கிக் கழுத்தை ஒடித்துக்கொள்ளும் சிரமம். இருந்தாலும், தினந்தோறும் அவள் அதைச் செய்துகொண்டுதான் இருந் தாள். ஆனால், எல்லாம் பிடி நழுவிப் போய்க்கொண்டே இருந்தன...

முதுமையில் ஒருவர் தன் முகப்பைக் காப்பாற்றிக்கொள்ள எவ்வளவு பிரயத் தனங்கள். பழுத்த முதுமையில், எளிய கண்ணியத் தோற்றத்துக்காக எவ்வளவு மகத்தான முயற்சி. இதைக் கேலிசெய்ய எவரையும் நான் அனுமதிக்க மாட்டேன்.

23. காகம்

வயதான பெற்றோரைப் பற்றி மிகத் தொலைவிலிருந்தபடி ஏதேதோ கற்பனைசெய்துகொள்கிறோம். அந்தப் பிரச்சினையை மீண்டும் சித்தரித்து, அதன் எல்லா அம்சங்களையும் கணக்கில் எடுத்துக்கொள்கிறோம். நாம் விரும்பும் விதத்தில் இன்னும் அழகான கதை ஒன்று உருவம் பெறுகிறது. அதை நடை முறைக்குக் கொண்டுவர வேண்டியதுதான் பாக்கி.

ரயிலில் பயணம் செய்துகொண்டிருந்தபோது சிந்தித்துப்பார்த்தேன். பல வருடங்களாகத் தவறாமல் நான் வந்து போய்க்கொண்டிருக்கும் இந்த ஊர், முதி யோர் இல்லம் ஒன்றைச் சுற்றிப் பெயரற்ற பல கட்டடங்களைக் கொண்ட பிர தேசம் மட்டுமல்ல. இது உண்மையான ஒரு நகரம், அதில் சந்தேகம் இல்லை. மற்ற ஊர்களில் நிகழும் எல்லாமும் இங்கேயும் நிகழ்கின்றன. உதாரணமாக, என் தம்பியின் மனைவி இந்த ஊரில் செழிப்பான வாழ்க்கை வாழ்ந்துகொண் டிருக்கிறாள்: பல அன்றாட நடவடிக்கைகளும், பல வெளி உலகத் தொடர்பு களும் கொண்ட வாழ்க்கை. இந்த நகரம் ஆய்ந்து அறியப்பட வேண்டிய ஒன்று என்று நினைக்கிறேன். என் அம்மாவும் இதை அறிந்துகொள்ள வேண்டும். கண் ணாடித்தாளுக்குள்ளிருந்து அம்மாவை வெளியே கொண்டுவரப்போகிறேன், கொண்டுவந்தாக வேண்டும்.

அவளுடைய 'தோழி' ஒருத்தியையும் அழைத்துக்கொள்வேன். மிகவும் நல்ல குணம் படைத்த அவளை 'தேவதை' என்று நாங்கள் அழைப்பது உண்டு.

பீங்கான் பொருட்களுக்கான அருங்காட்சியகம் ஒன்றுக்குச் செல்லலாம், மோட்டார் வண்டி ஒன்றை வாடகைக்கு எடுத்துக்கொள்ளலாம், முதியோர் இல்லத்தில் அதைக் கொண்டுவந்து நிறுத்திக்கொள்ள அனுமதிச் சீட்டு பெற்றுக் கொள்ளலாம், இதில் என்ன கஷ்டம், நீ ஒன்றும் கையாலாகாதவள் இல்லையே, இதைவிடக் கடினமான காரியங்கள் ஆயிரம் செய்திருக்கிறாயே, யோசித்துக் கொண்டே இருப்பதை நிறுத்து, உன்மீது இருக்கும் செய்வினையை முறித்துவிடு, எதுவுமே சாத்தியம்தான், விழிப்புடன் இருந்தால் போதும், செயலின்மைக்கு நாம் ஆளாகிவிடக் கூடாது.

ஆனால் இதில் ஒரு ஆபத்து, நன்றாக நினைவில் வைத்துக்கொள், நீ உள்ளே நுழையும் தருணத்தில்தான் ஆபத்து வரும். இல்லத்தின் ஜன்னல்களின்

பார்வையில், அதன் சதுக்கத்துக்கு நீ வந்துசேரும்போது என்ன நடக்கும் என்பதை ஞாபகப்படுத்திக்கொள். ரீங்காரமிட்டுக்கொண்டிருக்கும் தெருக்கள் பின் நோக்கிச் சென்றுவிடும், எல்லோருடைய பார்வையிலும் நீ விழுவாய், வெளிர் சிவப்பு நிறச் சுவர்கள் உன்னை நோக்கி வரும், மறந்துவிடாதே, உன் தசைகளையும் தைரியத்தையும் முறுக்கிக்கொள், கண்ணுக்குத் தெரியாத அந்த வழிகாட்டியும் அங்கே இருப்பான், உன்னை அவன் மறக்க மாட்டான், உன் ஆன்மாவின் மூட்டை முடிச்சுகளை எடுத்துக்கொள்ளத் தயாராக இருப்பான், அவனிடம் மாட்டிக்கொள்ளாதே, அவனைப் பார்க்காததைப் போலக் காற்றைக் கிழித்துக்கொண்டு போ, அவன் வற்புறுத்தி உனக்குக் கொடுக்கும் மயக்க வைக்கும் மாயக் கஷாயத்தை மறுத்துவிடு. அங்கேயே, துல்லியமாக அந்த இடத்திலேயே, ஜன்னல்களின் பார்வையில் இருந்துகொண்டே.

அருங்காட்சியகம் போவது என்ற குறிக்கோளுடன் வாடகைக் காரில் ஓட்டுநர் இருக்கையில் தயாராக நான், உற்சாகமாக உறுமிக்கொண்டிருக்கும் எஞ்சின், பாதுகாப்பு பெல்ட்டை இறுக அணிந்தபடி என்னருகே என் அம்மா, என் மனதில் இதெல்லாம் தயார். இது போன்ற அழகான நடவடிக்கைகள் என்னை உற்சாகமான மனநிலையில் வைக்கின்றன. இதற்கு முன்பெல்லாம் ஏதேனும் சரியாக நடக்காமல் இருந்திருக்குமேயானால் அது என்னுடைய தவறுதான். போதுமான அளவு விலகியிருக்கவும் இல்லை, போதுமான அளவு அதிகாரம் செலுத்தவும் இல்லை. நான்தான் முன்னின்று செயல்பட வேண்டும், நான் வயதுக்குவந்தவள், அவள் வலுவற்ற வயதான ஒரு பெண் மட்டுமே. இந்த இடத்தில் நான் நுழைந்தவுடனேயே மிரண்டுவிட்ட குட்டிப் பெண்ணாக என்னை மாற்றும் இந்தப் பழைய வியாதி, கோழைத்தனத்தினாலும் பழக்க தோஷத்தினாலும் நானாகவே—நான் மட்டுமே—ஏற்படுத்திக்கொண்டதுதான். தூக்கியெறிய மனமில்லாமல் நூல்நூலாகப் போய்விட்ட பழைய பொம்மையைப் போல, குழந்தைப் பருவத்திலிருந்து நான் இழுத்துக்கொண்டுவரும் என்னுடைய மனதின் பழைய பிசிறுகளில் மட்டும்தான் அம்மாவின் குரல் முழங்குகிறது. ஆகவே இறுதியாக இப்போது இந்த வீட்டை நான் நல்லபடியாகப் பராமரிக்க வேண்டும்.

என்னுடைய வாழ்க்கை விவகாரங்களில் நான் கையாளும் அதே மனோ திடத்தை என் அம்மாவின் விவகாரங்களிலும் கையாளுவேன். எனக்குத் தெரிந்த வரை கூடாது என்று எவரும் தடுக்கவில்லை. அதிகாரம் செலுத்தும் அவளுடைய அந்தப் பழைய பணியிலிருந்து அவளுக்கு விடுதலை அளித்து, அவளுடைய இடத்தில் அவளுக்காக அந்தப் பொறுப்பை என் கைகளில் எடுத்துக்கொள்ள வேண்டும். இவ்வளவு நாட்களாக இதைப் பற்றி எப்படி நான் நினைத்துப் பார்க்காமல் இருந்திருக்கிறேன்? என்ன கோழைத்தனம், கையாலாகாத்தனம். அவளைப் பார்க்க வரும் பெரிய உருவமும் குழந்தை மனப்பாங்கும் கொண்ட ஒருவருடன் (அதாவது, நான்) முட்டிமோதிக்கொள்ளட்டும் என்று அவளை விட்டுவிட்டிருக்கிறேன். சோர்ந்துவிட்ட அவளுடைய உடலுடன் காற்றுப் போன பலூனைப் போல வந்து ஒட்டிக்கொண்டு அவளுடைய ஒவ்வொரு நடுக்கத்துடனும் நானும் நடுங்கிக்கொண்டிருந்திருக்கிறேன்.

இப்படிச் சிறுபிள்ளைத்தனமாக இருப்பதற்கு ஒரு முற்றுப்புள்ளி வை. நிமிர்ந்து நின்று, முடிவுகள் எடுத்து, செயலில் இறங்கு. ஆனால் அதே சமயம் கனிவுடனும் உறுதியுடனும் இருக்க வேண்டும். எவ்விதத் தயக்கமும் உன்னிடம் தென்படக் கூடாது. உன்னுடைய உடல், மனம், ஆன்மா இவற்றில் ஒரு சிறிய பகுதிகூடத் தொன்மையான நிலையிலேயே—பரிணாம வளர்ச்சியைக் கண் டிருக்காத சதுப்பு நிலம் அல்லது புழு போன்ற நிலையிலேயே நின்றுவிடக் கூடாது. முற்றுப்புள்ளி.

''உன்னுடைய மூளை இன்னமும் வளர்ச்சி அடையாத குழந்தையின் மூளை அல்ல, முன்னேறிச் செல். எல்லாம் அவளுடைய நலனுக்குத்தான்.''

என் அம்மாவைக் குறித்து நான் மிகவும் நெகிழ்ச்சி அடைகிறேன், என் னுடைய புதிய தீர்மானத்தைப் பற்றி பெருமிதம் அடைகிறேன். (நன்கு கட்டுப் படுத்தப்பட்ட நெகிழ்ச்சி, கட்டிப்போடும் கயிற்றைத் தன் கையில் பிடித்திருக் கும் தீர்மானம்.)

இல்லத்தின் ஜன்னல்களின் பார்வையில் இருக்கும் சதுக்கத்துக்கு வந்து சேருகிறேன். அங்குள்ள பெஞ்சுகளில் உட்கார்ந்திருக்கும் சில மூதாட்டிகளை எனக்கு அடையாளம் தெரிகிறது. அவர்களிடையே என் அம்மாவைக் காண வில்லை. திரைச்சீலை விலக்கப்படவிருக்கும் ஜன்னலைத் தேடுகிறேன். திரைச் சீலை எதுவும் விலக்கப்படுவதில்லை. அநேகமாக நுழைந்தவுடன் இருக்கும் வெளிர் சிவப்புச் சாய்வு நாற்காலியில் எனக்காகக் காத்துக்கொண்டோ அல்லது நாற்காலிகளுக்கிடையில் படபடப்புடன் நடந்துகொண்டோ அவள் இருக்க லாம். அங்கேயும் அவள் இல்லை. வரவேற்பறையில் இருப்பவர்களுக்கு வணக்கம் தெரிவிக்கிறேன், அவர்களும் வணக்கம் தெரிவிக்கிறார்கள். அவர்களிடையேயும் இரு தரப்பிலும் எதிலும் பட்டுக்கொள்ளாத பார்வைதான் நிலவுகிறது. என் தரப்பில் பட்டுக்கொள்ளாமல் இருப்பதற்குக் காரணம், நான் எதிர்பார்ப்புடன் இருந்துகொண்டு, அவளுடைய முதுகுக்குப் பின்னால் கேள்விகளைக் கேட்டு என் அம்மாவின் நிலையை அம்பலப்படுத்தத் துணியாமல், எனக்கு நம்பிக்கை அளிக்கக்கூடிய புன்முறுவலை மட்டும் எதிர்நோக்கியிருக்கிறேன். அவர்கள் தரப்பில் நடுநிலைக்குக் காரணம், அவர்களுக்கு இரண்டு விதமாகத்தான் செயல் பட அனுமதி உண்டு: இல்லத்திலுள்ள நம்முடைய பெற்றோரின் உடல்நிலை நன்றாக இருந்தால் புன்சிரிப்பு, பெற்றோரின் உடல்நிலை மோசமாக இருந்தால் நடுநிலை. ஆகவே, இன்று என் அம்மாவின் உடல்நிலை நன்றாக இல்லை.

நான் போகும் நடையில், அவளுடைய அறைக் கதவுக்கு இட்டுச்செல் லும் இருண்ட நடையில் கதவைத் தட்டுவதற்கு முன்னால் கொஞ்சம் ஆசுவாசப் படுத்திக்கொள்கிறேன். என்னை நானே உற்சாகப்படுத்திக்கொண்டு, என் னுடைய தீர்மானங்களை நினைவுக்குக் கொண்டுவருகிறேன்: ஏமாந்துவிடக் கூடாது, மன உறுதியை மேற்கொண்டு வெற்றிகாண வேண்டும்.

நெஞ்சை நிமிர்த்திக்கொண்டு, கொடிக்கம்பத்தில் புன்னகையை ஏற்றி விட்டு, இதோ, கதவைத் தட்டுகிறேன்.

எதுவும் தெரியவில்லை. தயக்கம். காதுகளைத் தீட்டிக்கொள்கிறேன். கதவுக்குப் பின்னால் பதைபதைக்கும் குரல்களோ, அவசரமாகச் சிறுசிறு அடிகள் எடுத்துவைத்து வரும் சத்தமோ கேட்கவில்லை. இருக்கட்டும். உள்ளே நுழைகிறேன். அறை இருளில் மூழ்கியிருக்கிறது. ''யார்? நீயா?'' படுக்கையறையிலிருந்து அமுங்கிய குரல். அம்மா படுத்த நிலையிலிருக்கிறாள், என் நெஞ்சுக் கூட்டுக்குள் இருதயம் அமிழ்ந்துபோய்விடுகிறது.

ஒருவித அடர்ந்த சுவாலையில் அகப்பட்டுக்கொண்ட காகிதத்தைப் போல அந்த நகரமே பொசுங்கிச் சுருங்கிவிடுவதைப் போல உணர்கிறேன். சுவர்கள் சாம்பலாக மாறி விழுந்து, சாம்பல் மேடு அடர்த்தியாகிக்கொண்டிருப்பதையும் உணர்கிறேன். சாம்பல் உலகம் ஒன்றின் மத்தியில், இனி ஒருபோதும் சூரிய ஒளி ஊடுருவாத குகை ஒன்றில் என் அம்மாவும் நானும் இருக்கிறோம்.

''ஜன்னல்களைத் திறக்கப்போகிறேன்'', என்கிறேன் நான். ''வேண்டாம், வேண்டாம்'' என்று முணுமுணுக்கிறாள். கட்டிலின் மேல் நல்ல தடிமனாக இருந்த மெத்தையிலிருந்து சாம்பல் மண்டியிருந்த அவள் குரல் மிகவும் சிரமப் பட்டு எழும்பி வருகிறது. அதைத் தொடர்ந்து கிளம்பிய சாம்பல் மேகம் அறையில் படர்கிறது. சிதறி, பறந்து வரும் இந்த மேகம் என் தொண்டைக்குள் நுழைகிறது. சாம்பலை சுவாசிக்கிறேன், மூச்சுமுட்டுகிறது.

ஜன்னலைத் திறந்து, மடக்குக் கதவுகளைச் சுவருடன் அணைத்து வைக்கிறேன். வெளியே பெஞ்சில் உட்கார்ந்திருக்கும் மூதாட்டிகள் அரட்டையடித்துக் கொண்டிருக்கிறார்கள். அவர்களில் ஒருத்தி அணிந்திருக்கும் வெளிர் சிவப்பு நிறப் 'பாவாடை-மேல்சட்டை' பாத்தியில் இருந்த ரோஜாப் பூக்களுடன் இசைந்து போகிறது. இந்த உடை மின்னோட்டம் பாய்ந்ததைப் போன்ற விளைவை எனக்குள் ஏற்படுத்துகிறது. நான் திரும்பி, அம்மாவைப் பார்த்து, ''எழுந்து நில்'' என்று கத்துகிறேன்.

வன்மம் என்னை இயக்குகிறது. எழுந்து நில், எழுந்து நில்! நீயொன்றும் படுத்த படுக்கையாக இல்லை, இரத்தப்போக்கோ முடக்குவாதமோ இவை போன்ற எந்த விதமான நோயோ இல்லை. நீ சும்மா பாசாங்குசெய்கிறாய், பெரிதுபடுத்துகிறாய்.

''நீ ரொம்பச் சிரமப்படுத்துகிறாய்'' என்கிறது படுத்திருக்கும் உருவம்.

ஜன்னலின் பகல் வெளிச்சத்தில் நின்றபடி நான் இருக்கிறேன். இருட்டில் கட்டிலில் படுத்தபடி அவள் இருக்கிறாள்.

நாங்கள் ஒரு வறண்ட நிலத்தில் இருக்கிறோம், அங்கு நிறங்கள் மறைந்து விட்டன, மலர்களோ வீடுகளோ இல்லை, ஒரு மனிதப் பிறவி இல்லை, சூரியன் எங்களுக்கு முதுகைக் காட்டிக்கொண்டிருக்கிறது. விவரிக்கப்பட முடியாதது இந்த இடம். இந்தத் தருணத்தில் இங்கிருக்கும் படுக்கையறையைப் போல இந்த இடம் தோன்றுகிறது, ஆனால் அதுவும் ஒரு மாயை, எங்களுடன் இனி எவ்விதத் தொடர்பும் இல்லாத சொற்களால் கட்டமைக்கப்பட்டிருக்கும் அலங்காரம்தான் இது. உண்மையில் இது எப்படி இருக்கிறது என்பதை விவரிக்கக்கூடிய சொற்கள்

எனக்குக் கிடைக்கவில்லை. தோராயமாக இதை ஒத்த நிலப்பரப்புகளைக் கொண்ட இடத்தை, வரைபடங்களில் காணப்படாத இந்த இடத்தைக் குறிக்கும் வகையிலான சொற்கள் எதுவும் இருக்கவில்லை.

இருந்தபோதிலும் இது எனக்குப் பரிச்சயமான இடம். இப்படி ஒரு இடம் இருந்தது என்பதும் எனக்காக அது காத்துக்கொண்டிருந்தது என்பதும் எனக்கு நன்றாகத் தெரியும். சில சமயங்களில் எனக்கு அது ஒன்றுதான் நிஜம் என்றும், நான் தொடர்ந்த பாதைகளெல்லாம் சுற்றுவழிகள், பொழுதைப் போக்குவதற் காக மேற்கொண்டவை என்றும் எனக்குத் தோன்றுகிறது. இங்குதான், இந்த இடத்துக்குத்தான் எந்தப் பாதையும் என்னை அழைத்துவந்திருக்க முடியும்.

குளிர் காலங்களில் கிராமப்புறங்களில் உழுத நிலத்தின் சால்கள் ஆழ்ந்த பழுப்பு நிறத்தில், கிட்டத்தட்ட கறுப்பாக இருக்கும். நிலத்தில் வந்து இறங்கும் காகங்களுக்கும் இவற்றுக்கும் வித்தியாசம் தெரியாது. அந்த நிலத்திலிருந்து, அங்கே எழும்பியிருக்கும் மேடுகளிலிருந்து பிறந்தவைபோல அந்தக் காகங்கள் தோன்றும். இறகுகளைப் படபடவென்று அடித்து, கூட்டத்திலிருந்து பிரிந்து மங்கிய வானில் அவை பறக்கும். பனி மூட்டத்தில், வயல்வெளியின் வரப்பில் அடர்ந்த மரங்கள் ஒரு இருண்ட சுவர்போல் இருக்கும்.

நான் குழந்தையாக இருந்தபோது இது போன்ற இயற்கைக் காட்சியை க்ரூஸ் பிரதேசத்தில் பார்த்ததுண்டு.

இந்தத் தருணத்தில் எனக்கும் என் அம்மாவுக்கும் இடையே காகம் ஒன்று இலைகளற்ற மரக்கிளையில் உட்கார்ந்துகொண்டு எங்களைக் கவனித்துக் கொண்டிருக்கிறது. அதற்குக் கீழே, கருங்கல் மேடையில் அம்மா படுத்திருக் கிறாள். அவளுடைய முக அடையாளங்கள் என் கண்ணுக்குத் தெரியவில்லை. மங்கிய அந்தச் சூழலில் கல்மேடையின் கருங்கல்லுடன், பூமியின் தன்மையுடன், அவளுடைய முக அடையாளங்கள் ஒன்றிப்போய்விட்டிருக்கின்றன. ஆனால் அவளுடைய முக அடையாளங்களைப் பார்க்க வேண்டிய அவசியம் எனக்கு இருக்கவில்லை, அது என் அம்மாதான் என்று எனக்குத் தெரியும், தவிரவும், அவளுடைய குரல் என்னைச் சுற்றிலும் சூழ்ந்திருக்கிறது. அவளுடைய குரல் என் சதைக்குள் மென்மையாகக் கரைந்துவிடுகிறது. அவள் என்னைக் கூப்பிடு கிறாள், என் இதயத்தின் ஆழத்தில் சதா ஒலித்துக்கொண்டிருந்த இந்தக் குரல். கருங்கல் பலகைமேல் அவளுக்கருகில் நான் படுத்துக்கொள்ள வேண்டும் என்று ஆசைப்படுகிறாள். அவளை என் கைகளில் ஏந்தி, அவளுக்குத் துணையாகப் போவதற்காக, அவள் எங்கிருக்கிறாளோ, எங்கோ போகிறாளோ, அங்கே இரு வரும் ஒன்றாக இருந்து, அவளுடைய வாழ்க்கையை நானும் பகிர்ந்துகொள்ள வேண்டும் என்று விரும்புகிறாள். என் அன்பை விழைகிறாள், என் சாவை விழைகிறாள்.

ஆனால் நானோ நின்றுகொண்டிருக்கிறேன். "எழுந்து நில், எழுந்து நில்" என்றுதான் நான் கத்துகிறேன். எனக்குள், என் சக்தியில், என் உயிர் மூச்சில் ஆவேசம் பொங்குகிறது. எப்போதும் மென்மையாக இருக்கும் அவள் குரலை நானே கிழித்துப்போடுகிறேன். என்னைப் பற்றிக்கொண்டிருக்கும் வெளிறிய உருவத்தை வன்மையாகத் தாக்கிப் புண்படுத்துகிறேன். விதிகள் இல்லாத,

மனிதாபிமானம் இல்லாத சண்டையில் நாங்கள் இறங்கியிருக்கிறோம், என்னுடைய மோதலில் வெறுப்புணர்ச்சியைக் கொட்டியிருக்கிறேன், மேலும் மேலும் தாக்கி நான் வெற்றிபெற்றுக்கொண்டிருப்பதை உணர்கிறேன், படுத்துக்கொண்டிருக்கும் உருவம் கருங்கல் பலகையிலிருந்து விடுபட்டு எழுகிறது, அவள் என்னைப் பின்தொடர்ந்தாக வேண்டும், இருண்ட பிரதேசத்திலிருந்து விலகிப் போய்க்கொண்டிருக்கிறோம், நானும் கத்துவதையும் தாக்குவதையும் கொஞ்சம்கொஞ்சமாக நிறுத்திக்கொள்கிறேன். சூரிய ஒளி திரும்ப வந்துவிட்டது, வண்ண மயமாக இருக்கிறது. அம்மா எழுந்து நிற்கிறாள், உடை உடுத்திக்கொள்ள அவளுக்கு நான் உதவுகிறேன்.

வெளியிலிருக்கும் பெண்மணிகள் இன்னும் பெஞ்சில் உட்கார்ந்தபடி இருக்கிறார்கள், வெளிர் சிவப்பு நிறப் பாவாடை, மேல்சட்டை போட்ட பெண்மணி உட்பட. நான் துணி அலமாரியில் துழாவி, அங்கிருப்பதிலேயே மிகப் புதிய அங்கியையும் அதனுடன் போட்டுக்கொள்ளும் வெளிர் நீலக் கோட்டையும் தேடுகிறேன். "இதைப் போட்டுக்கொள்" என்கிறேன். என் அம்மா எதிர்ப்புத் தெரிவிக்கவில்லை. அவள் இன்னமும் வெளிறியே காணப்படுகிறாள், ஆனால் அவளின் கண்களுக்கடியிலிருந்த கருவளையங்கள் மறைந்துவிட்டிருப்பது நன்றாகத் தெரிகிறது.

அவளுக்குத் தலைவாரிவிடுகிறேன். அவள் கைத்தடியை எடுத்துக்கொள்கிறாள், கைத்தாங்கலாக என் கைமேல் சாய்கிறாள். ஒருவழியாகக் கடைசியில் நாங்கள் திறந்தவெளிக்கு வருகிறோம், பாத்திகளில் ரோஜாச் செடிகள் வளர்ந்திருக்கும் சதுக்கத்துக்கு, தரையின் கருங்கல் பலகைகள்மேல் சூரிய வெப்பம் சூடேற்றும் சதுக்கத்துக்கு, வெதுவெதுப்பான நிழலில் பதுங்கியிருக்கும் பெஞ்சுகள் கொண்ட சதுக்கத்துக்கு வருகிறோம்.

எங்களுக்கு இடமளிப்பதற்காக மூதாட்டிகள் நகர்ந்துகொள்கிறார்கள். அரட்டையின் ஓசை அலைகள் என்னைத் தாலாட்ட விடுகிறேன். மற்ற குரல்களுக்கு மத்தியில், போதுமான அளவு மட்டுமே ஒலிக்கிற என் அம்மாவின் குரலையும் என்னுடைய குரலையும் இனம்கண்டுகொள்வதில் மகிழ்ச்சியடைகிறேன். இப்போதைக்கு அமைதி. நான் ஓய்வெடுத்துக்கொள்கிறேன்.

24. ஒப்பந்தம்

ஒரு புதிய விவகாரம் இன்று முளைக்கிறது. நான் செவிமடுக்காமல் இருக்கிறேன், ஒருவேளை அதுவே தானாக மறைந்துவிடலாம்.

சூழ்நிலையில் எவ்விதப் பதற்றமும் இல்லை. அங்கி விவகாரம்போலச் சிக்கல் என்று எதுவுமில்லை. இப்போது முடிவுசெய்யப்பட வேண்டிய சாதாரண சிறிய விவகாரம், மேலும் எங்களுக்கு உதவியாக இருக்கக்கூடிய தீர்மானம்... உயிர்வாழ்ந்துகொண்டிருக்கும் எங்களுக்கு, அதுவும் பல நாட்களுக்குப் பிறகு உதவியாக.

புற்களிடையே ஊர்ந்து செல்லும் பிராணி மேல்பரப்புக்கு வருவதைப் போல இந்தப் பிரச்சினை ஊர்ந்து வரும்போது எனக்குள் என்ன நடக்கிறது? என் உடலிலிருந்து சிந்தனை மறைந்துவிடுகிறது, உடலிலிருந்து உயிர் போய் விட்டதைப் போலத் தோன்றுகிறது. ஊர்ந்துசெல்லும் அந்தப் பிராணியை இப்போது ஏமாற்றிவிடலாம் என்று நம்புகிறேன். இங்கு யாருமில்லை, போய்விடு.

''பொதுவாக இதெல்லாம் எல்லோருமே செய்வார்களே, என் செல்லப் பெண்ணே.''

பல மாதங்களாக அவள் வற்புறுத்திக்கொண்டிருக்கிறாள். ''ஒவ்வொரு வரும் தங்கள் விவகாரங்களுக்குத் தாங்களே தீர்வு காண வேண்டும்'', ஒரு நாள் அவள் அழுதபடியே சொல்கிறாள்: ''இதுதான் கடைசியாக நான் உங்களிடம் வேண்டிக் கேட்பது...'' இதற்கு நான் ஏன் எதிர்ப்புத் தெரிவிக்கிறேன் என்று எனக்குத் தெரியவில்லை. ஒருவேளை கேலிக்கூத்தைக் கண்டு பயப்படுகிறேனா, அல்லது ஒரு ஏமாற்றுக்கார மூன்றாம் மனிதனுக்கு முன்னால், ஒரு ஆணுக்கு முன்னால் அம்மாவுக்கும் மகளுக்கும் இடையிலான பணம்-காசு பற்றிய பிரச் சினையின் அசிங்கத்தைக் கண்டு பயப்படுகிறேனா, தெரியவில்லை.

இதோ, நினைவுகளின் பெட்டகம் திறந்து, நான் மறந்துபோய்விட்டிருந்த காட்சி ஒன்று மீண்டும் உயிர் பெறுகிறது. எனக்கு அப்போது வயது பதினொன்று. மருத்துவர் ஒருவரிடம் என்னைக் காட்டுவதற்காக அம்மா முன்பதிவு செய்துவைத் திருக்கிறாள். நாங்கள் குடியிருக்கும் ஊரில் அல்லாமல் அதற்கு மிக அருகிலுள்ள ஒரு பெரிய நகரத்தில். பிரத்தியேகமான மருத்துவர். அவரிடம் அம்மா விவரிக் கிறாள், நான் கேள்வி எதுவும் கேட்கவில்லை. வெறும் அங்கி மட்டும் அணிந் திருந்த, வாட்டசாட்டமான மருத்துவர். எங்கள் குடும்ப மருத்துவரிடமிருந்து முற்றிலும் மாறுபட்டவர். நான் மௌனமாக இருக்கிறேன். ஒரு நல்ல அம்மா வின் பாத்திரத்தை ஏற்றுக்கொண்டிருப்பதில் என் அம்மா இயல்பாக இருப்ப தாகத் தோன்றுகிறது. அம்மாவும் மருத்துவரும் பூடகமாகப் பேசிக்கொள்கிறார் கள். புதிரான பேரம்.

நான் என் ஆடையைக் களைவதற்காக ஒரு அறையையும், பிறகு மேஜை போன்ற ஒரு நீண்ட பலகையையும் எனக்குக் காட்டுகிறார்கள். மருத்துவர் அணிந்திருக்கும் கோட்டின் பளிச்சென்ற வெண்மையைவிடச் சற்றே மங்கலாக இருந்த இந்தச் சூழலின் மூட்டத்தில் என் அம்மா கண்ணுக்குப் புலப்படவில்லை, ஆனால் அவள் அங்கிருப்பதை நான் உணர்கிறேன். ஏதோ செய்யப்போவதாக மருத்துவர் அறிவிக்கிறார். என் அம்மாவின் குரல் கேட்கிறது: ''நீ எதற்கும் கவலைப்படாதே.'' உண்மையில் எனக்கு வலி எதுவும் இருக்கவில்லை, அதை விட மோசம். என் உடலில் இதுவரை தொடப்படாத ஒரு இடத்தில் தொடப்படு கிறேன். நீட்டிப் படுக்க வைத்திருக்கும், காற்றடைத்த ஒருவித பலூன்தான் என் உடல். அதன் மேல்பரப்பை மட்டுமே நான் அறிவேன். உள்ளே காற்றோ, நுரையோ அல்லது கொஞ்சம் நீரோ இருக்கிறது. மொத்தத்தில் சுவாரஸ்யமாக எதுவும் இல்லை. ஆனால் இதோ, கால்களுக்கிடையே அடிவழியாக உள்ளே நுழைய முடியும்போலத் தோன்றுகிறது: உள்ளே ஏதோ இருக்கும் போலிருக்

கிறது. மீண்டும் ஒரு முறை என் அம்மாவுக்கும் மருத்துவருக்குமிடையே பூடகமான சொற்கள். சற்று நேரம் கழித்து, இந்த பலூன் (இந்த விவகாரத்தில் 'நான்' என்று சொல்வது சாத்தியமில்லை) முறையான 'வடிவம்' பெற்றுவிட்டிருக்கிறது என்று தெரிந்துகொள்கிறேன்.

மருத்துவருடன் இங்குதான் இரண்டாவது கட்டம், முதல் கட்டத்திலிருந்து முற்றிலும் மாறுபட்ட அடுத்த கட்டம் நிகழ்கிறது. என்னுடைய தோள்பட்டைகளில் ஒன்றுக்குக் கீழே, தோள்பட்டையின் முன்பக்கத்தில் கீழே அவர் எதையோ பார்த்துவிட்டார். ''சினிமாவில் நடிக்கும் எண்ணம் உனக்கு இருக்கிறதா, இளம் பெண்ணே?'' என்கிறார். இல்லை என்று முணுமுணுக்கிறேன். (திரைப்படம் என்பது எங்கள் உலகுக்குச் சொந்தமில்லாத விஷயம்). ''அப்படியென்றால் அதை அகற்றிவிட வேண்டும்.'' அவர் பார்த்திருந்தது ஒரு மச்சம். எனக்கு அதில் பெருமை*. அதை நான் 'அழகு' என்ற பொருளிலேயே எடுத்துக்கொள்கிறேன், விதையாக இருக்கும் அழகு. எனக்கொரு மச்சம் இருக்கிறது என்பதும், நான் 'சினிமாவில் நடிக்கலாம்' என்று ஒருவர் நினைக்க முடியும் என்பதும், இந்த பலூனுக்கு மீண்டும் வடிவத்தையும் கண்ணியத்தையும் அளிக்கிறது. மருத்துவ நிபுணர் என்னிடம் மட்டுமே சொல்கிறார், திடீரென்று இல்லாமல் போய்விட்ட என் அம்மாவிடம் அல்ல. நான் ஒரு மனிதப்பிறவி என்று உணர்கிறேன். எனக்கென்று ஒரு வாழ்க்கை, எனக்கென்று ஒரு விதி இருக்கிறது.

மூன்றாவது கட்டம். மருத்துவர் ஒரு சீட்டு எழுதிக்கொடுக்கிறார். என்னுடைய அம்மா மீண்டும் இயல்பான மனநிலையில் இருக்கிறாள். (சினிமாவைப் பற்றிப் பேசியது ஒரு கணம் அவளைக் கவலைக்குள்ளாக்கியிருந்தது), இப்பொழுது விவகாரம் அவளுடைய கட்டுக்குள் வருகிறது, அவள் ஆளுமை செலுத்துகிறாள். மருத்துவரின் மேல்சட்டையில் கழுத்துக்குக் கீழேயுள்ள திறந்த பகுதி வழியாக முடி அடர்ந்திருந்த அவருடைய மார்பு தெரிகிறது. சட்டைக் கைகளின் இடுக்கு வழியாக அவருடைய வலுவான கரங்கள் தெரிகின்றன. உடல் ரீதியாகப் பார்த்தால் அவர் இங்கிருந்ததில் தென்பட்ட தோரணை எந்த விதத்திலும் என் அப்பாவிடம் தென்பட்டதைப் போல இருக்கவில்லை. (என் அப்பா: கழுத்தில் 'டை' அணிந்து, எப்பொழுதும் கண்ணியமான உடையில்). என் அம்மா ஏதோ ஒருவித வாயு நிலையில் இருக்கிறாள்: எளிதில் ஆவியாகி, நிலையற்று. அளவுக்கதிகமாகப் பேசிக் கொண்டும் இருக்கிறாள். எளிதில் பிடிபடாத மிகக் குறைவாகவே காணப்படும் ஒரு புதிய அம்சமே அதற்குக் காரணம். அந்த அம்சம் சூழலின் தன்மையையே மாற்றிவிட்டிருக்கிறது. சூழலில் பாலுணர்வு தொனிக்கிறது. யாருடன் இந்த விவகாரம் சம்பந்தப்பட்டிருந்ததோ, அவருக்கு, அதாவது எனக்கு, ஒன்றும் புரியவில்லை. இதைப் பற்றியெல்லாம் அந்தக் காலகட்டத்தில் எனக்கு ஒன்றும்

---

* பிரெஞ்சு மொழியில் மச்சத்தைக் குறிக்கும் சொல் 'அழகான விதை' என்று பொருள்படும் விதத்தில் இருக்கிறது.

புரியவில்லை. வினோதமான விரசத்தை மட்டும் உணர்ந்தேன்: என் அம்மா, ஒரு ஆண், நான்.

பல வருடங்களுக்குப் பிறகு இதோ, இப்போது, மீண்டும் நாங்கள்—என் அம்மா, ஒரு ஆண், நான்—இறுதிச் சடங்குகளுக்கு ஏற்பாடுகளைச் செய்து கொடுக்கும் கடை ஒன்றில் இருக்கிறோம். நான் விட்டுக்கொடுத்துவிட்டேன். ஒளிமயமான இந்தச் சனிக்கிழமை காலைப் பொழுதில் அலுவலக மேலாளராகக் கோப்புகளையும் கைப்பெட்டியையும் எடுத்துக்கொண்டு போகும் பெண்களைப் போல எங்களிடமிருந்த மிக அழகான ஆபரணங்களை அணிந்துகொண்டு வெளியே கிளம்புகிறோம்.

ஒருவேளை அந்த இடத்துக்கு 'கடை' என்ற சொல்லை நான் பயன்படுத்து வது தவறாக இருக்கலாம். அறிவிப்புப் பலகையில் என்ன இருந்தது—கடை, அலு வலகம், நிறுவனம்? ஒருவேளை வெறும் இடமா? இறுதிச் சடங்குகளுக்கு ஏற்பாடு களைச் செய்யும் இடமா? பொருத்தமற்ற குறியீட்டுச் சொற்களைத் தவிர்க்க வேண்டும்: பணத்தை நினைவுபடுத்துவது (கடை), நோயை நினைவுபடுத்துவது (மருத்துவர் அலுவலகம்), தரகர்களின் ஏமாற்றுகளை நினைவுபடுத்துவது (நிறு வனம்). இடம் என்ற சொல்: காற்றோட்டமாக, விசாலமாக, எல்லைகளற்று, உள்ளடக்கம் எதுவுமில்லாமல் இருக்கிறது. மேலுலக வெளி? சீனாவை அது நினைவூட்டுகிறது (பண்டைக் கால சீன அரசர் 'மேலுலக மைந்தர்' என்றுதான் அழைக்கப்பட்டார்). போதும், நிறுத்திக்கொள், உன் அம்மாவுக்குத் திரும்பி வா, உன் கடமையைச் செய்.

ஆண், அம்மா, நான். அந்த ஆள் மிகவும் நல்ல மாதிரியாக இருக்கிறார். நேராக, பின்புறம், பக்கவாட்டில், ஊடுருவி—எப்படிப் பார்த்தாலும் நல்ல மாதிரி. உள்ளேயும் சரி, புறத்தேயும் சரி, அவரைக் குறுக்காக வெட்டினாலோ அல்லது மின்காந்த அலைப் புகைப்படக் கருவியில் பார்த்தாலோகூட மனதுக்குப் பிடிக்காத எதையும் ஒரு இம்மிகூடப் பார்க்க முடியாது. அவர் கொஞ்சம் 'செக்ஸி' யானவர்தான் (நான் இனியும் முன்பெல்லாம் இருந்த மாதிரி அந்த அசடுவழியும் குட்டிப் பெண் அல்ல, இப்போதெல்லாம் ஆண் மகன் ஒருவனுக்கு முன்னால் இருக்கும்போது 'செக்ஸ்' என்ற அம்சத்துக்கு முக்கியத்துவம் அளிக்கிறேன்). ஆனால், சற்றே மிதமிஞ்சி நிலவும் இந்த ஆண்மைக்கு ஈடுகொடுப்பதற்காகவும், அந்த இடத்தின் பால்ரீதியான சமநிலையைப் பாதுகாப்பதற்காகவும் இன்முகம் கொண்ட, குட்டையான, பருத்த ஒரு பெண்—உதவியாளரோ, சக முதலாளியோ —வருகிறாள்.

தான் வந்திருப்பதன் நோக்கத்தை என் அம்மா விவரிக்கிறாள், தன் குழந்தை களுக்குச் சிரமமான ஒரு சுமையை அளிப்பதைத் தவிர்க்க வேண்டுமாம். மற்ற இருவரும் தலையை ஆட்டுகிறார்கள். 'குழந்தைகள்' என்ற பதத்திற்குப் பிரதிநிதி யாக இருக்கும் நான். குழந்தையாகிய நான் கண்களைத் தாழ்த்திக்கொள்கிறேன். அப்படியானால் இங்கே செய்யப்படுவது எல்லாம் எனக்காக, என் நலனுக்காக. உள்ளுக்குள் நான் நெளிந்துகொண்டிருக்கிறேன், வெளிப்புறத்தில் எப்படித்

தோற்றமளிக்க வேண்டுமோ அப்படி இருந்தேன். பழைய நிலைகளுக்குத் திரும்ப வருகிறோம். பெற்றோர்/ஆசிரியர்/மாணவர். பெற்றோர் விவரிப்பார். ஆசிரியர் கருத்துத் தெரிவிப்பார், குழந்தை வாயை மூடிக்கொண்டிருக்கும். அல்லது பெற்றோர்/முதலாளி/மாணவி. வாடகை அறை முதலாளிக்கு இளம் மாணவியைப் பெற்றோர் அறிமுகம்செய்வார். அலுவலக மேஜைக்கு மறுபுறம் எங்களுக்கு எதிரில் இருக்கும் இருவரையும்விட நான் வயதானவள் என்பதை நினைத்துப் பார்க்கிறேன். என்னுடைய வலது கையில் முகவாயை ஏந்திக்கொள் கிறேன், ஏதோ ஆழ்ந்த கவனத்தில் நான் இருப்பதைப் போலத் தோன்றினாலும் அது உண்மையில் என் உதடுகள் துடிப்பதை மறைப்பதற்காக.

உதடுகள், முகவாய். வாய்ப்பு கிட்டிய முதல் தருணத்திலேயே எல்லாத் திசைகளிலும் உணர்ச்சிவசப்படும் சிறிய நரம்புகள் அநேகம் இருக்கலாம் என்று எனக்குத் தோன்றுகிறது. தோலுக்கு அடியிலிருக்கும் பொல்லாத இவை, தங்க ளுடைய வாய்ப்புக்காகக் காத்திருக்கும் பழைய கோமாளிகளான இவை, நான் சலவைக்கல்லைப் போல இருக்க விழையும்போதுதான் தங்களை வெளிக்காட்டிக் கொள்கின்றன: ஊடகத்துக்காகப் புகைப்படம் எடுக்கும் நிகழ்வு, சொற்பொழிவு, நேர்காணல், இத்யாதி. இதற்கு நான் ஒரு கேடயத்தைக் கண்டுபிடித்திருக் கிறேன்: உணர்ச்சிவசப்படும் நரம்புகள் இருக்குமிடத்தை (முகவாய், உதடுகள்) மடக்கியிருக்கும் என் கையில் புதைத்துக்கொள்வது. அங்கே அவை தத்தம் இஷ் டப்படி துடிக்கலாம், கண்ணுக்குத் தெரியாது. அதிர்ஷ்டவசமாக, என் நெற்றியும் கண்களும் எனக்குக் கீழ்ப்படிகின்றன.

மகளே, என்ன கதையளக்கிறாய்? இந்த இடத்தில் எந்த விவகாரத்தைப் பற்றிப் பேச வேண்டும் என்பதை மறந்துவிட்டாயா, விஷயத்துக்கு வா.

திருமணத்துக்குப் பிறகு வந்த குடும்பப் பெயர், அதற்கு முன்பிருந்த குடும் பப் பெயர், முதல் பெயர், பிறந்த தேதி, திருமண விவரங்கள். சில சொற்களில் தீர்மானிக்கப்பட்டுவிட்ட அடையாளம். குழந்தைக்குப் பொறுக்க முடியாத சங்கடம். அம்மா. பல வடிவங்கள் கொண்ட ஜீவன், எங்கும் நிறைந்திருப்பவள், சர்வ வல்லமை பொருந்தியவள், 'நான்' என்று சொல்லிக்கொள்ளும் பிறவி, சமுதாய அடையாளப் பலகையில் ஒரு பூச்சியைப் போல ஊசியால் குத்திவைக்கப் பட்டிருப்பவள்.

அதைவிட மோசம்: அவளுடைய வாழ்க்கையின் பல நிலைகளின் அதிகார பூர்வமான, சுருக்கமான இந்த விவரணை என்னை அவளுக்குச் சமமாக ஆக்கிவிடு கிறது. என்னுடைய அம்மா கைக்குழந்தையாக இருந்திருக்கிறாள், இன்னொரு பெண்ணின் வயிற்றிலிருந்து உரக்க அழுதபடி வெளிவந்திருக்கிறாள், வாலிபன் ஒருவனுக்காக அவளுடைய இதயம் துடித்திருந்திருக்கிறது, இளம் மணப்பெண் ணாக இருந்திருக்கிறாள். உடலுறவை அறிந்திருந்திருக்கிறாள்... இவை எல்லா வற்றையும் தாறுமாறாகப் பார்க்க வேண்டிய நிலையில் இருக்கிறேன். சில சமயம் கிட்டே நெருங்கியும், சில சமயம் தலைசுற்றும் அளவுக்குப் பின்னால் படம்பிடிக் கும் காமராவைப் போல சென்றும் பார்க்கிறேன். எல்லாவற்றையும் எனக்கு நன் றாகத் தெரிந்திருந்த ஒரு குறிப்பிட்ட பிரதேசத்தில்—பிரான்ஸின் மத்தியப் பகுதியிலுள்ள ஒரு மிகச் சிறிய கிராமத்தில்—நின்றபடி பார்க்க வேண்டும். என்

அம்மா, கிராமப்புறத்தின் ஒரு சாதாரணப் பெண். அவளை நிர்வாணமாகப் பார்க்கச் சொல்லிக் கட்டாயப்படுத்தப்படுவதைப் போலத் தோன்றுகிறது. எனக்கு அவமானமாக இருக்கிறது, அவள் என்னவாக இருக்கிறாள் என்பதனால் அல்ல, அவளை நிர்வாணமாகப் பார்க்கக் கட்டாயப்படுத்தப்படுகிறேன் என்பதனால்.

என் அம்மாவோ இயல்பாக இருக்கிறாள். அது அவளுடைய வாழ்க்கை, அவளுடைய ஆளுமைக்கு உட்பட்டு முற்றிலும் அவளுடைய ஆக்கிரமிப்பிலேயே இருக்கும் களம்.

சவப்பெட்டி: ''என் கணவருடையதைப் போல'', என்கிறாள். என்னிடம் தனியாக: ''பகட்டான சவப்பெட்டிகள் கேவலமாக இருக்கும்.'' இருந்தாலும் அது நல்ல தரம் வாய்ந்ததாக இருக்க வேண்டும்: ஓக் மரம், வெளிர் நிறத்தில் வெண்கலத்தில் செய்யப்பட்ட ஆறு கைப்பிடிகள், உட்பக்கத்தில், பஞ்சு வைத்துத் தைக்கப்பட்ட வெளிர் பழுப்புப் பட்டுத் துணி ''உனக்குச் சம்மதம் தானே?'' எனக்குச் சம்மதம், கடையில் அந்த இருவருக்கும் சம்மதம், என் அம்மாவுக்கு மகிழ்ச்சி. அவள் விமர்சனம்செய்கிறாள், தமாஷாகப் பேசுகிறாள், சிரிக்கிறாள். முன்பெல்லாம் நாங்களிருவரும் ஒன்றாக ஏதாவது வாங்கப் போய், அது நல்லபடியாக நடந்தபோது எப்படி இருந்தாளோ அதே போல இருக்கிறாள். ரொம்ப காலமாக நான் தெரிவித்துவந்த எதிர்ப்பு என்ற கவலையிலிருந்து விடுபட்டு, என்னுடைய சாதுவான குணத்தினாலும், அந்த இரண்டு தாராளமான வியாபாரிகளின் முழுமையான அக்கறையினாலும் திருப்தியடைந்திருக்கும் அவள் அழகாக, நகைச்சுவை உணர்வோடு, தன்னிடம் இருக்கும் சிறப்பான தன்மைகள் வெளிப்படும் நாள் ஒன்றில் இருப்பதைப் போலக் காட்சியளிக்கிறாள்.

அசந்துபோய்விட்ட நான் (மீண்டும் ஒருமுறை), இப்பொழுது உணர்கிறேன்: அவள் மற்றவர்களைக் கவர முயல்கிறாள். இன்னும் அழுத்தமாகச் சொல்வதானால், அவளிடம் கவர்ச்சி இருக்கிறது, ஒருவித அசாத்தியக் கவர்ச்சி. மற்ற இருவரும் அடிபணிந்துவிட்டார்கள். நானும் அடிபணிந்துவிட்டேன். இன்னும் கொஞ்சம் போனால், நாங்கள் ஷாம்பைன்கூட அருந்திக் கொண்டாடி, ஒருவரையொருவர் தோள்களில் தட்டிக்கொள்வோம்.

இங்கே நிலவும் விகாரமான உடந்தைக்கு எதிராக அடிமேல் அடி வைத்துப் போராடுகிறேன். என் தலையை இரண்டு கைகளிலும் ஏந்தி உலுக்கிக் கொள்ள வேண்டும்போல இருக்கிறது. இந்தக் கணத்தில் இங்கு நடப்பதெல்லாம் உண்மைதானா? இந்தச் சவப்பெட்டி என் அம்மாவை அதனுள்ளே போட்டு பூட்டிவிட, அவளை ஒரு கல்லறைக் குழியில் தள்ளிவிட, அவளுடைய சாவுக்காகத் தயாராகப்போகும் சவப்பெட்டி. ''இரவுக்குள் மென்மையாகப் போய்விடாதே.'' ஆங்கிலக் கவிஞர் டைலன் தாமஸின் இந்த வரிகள் என் மண்டைக்குள் சுத்தியால் அடிக்கின்றன. எந்த விதமான பொறியில் நான் அகப்பட்டிருக்கிறேன், எதற்காக இதை நான் ஏற்றுக்கொள்ள வேண்டும்? என் அம்மாவின் இறுதிச் சடங்குகளுக்கான இந்த ஒப்பந்தம் சத்தியம் செய்துதரப்படுகிறது, எதிரே இருக்கும் இருவரும் அதற்கான சரியான விலையைப் பெற்றுக்கொள்ளப்போகி

றார்கள். ஐயோ, அம்மா, இங்கிருந்து கிளம்புவோம், அதற்கான சமயம் வரும் போது என்னவெல்லாம் செய்ய வேண்டுமென்று நாங்கள்—நானும் என் தம்பியும்—தெரிந்துகொள்வோம். கிளம்பலாம்.

ஆனால், அந்தக் கவர்ச்சியில் நானும் சிறைப்பட்டுவிட்டேன். இயந்திரத் தனமாக ஒப்புதல் தெரிவிக்கிறேன், இனி எதைப் பற்றியும் நான் நினைத்துப் பார்க்கவில்லை. அவளைத்தான் பார்க்கிறேன். முழுக்கமுழுக்க அவளுக்குள் அமிழ்ந்துபோகிறேன்.

சற்று நேரம் கழித்து, இல்லத்துக்குப் பக்கத்திலுள்ள ஒரு சிறிய உணவு விடுதிக்குப் போகிறோம். ஒரே சீரான வாகனப் போக்குவரத்து, சிவப்பு-ஆரஞ்சு-பச்சை விளக்குகள், சாதாரணமாகப் போய்வந்துகொண்டிருப் பவர்கள், சாதாரண வாடிக்கையாளர்கள், கனிவான பணிப்பெண், நகரம் இயங்கிக்கொண்டிருக்கிறது, நாங்கள் இயங்கிக்கொண்டிருக்கிறோம். இந்த காப்பிக் கடைதான் எங்களுடைய பாலைவனச் சோலை. 'எல்லாம் நல்ல படியாகப் போய்க்கொண்டிருக்கும்போது' நாங்கள் இங்கு வருவது உண்டு. என் அம்மா களைப்படைந்து, ஆனால் ஒளிவீசிக்கொண்டிருக்கிறாள். தன் கைத்தடியை நாற்காலியின் மேல் சாய்த்து வைத்துவிட்டு, ஒரு காப்பி கொண்டுவரச் சொல்கிறாள், "ஒரு நல்ல, தரமான காப்பி." எனக்கு ஆறுதலாக இருக்கிறது. அவளுடைய மகிழ்ச்சிகளில் முக்கியமான ஒன்றாக காப்பி எப்போதுமே இருந்துவந்திருக்கிறது, அவள் தனக்குத் தானே அளித்துக் கொண்ட மகிழ்ச்சி, குடும்பத்தில் இரண்டாவது இடத்தை அவள் பெற்றிருந்த காலத்தில் (முதலிடம் என் அப்பாவுக்கு, என் தம்பியும் நானும் அவளுக்குக் கீழ்ப்படிந்த குடிமக்கள்), அதை யாரும் அவளுக்கு மறுத்ததில்லை. பிறகுதான் பயங்கள் தோன்றிய காலம் வந்தது, தூக்கமின்மை பற்றிய பயம், வேகமான இதயத் துடிப்புபற்றிய பயம், அதிகமாகக் காப்பி குடிக்கக் கூடாது, தவிர்க்கப் பட வேண்டிய காப்பிகள்... இன்று, இந்தப் பயங்களைப் பற்றி அவள் நினைத் துப் பார்க்கவில்லை என்பது எனக்கு மீண்டும் உற்சாகமளிக்கிறது. எனக்குள் தயங்கியபடி ஒரு பாராட்டுணர்வு, உண்மையில் அரண்டுவிட்டிருப்பதால் அதிகப்படியான தயக்கம். என் அம்மா சாவை எதிர்கொண்டிருக்கிறாள், அதை அடக்கிவிட்டும் இருக்கிறாள். சபாஷ் அம்மா.

நல்ல கறுப்புக் காப்பி, பால் இல்லாமல்.

"நீ நல்லதாக ஏதாவது வாங்கிக்கொள், ஒரு ஐஸ்கிரீம் வாங்கிக்கொள்", என்கிறாள். வேண்டாம், வெறுமனே கொஞ்சம் குளிர்ந்த நீரே போதும். அவள் வற்புறுத்துகிறாள். இவை எல்லாமே பிரமாதம். சாவின் வழியாக வந்த சுற்றுப் பாதை நேராக எங்களை வாழ்க்கையின் மத்தியில் கொண்டுவந்து விட்டிருக்கிறது. நாங்கள் சுவரின் மீது முட்டிமோதி, வெகு தூரம் பின்னுக்குத் தள்ளப்படுகி றோம், இளமையாக அவளும் அவளுக்குப் பெருமையளித்த குட்டிப் பெண் ணாக நானும் இருந்த நாட்களுக்குத் தள்ளப்படுகிறோம். அவள் எனக்கு

கொடியை ஆட்டிக் காண்பிக்கிறாளே என்று கோபமடைகிறேன், அதற்கான நேரம் வரும்போது அது இருக்கும் இடத்தைக் கண்டுபிடித்துவிடலாம், அவளுடைய இருப்பிடம் அவ்வளவாக ஒன்றும் பெரிதல்ல. ஆக மொத்தம், என் அம்மா மருத்துவமனைக்குப் போனபோது எந்த இரண்டாம்பட்ச அல்லது மூன்றாம்பட்ச மேல்சட்டையை அணிந்துகொண்டு போனாள் என்று எனக்குத் தெரியாது, மருத்துவமனையில் போர்வைக்கடியில் அவள் ஆடையின்றி இருந்திருக்கிறாள், மருத்துவமனையில் நாங்கள் ஒருவருமில்லாமல் இருந்த குறுகிய இடைவெளி ஒன்றின்போதுதான் இறந்துவிட்டாள். நாங்கள் திரும்பி வந்தபோது, செவிலியர் அவளுடைய சடலத்துக்கு ஏற்கனவே ஆடை அணிவித்துவிட்டிருந்தார்கள்.

பிறகு, அந்தக் குடியிருப்பில் சோபாவுக்குப் பின்னால் அவளுடைய பெரும் புறப்பாட்டுக்குத் தயாராக இருந்த பெட்டியைப் பார்த்தோம். அப்படியானால் அவள் போட்டிருந்த மேல்சட்டை எது, சவக்கிடங்கின் இழுப்பறைகள் ஒன்றில் இருந்தபோது அணிந்திருந்த மேல்சட்டையா? புதிய மேல்சட்டையாக இருந்திருக்க முடியாது, ஏனென்றால் அது இங்கே எங்களுடைய கண்ணெதிரே, பரிதாபகரமான அந்தப் பெட்டியில் புதிய காலணிகளுடன் கவனமாக மடித்து வைக்கப்பட்டிருக்கிறது. கடைசி நேரத்தில் அவளருகே நாங்கள் இல்லாமல் போய்விட்டோம். அவளோ நினைவிழந்த நிலையில் இருந்தாள். தன்னுடைய நுணுக்கமான பார்வையுடன், கவலை தோய்ந்த கண்காணிப்பை அவளால் செலுத்த முடியவில்லை. அவள் என்ன சொல்லியிருந்திருப்பாள்? ''பாவம், குழந்தைகளே, அதனால் பரவாயில்லை, இதெல்லாம்கூட மடத்தனம்தான்.'' அல்லது: ''என்னுடைய ஒரே ஒரு ஆசை, அதை நீங்கள் மதிக்கவில்லை. என்னுடைய கணவர், பெற்றோர்கள், தாத்தா-பாட்டிகள் இவர்களெல்லாம் என்னைப் பற்றி என்ன நினைப்பார்கள்? இப்படிப் புறக்கணிக்கப்பட்டு, தினப்படி அணியும் மேல்சட்டையுடன், தன்னுடைய கண்ணியத்தை மேற்பார்வையிடக் குடும்பம் என்ற ஒன்று இல்லாமல் போய்விட்டவள் மாதிரி வருவதைப் பார்த்து என்ன நினைப்பார்கள்? ஒரு வினாடி நான் வேறு பக்கம் திரும்பிவிட்டால் குழப்பிவிடுகிறீர்கள். ஒரு நிமிடம் நான் இல்லையென்றால் எல்லாம் நீரில் அடித்துக்கொண்டு போய்விடுகின்றன. நான் பலவீனமாக இருந்தபோது நீங்கள் என்னைப் பாதுகாக்கவில்லை, கடைசிப் பாதுகாப்புச் சுவரை நீங்கள் எழுப்பவில்லை.''

அவள் இப்படியும் சொல்ல முடியும், முற்றிலும் வேறு மாதிரியாகவும் சொல்லக்கூடும். எனக்கு இரண்டு அம்மாக்கள் இருந்தார்கள். அதில் யாருடைய சொல் மேலோங்கி இருந்தது என்று எனக்கு ஒருபோதும் தெரிந்திருக்கவில்லை. அந்த இருவருமே ஓயாமல் என் மண்டைக்குள் பேசிக்கொண்டிருக்கிறார்கள். எல்லாவற்றையும் மன்னித்துவிடும் முதல் அம்மா பேசும்போது நான் நலமாக இருப்பேன், என்னுடைய சோகங்கள் அதனதன் இடத்திலிருக்கும், இயல்பான ஒரு உலகத்தில் என் வேலையைக் கவனித்துக்கொண்டிருப்பேன். பேசுவது இரண்டாவது அம்மாவாக, மன்னிக்கப்பட முடியாத கண்டனங்களின் அம்மாவாக இருக்கும்போது என் வேலையின் பாதையில் பார்வையற்ற ஒருத்தியைப் போலப் போய்க்கொண்டிருப்பேன், தடுக்கிவிழுவேன், நான் செய்வதில் என் மனம் லயிக்

காது. சதா சர்வ காலமும் என் மண்டைக்குள் அம்மாவுடன் வாதாடிக்கொண் டிருக்கிறேன், என்னுடனேயே வாதாடிக்கொண்டிருக்கிறேன்.

அம்மாவுக்குப் பயங்கரமாக இரத்தப்போக்கு ஏற்பட்டுச் சுயநினைவிழந்த நிலையில் இருந்ததை அறிவித்த அந்த விதியின் தொலைபேசி அழைப்பு வந்த போது ஏற்பட்ட தவிப்பு. முடிக்கப்பட வேண்டிய காரியங்கள், முறையான செயல்பாடுகள்/ நடவடிக்கைகள் என்று உங்களைத் திடீரென்று பிடித்து உலுக் கும் எவ்வளவோ. உங்கள் மூளை சிதறிவிட்டதைப் போல, கழுத்தறுக்கப்பட்ட கோழியைப் போல ஓடுகிறீர்கள். ஆ, சாவு உங்களைத் தடியால் அடிக்கிறது, உங்க ளுடைய முறை இன்னும் வந்துவிடவில்லை, ஆனால் ‘டமால்’ என்று ஒரு அடி, சாவுக்காகக் காத்துக்கொண்டிருக்கும் நீங்கள் அதை எப்படி எடுத்துக்கொள்ளப் போகிறீர்கள் என்று பார்க்கலாம், இறுமாப்புடன் வாழ்ந்துகொண்டிருக்கிறீர்களே உங்களைத்தான், என்னை மறந்துவிடுவதற்கு எவ்வளவோ முயற்சி செய்யும் உங்களைத்தான், இதோ நான் இங்கேதான் இருக்கிறேன், நான்தான் சாவு. உங்கள் தலையில் பல அடிகள் போடப்போகிறேன், நான் சிரித்து மகிழ்வதற்காக, நீங்கள் இறக்கைகளை அடித்துக்கொண்டு தட்டுத்தடுமாறி, என் முன்னால் மென்மையாக அணிவகுத்துப் போவதைப் பார்ப்பதற்காக. உங்களை நான் ஆட வைக்கும் இந்தத் துரித நடனம்தான் என்னுடைய பெரிய விருந்தின் தொடக்க உணவு. பிறகு நான் ஒருவழியாக மேஜைக்கு முன்னால் உட்கார்ந்து, இன்று நான் பிடித்துச் செல்லப்போகும் அவளுடைய, உங்களுடைய அம்மாவாகிய அவளுடைய சதையை ஆசுவாசமாக ருசித்துச் சாப்பிடுவேன், ஹா, ஹா!

இடைவிடாமல் ஒருவித நடுக்கம் இருந்துகொண்டே இருக்கிறது. இந்தக் குடும்ப நிகழ்வுகள் எல்லாவற்றிலும் (பிறப்புகள், இறப்புகள், வாரிசுகள் நிய மனம்) அவற்றின் எல்லைகளில் என் அம்மா இருந்திருக்கிறாள். என்ன செய்ய வேண்டும் என்று உத்தரவுகளைப் பிறப்பித்திருக்கிறாள், அவளுடைய கையசைவு களிலும் குரலிலும் செய்யப்பட வேண்டியவற்றின் வரிசைக் கிரமம் எங்களுக்குச் சுட்டிக்காட்டப்பட்டிருக்கிறது. சாதுவாக, கீழ்ப்படிந்து நாங்களும் அதன்படி ஓடியிருந்திருக்கிறோம். இதோ, இப்போது எங்களுக்கு ஒரு அறிவிப்பு வந்திருக் கிறது, குறிப்பிடப்பட்ட எல்லைவரை ஓடுகிறோம், ஆனால் அந்த அதிகாரபூர்வ நிகழ்வில் நாங்கள் சந்திக்க வேண்டிய எங்களுடைய அம்மா இல்லை. இனி மீதமிருப்பவற்றை எடுத்துக்கொள்ள வேண்டியது எங்களுடைய பொறுப்பு, வயதுவந்தவர்கள் என்ன செய்வார்களோ அதை நாங்கள் செய்தாக வேண்டும். ஆனால் எங்களுக்கோ தெரியவில்லை. அம்மா, நாங்கள் என்ன செய்ய வேண் டும்? அவள் அங்கே இல்லை. அதைவிடக் கொடுமை, இந்தப் பரபரப்பு எல்லாமே அவளுக்காகத்தான். வேண்டிய அளவுக்கு நாங்கள் திறமையானவர்களாக இருக்க வில்லை என்று நடுங்குகிறோம். இந்த இறுதியான, மிகவும் முக்கியமான, எல்லா வற்றையும்விட மிக முக்கியத்துவம் வாய்ந்த பரீட்சையில் எங்களுடைய அம்மா எங்களுக்கு உதவ மாட்டாள், இதுவரை எப்போதுமே அவள் செய்துவந்ததைப் போல. ஆனால் எங்களுடைய செயலை அவள் மதிப்பீடு செய்வாள்.

மருத்துவமனையில் மூக்கிலும் தொண்டையிலும் குழாய்கள் பொருத்தப் பட்டு இரத்தம் செலுத்தப்பட்டுக்கொண்டிருந்தபோது அவளுக்கு இரைத்தது.

சுவாசத்தில் இரைப்பு இருந்ததால், மணிக்கு ஒருமுறை கபத்தை உறிஞ்சி எடுக்க வேண்டியிருந்தது. சற்று நேரத்தில், திடீரென்று இரைப்பு தொடங்கிவிடும். செவிலியைக் கூப்பிடலாமா? ஆனால் இப்போதுதான் சில நிமிடங்களுக்கு முன் வந்து பார்த்துவிட்டுப் போயிருந்திருக்கிறாள். மீண்டும் மணியடித்து அவளைக் கூப்பிட அம்மா விரும்ப மாட்டாள். ''எப்போதும் கூப்பிட்டுக்கொண்டேயிருக்கும் நோயாளிகள், பெரிய தொல்லை. என்னதான் ஆனாலும் விதிமுறைகளின் படிதான் நடந்துகொள்ள வேண்டும்!'' இந்த வாரம் முழுவதும் நினைவற்றிருந்த அம்மாவின் தலைமாட்டில் எல்லாவற்றையும் கணக்கிட்டபடியே கழித்தேன்: அவளுடைய இரைப்புகளின் தீவிரம், இதயத்தின் துடிப்புகள், செவிலியின் வருகைகளுக்கு இடையேயான இடைவெளிகள், உடல் தூக்கிப்போடும் நிகழ்வுகள் (லேசாக இருந்தால்: கவனித்துப் பார்ப்பேன். தீவிரம்: செவிலியைக் கூப்பிடுவேன்), நான் அவளுடன் பேசும் நேரம் (ஐந்து நிமிடங்களுக்கு ஒருமுறை அவளுடைய காதில் சத்தமாக: ''அம்மா, நான் இங்கேதான் இருக்கிறேன்''), நான் தடவிவிடும் நேரம் (''பெரும்பாலும் புஜங்களில், கையில்), நான் ஓய்வெடுத்துக் கொள்ளும் தருணங்கள் (அரை மணிக்கு ஒருமுறை கீழே உள்ள கூடத்தில் சிகெரட் புகைப்பதற்காக), நான் கண்ணயரும் நேரம், நான் அங்கே இல்லாமல் இருக்கும் நேரம்—

ஒருமுறை அவள் பலமாகக் கொட்டாவி விட்டாள். அடக்க முடியாத, பிரம்மாண்டமான ஒரு கொட்டாவி. உண்மையிலேயே பெரிய பணி ஒன்றைச் செய்து முடித்த நல்ல உழைப்பாளிப் பெண் சோர்ந்து இருக்கும்போது, தன்னைக் கட்டுப்படுத்திக்கொள்ளாமல் (யார் பார்க்கப்போகிறார்கள், எனக்கு அதைப் பற்றிக் கவலையில்லை) விடும் கொட்டாவி. வேடிக்கையாகவும் பிரமாதமாகவும் இருந்தது. நன்றாக உயிருடன் இருக்கும் ஒரு உடலின் இயல்பான பிரவாகம். சிரித்தபடி அவளை நான் அணைத்துக்கொண்டேன். அது ஒரு வெகுமதியைப் போல இருந்தது. மனதுக்குள்ளேயே எக்களித்துக்கொண்டேன். ஆ, அம்மா, என்ன கொட்டாவி!

எனக்கு நானே அளித்துக்கொண்ட சிறிய இடைவெளி ஒன்றில் வெளியே சென்று, திரும்பி மேலே ஏறி வந்துகொண்டிருந்தபோது எல்லாம் முடிந்துவிட்டது என்று செவிலி எனக்கு அறிவித்தாள். பிரேதத்துக்கு அருகில் உட்கார்ந்து கொண்டேன். அவளுடைய புஜத்தின் மேல் நெற்றியை வைத்தேன். கணக்கிடுவதை நிறுத்திவிட்டேன். எனக்கு ஆறுதலாக இருந்தது.

என்னைவிட என் தம்பி அதிகமாகவே ஆடிப்போய்விட்டான். எங்களுடைய செயல்பாடுகள் ஒன்றோடொன்று இசைந்துபோகவில்லை. முன்பு, அம்மாவின் தலைமாட்டில் நான் உட்கார்ந்து எண்ணிக்கொண்டிருந்தபோது, அவன் வேகமாகவும் தொழில் நிமித்தமாகவும் (அதே மருத்துவமனையில் வேலை பார்த்துக்கொண்டிருந்ததால்) விஜயம்செய்து, விழிகளை உயர்த்தி விவர அட்டையைப் பார்ப்பான். நிதானத்துடனும், தன்னம்பிக்கை நிறைந்த ஆளுமையுடனும். பின்னர், என்னுடைய மன ஆறுதலை நான் சுவைத்துக்கொண்டிருந்தபோது, அவன் ஓயாமல் திரும்பத்திரும்ப சொல்லிக்கொண்டிருந்தான்: ''எவ்வளவு வெளிறிப்போயிருக்கிறாள்!'' இன்னும் காலம் தாழ்ந்து, நாங்கள் போய்க்

கொண்டிருந்த வண்டியில், கல்லறைத் தோட்டத்தில்: "அவள் எப்படி வெளிறிப் போயிருந்தாள்!" அவனேகூட ஒரு உள்ளாடையைப் போல வெளிறிப்போயிருந் தான், எவ்வளவோ பிரேதங்களைப் பார்த்திருந்த அவன்!

என் அம்மா ஒரு பழைய சட்டையுடனேயே போய்ச்சேர்ந்துவிட்டாள். அங்கே, அந்த மறுபுறத்தில், அவளுக்காகக் காத்துக்கொண்டிருக்கும் எல்லாரையும் எப்படி அவள் கவரப்போகிறாள்?

எனக்கு நானே ஆறுதல் சொல்லிக்கொள்கிறேன்: குறைந்தபட்சம் அவள் விகாரப்படுத்தப்படவில்லையே. என் பாட்டிக்கு மூக்கிலும் தொண்டையிலும் குழாய்கள் பொருத்தப்பட்டிருந்தன. அதனால் அவளுடைய முகம் கிட்டத்தட்ட அடையாளம் தெரியாத அளவுக்கு உருமாறிவிட்டிருந்தது. தேவையில்லாத இந்த சித்திரவதைக்கு அப்போதே என் அம்மா கண்டனம் தெரிவித்திருந்தாள். இது போன்ற குழாய்களை அவளுக்கு வைக்கச் சொல்லி வற்புறுத்தக் கூடாது என்று எங்களைச் சத்தியம் செய்துகொடுக்கச் சொல்லியிருந்தாள். மிகக் குறைந்தபட்ச குழாய்களே அவளுக்குப் பொருத்தப்பட்டன. சவப்பெட்டியின் துணி விரிப்பு களில் இருந்த அவளுடைய முகம் தெளிவாக, சாந்தமாக இருந்தது. உதட்டில் மட்டும் மிகச் சிறிய ஒரு கோணல், அதையும் நான் சரிசெய்துவிட்டேன். அவ ளுடைய முடி சீராக வாரிவிடப்பட்டிருந்தது. அவளுடைய சட்டையின் கழுத்துப் பட்டை சுத்தமாக இருந்தது, பித்தான்கள் முறையாகப் பொருத்தப்பட்டிருந்தன. "உங்களுடைய கண்ணியத்தைக் காப்பாற்றிவிட்டேன் அல்லவா, குழந்தை களே?" ஆமாம், அம்மா.

26. தொலைபேசி

அந்த மணி ஒலித்தாலே அது அவள்தான். வேறு ஏதாவதொரு குரலைக் கேட்டால், நான் வியப்படைகிறேன், கிட்டத்தட்ட சங்கடப்படுகிறேன். பேசுபவருடன் என் வேலையை முடிக்க அவசரப்படுகிறேன். தொலைபேசிப் பாதை திறந்திருக்க வேண்டியது அவசியம், அவள் காத்துக்கொண்டிருப்பாள் என்று எனக்கு நிச்சயமாகத் தெரியும், அந்தப் பாதையைத் தடுக்கும் தாங்க முடியாத 'பிப்...பிப்' ஒலியைக் கேட்டுக்கொண்டு தவித்தபடி இருப்பாள். என்னுடன் பேசிக்கொண்டிருப்பவர் தொலைபேசியை வைத்தவுடனேயே பதிலளிக்கும் கருவியுடன் அதைப் பொருத்துகிறேன். கிட்டத்தட்ட உடனேயே மணியொலி கேட்கிறது, ஒலிநாடாவில் பதிவாகிக்கொண்டிருக்கும் அவளுடைய குரலும் கேட்கிறது.

தொலைபேசியில் குரலைப் பதிவுசெய்யும் கருவிக்கு வெகு சீக்கிரமே பழகிவிட்டாள், ஆனால் என்னுடன் நேருக்கு நேர் பேசுவதைப் போல அதில் பேசுகிறாள், அவளுடைய தகவல் அந்த ஒலிநாடாவைக் கடைசிவரை நிரப்பு கிறது, மீண்டும் தொடங்குகிறாள், சில சமயங்களில் இரண்டு அல்லது மூன்று

முறை, இறுதியில் கோபித்துக்கொண்டு ஒரு வாக்கியத்தின் பாதியில் தொலை பேசியைக் கொக்கியில் தொங்க விடுகிறாள்.

ஒருமுறை அவள் அழுவதைக் கேட்டேன், குரல் மிகவும் பாதிக்கப்பட்டிருந் ததால் அவள் சொல்வதைக் கேட்க முடியவில்லை. ஒலிநாடாவை வெளியே எடுத் தேன், என் இதயம் சற்று அமைதியடைந்த பிறகு அதைக் கேட்பது என்று எனக்கு நானே உறுதியளித்துக்கொண்டேன். ஒருமுறைகூட அதை வெற்றிகரமாகச் செய்ய என்னால் முடியவில்லை.

இந்த அழைப்புகளுக்கு ஒழுங்கான, குறிப்பிட்ட ஒரு நேரத்தை ஒதுக்குவது என்றும், எங்கள் உறவின் கொந்தளிப்பு ஒரு குறிப்பிட்ட கால அளவுக்குள் அடங்கிவிட வேண்டுமென்றும், கொஞ்சமாவது அதில் ஒரு ஒழுங்கு இருக்க வேண்டும் என்றும் விரும்பினேன். சிறிது நாட்கள்வரை அப்படியே நடக்கவும் செய்தது, ஆனால் இப்போதெல்லாம் இல்லை.

எந்த நேரத்திலும், சில சமயங்களில் விடியற்காலையில், அழைப்பு வரு கிறது. ''எனக்கு ஏதோ ஆகிவிட்டது, இல்லை உண்மையாகத்தான், தாங்க முடியவில்லை...'' காலை வணக்கமோ, முன்னறிவிப்போ எதுவுமில்லாமல் நான் நேரடியாக இந்தச் சுழியில் குதித்தாக வேண்டும். அவள் ஏதோ காகிதத்தைத் தொலைத்துவிட்டிருப்பாள், தேதியில் குழப்பம் ஏதாவது ஏற்பட்டிருக்கும், தன் னுடைய படிவத்தைப் பூர்த்திசெய்து முறையாகத் திரும்ப வைத்திருக்க மாட் டாள், உணவுக்கூடத்தில் அவளுக்கான இடத்தை மாற்றிவிட்டிருப்பார்கள், அவளுக்கு ஏதோ கடிதம் வந்திருக்கும்... எவ்வளவு அற்பமானதாக இருந்தாலும் ஒவ்வொரு நிகழ்வும் ஒரு பரபரப்பை, ஒரு குழப்பத்தைத் தோற்றுவிக்கிறது. அவள் மிரண்டுபோய்க் கலவரமடைகிறாள். கடந்த காலம் மட்டும்தான் நிச்சயத் தன்மையுடன் இருக்கிறது, அதுதான் அவளுக்குச் சொந்தம். நிகழ்காலத்தில் வரு பவையெல்லாம் அவளைப் பயமுறுத்துகின்றன, தொந்தரவாக இருக்கின்றன, சோர்வடையச் செய்கின்றன.

இப்போதெல்லாம் அவள் வெளிப்படையாகப் புகார்செய்கிறாள். ''உன் பாட்டிக்கு நான்தான் எல்லாவற்றையும் செய்தேன்'' (வரி விவகாரங்கள், பண்ணை தஸ்தாவேஜுகள், சாப்பாடு, குளியல், காலைக்கடன் போன்றவை). தன்னுடைய உரிமை, மரபு இவற்றைப் பற்றி நிச்சயத்துடன் இருந்த, அலட்டிக் கொள்ளாமல் தலையை மட்டும் ஆட்டிக்கொண்டிருந்த என் பாட்டி மீண்டும் என் கண் முன்னே தோன்றுகிறாள். ''எங்களுடைய இந்த வயதில் நாங்கள் எதற் கும் லாயக்கில்லை, தெரியுமா?'' என்பாள். இப்படியாக அவளுடைய வாழ்க்கை யின் பொறுப்பு அவளுடைய மகளின் கைகளில் ஒப்படைப்பு. இன்னும் பின் னால் போனால், என்னுடைய கொள்ளுப்பாட்டி கல்பெஞ்சில் உட்கார்ந்திருக்க, அவளுடைய கறுப்புப் பாவாடையைச் சுற்றித் தானியங்களைக் கொத்திக்கொண் டிருக்கும் கோழிகளுடன் இருப்பதையும் மீண்டும் பார்க்கிறேன்.

''நான் என்ன செய்யப்போகிறேனோ...'', அம்மா திரும்பத்திரும்பச் சொல் கிறாள். மண்டைக்குள் இரத்தக் கசிவு இருப்பதை உணர்வதாகவும், தன் விரல்கள் மரத்துப்போய்விட்டதாகவும், தனக்குப் பக்கவாதம் இருப்பதாகவும் சொல் கிறாள். என் தம்பியைத் தொலைபேசியில் அழைக்கிறேன், அவன் அங்கு விரை

கிறான். மருத்துவப் பரிசோதனையில் எதுவும் தென்படவில்லை. அவளுக்கு அதிருப்தி. ‘‘கவனித்துப் பார்க்க உங்களுக்கு இஷ்டமில்லை...’’

சற்று நேரம் கழிகிறது. மருத்துவமனையில் போய் இருந்துவிட விரும்புகிறாள். அது அவளுடைய பழைய பல்லவி, நிரந்தரப் பல்லவி. என் தம்பிக்கு தர்மசங்கடமாக இருக்கிறது. ‘‘என்னுடைய பிரிவில் அவளை அனுமதித்து ஒன்றிரண்டு நாட்கள்வரைதான் வைத்துக்கொள்ளலாம்...’’ அதற்கு மேல் முடியாது. சரியான அறிகுறிகள் எதுவும் அவளிடம் காணப்படவில்லை, மருத்துவமனையில் படுத்திருக்கும் வகையில் ஆய்ந்து அறியப்பட்ட நோய் என்று எதுவும் இல்லை. அவள் அதை ஒப்புக்கொள்ள மறுக்கிறாள்: ‘‘எல்லோரும் மருத்துவமனைக்குப் போகிறார்கள், எனக்கு மட்டும்தான் அதற்கு உரிமையில்லையா...’’ தன் வாழ்நாள் முழுவதும் அவள் ஒழுங்காக வேலை செய்திருக்கிறாள், எல்லாத் தவணைகளையும் கட்டியிருக்கிறாள், ஒருபோதும் ஏய்த்ததில்லை, இருந்தாலும் தன்னைவிடத் தகுதி குறைந்தவர்களுக்கு அளிக்கப்படுபவையெல்லாம் தனக்கு மறுக்கப்படுகின்றன—சரியான ஆளைப் பிடித்துக் காரியத்தைச் சாதித்துக் கொள்ளத் தெரிந்த சாமர்த்தியசாலிகள், அரசு மருத்துவக் காப்பீட்டு வசதியைத் தவறாகப் பயன்படுத்துபவர்கள், குறிப்பாக மருத்துவராக இருக்கும் ஒரு மகனைப் பெறாதவர்கள்கூட.

முதல்முறையாகத் தன் மகன்மீது அவளுக்குக் கசப்புணர்வு ஏற்படுகிறது. அவனுடைய நீண்ட நாளையப் படிப்புக்கு ஆதரவளித்தது, கண்ட நேரங்களில் ஒரு காற்றடித்துவிட்டுப் போனதைப் போன்ற குறுகிய விஜயங்களை ஏற்றுக்கொண்டது, தன்னுடைய ஒரே மகனை மருத்துவமனைக்குத் தியாகம் செய்துவிட்டது... இன்று, அதே மருத்துவமனை அவளை ஏற்க மறுக்கிறது!

மருத்துவமனை, புகலிடம். தன் உடலுக்கு இனியும் அவள் பொறுப்பேற்காமல் அதிகாரிகளிடம் ஒப்படைக்க விரும்புகிறாள். அப்படிச் செய்ய அவள் ஒரு நோயாளியாக இருக்க வேண்டும், அவள் நோயாளி என்பதை ஒப்புக்கொள்ள எவரும் தயாராக இல்லை.

அவள் மீண்டும் புலம்புகிறாள், முனகுகிறாள்: ‘‘கொஞ்ச நாட்களுக்காவது, பரவாயில்லை என்று...’’

மருத்துவமனைக்குச் செல்வது என்பது விடுமுறையைக் கழிப்பதைப் போல, முதுமையிலிருந்து விடுப்பு எடுத்துக்கொள்வது. முதியோர் இல்லத்தை விட்டு ரொம்ப நாட்களாகவே அவள் வெளியே வரவில்லை என்பதை நான் உணர்கிறேன். கண்ணாடித்தாளுக்குள் மாட்டிக்கொண்டிருந்தாலும், நம்மைச் சுற்றியுள்ள காட்சிகளிலும் காற்றிலும் மாறுதல் ஒன்று தேவைப்படுகிறது என்பதையும் உணர்கிறேன். முதுமை என்ற துறையில் பணிபுரிபவர்களுக்கும், மற்ற எல்லோரையும் போல, விடுமுறை தேவைப்படுகிறது. ஆனால் எங்கே, எப்படிப் போவது? எங்கேயும் போக அவளுக்கு விருப்பமும் இல்லை, போகவும் அவளால் முடியாது. மருத்துவமனை மட்டுமே அவளுடைய கனவுத் தீவு, இலட்சிய விடுதி, உல்லாச விடுமுறைச் சங்கம்.

பல வருடங்களுக்கு முன்னால், அவளுக்கு ஏற்பட்ட கார் விபத்துக்குப் பின், உடல்நலப் பராமரிப்பு இல்லம் ஒன்றில் பல வாரங்கள் இருக்க நேர்ந்தது.

''அங்கே நான் சந்தோஷமாக இருந்தேன்...'' அவளுடைய முழங்காலை மடக்குவதற்காக ஒருவிதக் காப்பு அணிவித்திருந்தார்கள், அவள் மிகவும் அவஸ்தைக்குள்ளானாள். ஆனால் இதைப் போல அவஸ்தைப்பட்டுக்கொண்டிருந்த மற்ற நோயாளிகளும் இருந்தார்கள், அங்க அசைவுப் பயிற்சிகளை மேற்கொள்வதற்கு முன் ஒருவரையொருவர் ஊக்கப்படுத்திக்கொண்டார்கள், பிறகு செய்திகளைப் பரிமாறிக்கொண்டார்கள், படுக்கையறை உடையிலேயே பரஸ்பர விஜயம்செய்துகொண்டார்கள், ஒற்றுமையாகவும் தைரியமாகவும் இருந்த சிறிய சமூகம். அதைத்தான் மீண்டும் பெற விரும்புகிறாள். அவளைப் போலவே இருந்தவர்களைக் கொண்ட சமூகம், ஒரே மாதிரியான சோதனைக்குட்பட்டவர்கள். அவ்வகையில் அவர்கள் எல்லோருமே தைரியமாக இருப்பார்கள்.

எனக்கு ஒன்று புரிகிறது: அப்பொழுது அவள் இன்னும் இளமையாக இருந்த நாட்கள். அவளுடைய பிரச்சினை முழங்கால் மட்டுமே, அவளுடைய ஜீவன் முழுவதுமே பிரச்சினைக்குள்ளாகவில்லை. மேலும் அப்போது குறிக்கோள் சிகிச்சை, சாவு அல்ல.

நோய் என்று வரையறுத்துச் சொல்லப்பட முடியாத இந்த நோய்க்கென்று, பழுத்த முதுமைக்கென்று பிரத்தியேகமாக ஒரு சமூகம் இல்லை. ஒவ்வொருவரும் தனித்தே இருக்கிறார்கள், மற்ற முதியவர்கள் அதிகபட்சமாகப் பயனற்றவர்களாக இருப்பவர்கள், மோசமாக இருக்கும்போது தொல்லையும் அளிப்பவர்கள். முதிர்ந்த சருமங்கள் ஒன்றோடொன்று உரசும்போது சதைக்கு எவ்வித ஆறுதலும் கிடைப்பதில்லை. மாறாக வெகு விரைவிலேயே எலும்புக்கூடுதான் தென்படுகிறது.

அல்சைமர் நோய், முதுமையின் மறதி, பக்கவாதம் அல்லது வேறு எதாவதொரு வியாதி என்று எதுவுமில்லாமல், தொன்றுதொட்டு இருக்கும் முதுமையினால் மட்டுமே பாதிக்கப்பட்டவர்களுக்குப் புகலிடம் எதுவுமில்லை. பழுத்த முதியவர்களுக்கென்று நர்சரி இல்லை, சுருக்கம்விழுந்துவிட்ட இந்தக் குழந்தைகளுக்குத் தொட்டில் இல்லை, இளைத்துத் துரும்பாகிவிட்ட குழந்தைகளுக்குத் தாயார் இல்லை, அவர்களுடைய பெரும் தாகத்துக்குப் பால்புட்டிகளும் இல்லை.

நான் சில தீர்வுகளை முன்வைக்கிறேன். அவள் காதுகொடுத்துக் கேட்பதில்லை. ''சரி, அப்புறம்... அப்புறம்...'' கிட்டத்தட்ட எனக்கு அடையாளமே புரியாத ஒரு குரல், ஒரு வேற்று நபரின் குரல், யாருக்கும் தெரியாத உலகத்தில்.

கண்ணாடித்தாளுக்குள் புதிதாக ஏதோ நடக்கிறது. தெரிந்திராத வேறொரு பிரதேசத்திலிருந்து வரும் ஒலியலைகள் அவளை ஊடுருவிச் சென்று, அவளை மாற்றிவிடுகின்றன. நாங்கள் இனியும் ஒரே மொழியில் பேசிக்கொள்வதில்லை, அவள் என் அம்மா இல்லை, எங்கள் விளையாட்டின் விதிமுறைகள், சிக்கல்கள் நிறைந்த கவர்ச்சி என்ற விளையாட்டில் எனக்கு நன்றாகத் தெரிந்திருந்த, நான் நன்கு அறிந்திருந்த விதிமுறைகள் மாறிவிட்டன. இனி விதிமுறைகளும் இல்லை, விளையாட்டும் இல்லை, கவர்வதும் கிடையாது. நான் குழப்பத்தில் இருக்கிறேன், அவளும்தான்.

இப்போதெல்லாம் தொலைபேசி மணி ஒலிக்கும்போது பதற்றம் கலந்த சலனம் ஏற்படுவதை என்னால் தவிர்க்க முடியவில்லை. அவள் இறந்து இரண்டு வருடங்கள் ஓடிவிட்டன. ஆனால் அவள் என்னுடைய மேஜைமேல் இருக்கும் தொலைபேசிப் பெட்டியை விட்டு விலகிப் போகவில்லை. என்னுடைய பிரதான சிந்தனை, பிரதான பதற்றமே அவளுடைய குரல் கேட்டுவிடப்போகி றதே என்பதுதான். தொலைபேசித் தகவல்தொடர்பு வலையில் அவளுடைய குரல் அமானுஷ்யமாக உலவிக்கொண்டிருக்கிறது. இறந்துபோனவரின் ஜீவ சக்தி இன்னமும் எங்கேயாவது தங்கியிருக்க முடியும் என்றால், அது இந்த வலையில் தான் இருக்கவேண்டும்.

அந்தப் புகைப்படம். முதியோர் இல்லத்தில் எடுக்கப்பட்டது. யாரோ ஒருவர் பேசுவதற்காக, சொற்பொழிவு நிகழ்த்துவதற்காக வந்திருக்கிறார். எனக்குச் சரியாகத் தெரியவில்லை. நாங்கள் அவளுக்கு வாங்கிக்கொடுத்திருந்த ஆகாய நீல நிறக் கோட்டில் அம்மா காணப்படுகிறாள். ஆகவே அது ஒரு விழாவாக இருந் திருக்க வேண்டும், அவளருகில் இன்னொரு பெண்மணி. அவர்கள் இருவரும் கைதட்டிக்கொண்டிருக்கிறார்கள்.

அந்த இன்னொரு பெண் கைதட்டுவதை இயந்திரத்தனமாகச் செய்கிறாள். ஆனால் என் அம்மா! அவள் தன்னையும் மிஞ்சி, சிக்கலான ஒரு பணியை நிறை வேற்றுகிறாள். 'தான்' என்ற எல்லைக்கு அப்பால் சென்று கரகோஷம்செய் கிறாள். நல்லதொரு மாணவியைப் போல முழு ஈடுபாட்டைச் செலுத்துகிறாள். கரகோஷத்திற்கான முதற் பரிசுக்காக முயற்சி செய்கிறாள் என்றுகூடச் சொல்ல லாம். அவளுடைய சொந்த மகிழ்ச்சி என்ற பேச்சுக்கே இடமில்லை. ஆனால் அவளுடைய கடமையில், அடுத்தவர்களின் முயற்சிக்குண்டான வெகுமதி யளிப்பது என்ற கடமையில், அவள் தவறவில்லை. நான் முதலில் சொன்னது கூடத் தவறு, அவள் நல்லதொரு மாணவியைப் போலக் கையைத் தட்டவில்லை, மாறாக ஒரு தாயைப் போல அதைச் செய்திருக்கிறாள்.

இதற்கும் மேலே இன்னும், என்னை நிலைகுலையச் செய்யும் ஒன்றும் இருக்கிறது. ஆழ்ந்த, மங்கிய கருவளையங்களை என்னால் ஊகிக்க முடிகிறது. அவளுடைய உடலில் ஒருவித இறுக்கத்தை உணர்கிறேன். இந்தப் புகைப்படத் திலும் சரி, முன்பெல்லாம் நிஜ வாழ்க்கையிலும் சரி, என் அம்மாவின் உடலைப் பற்றிய என்னுடைய கணிப்பு அந்தக் கணத்திலேயே செய்யப்பட்டு, மறுக்கப் பட முடியாதபடி இருக்கும். அன்றைய தினம், அந்த விழாவில் அவள் இன்னும் போராடிக்கொண்டிருந்திருக்கிறாள். அவள் உயிர்பிழைப்பதற்காக, மனிதர் களின் சமூகத்தில் நிலைத்திருப்பதற்காக—இந்த இறுதியான, மிகவும் கொடுமையான தன்னுடைய முதியோர் இல்லச் சமூகத்தில். அவள் அக்கறை யுடன் பங்கேற்று, சுவாரஸ்யமான விதத்தில் நன்றாக உடை உடுத்தியிருப் பவளாகத் தன்னைக் காட்டிக்கொள்ள வேண்டியது அவசியமாக இருந்தது. மற்றவர்களின் ஒப்புதலைச் சம்பாதிப்பது அவசியம். இதில் பணயம் வைக்கப் பட்டிருந்தது அவளுடைய உயிர் என்பதால் தேவைக்கு அதிகமாகவே, அதற்கும் அப்பால், சென்றிருக்கிறாள். (அந்த விழாவன்று மாலை உணவருந்த அவள் கீழே இறங்கி வந்திருக்க மாட்டாள், இரவில் உடல்நலம் குன்றி

விட்டிருக்கும், தொலைபேசியில் அவளுடைய அபயக் குரலை நான் கேட்டிருந்திருப்பேன்...)

நான் கிளம்பிவர வேண்டும் என்று அவள் விரும்புவாள், பிறகு வேண்டாம் என்பாள், மிகவும் களைப்பாக இருக்குமே, மேலும் அதனால் என்ன ஆகிவிடப் போகிறது, ''சரி, அப்புறம்... அப்புறம்...?

என்னிடமும் ஒரு சிறிய பெட்டி இருக்கும், திடீர்ப் புறப்பாடுகளுக்குத் தயாராக. தொலைபேசியில் நான் கேட்கப் பயப்படுவது அவளுடைய குரலை அல்ல, ஆனால் வேறொரு குரலை, தெரிந்திராத ஒரு குரல், எனக்குத் தகவலளிக்கப்போகும் குரல்...

தன்னுடைய படுக்கைக்குப் பக்கத்தில் அவள் விழுந்துவிட்டிருக்கிறாள். எப்பொழுது என்று தெரியாது, இரவிலா, விடியற்காலையிலா? உணவுக்கூடத்தில் அவளைப் பார்க்காததால், தாதி அவளுடைய படுக்கையறைக்குள் நுழைந்து பார்த்திருக்கிறாள், அம்மா தன்னை 'அழகுபடுத்திக்கொள்ளாமல்' இருந்திருக்கிறாள், முடிதிருத்தகத்துக்குப் போய்வந்திருக்கவில்லை, நகங்களை வெட்டிச் சீராக்கியிருக்கவில்லை, தன்னுடைய மேல்சட்டையைக்கூட மாற்றிக்கொண்டிருக்கவில்லை.

தரையில், கையை முறுக்கி நீட்டியபடி, ஒருவேளை அழைப்பு மணியை நோக்கி இனம்தெரியாத சேறு போன்ற அலை தன்னுடைய தலைக்குள் தளும்ப, கோபமடைகிறாள்: ''என்னை இந்த நிலையில் யாரும் பார்த்துவிடக் கூடாது'', அவள் ஆணையிடுகிறாள், கெஞ்சுகிறாள், ''கழுவிக்கொள்ளவாவது என்னை விடுங்கள்'', தன் பாணியில் வசீகரப்படுத்துகிறாள், ''என்னைப் போன்ற கிழவிக்கு இது தேவைதானா'', பதற்றப்படுகிறாள், ''என்னுடைய மேல்சட்டை அதோ அங்கே, பக்கத்திலேயே,'' போராடுகிறாள், பயனில்லை, மற்றவர்களைக் கவர முடியவில்லை. அவளுடைய வெண் முடிக்கற்றை இரத்தக்கசிவில் ஒட்டிக்கொண்டு, அவளுடைய மூளைக்குள் கண்ணாடித்தாள் நுழைந்து, நழுவிச் சென்று, அதைச் சூழ்ந்துகொண்டு, துர்நாற்றமடிக்கும் சேற்றில் இழுத்துச் செல்லப்படுகிறாள்...

நான் என்னவெல்லாம் எழுதுகிறேன்!

உனக்கு மகிழ்ச்சியாக இருக்காது. உன்னை நான் காட்டிக்கொடுக்கிறேன், உன்னுடைய ரகசியங்களைச் சொல்லிவிடுகிறேன். என் விருப்பப்படி எதை வேண்டுமானாலும் சொல்லலாம். இறந்தவர்கள் தங்கள் பங்குக்கு எதுவும் சொல்ல முடியாது.

அதுவும் சரி அல்ல. பார்க்கப்போனால், தீர்மானமாகச் சொல்வது இறந்துவிட்டவர்கள்தான், தங்கள் பிடியை ஒருபோதும் அவர்கள் தளர்த்துவதில்லை, இனிமேல் அவர்கள் உங்களுக்குள்ளே இருப்பார்கள். அம்மா, நான் எழுதியாக வேண்டும், அதுதான் என் வாழ்க்கை, அப்படித்தான் என்னை நீ உருவாக்கியிருக்கிறாய். இப்பொழுது நீதான் இங்கே இருக்கிறாய். என்னால் வேறு எதுவும் செய்ய முடியாது.

எனக்கும்கூடத்தான் மகிழ்ச்சியாக இல்லை. வேறு எங்கேயாவது போய் நன்றாக மூச்சு விடத்தான் எனக்கும் விருப்பம், போதும்போதும் என்று இருக்கிறது, ஆனால் நீ இருக்கும்வரை வேறு எங்கேயாவது என்றே பேச்சுக்கே இடமில்லை.

என்னை நீ பற்றிக்கொண்டிருக்கிறாய் அம்மா, அது உன்னுடைய தவறுதான்.

கல்லறைத் தோட்டத்துக்கும் நான் அவ்வளவாகப் போவதில்லை. அதற்காக நீ என்னைக் குறைசொல்ல மாட்டாய் என்று நினைக்கிறேன். ''இவை என்ன கண்துடைப்புகள்'' என்று நீ சொல்வாயே. ''மலர்கள் வேண்டாம்'' என்று குறிப்பாக நீ சொல்லியிருந்தாய், கருங்கல்லை மட்டும் சரியாகப் பராமரிக்க வேண்டும் என்றாய்.

என்னிடமிருந்து நீ இதைவிட அதிகமாக எதிர்பார்த்தாய், கல்லறைவரை உன்னுடனேயே நான் வர வேண்டும் என்று விரும்பினாய். அங்கே, உள்ளே, உன்னுடைய மூத்தவர்களுடன், உன்னைச் சுற்றிலும் உன்னுடைய முதியவர்களுடன், ஒருவருக்கொருவர் உறவினர் ஆனவர்களுடன், நமது சகாப்தத்துக்கும் அதற்கும் முன்பிருந்தும்கூட அதே மண்ணைச் சேர்ந்த, அதே மரங்களின் கிளைகள், இலைகளுடன்.

நான் இப்படிச் சொன்னாலும் உண்மை நிலை என்ன?

மனிதர்களின் உடலின் அறிவிப்பு விளக்கு 'முற்றும்' என்று சிமிட்டிக்கொண்டிருக்கும்போது, அவர்களின் ஆழங்களில் என்ன நடக்கிறது என்று எனக்குத் தெரியாது.

உன்னுடைய இந்த இறுதிக் காலத்தில் நீ என்னை அவ்வளவு பலமாக இழுத்தாய், உன்னிடம் மீதமிருந்த சக்தி முழுவதையும் செலுத்தி உன்னை நோக்கி என்னை இழுத்தாய். அதை எதிர்த்து, பிறகு உன்னைத் தொடர்ந்து, பிறகு மீண்டும் எதிர்த்துக்கொண்டிருந்ததில் நான் என்னுடைய திசையைத் தவற விட்டேன்... உனக்குத் துணையாக வர எனக்குத் தெரியாமல் செய்துவிட்ட இந்த இருளை இப்போது நான் சுற்றிச்சுற்றி வருகிறேன், என்னுடைய வாக்கியங்களை வைத்துக்கொண்டு சுற்றுகிறேன்.

வேறெங்காவது போய் அவற்றை உருவாக்கு, உன்னுடைய வாக்கியங்களை. என்னுடைய கல்லறையைத் தவிர வேறெங்காவது போய் உன்னுடைய நடனத்தை ஆடு. உன் முகத்தில் கருமை படர, அவமான உணர்வுடன் இதைத்தானே அம்மா சொல்கிறாய்?

ஒருவேளை அப்படி இல்லாமல் இருக்கலாம்.

''சின்னச் சின்ன வாக்கியங்கள், கண்ணா... நீ எழுதுவதை மக்கள் புரிந்துகொள்ள வேண்டுமென்றால், அதை மறந்துவிடாதே.''

நான் மக்களைப் பற்றி நினைக்கவில்லை, எனக்கு என்ன எழுத வேண்டியிருந்தது என்பதைப் பற்றி நினைத்துப் பார்த்துக்கொண்டிருந்தேன். அவ்வளவுதான். நீயோ என்னைப் பற்றி நினைத்துக்கொண்டிருந்தாய்.

முன்பொரு முறை, உலகின் வேறொரு கோடியிலிருந்த தீவு ஒன்றுக்குப் பயணம்செய்ய நான் புறப்பட்டுச் சென்றபோது (ஒரு மிக நீண்ட பிரிவு), அதை அவளுக்கு எப்படி அறிவிப்பது என்றே எனக்குத் தெரியவில்லை, அவளுடைய

எதிர்விளைவை எண்ணிப் பயந்துகொண்டிருந்தேன். அவள் கண்கள் பளபளத்தன, "போய் வா, கண்ணா", உலக வரைபடம், கலைக்களஞ்சியம் இவற்றை யெல்லாம் புரட்டிப் பார்த்தாள், தொலைநகல் மூலமாக எப்படித் தகவல் தொடர்புகொள்வது என்று கற்றுக்கொண்டாள்.

அவ்வளவு கனிவாக, அவ்வளவு உற்சாகமான அவளுடைய குரல், "கண்ணா..." என்னுடைய அம்மா! இரண்டு குரல்கள், இரண்டு முகங்கள். மாறிமாறி நான் அவற்றைக் கேட்கிறேன், அவற்றைப் பார்க்கிறேன். அவளுடன் எப்படி நடனமாடுவது என்றே எனக்குத் தெரிந்திருக்கவில்லை. ஆனால் என்னை எப்படி நடனமாட வைத்தாள்! என்னை யாரும் அதைப்போல ஆட வைத்தில்லை.

அவள் என் தோள்களுக்குப் பின்னால் லேசாக மூச்சு விட்டபடி இருக்கிறாள், நான் குழந்தையாக இருந்தபோது இருந்ததைப் போல.

மலர்கள் வேண்டாம், சின்னச் சின்ன வாக்கியங்கள்தான் தேவை, கண்ணா.

...

பின்னுரை

வாழ்க்கைப் பயணத்தின் இறுதிக் கட்டமான முதுமை இன்னமும் அந்தக் கட்டம்வரை வராதவர்களுக்குப் பல உண்மைகளையும் மதிப்பீடுகளையும் உணர்த்த முடியும் என்கிற கருத்தை இலக்கியமாகப் படைத்திருக்கிறார், இந்த நாவலின் ஆசிரியை பியரெத் ஃப்லுசியோ (Pierrette Fleutiaux). தன்னுடைய இறுதி நாட்களில் தனியாக முதியோர் இல்லம் ஒன்றில் இருந்த 85 வயதான தாயுடன் 60 வயதை எட்டிப்பிடித்துக் கொண்டிருக்கும் அவளுடைய மகள் (ஆசிரியை) எதிர்கொள்ள வேண்டியிருந்த வாழ்க்கைப் போராட்டத்தின் கதை இந்த நாவல். ஆசிரியரின் சொந்த அனுபவங்களைப் பெரும்பாலும் அடிப்படை யாகக் கொண்ட இந்தப் புத்தகம் ஒரு சுயசரிதை அல்ல. ஏனெனில், தன்னுடைய வாழ்க்கையின் மற்ற எல்லாக் காலகட்டங்களைப் பற்றியோ, நிகழ்வுகளைப் பற்றியோ ஆசிரியர் இங்கே முழுமையாகச் சொல்லவில்லை. ஆகவே இது சுய சரித நாவல் (autobiographical novel) என்கிற பிரிவில் அடங்கும். அம்மாவுடன் தான் கழித்த சில இறுதி நாட்களை, சில நிகழ்வுகளைக் கொஞ்சம்கொஞ்சமாக நினைவுக்குக் கொண்டு வந்து, அசைபோட்டு, அதனூடாகத் தன் அம்மாவை, முதுமையை, சாவைப் புரிந்துகொள்ளும் முயற்சிகளை மட்டுமே ஆசிரியர் ஆழமாகப் பதிவுசெய்துள்ளார். ''நான் யாரைப் பற்றிச் சொல்லிக்கொண்டிருக் கிறேனோ அது என் அம்மா என்பதையோ, நான் பயன்படுத்தும் 'நான்' நான் தான் என்பதையோ நான் நம்பவில்லை'' (பக்.49) என்று அவரே சொல்கிறார்.

பியரெத் ஃப்லுசியோ 1941இல் பிரான்ஸின் மலைகள் சூழ்ந்த மத்தியப் பகுதியில் கெரெ (Gueret) என்ற ஊரில் பிறந்தார். பெரும்பாலும் விவசாயிகளே இருந்த அந்த ஊரில், இவருடைய குடும்பம் கல்வித்துறையில் நாட்டம்கொண் டிருந்தது. தந்தை மேல்நிலைப் பள்ளி ஆசிரியர். தாயும் அறிவியலில் ஆர்வம் மிகுந்திருந்த ஆசிரியை. பள்ளிப் படிப்பு முடிந்து மேற்படிப்பைத் தொடர்வதற் காக ஃப்லுசியோ பாரிஸுக்குப் போனார். அங்கே ஆங்கில இலக்கியம் பயின்ற இவர், பல ஆண்டுகளாக அமெரிக்காவின் நியுயார்க் நகரில் ஆங்கிலப் பேராசிரிய ராகப் பணிபுரிந்தார். 1975இல், 'வௌவாலின் கதை' என்ற சிறுகதைத் தொகுப்பு இவர் எழுதிய முதல் புத்தகம். கற்பனை வளத்துடன் சிறுவர்களுக் கான பல சிறுகதைகளை எழுதுவதில் சிறந்து விளங்கிய இவர் 1985இல் எழுதிய 'ராணியின் உருமாற்றம்' சிறந்த சிறுகதைத் தொகுப்புக்கான 'கான்கூர்' விருதைப் பெற்றது. பிரான்ஸின் இலக்கிய விருதுகளில் முக்கியமான ஒன்றாகக் கருதப்

படும் ஃபெமினா விருது (Prix Femina) 1990இல் இவருடைய 'நாம் நிரந்தர மானவர்கள்' (Nous Sommes Eternels) என்ற நாவலுக்கு அளிக்கப்பட்டது.

'சின்னச் சின்ன வாக்கியங்கள்' (Des Phrases Courtes, Ma Chérie) என்ற இந்தப் புத்தகம் 2001இல் வெளிவந்தது. பிரான்ஸின் புத்தக விற்பனையாளர் சங்கத்தின் 'சிறந்த நாவலுக்கான விருதை' பெற்றது. அதே ஆண்டு, சீனாவில் அளிக்கப்படும் 'சிறந்த அந்நிய மொழி நாவலுக்கான விருதை'யும் பெற்றது. அப்பொழுது அதன் நடுவர் குழு புத்தகத்தைப் பற்றிக் கூறியது: "இன்று நாம் வாழ்ந்துகொண்டிருக்கும் நவீன நுகர்வோர் சமூகத்தில், மிகவும் நீண்டதாக இல்லாமல் ஆனால் பிரமாதமாக எழுதப்பட்டிருக்கும் **சின்னச் சின்ன வாக்கியங்கள்** என்ற பியரெத் ஃப்லுசியோவின் நாவல் பிரெஞ்சு இலக்கிய உலகின் பாரம்பரிய அம்சமான மனித நேயத்தை நாம் நெகிழ்வுறும் வகையில் நினைவூட்டு கிறது. இரண்டு தலைமுறைகளைச் சேர்ந்த இரண்டு பெண்களுக்கிடையிலான (தாய்-மகள்) இந்தக் கதையில், நம் ஒவ்வொருவரின் சொந்த வாழ்க்கைப் பிரச் சினைகளையும் நம்மால் இனம்கண்டுகொள்ள முடியும். உருக்கமாகவும் அன்னி யோன்னியமாகவும் கதை சொல்லும் தன்னுடைய பாணியில், மானுட வாழ்க்கையின் சோகத்தைப் பற்றிச் சிந்திக்க நம்மை அழைக்கிறார் இதன் ஆசிரியை-கதாநாயகி. இதுவே இந்தப் படைப்பின் வெற்றிக்குக் காரணம்." பிரெஞ்சு வானொலியின் பண்பாட்டு அலைவரிசை (France-Culture) இந்த நாவலை ஒலிச்சித்திரமாக, பத்து பாகங்களாக தொடர்ந்து பத்து நாட்கள் (24.03.08-04.04.08) ஒலிபரப்பியது. இலக்கிய ஆர்வலர்களின் வேண்டுகோளை அடுத்து இதையே மீண்டும் இந்த ஆண்டு (2010) மார்ச் 8முதல் மார்ச் 19வரை பிரெஞ்சு வானொலி ஒலிபரப்பியதும் குறிப்பிடத்தக்கது.

அம்மாவின் மறைவினால் ஏற்பட்ட பாதிப்பும், அம்மாவைப் பற்றி எழுத வேண்டும் என்ற ஆவலும் சேர்ந்து இதுவரை புனைவிலக்கியம் மட்டுமே எழுதி வந்த இவரை சுயசரித அம்சம் கலந்த நாவலை எழுதத் தூண்டியிருக்கிறது. அம்மாவுக்கும் மகளுக்கும் இடையேயான இயல்பான உறவில் முரண்பாடுகளும் சிக்கல்களும் இழையோட அந்த உறவே ஒரு புதிராகத் தோன்றுகிறது. தன் னுடைய நினைவுகளின் உதவியுடன் அந்தப் புதிரை விடுவித்து அம்மாவை மீண்டும் உயிர்பெறச் செய்யும் முயற்சியாக இருக்கிறது இந்த நாவல், என்கிறார் மாஸ்கோ பல்கலைக்கழக ஆய்வாளர், நதாலியா பாலான்டினா (Nathalia Balantina). தன் வாழ்நாளில் கிட்டத்தட்ட ஒரு நூற்றாண்டையே பார்த்து விட்டிருந்த அற்புதமான பெண் ஒருத்தியின் வரலாற்றைச் சொல்வதற்காகக் கடந்த காலத்துக்குள் பயணம்செய்வதையும், சாதாரணக் கிராமத்துப் பெண் ணாகப் பிறந்து 'தன் மூளையினால் முன்னுக்கு வர, அதற்காகப் படிப்பை மேற் கொள்ள விரும்பிய' (பக்.112) அம்மாவின் வாழ்க்கையைச் சித்தரிப்பதையும் ஃப்லுசியோ அவசியமானதாகக் கருதியிருந்திருக்கிறார் என்கிறார் இந்த ஆய்வாளர். (தன்னுடைய முனைவர் பட்டத்திற்கான பாலான்டினாவின் ஆய்வு இந்த நாவலைப் பற்றியது.)

தன்மையில் எழுதப்பட்டிருக்கும் சுயசரிதைகளில் 'நான்' என்பது ஆசிரியரே. தவிர, அவர் வாழ்ந்த ஊர்களுக்கும் அவரைச் சுற்றியிருந்த ஆட்களுக்கும்

அவரவர் பெயருடன் கூடிய அடையாளம் இருக்கும். இதிலும் ஆசிரியர் அப்படித்தான் செய்ய விரும்பியிருந்திருக்கிறார். ''நான் பெயர்களைக் கொடுத்தேன். ஊர், இல்லம், ஆட்கள்: இயக்குநர், முதிய பெண்கள், தாதிகள், என் தம்பி, என் அம்மாவின் வாழ்க்கை நாடகத்தின் இறுதிக் காட்சியின் நடிகர் கள் எல்லோருக்கும் உட்பட... பிறகு, எல்லாவற்றையும் அகற்றிவிட்டேன். 'என்னால் முடியவில்லை' என்று (தோழி) ஒரோரிடம் சொன்னேன். மிஞ்சி யிருப்பது 'நான்' மட்டுமே. அது நான்தான். என்னுடைய மற்ற புத்தகங்களின் அட்டையில் இருக்கும் பெயருக்குச் சொந்தக்காரியான நான். ஆனால், அந்தப் புத்தகங்களில் வரும் 'நான்' நானில்லை. என் அம்மாவைப் பற்றிய இந்த 'புத்த கத்தில்' அது நான்தானா? (பக்.46)''. ஒருவிதத்தில் ஆசிரியரின் சுயதேடலின் தொடக்கமாக இந்த நாவலை எழுதும் முயற்சி இருந்திருக்கிறது. உளவியல் ரீதியில் தன்னைத் தானே அறிந்துகொள்ளும் முயற்சி. (''... என்னுடைய 'நான்' பற்றிய தேடல்களும் துழாவல்களும்...'' பக்.12). ''புனைவைப் பொறுத்தவரை எனக்குக் குருட்டு உத்தரவாதம் ஒன்று இருக்கிறது, ஏற்கனவே இருக்கும் நாவலை ஏதோ நான் முயன்று கண்டுபிடித்தால் போதுமென்ற உத்தரவாதம்... என்னுடைய 'நான்' என்பதற்கு அங்கே இடமில்லை. ஆனால், என்னுடைய அம்மா தன்னை இஷ்டப்படி ஆட்டுவிக்க விடுவதில்லை, நாவல் ஒன்றில் அவளை நான் புகச் செய்ய முடியாது.'' ஆகவே, இந்தப் புத்தகம் ஆசிரியரின் அம்மாவின் உண்மைக் கதைதான். ஆனால் அவருடைய பிரத்தியேக இலக்கிய நடையும் மனித உறவுகள் குறித்த பார்வையும் இதை வேறு ஒரு தளத்துக்கு இட்டுச்செல்கின்றன.

எளிய தலைப்புகளைக் கொண்ட சிறுசிறு அத்தியாயங்களாகப் பிரிக்கப்பட் டிருக்கும் (சங்கிலி, மருத்துவர், கண்ணாடி, அலமாரி, உணவுக்கூடம், ...) இந்த நாவலில் ஒவ்வொரு அத்தியாயமும் ஒரு நிகழ்வையும் அதைச் சார்ந்த நினைவு களையும் உள்ளடக்கிய சிறுகதையைப் போல இருக்கிறது. காலத்தின் பாதையில் முன்னும் பின்னுமாகப் போய்வந்துகொண்டிருக்கும் ஆசிரியரின் நினைவுகள் கதையின் ஓட்டத்தை நிர்ணயிக்கின்றன. அவற்றினூடே இழையோடும் பொதுத் தன்மை அதற்கு முழுமை அளிக்கிறது. 175ஆம் பக்கத்தில்தான் அம்மாவின் சாவு நிகழ்கிறது. ''எனக்கு நானே அளித்துக்கொண்ட சிறிய இடைவெளி ஒன்றில் வெளியே சென்று, திரும்பி மேலே ஏறி வந்துகொண்டிருந்தபோது எல்லாம் முடிந்துவிட்டது என்று செவிலி எனக்கு அறிவித்தாள்''. 'தொலைபேசி' என்ற அடுத்த அத்தியாயத்தில் அவளுடைய குரல் இன்னமும் கேட்டுக்கொண் டிருக்கிறது. அவள் இறந்து இரண்டு வருடங்கள் ஆகிவிட்டன என்றும் (பக்.180), அந்தக் காலகட்டத்தில்தான் இந்தப் புத்தகம் எழுதப்பட்டதென்றும் தெரிந்து கொள்கிறோம்.

பார்க்கப்போனால், தவிர்க்கப்பட முடியாத இந்த முடிவு தொடக்கத்தி லிருந்தே கோடிகாட்டிச் சொல்லப்பட்டிருக்கிறது. ''என் அம்மா தன் வாழ்க்கை யிலிருந்து விடுபடும்வரை அவளுடன் ஏழு வருடங்கள்...'' (பக்.12), ''இப் போது, அவளுடைய சாவுக்குப் பிறகு, அதை மீண்டும் நினைத்துப்பார்க்கும் போது எனக்கு அழ வேண்டும் போலிருக்கிறது'' (பக்.55). வயதான அம்மாவை

என்றாவது ஒரு நாள் முதியோர் இல்லத்தில் சேர்த்து, இறுதிவரை சாவுடன் அவள் நிகழ்த்தும் போராட்டத்தை நேரில் பார்த்துணர வேண்டியிருக்கும் என்பதையெல்லாம் அம்மா ஆரோக்கியமாக இருந்த நாட்களிலேயே ஆசிரியரால் எதிர்பார்த்திருந்திருக்க முடியாதா என்று அவரிடம் நேர்காணல் ஒன்றின் போது கேட்கப்பட்டது. அதற்கு பியரெத் ஃப்லுசியோ சொன்னார்: ''நிச்சயமாக (எல்லோருமே) அதைப் பற்றிச் சிந்திக்கிறோம். ஆனால் நம் கண் முன்னே அப்படி எதுவும் நடக்காதவரை அப்படி எதுவுமே இல்லை என்று ஆகிவிடுகிறது. காலப் போக்கில் அவளுடைய மகளுக்கும் ஐம்பது அல்லது அறுபது வயது ஆகிவிட்டிருக்கும்போது ஆயிரக்கணக்கான பிரச்சினைகளுடன் அப்படி நடக்கிறது. தன்னுடைய முதுமையின் ஆரம்பக் கட்டத்தில் இருந்துகொண்டு, தன்னுடைய சொந்தப் போராட்டத்தையும் மேற்கொள்ள வேண்டிய நிலையில் இருக்கும் மகள், தன் அம்மாவின் முதுமையையும் எதிர்கொள்ள வேண்டியதாகிறது... என்னுடைய முப்பதாவது வயதிலேயே இதைப்பற்றி நான் சிந்தித்ததுண்டு, ஆனால் பிரச்சினை மிகத் தொலைவில் இருந்தது! வரும்போது பார்த்துக்கொள்ளலாம் என்று நம் நினைவிலிருந்து பொதுவாகத் தள்ளிவைக்கப்படும் விஷயங்களில் இதுவும் ஒன்று'' (பேட்டி கண்டவர்: பெர்னார்ட் பிவோ, செப்டம்பர், 2001).

முதுமையைப் பல கோணங்களிலிருந்தும் கவனித்து, அதனுடைய பல முகங்களையும் நமக்குக் காட்டுகிறார் ஆசிரியர். 'நோய் என்று வரையறுத்துச் சொல்லப்பட முடியாத' முதுமைக்கு, 'முதுமையினால் மட்டுமே பாதிக்கப்பட்டவர்களுக்கு' புகலிடம் இருப்பதில்லை (பக்.179). 'விறைப்பாக ஆகிவிட்ட கால்களிலிருந்து' 'மார்புக் கச்சையின் கொக்கிகளை இழுத்துப் போடத் தவிக்கும் முதிய கைகள்' வரை எத்தனையோ சிக்கல்கள் (பக்.155). ஆனாலும் முதுமையின் இயலாமைகளையும் மீறி அவளுடைய அம்மா எல்லோர்மேலும், எல்லாவற்றின்மேலும் ஆளுமை செலுத்துகிறாள்: மருத்துவர், முதியோர் இல்ல நண்பர், பெண் முடித்திருத்துநர், துணிக்கடை விற்பனைப் பெண்... இல்லத்தின் அருகிலுள்ள சீனச் சிறுவனுடன் தோழமையுடன் இருப்பது அவள் ஒருத்திதான். 'வருடங்களின் பள்ளத்தாக்கைக் கடக்கப் பாலம் அமைக்க' அவளால் முடிகிறது (பக்.98).

இவற்றையெல்லாம் நியாயமான பெருமையுடன் நினைத்துப்பார்க்கும் ஆசிரியைக்கு அடிக்கடி கோபமும் வருகிறது. குடியானவப் பெண்ணுக்கே உண்டான சிக்கன புத்தி, எப்போதும் எதிர்காலத்தைப் பற்றிய பயம், பகட்டின் மேல் இருந்த வெறுப்பு – இவற்றைப் பார்க்கும்போது கோபம். 'குழந்தைகளாகிய' தங்களுக்கும் 'வயதாகிக்கொண்டிருக்கிறது என்று அவளுக்குத் தெரியவில்லை' என்று கோபம். ''என் அம்மா முதுமையடையக் கூடாது என்பது என் ஆசை. நான் முதுமையடையக் கூடாது என்பது அம்மாவின் விருப்பம்...'' (பக்.127). அவளுடைய சாவைத் தனக்கு முன்னால் நிறுத்துகிறாளே என்று மகளுக்குக் கோபம். ''என் கோபமே, அவள் சாவைப் பற்றி, என் சாவைப் பற்றி நினைக்கிறேன் என்பதுதான்'' (பக்.43). அம்மாவைக் குறித்து ஆசிரியைக்குத் தன்மேல் குற்ற உணர்வும் இருந்திருக்கிறது: போதுமான அளவு அவளுடனேயே இருக்க முடிவதில்லை, சில சமயம் அவளுடன் முரட்டுத்தனமாக இருக்கிறாள், தன்

னுடைய சக்தியையும் நேரத்தையும் அவளே எடுத்துக்கொள்வதால் தன்னுடைய நிகழ்கால உலக வாழ்க்கையிலிருந்து ஒதுக்கப்பட்டுவிட்டோமே என்பதால் தனக்குக் கோபம் வருகிறது என்றெல்லாம் குற்ற உணர்வு.

இதைப் பற்றிப் பேசும் இலக்கிய விமர்சகர் பெர்னார்ட் பிவோ, "உங்களிருவரிடையே பாசமும் வெறுப்பும் பிரிக்கப்பட முடியாத அளவுக்கு இணைந்தே நிலவியதா?'' என்று ஆசிரியரிடம் கேட்டார். பியரெத் ஃப்லுசியோவின் பதில்: "உண்மைதான். இந்த அம்மா-மகள் போன்ற உறவுகள் நாம் தேர்ந்தெடுக்காமல் நமக்கென்றே வந்து வாய்த்த இறுக்கமான உறவுகள். ஆகவே, இவற்றின் உணர்ச்சிப்பெருக்கு ஆவேசமானதாக ஆகிவிடுகிறது. உளவியல் ரீதியில் ஒருவித குற்ற உணர்வும் இயல்பாக ஏற்படுகிறது. இதையே நம்முடைய குழந்தைகளிடமும், நமக்கு மிக நெருங்கியவர்களிடையேயும் உணர முடியும். தவிர்க்கப்பட முடியாமல் தோன்றும் இந்தக் குற்ற உணர்வுக்கும், நம்முடைய சொந்த வாழ்க்கை பாதிக்கப்படுகிறதே என்ற கோபத்துக்கும் இடையே ஏற்படும் மோதலில்தான் இந்தப் புத்தகத்தின் உயிர்நாடி இருக்கிறது. *(புத்தகத்தை எழுதும்போது இதைப் பற்றி நான் சிந்தித்திருக்கவில்லை, பிறகுதான் அப்படித் தோன்றியது.)* சாவின் நுழைவாயிலில் இருக்கும் அம்மாவுக்குத் தான் இருக்குமிடத்தை நோக்கி, தன்னை நோக்கி, நம்மை இழுத்துக்கொள்வது அவசியமாகிறது. அம்மாவிடம் ஏற்படுவதைப் போன்ற கோப்ம் நம்முடைய குழந்தைகளிடையேயும் நமக்கு ஏற்படும். ஆனால் ஒரு வித்தியாசம்: அவர்கள் வளர்ந்து, நம்மை இழுக்கப் போவது தங்கள் வாழ்வின் மலர்ச்சியை நோக்கித்தான் என்று நமக்குத் தெரியும். பிறகு ஒருநாள் அவர்கள் நம்மை விடுவித்துவிடுவார்கள். ஆனால் அம்மாவோ பிடியைத் தளர்த்த மாட்டாள், இறுதிவரை ...''

தன்னுடைய கோபம்-குற்ற உணர்வு, பாசம்-வெறுப்பு, வியப்பு-சலிப்பு எல்லாவற்றுக்கும் ஆசிரியரின் வடிகாலாக எழுத்து செயல்படுகிறது. எழுதுவதில் உள்ள தீவிர ஈடுபாடு அவருடைய குடும்பத்துப் பெண்களின் பரம்பரைச் சொத்து. "சொற்களையும் வாக்கியங்களையும் சாதுர்யமாகக் கையாளும் திறன் எங்கள் பெண்களுக்குத்தான் உண்டு'' (பக்.135). ஆசிரியருடைய பாட்டி எழுதிய கடிதங்கள் 'காகிதத்தில் பதித்த உதடுகள்'. அம்மா நல்ல கதைசொல்லி. பேச்சு வழக்கில் இன்னும் சிறப்பாக விளங்கினாள். அம்மாவின் மொழி ஒரு விசேஷக் கலவை (பக்.96). தவிர, எழுதுவதைக் குறித்துத் தன் மகளுக்கு அறிவுரைகளும் வழங்கினாள்: "சிறு வாக்கியங்கள், நல்ல மணியான கையெழுத்து, தெளிவு'' (பக்.136). மகள் ஃப்லுசியோவின் தேடலும் 'சொற்களிடையே இறுக்கத்தை ஏற்படுத்துவதை' குறித்தே இருக்கிறது. வாக்கியங்களை நெளித்து வளைத்தால் தான் சில உலகங்களுக்குள்ளே ஊடுருவிச் செல்ல முடிகிறது, 'இல்லாவிட்டால், இந்த உலகங்கள் ஒருவருக்கும் தெரியாமலேயே இருந்துவிடும்' என்கிறார் அவர் (பக்.47).

இந்த அம்மா-மகள் உறவு பற்றிய நாவலில் ஆசிரியர் சில உத்திகளைக் கையாள்கிறார். தான் துணிந்து மேற்கொண்ட ஒரு பயணமாக இதை உருவகப் படுத்துகிறார். முதியோர் இல்லத்தின் நுழைவாயிலில் 'ஒரு வழிகாட்டி' காத்திருக்

கிறார். 'கண்ணுக்குத் தெரியாத' இந்த வழிகாட்டியிடம் தன் வாழ்க்கையை (பயணத்தை) ஒப்படைத்துவிட்டு, சிக்கலான பாதையில் குருட்டாம்போக்கில் முன்னேறிச் செல்கிறார் ஆசிரியர் (பக்.10). ஆனால் அவர் கண்டறிய முற்படும் உலகம் 'கண்ணாடித்தாளில்' சுற்றப்பட்டிருக்கிறது. 'கண்ணாடித்தாளுக்குள், அதுவும் ஒரு உலகம்தான்' (பக்.151). பொருத்தமான உருவகமான இந்தக் கண் ணாடித்தாள் மெல்லிய, ஆனால் எளிதில் ஊடுருவிச் செல்ல முடியாத ஒரு சவ்வுப் படலம். வெளிப்பார்வைக்கு எல்லாம் தெரியும், உள்ளர்த்தம் புலப்படாது. வாழ்க்கை ஓட்டத்திலிருந்து முதுமையைப் பிரித்துவைப்பது இந்தக் கண் ணாடித்தாள்தான். ''மென்மையாகிவிட்ட அவர்களுடைய பேச்சுகள், ... நிதான மாகிவிட்ட சைகைகள்... இந்த மாயாஜாலப் படலத்துக்குள் எல்லாமே மற்ற இடங்களில் இருப்பதைப் போலவே இருக்கிறது...'' (பக்.151). ஆனால், ''நமக்குத் தெரியாததவையும் உண்டு''. ''இந்தக் கண்ணாடித்தாள் உருவகத்தில் துன்பியல் காவியத்தின் ஆழ்ந்த சோகமும், அதே சமயம் கவிதையின் இதமான வருடலும் ஒருங்கிணைந்து காணப்படுகின்றன'', என்கிறார் நதாலியா பாலான்டினா.

அம்மாவின் ஆடைகள் குறித்த பார்வைகளும் ஒரு நீண்ட வாழ்க்கையின் முக்கியக் குறியீடுகளாக ஆங்காங்கே இழையோடுகின்றன. துணி அலமாரிக்குள் மேற்கொள்ளப்படும் 'விசேஷப் பயணம்' (பக்.108) இளமையிலிருந்து முதுமை வரை அம்மாவின், ஒரு பெண்ணின், வாழ்க்கைப் பயணமாக ஆகிறது. 'பெண்கள் தங்கள் உடலின் மேல் நம்பிக்கை வைக்காத ஒரு காலகட்டத்தை' நினைவூட்டும் (பக்.70) உள்ளாடைகள், வருடத்துக்கு ஒரே ஒரு முறை பால் நடனத்தின்போது அணிவதற்காக மட்டுமே வாங்கப்பட்டிருந்த ஆடை (பக்.111), 'அங்கி இனத்தின் கடைசிப் பருவம், அதற்குப் பிறகு வேறெதுவும் இல்லை, மருத்துவமனையின் மேல்சட்டையும் பிரேதத்துக்குச் சுற்றப்படும் போர்வையும்தான்.' (பக்.110). ''இந்த 'ஆடை' என்பது என்ன? அதுதான் அவளுடைய உடல்... உயிர் வாழ்ந்துகொண்டிருப்பவர்கள் உலகில் இனியும் தனக்கென்று ஒரு இடத்தை உடல் வைத்துக்கொண்டிருக்க முடியாது... உடலுக்கு நேரும் இந்த விபத்தை அங்கி தடுத்து நிறுத்த வேண்டும்'' (பக்.134). ''அது வெறும் துணி மட்டுமே, ஒரு மாயை'' (பக்.134).

மற்றொரு குறியீடு 'கண்ணாடி'. அம்மாவின் முதுமை தன்னுடைய முதுமையின் மேல் ஆளுமை செலுத்தினாலும் அவள்தான் ஆசிரியருடைய 'சீர் குலைவின் கண்ணாடி' (பக்.125). ஆசிரியர் தன்னுடைய தற்கால முதுமையை யும் (கண்ணாடி அதைப் பிரதிபலிக்கிறது), எதிர்கால முதுமையையும் (அம்மா வின் நிலைமை அதை உணர்த்துகிறது). சுமக்க வேண்டியிருக்கிறது. பதின்மூன்று வயது முதல் ஐம்பது வயதுவரை தான் எதிர்கொள்ளும் பிரச்சினைகளை 'என்றும் மாறுதலுக்குள்ளாகாமல் இருக்க முடிந்த' அம்மா என்கிற கண்ணாடியிடம் சொல்ல விரும்புகிறாள்.

ஃப்லுசியோவின் இந்தச் சுயசரித நாவலில் ஆண்களின் பங்கு மிகவும் குறைவு. தாய்க்கும் மகளுக்கும் இடையேயான உறவில் தந்தையும், தம்பியும் சற்று பின்னுக்குத் தள்ளப்பட்டுவிடுகிறார்கள். வீட்டில் தந்தை ஒருமுறைகூடத்

துணி வெளுக்கும் இயந்திரத்தை இயக்கியதில்லை, ரொட்டி சுடும் அடுப்பு எப்படி செயல்படும் என்று அவருக்குத் தெரியாது (பக்.15). தன்னுடைய புத்தகங்கள், வேலையறையின் நிசப்தம் இவற்றிடையே மட்டும் இருந்தார். மீன் பிடிக்கச் செல்வதும், அவருடைய காரும்தான் அவருடைய ஆண்மைக்குச் சான்றுகள். அப்பா-மகள் உறவு, பிரச்சினைகள் எதுவுமில்லாமல் மென்மை யாகவே இருக்கிறது. அது ஒருவிதக் கனவு உலகம். டால்ஸ்டாயின் நாவலில் வரும் ஆன்ட்ரூ-நடாஷாவைவிட 'இன்னும் பெரிய அளவில், இன்னும் அழகான பிரதியாக' அவர்கள் இருந்தார்கள் (பக்.106). அப்பாவின் புத்தக ஆர்வம் ஆசிரியரின் எழுத்துத் தொழிலுக்கு உந்துதலாக இருந்திருக்கலாம். ஒரே ஊரில் மருத்துவராக இருக்கும் தம்பியும் ஆசிரியரும் எல்லா விதங்களிலும் மாறுபட் டிருக்கிறார்கள். 'அக்கா-தம்பி என்று இருந்திருக்காவிட்டால் நாங்கள் ஒரு போதும் சந்தித்துக்கொண்டிருக்க மாட்டோம்' (பக்.51). தம்பி மருத்துவ ராக இருந்தது ஆசிரியருக்குப் பக்கபலமாக இருந்தது. ஆனாலும் அம்மா இறந்தபோது எவ்வளவோ பிரேதங்களைப் பார்த்திருந்த 'அவனேகூட ஒரு உள்ளாடையைப் போல வெளிறிப்போயிருந்தான்'. ஆசிரியரின் மகன், இல்லத்து இயக்குநர், டாக்டர், திரு. பி. போன்ற ஆண் பாத்திரங்கள் தேவையான அளவுக்கு மட்டுமே இந்தப் புத்தகத்தில் இடம்பெறு கின்றனர்.

மன இசைவும் முரண்பாடும், நெகிழ்ச்சியும் வெறுப்புணர்வும் மாறிமாறித் தோன்றும் இந்த அம்மா-மகள் உறவை—'சிக்கல் நிறைந்த கவர்ச்சி' (பக்.80) —பெண்கள் மட்டுமே ஆழ்ந்துணர முடிந்த உறவைப் புறத்தேயிருந்து புரிந்து கொள்வதை ஒரு சவாலாகத் தான் ஏற்றுக்கொண்டதாகச் சொல்லும் இலக்கிய விமர்சகர் பெர்னார்ட் பிவோ எல்லா ஆண்களுக்கும் இந்தப் புத்தகத்தைப் படிக்கச் சொல்லிப் பரிந்துரைக்கிறார். நமக்கு மிக அருகிலிருந்தாலும் அதன் நுணுக்கங்கள் நம்மால் சரியாகக் கவனிக்கப்படாமல் இருக்கும் இந்தப் புதிரைப் புரிந்துகொள்ள ஃப்லுசியோவுடன் நாமும் கண்ணாடித்தாளுக்குள் பயணம் செய்ய வேண்டுமென்கிறார்.

மிகவும் அடிப்படையான பெண்ணியக் கருத்துகள் இந்தப் படைப்பில் இயல்பாக இழையோடுகின்றன. 'பெண்கள் ஒப்பனை செய்துகொள்வதை' இழி வானதாகக் கருதும் (பக்.147) கிராமத்துப் பெண்ணின் மனப்போக்குக்கும், சமகாலத்திய நகரவாசியான ஆசிரியரின் கருத்துகளுக்கும் இடையே பெண்ணிய வரலாறின் கூறுகள் தென்படுகின்றன. அம்மாவின் பதினாறாவது வயதில் கல் யாணப் பேச்சு முதல்முறையாகச் சுற்றிச்சுற்றி வர ஆரம்பித்தபோது தொடங்கிய ஒற்றைத் தலைவலிகள் (பக்.112), ' 'பால்' நடனங்களின் கொடுமை, உடல் ரீதி யான அருவருப்பு..., அம்மாவின் பக்கத்தில் சந்தையில் கால்நடைகளைப் போலக் காட்சிப்பொருளாக்கப்படுதல், நாசியைத் தாக்கும் பையன்களில் வாசம்...' (பக்.112) என்று ஆசிரியர் குறிப்பிடும் பல இடங்களில் அவற்றைப் பார்க்கலாம். இரண்டு தலைமுறைகளுக்கு இடையில் தான் இருப்பதாகச் சொல்லிக்கொள் ளும் ஆசிரியர், தன் அம்மாவின் தலைமுறையில் 'செக்ஸி' என்பது புழக்கத்தில்

இருந்திருக்காத சொல் என்கிறார். '' 'செக்ஸி' என்மீது விழுந்தபோது எனக்கு வயது ஐம்பது. வாழ்த்துக்கள் அம்மணி!'' *(பக்.44).*

இந்தப் புத்தகத்துக்கு ஏழு வருடங்களுக்குப் பிறகு வந்த இவருடைய அடுத்த புத்தகத்தில் *(*'என் மனநிறைவுப் பருவம்' – La Saison de Mon Contentement, 2008*)* பெண்கள் பல தளங்களில் வெளிப்படையாகவும் மறைமுகமாகவும் ஒடுக்கப்படுவதைப் பற்றிப் பல உதாரணங்களுடன் விரிவாக எழுதியிருக்கிறார். 1914இல் பிறந்து, பல தளைகளை மீறித் தன்னளவில் சொந்தமாக முன்னேற முயற்சித்து, கிட்டத்தட்ட ஒரு நூற்றாண்டு காலம் வாழ்ந்த தன் அம்மாவின் மனதில் ஒருவிதக் குற்ற உணர்வு அரித்துக்கொண்டிருந்ததைக் குறிப்பிடுகிறார்: ''என் அம்மாவின் தலைமுறை கருத்தடைச் சாதனங்கள் வருவதற்கு முந்தைய தலைமுறை. அதாவது, பல மகப்பேறுகளை எதிர்கொள்ள வேண்டியிருந்த பழைய தலைமுறைக்கும், கருத்தடை மாத்திரையின் கண்டுபிடிப்பினால் பெருமளவு விடுதலை பெற்றுவிட்ட தலைமுறைக்கும் இடையில் இருந்த காலம் அவளுடையது. அன்பான பெற்றோரும் கணவனும் இருந்தும் கூட, பெண் விடுதலை குறித்த தன்னுடைய ஆசைகளின் எதிர்வினைகளை முழுமையாக எதிர்கொண்டிருந்தாள். பெண்கள் முன்னேற்ற வரலாற்றின் நீண்ட பாதையில் அவள் வந்து சேர்ந்துகொண்டது மிகவும் மோசமான தருணம் என்று இல்லையென்றாலும், ஒளிமயமான காலம் என்றும் சொல்ல முடியாது. அடிக்கடி அவள்மீது கவிழ்ந்த இருண்ட மேகங்களுக்கு அதுவே காரணம்'' என்கிறார் ஆசிரியர்.

சிறு வயதிலேயே எழுத்தாளராக விரும்பிய ஆசிரியருக்கு அம்மா சொன்ன அறிவுரை: ''சிறு வாக்கியங்கள், நல்ல மணியான கையெழுத்து, தெளிவு''. தன் எழுத்தின் மூலம் அம்மாவின் நினைவுகளுக்கு உயிரளித்திருக்கும் ஆசிரியரின் நடையில் இவற்றைத் தவிர ஒருவிதக் கச்சிதமும் காணப்படுகிறது: 'வாழ்வின் அஸ்தமனத்திலிருக்கும் எளியவர்களின் மௌன இன்னல்களைப் பிரதிபலிக்கும்' கச்சிதமான நடை.

வெ. ஸ்ரீராம்